AF762399

மூலதனம்

கற்போம்

மூலதனம்

கற்போம்

மார்க்சின் மூலதனம் மூன்று தொகுதிகளின் சுருக்கம்

த. ஜீவானந்தம்

பாரதி
புத்தகாலயம்

Moolathanam Katpom (in Tamil)

Jeevanantham

First Published: November, 2018 | Third Print: December, 2022

Published by

BHARATHI PUTHAKALAYAM

7, Elango Salai, Teynampet, Chennai - 600 018

Email: bharathiputhakalayam@gmail.com | www.thamizhbooks.com

மூலதனம் கற்போம்

த. ஜீவானந்தம்

முதல் பதிப்பு: நவம்பர், 2018 | மூன்றாம் அச்சு: டிசம்பர், 2022

வெளியீடு:

பாரதி புத்தகாலயம்

7, இளங்கோ சாலை, தேனாம்பேட்டை, சென்னை - 600 018.
தொலைபேசி : 044 24332424, 24330024 விற்பனை: 24332924

விற்பனை நிலையங்கள்

அருப்புக்கோட்டை: *கதவுஎண் 49 A/4 மெயின் ரோடு, தெற்கு தெரு - 9994173551*
ஈரோடு: *39: 39 ஸ்டேட் பாங்க் சாலை - 9245448353*
கரூர்: *நாரத கானசபா அருகில் (TNGEA OFFICE)- 9442706676*
காரைக்குடி : *12, 2 வது தெரு, கம்பன் மணிமண்டபம் பின்புறம் - 9443406150*
கும்பகோணம்: *352, ரயில் நிலையம் எதிரில் - 9443995061*
குன்னூர்: *N.K.N வணிக வளாகம் பெட்போர்ட்*
கோவை: *77, மசக்காளிபாளையம் ரோடு, பீளமேடு - 8903707294*
சிதம்பரம்: *22A / 18B தேரடி கடைத் தெரு, கீழவீதி அருகில் - 9994399347*
செங்கல்பட்டு: *1 D ஜி.எஸ்.டி சாலை - 044 27426964* | **சேலம்:** *15, வித்யாலயா சாலை சாலை*
சேலம்: *பாலம் 35, அத்வைத ஆஸ்ரமம் சாலை 0427 2335952*
தஞ்சாவூர்: *காந்திஜி வணிக வளாகம் காந்திஜி சாலை - 9655542400*
திண்டுக்கல்: *பேருந்து நிலையம் - 9942331105, 9976053719*
திருச்சி: *வெண்மணி இல்லம், கரூர் புறவழிச்சாலை - 9994289492*
திருநெல்வேலி: *25A, ராஜேந்திரநகர் - 9442149981* | **திருப்பூர்:** *447, அவினாசி சாலை - 9486105018*
திருவண்ணாமலை: *முத்தம்மாள் நகர்* | **திருவல்லிக்கேணி:** *48, தேரடி தெரு - 9444428358*
திருவாரூர்: *35, நேதாஜி சாலை - 9442540543*
நாகர்கோவில்: *699 கே.பி.ரோடு R.V.புரம் - 9443450111*
நெய்வேலி: *பேருந்து நிலையம் அருகில், - 9443659147*
பழனி: *பேருந்து நிலையம் அருகில் - 7010760693*
பாண்டிச்சேரி : *கிழக்கு கடற்கரைச்சாலை, இலாசுப்பேட்டை, 9486102777*
பெரம்பூர்: *52, கூக்ஸ் ரோடு - 9444373716* | **மதுரை:** *37A, பெரியார் பேருந்து நிலையம் - 045 22324674*
மதுரை: *சர்வோதயா மெயின்ரோடு*
வடபழனி: *பேருந்து நிலையம் எதிரில் அடையார் ஆனந்தபவன் மாடியில் - 9444476967*
விருதுநகர்: *131, கச்சேரி சாலை - 0456 2245300* | **வேலூர்:** *பேஸ் III, சத்துவாச்சாரி - 9442553893*

நினைத்த நூல்கள்... நினைத்த நேரத்தில்... 8778073949

thamizhbooks.com BharathiTV | www.bookday.in

பொருளடக்கம்

மூலதனம் இரண்டாம் பாகம்

மூலதனத்தின் சுற்றோட்ட நிகழ்முறை

மூலதனம் மூன்றாம் பாகம்

முழுமையான முதலாளித்துவ உற்பத்தி நிகழ்முறை

முன்னுரை

"**தா**ஸ் கேப்பிட்டல்" *(Das Capital)* என்ற பெயரில் ஜெர்மன் மொழியில் முதன்முதலில் வெளிவந்த மார்க்சின் மூலதன நூல் 3 பாகங்களைக் கொண்டது. அதன் முதல் பாகம் 1867-ல் வெளிவந்தது. மீதி இரண்டு பகுதிகளும் (மார்க்ஸின் கையெழுத்துப் பிரதிகள் தொகுக்கப்பட்டு) மார்க்சின் மறைவிற்குப்பின் அவருடைய இணைபிரியா நண்பரான ஃபிரெடரிக் எங்கல்ஸால் வெளியிடப்பட்டது. இன்று உலகம் முழுவதும் பல்வேறு மொழிகளில் மொழிபெயர்க்கப்பட்டு உழைக்கும் வர்க்கத்தின் பைபிளாக உலக அரங்கில் ஒளிகாட்டி வருகிறது. 18-ம் நூற்றாண்டில் முதலாளித்துவம் இங்கிலாந்தில் வெற்றி நடைபோட்டு வந்த காலச் சூழலில் அதற்கு ஆதரவான பொருளாதார வல்லுநர்கள் தோன்றினர். அவர்களில் முக்கியமானவர்கள் ஆதாம் ஸ்மித் (1723-1790), டேவிட் ரிக்கார்டோ (1772-1823), ஜீன் பாப்திஸ்ட் ஸே (1767-1832), தாமஸ் ராபர்ட் மால்தூஸ் (1766-1834), ஜான் ஸ்டூவர்ட் மில் (1806-1873) ஆகியோர் ஆவர். இவர்களை முதலாளித்துவ வர்க்கம் தொல்சீர்ப் பொருளாதாரவாதிகள் *(Classical Economists)* என்று இன்றுவரை அழைத்து வருகின்றனர்.

தொல்சீர்ப் பொருளாதாரவாதிகள் போதித்த, எழுதிய பொருளாதாரக் கோட்பாடுகளை அரசியல் பொருளாதாரம் என்று அழைக்கிறோம். ஏனென்றால் பொருளாதாரம் என்பதே வர்க்கச் சார்புடையதுதான். வரலாற்றில் ஒரு குறிப்பிட்ட காலகட்டத்தில் நிலவுகிற உற்பத்திமுறைதான் சமூக அமைப்பிற்கு அடித்தளம். சமுதாய உற்பத்திமுறையில் ஏற்படக்கூடிய மாற்றம் சமூக மாற்றத்திற்கு இட்டுச் செல்கிறது. இதுதான் மனிதகுலத்தின் வரலாறு. இத்தகைய சமூக மாற்றம் அரசியல் அமைப்பிலும் மாற்றத்தைக் கொண்டுவந்து சேர்க்கிறது. எனவேதான் இத்தகைய பொருளாதாரத்தை அரசியல் பொருளாதாரம் என்று அழைக்கிறோம்.

சரக்கு உற்பத்தியில் மதிப்பு எப்படி படைக்கப்படுகிறது? அந்த மதிப்பின் படைப்பாளி யார்? மதிப்பின் பெருக்கம் எப்படி மூலதனமாக மாறுகிறது? யார் கையில் சேருகிறது? மூலதனப் பெருக்கம் எத்தகைய நெருக்கடியைச் சந்திக்கிறது? இதற்குத் தீர்வு என்ன? இத்தகைய

பல்வேறுபட்ட புதிர்களுக்கான புரிதலை மூலதன நூல் மூலம் கார்ல் மார்க்ஸ் அரசியல் பொருளாதார விமர்சனத்திற்கான பங்களிப்பு என்ற முறையில் முன்வைக்கிறார்.

மார்க்சியப் பொருளாதாரம் காலாவதியாகிவிட்டது என்றும், அது இந்த காலகட்டத்திற்குப் பொருந்தாது என்றும் மார்க்சிய விரோதிகள் தொடர்ந்து வாதிட்டு வருகின்றனர். 19-ம் நூற்றாண்டில் இங்கிலாந்தில் நிலவிய சூழ்நிலைகளை வைத்து எழுதப்பட்ட நூல் என்றும், இன்று உலக அரங்கில் முதலாளித்துவம் பல சாதனைகளைப் புரிந்து வருகிறது என்றும், மார்க்சின் கோட்பாடுகள் விஞ்ஞான வளர்ச்சிக்கு எதிரான மாறாநிலைத் தத்துவத்தை அடிப்படையாகக் கொண்டது என்றும் மார்க்சியத் திரிபுவாதிகளும் உரக்கச் சத்தம் போடுகின்றனர். ஆனால் அந்த வாதங்களையெல்லாம் பொய்யாக்கி மார்க்சின் மூலதனம் இன்றைய காலகட்டத்திற்கும் பொருந்தும் நூலாக விளங்குகிறது. 2008-ல் அமெரிக்காவில் வீட்டு அடமானக்கடன் நெருக்கடியில் பல்வேறு வங்கிகள் திவாலாகிப் போயின. இதனைத் தொடர்ந்து ஐரோப்பிய நாடுகளும் சிக்கலில் மாட்டிக் கொண்டன. அமெரிக்க அரசு தலையிட்டு வங்கிகளைக் காப்பற்ற வேண்டிய நிர்ப்பந்த நிலை உருவாகியது. உபரி-உற்பத்தியின் விளைவு பொருளாதார நெருக்கடியைக் கொண்டுவரும் என்பதற்கான அண்மைய ஆதாரமாக இதனை எடுத்துக் கொள்ளலாம். நெருக்கடி ஏற்பட்ட சில மாதங்களிலேயே ஜெர்மனி நாட்டில் பெர்லின் நகரில் "மூலதனம்" நூலின் அனைத்துப் பிரதிகளும் விற்றுத் தீர்ந்துவிட்டன. மார்க்சின் மூலதன நூலை வெளியிட்டு வரும் ஜெர்மன் பதிப்பாளர் ஜோர்ன் க்ஷட்ரம் கூறுவதாவது: "2004-ம் ஆண்டுவரை மூலதன நூல் ஆண்டுக்கு 100 பிரதிகளுக்கும் குறைவாகவே விற்று வந்தது. 2008-ம் ஆண்டில் கடந்த 10 மாதத்தில் 2500 பிரதிகளுக்கும் அதிகமாக விற்றுள்ளது. முதலாளித்துவம் ஏன் வெற்றிபெறவில்லை என்பதைப்பற்றி அறிந்து கொள்ள மக்கள் ஆர்வமாக உள்ளதையே இது காட்டுகிறது" – (இன்டர்பிரஸ் சர்வீஸ் 07-11-2008).

உலகளாவிய முதலாளித்துவ நெருக்கடியை ஊன்றிக்கவனித்துவரும் போப் ஆண்டவர் (போப் பெனடிக்ட்) 2013 ஜனவரி-1 அன்று உலக மக்களுக்கு வாடிகனில் இருந்து ஆற்றிய உரையின் சில பகுதிகள் கீழே கொடுக்கப்பட்டுள்ளன: "இன்று உலகம் கட்டுக்கடங்காத முதலாளித்துவம், பயங்கரவாதம் மற்றும் குற்றப் பெருக்கத்தால் அவதியுறுகிறது.... உலக முதலாளித்துவம் வலுவிழந்த கீழ்த்தட்டு மக்களைக் காப்பாற்றவில்லை என்பதுதான் உண்மை". முதலாளித்துவ உலகின்சீர்கேட்டிற்கு இதைவிடச்சான்று தேவையில்லை. எனவேதான் முதலாளித்துவ உற்பத்திமுறையை ஊன்றிக் கவனித்து வந்த மார்க்ஸ்,

முதலாளித்துவம் சகல துறைகளிலும் வளர்ச்சியைக் கொண்டுவரும் அதே வேளையில், பெருவாரியான உழைக்கும் மக்களைத் தீராத் துன்பத்திற்கு ஆளாக்கும் என்றும், சகலவிதமான சமுதாயக் குற்றங்களைத் தோற்றுவிக்கும் என்றும், ஏற்றத் தாழ்வான சமுதாயத்தை உருவாக்கும் என்றும் உரத்த குரலில் உலகிற்கு எடுத்துரைக்கிறார். முதலாளித்துவம் என்பது வரலாற்றில் தோன்றி மறையும் ஒரு காலகட்டம்தான், என்றைக்கும் நிலைத்து நிற்கும் சாசுவத விதி அல்ல என்றும், வர்க்கப் பகைமையை உட்கொண்ட முதலாளித்துவ அமைப்பு ஒரு குறிப்பிட்ட காலகட்டத்தில் மாற்றத்திற்கு உட்படும் என்றும் தனது மூலதன நூலில் எடுத்துரைக்கிறார். முதலாளித்துவம் மனிதகுல விடுதலைக்கு ஒரு போதும் தீர்வாக அமையாது. வர்க்க முரண்பாடுகளுக்குத் தீர்வை முதலாளித்துவ உற்பத்தி முறைக்குள் தேடுவது தவறானது.

மனித உழைப்புத்தான் மதிப்பைப் படைக்கிறது என்பதை ஆதாம் ஸ்மித் ஒத்துக் கொள்கிறார். ஆனால், அந்த உழைப்பு மூலப்பொருள்களுடன் சேர்வதால்தான் மதிப்பு படைக்கப்படுகிறது என்றும், அதுதான் நாடுகளின் செல்வத் திரட்டலுக்கு ஆதாரம் என்றும், இத்தகைய செல்வத் திரட்டல் வாடகை, இலாபம் மற்றும் கூலியாகப் பங்கிடப்படுகிறது என்றும், “நாடுகளின் செல்வம்” (*Wealth of Nations*) என்ற தன்னுடைய நூலில் விவாதிக்கிறார். மற்றொரு அரசியல் பொருளாதாரவாதியான ரோட்பெட்டர்ஸ் என்பவரும் இதே கருத்தை ஆதரிக்கிறார். ஆனால் டேவிட் ரிக்கார்டோ இவர்களிடமிருந்து சிறிது மாறுபடுகிறார். உழைப்புத்தான் மதிப்பின் அளவையாகும். உழைப்பாளியின் உபரி-உழைப்புத்தான் முதலாளிக்கு இலாபமாகக் கிடைக்கிறது என்று வாதிடுகிறார். ஆனாலும் ரிக்கார்டோ உணரத் தவறிய உழைப்புக்கும், உழைப்புச் சக்திக்கும் உள்ள வித்தியாசத்தை மார்க்ஸ் தீர்த்து வைக்கிறார். சந்தையில் நிலவும் தேவை மற்றும் அளிப்பு விதிதான் சரக்குகளின் விலையை (மதிப்பை) நிர்ணயிக்கிறது என்றும் சில பொருளாதாரவாதிகள் வாதிடுகின்றனர். இதையும் மார்க்ஸ் தன் ஆய்வுக்கு உட்படுத்துகிறார். தேவையும் அளிப்பும் சமமாக இருக்கும்போது சரக்குகளின் விலையை நிர்ணயிப்பது எது என்ற கேள்வியை எழுப்பி இவர்களின் தப்பான அபிப்ராயாங்களை உடைத்து எறிகிறார்.

சரக்குகளின் முடிவற்ற சுற்றோட்டமானது, சரக்குகளுக்கிடையில் ஒரு இணக்கமான வழங்கல்-தேவை என்ற சமநிலையை உருவாக்கும் என்றும் சில பொருளாதார வல்லுநர்கள் வாதிட்டனர். அவர்களின்

முதன்மையானவர் “ஸே”. இதன்மூலம் முதலாளித்துவம் சமுதாயத்திற்குத் தேவையான பொருள்களை மட்டும் உற்பத்தி செய்வது போன்றும், சமுதாய நலன்தான் அதன் பிரதான பணி என்பது போன்றும் பொய்யான தோற்றத்தை ஏற்படுத்த முயன்றனர். ஆனால் வழங்கலுக்கும் தேவைக்கும் சமநிலை என்பதை மார்க்ஸ் திட்டவட்டமாக மறுக்கிறார். தொல்சீர்ப் பொருளாதாரவாதிகள் எதைத் தீர்வு என்று கருதினார்களோ அதுதான் பிரச்சினை என்று மார்க்ஸ் தனது நூலில் விளக்கியுள்ளார். மனிதகுல வரலாற்றையும், உற்பத்தி முறைகளையும், அதன் தொடர்பான பொருளாதார உறவுகளையும், உற்பத்தி உறவுகளையும் ஆய்வுக்குட்படுத்திய மார்க்ஸ், தொல்சீர்ப் பொருளாதாரவாதிகளின் மதிப்பு குறித்த கோட்பாட்டை விமர்சனத்திற்கு உட்படுத்துகிறார். அந்த விமர்சன வழிப்பட்ட கருத்தாக்கம்தான் மார்க்ஸின் மூலதனம் என்னும் நூல்.

எவ்வகைப்பட்ட உழைப்பானது மதிப்பை உற்பத்தி செய்கிறது? ஏன் உற்பத்தி செய்கிறது? எப்படி உற்பத்தி செய்கிறது? என்பதை முதன்முதலின் ஆராய்ந்தவர் மார்க்ஸ் ஒருவரே. முதலாளித்துவப் பொருளுற்பத்தி அனைத்தையும் புரிந்து கொள்வதற்கான திறவுகோலை மார்க்ஸ் பாட்டாளி வர்க்கத்திற்கு அளிக்கிறார். சரக்கின் மதிப்பானது முற்றிலும் சமூகமயமாக்கப்பட்ட இறுகிய மனித உழைப்பே தவிர வேறு எதுவுமல்ல என்ற உண்மையைத் தெளிவுபடுத்துகிறார். சரக்குகளின் மதிப்பை ஆராய்ந்த மார்க்ஸ், பணத்துடன் சரக்குகளுக்கு உள்ள உறவினை ஆராய்ந்தார். மதிப்புடையவையாக இருத்தல் சரக்குகளின் உள்ளார்ந்த தன்மையாகும் என்பதால், சரக்குகளும் சரக்குப் பரிவர்த்தனையும் எப்படி பணத்துக்கும் சரக்குகளுக்குமிடையில் முரண் நிலையை உண்டாக்குகின்றன என்று மார்க்ஸ் தன் நூலில் விளக்குகிறார். இதன் மூலம் மூலதன நூலில் மார்க்ஸ் வகுத்தளித்த பணத் தத்துவம் பணத்தைப்பற்றிய முழுமையான முதலாளித்துவத் தத்துவம் ஆகும். மேலும் மூலதனத்தை மாறா-மூலதனமாகவும் மாறும்- மூலதனமாகவும் வேறுபடுத்திக் காட்டியதன் மூலம், உபரி-மதிப்பு உண்மையில் எவ்வாறு உருவாகிறது என்பதை அதன் மிக நுண்ணிய விவரங்களும் புலப்படும்படி விவரித்து, முதன்முதலாய் இந்த நிகழ்முறைக்கு மார்க்சால் மட்டுமே விளக்கமளிக்க முடிந்தது.

தொல்சீர்ப் பொருளாதாரவாதிகள், அப்பட்டமான உழைப்புச் சுரண்டலை ஆதாரமாகக் கொண்ட முதலாளித்துவ உற்பத்திமுறையைச் சாசுவதமானது, நிலைத்து நிற்கக்கூடியது என்றும் வாதிட்டு, இந்த உற்பத்தி முறையைத் தாங்கி நிற்கும் பொருளாதார விதிகளாக அரசியல்

பொருளாதாரத்தை வளர்த்தெடுத்தனர். ஆனால் 19-ம் நூற்றாண்டின் ஆரம்பத்தில் தோன்றிய கார்ல் மார்க்ஸ், சமூக மாற்றமும் அதற்கு அடிப்படையான பொருளாதார உற்பத்தி முறையும் இயக்கவியலை அடிப்படையாகக் கொண்டது என்ற கருத்தை முன்வைத்து, முந்தைய அரசியல் பொருளாதாரம் முன்வைத்த பொருளாதார விதிகளை ஆய்வு செய்து, அதனை விமர்சனத்திற்கு உட்படுத்துகிறார். பொருளாதார வாழ்வின் பொது விதிகள் மாறாதது என்பதை மறுத்து அரசியல் பொருளாதாரத்திற்குப் பரம சூக்கும விதிகள் கிடையாது, மாறாக ஒவ்வொரு வரலாற்றுக் காலகட்டத்திற்கும் அதற்கே உரிய விதிகள் இருப்பதாகக் கருதுகிறார்.

உற்பத்தித் திறனின் வளர்ச்சி நிலை வேறுபடுவதற்கேற்ப, சமுதாய நிலைகளும், அவற்றை ஆளுகிற விதிகளும்கூட வேறுபடுகின்றன என்பதைத் தன்னுடைய மூலதன நூலிற்கான ஆய்வின் அடிப்படை அம்சமாக மார்க்ஸ் முன்வைக்கிறார். எனவேதான், அரசியல் பொருளாதாரத்தை விஞ்ஞானமாக வளர்த்தெடுக்கும் பொருட்டு, அரசியல் பொருளாதார விமர்சனப் பகுப்பாய்வாக மூலதனம் என்ற நூலைப் படைக்கிறார். முதலாளித்துவத்தால் நிராயுதபாணியாக்கப்பட்ட பாட்டாளி வர்க்கத்திற்கு "மூலதனம்" என்கிற அரசியல் ஆயுதம் கிடைக்கிறது. "முதலாளித்துவ உற்பத்தி முறை அதன் உள்ளார்ந்த பகையினால் முதலாளித்துவ பொருளுற்பத்திக்கே பூட்டிய விலங்காகிவிடும். முதலாளித்துவ மேலோடு அதற்கு ஒவ்வாததாகி உடைத்தெறியப்படும். முதலாளித்துவத்தின் சாவுமணி அடிக்கப்படும். உடைமை பறித்தோரின் உடைமை பறிக்கப்படும்" என்று மூலதன நூலின் முதல் பாகத்தின் இறுதியில் உலகிற்கு பிரகடனப்படுத்துகிறார்.

மூலதன நூலை வாசிப்பதில் வாசகர்களுக்கு உள்ள சிரமத்தைக் கருத்தில் கொண்டு, முதல் முறையாக மார்க்சின் மூலதனம் தொடர் வகுப்பாக எடுக்கப்பட்டு "மூலதனம்–24" என்கிற தலைப்பில் தமிழில் ஒளி-ஒலி வடிவில் குறுந்தகட்டில் பதியப்பட்டு விற்பனைக்கு விரைவில் வரவுள்ளது. இதனைப் படைத்து உருவாக்குவதில் திரைப்படக் கலைஞர்கள் தோழர்கள் மகிவர்மன், அஜய் ரமேஷ், ஆனந்தன் ஆகியோர் பெருமுயற்சி எடுத்து வருகின்றனர். இந்த நூல் வெளியாகும்போது அது வெளியிடப்பட்டு இருக்கலாம்.

இந்த முயற்சியைத் தொடர்ந்து, மார்க்சின் மூலதன நூல் மூன்று தொகுதிகளையும் சுருக்கமாக வாசகருக்கு எளிதில் புரியும் வகையில் இந்த நூலானது எழுதப்பட்டுள்ளது. ஆங்கில நூல் வழியாக மார்க்சின் மூலதன நூல் தமிழில் தோழர்கள் சமதக்கனி, தியாகு ஆகியோரால்

மொழி பெயர்க்கப்பட்டு இருந்தாலும்கூட, வாசகர்கள் அதனைப் படித்துப் புரிந்து கொள்வதில் இன்னும் சிரமப்படுகின்றனர். எனவே வாசகர்கள் நூலை முழுமையாக வாசிக்க வேண்டும் என்ற நோக்கத்தில் அவர்களை மூல நூலை வாசிப்பதற்குத் தூண்டுகின்ற வகையில்தான் இந்த நூல் எழுதப்பட்டுள்ளது. தமிழகத்தில் பள்ளிகளிலும், கல்லூரியிலும் தமிழ்ப் பாட நூல்களைப் படிப்பதற்கே கோனார் தமிழ் உரை தேவைப்படுகிறது. அத்தகைய வாசகர்களையும் மனதில் வைத்தே இந்த நூல் சுருக்கமான முறையில் தெளிவான விளக்கத்துடன் படைக்கப்பட்டுள்ளது. இந்த நூல் மூல மூலதன நூலை வாசிக்க வாசகர்ளைத் தூண்டிவிட்டால் அதுவே இந்நூலின் மிகப்பெரிய வெற்றியாக அமையும். இந்த நூலின் ஆக்கத்திற்கும் வடிவமைப்பிற்கும் மிக்க துணையாக இருந்த தோழர்கள் மு.சிவலிங்கம், கிருஷ்ணன் ஆகியோருக்கும் எனது மனமார்ந்த நன்றியை உரித்தாக்குகிறேன். இந்த நூலை வெளியிட்டு உதவிய பாரதி புத்தகாலயத்துக்கும் எனது நெஞ்சார்ந்த நன்றியைத் தெரிவித்துக் கொள்கிறேன்.

த. ஜீவானந்தம்,
நூலாசிரியர்

07-11-2017.

மூலதனம் முதல் பாகம்

முதலாளித்துவ உற்பத்திமுறை

பகுதி-1

சரக்கும் பணமும் (Commodity and Money)

அத்தியாயம்-1

சரக்கு (Commodity)

முதலாளித்துவப் பொருளுற்பத்தி முறை நிலவுகிற சமுதாயங்களில் செல்வம் "சரக்குகளின் பெருந்திரட்டலாகக்" காட்சி தருகிறது. எனவே செல்வத்தின் திரட்டல் என்பதே சரக்குகளின் உற்பத்திதான். இந்த செல்வத் திரட்டல் வடிவம்தான் சகலவிதமான சுரண்டலுக்கும் அடிப்படைக் காரணம். எனவே இந்தச் சுரண்டல் முறைக்குக்காரணமான சரக்கு உற்பத்தி பற்றிய முடிச்சைஅவிழ்க்காமல் சகலவிதமான ஒடுக்கு முறையிலிருந்தும் மனித குலத்தை விடுவிக்க முடியாது என்பதை காரல் மார்க்ஸ் ஆய்ந்து அறிந்ததால்தான் தன்னுடைய மூலதன நூலைச் சரக்கு பற்றிய ஆய்விலிருந்து தொடங்குகிறார்.

சரக்கு அல்லது பண்டம் *(Commodity)* என்பது நமது தேவைகளைப் பூர்த்தி செய்யும் பொருட்கள் ஆகும். இத்தகைய சரக்கு நுகர்வு என்பது அத்தியாயவசியத் தேவைகளிலிருந்து ஆரம்பித்து ஆடம்பரப் பொருள்களின் நுகர்வு வரை நீண்டு கொண்டே போகிறது. மனிதனுடைய அன்றாடத் தேவைகள் மனிதனுக்கு மனிதன் அல்லது ஆண் பெண் என்ற இருபாலருக்கு இடையிலும் மாறுபடுவது உண்டு. அதேபோல் இடத்துக்கு இடம் தட்ப வெட்ப நிலையைப் பொறுத்தும் தேவைகள் மாறுகின்றன. ஆனால் அனைவருக்கும் பொதுவான தேவை என்பது உண்டு. அதுதான் அடிப்படைத் தேவைகளான உணவு, உடை, இருப்பிடம். நாம் உயிர் வாழ வேண்டும் என்றால் அவற்றை விலை கொடுத்து வாங்க வேண்டும். விலைக்கு வாங்காமலேயே சில பண்டங்கள் மனிதனின் அத்தியாவசியத் தேவைகளைப் பூர்த்தி செய்வது உண்டு. உதாரணம். கன்னி நிலம், காற்று, தண்ணீர். இவற்றை ஆரம்ப காலங்களில் யாரும் விலை கொடுத்து வாங்கவில்லை. ஆனால் இன்று இந்தப் பொருட்களும்கூட விலை கொடுத்து வாங்கும் பண்டங்கள் ஆகிவிட்டன. இயற்கையில் கிடைக்கும் காய், கனிகள் சில

சமயம் இலவசமாகவே கிடைக்கின்றன. விலங்கு, பறவை மற்றும் மீன்களும் அத்தகைய வகையைச் சேர்ந்தவையே.

உலகில் கிடைக்கும் பல லட்சம் பொருட்கள் அவற்றுக்கிடையில் பௌதீக அடிப்படையிலும், இரசாயன அடிப்படையிலும் பல்வேறு குணங்களைக் கொண்டுள்ளன. அத்தகைய பொருட்கள் மனிதனுடைய பலவகைப்பட்ட தேவைகளை எந்த வடிவத்தில் நிறைவு செய்கின்றன என்பதோ, அவற்றின் பயன்கள் என்ன என்பதோ, அல்லது அத்தகைய பொருட்கள் எப்படி அளக்கப்படுகின்றன என்பதோ, அல்லது அவை எத்தகைய பண்புடையன என்பதோ இங்கு ஆய்வுக்குரிய விஷயம் அல்ல. அந்தப் பொருட்கள் எப்படி ஒரு "சரக்காக" வடிவெடுத்துச் சண்டகாருணியம் செய்கின்றன என்பதுதான் நாம் அறிந்து கொள்ள வேண்டிய விஷயம். இத்தகைய பொருட்களுக்கு இடையே ஒரு பொதுவான குணாம்சம் இருக்க வேண்டும். அதுதான் சரக்குகளின் பயன்-மதிப்பு.

உதாரணம் :- நாற்காலி, புத்தகம்.

நாம் நாற்காலியை உட்காருவதற்குப் பயன்படுத்தலாம். மரத்தால் செய்யப்பட்டது. அதேபோல் புத்தகத்தை நாம் வாசிக்கலாம். காகிதம், மை இவற்றால் அச்சிடப்பட்டது. பயன்-மதிப்பில் ஒரு வகையான பருப்பொருளின் செறிவும், குணமும், பயன்பாட்டுத் தன்மையும் அடங்கியுள்ளன. அத்தகைய பொருளின் உபயோகத்தன்மையே அதன் பயன்-மதிப்பு ஆகும். பயன்-மதிப்பு செல்வத்தின் ஆதாரம்.

மனிதத் தேவைகளை நிறைவு செய்கிற பொருளானது நமக்கு புறத்தே உள்ள பொருள். அத்தகைய பொருள்களின் தேவைகளின் தன்மை மாறுபடுகிறது. அவை வயிற்றிலிருந்து உதிக்கும் வயிற்றுப் பசியாக இருந்தாலும் சரி, கேளிக்கையில் உதிக்கும் அறிவுப் பசியாக இருந்தாலும் சரி. இரண்டு விதமான தேவைகளை நிறைவேற்றுவவை எந்த வடிவத்தில் இருந்தாலும், "பயன்-மதிப்பு" உள்ள பொருட்களே.

இத்தகைய பொருட்களை நாம் வேறு வகையிலும் பிரிக்கலாம்.

- தொட்டு உணரக்கூடிய பொருட்கள் *(Tangible goods)* – (உ.ம்) நாற்காலி , புத்தகம், அரிசி, பருப்பு, ஆடை, இரும்பு, காகிதம்.
- தொட்டு உணர முடியாத பொருட்கள் *(Intangible goods)* - (உ.ம்) இசையை ரசித்தல், கேளிக்கை நிகழ்ச்சியில் ஈடுபடுதல், வகுப்பில் பாடம் கற்றல், பயணம் செய்தல் போன்றவை.

முதலில் கூறிய நுகர்வானது (நாற்காலி, அரிசி, பருப்பு, ஆடை போன்றவை) சரக்குகள் உற்பத்தி செய்யப்பட்ட பின்பு நுகரப்படக் கூடியவை. சேவை நுகர்வு என்கிற பயணம் செய்தல், கேளிக்கையில் ஈடுபடுதல், இசையை ரசித்தல் போன்றவை உற்பத்தி செய்யப்படும் பொழுதே நுகரப்படுகின்றன. இந்தப் பயன்-மதிப்பு அப்பொருளை உற்பத்தி செய்கின்ற உற்பத்தியாளனுக்கு அல்லது வேறொருவருக்காகக் கூட இருக்கலாம். பயன்-மதிப்பு இருந்தால் மட்டுமே பொருள் நுகரப்படுகிறது.

மனிதன் பிரபஞ்சத்தில் இயற்கையாகக் கிடைத்த பொருட்களை உண்டு வாழ்ந்தபோது அப்போதைய நுகர்வுத் தேவை பூர்த்தியாகியது. அத்தகைய நுகர்வுக்குப் “பற்றாக்குறை” அல்லது “இல்லை” என்ற நிலையேற்பட்டபோது, “உபரியாகக் கிடைக்கும்போது சேமித்து வைத்தல்” என்ற வழக்காகியது. இந்த வழக்குத்தான் தனியுடைமைச் சமுதாயத்திற்கு இட்டுச் சென்றது. சோம்பேறியாக இருந்துகொண்டு பிறரது உழைப்பில் வாழ முடியும் என்ற நிலையை உருவாக்கியது. தடி எடுத்தவன் தண்டக்காரன் என்றாகியது. இத்தகைய நிலைபாடு மனிதகுலத் தேவையை பன்மடங்கு பெருக்கியது. இயற்கையை மனிதன் வென்றதன் பயனாய் உற்பத்தி, மறுஉற்பத்தி என்ற செல்வப் பெருக்கம் ஏற்பட்டது.

மனிதர்களின் ஆசைகள், விருப்பங்கள் நம்ப முடியாத அளவிற்குப் பெருகிவிட்டன. முதலாளித்துவ சமுதாய அமைப்பிற்கு முந்தைய சமுதாயங்களில் தேவையை முன்னிட்டுப் பொருளுற்பத்தி என்ற நிலை இருந்தது. ஆனால் முதலாளித்துவ உற்பத்தி முறையில் தேவைகள் உருவாக்கப்படலாயின. புதிய விஞ்ஞான கண்டுபிடிப்புகள் எண்ணற்ற பொருட்களைச்சந்தைக்குக் கொண்டு வந்தன. தேவைகளை உருவாக்குவதற்கு விளம்பரத் தொழில் ஒரு நிலையான தொழிலாக நிலைபெற்று விட்டது. ஆடம்பரப் பொருட்கள் அத்தியாவசியப் பொருட்களாயின. *120* கோடி இந்திய மக்களில் ஒவ்வொருவர் கையிலும் கைபேசி இருப்பது உற்பத்திப் பெருக்கத்தின் காரணமாகத்தான். உற்பத்திப் பெருக்கத்தின் நோக்கம் செல்வக் குவிப்பு.

மனிதனின் தேவை பெருகிய உடனேயே பொருட்களுக்கிடையில் பரிவர்த்தனை நிபந்தனையாக மாறியது. எனவே பொருட்களில் அடங்கிய பயன்-மதிப்பு ஒன்றுக்கொன்று எப்படிப் பரிவர்த்தனை செய்து கொள்ள முடியும்? வெவ்வேறு பயன்-மதிப்புக் கொண்ட பொருட்கள் வெவ்வேறு இடங்களில் உற்பத்தி செய்யப்படுகின்றன. அத்தகைய பொருட்கள் நுகர்வோரைச் சென்றடைய வேண்டும். ஒரு மனிதன் தான் உற்பத்தி செய்த பொருளைக் கொடுத்துத் தனக்குத் தேவையான பொருளை வாங்க வேண்டும். உதாரணத்திற்கு, தான் தைத்த சட்டையைக் கொடுத்துத் தனக்குத் தேவையான நாற்காலியை வாங்க வேண்டும். ஒரு சட்டை என்பது ஒரு நாற்காலிக்குச் சமமாக இருக்கலாம். இதற்குப் பெயர்தான் பரிவர்த்தனை-மதிப்பு.

1 நாற்காலி = 1 ஜோடி சட்டை

பரிவர்த்தனை-மதிப்பு ஒரு பண்டத்துக்கு மாற்றாக ஒருவர் பெறுவது. சட்டை என்பது ஒரு நாற்காலிக்கான பரிவர்த்தனை-மதிப்பு. ஆனால் சட்டையும், நாற்காலியும் இரு வேறுபட்ட பயன்-மதிப்பு உள்ள பொருட்களாகும்.

ஒவ்வொரு பண்டமும் வெவ்வேறான பரிவர்த்தனை-மதிப்பைப் பெற்றிருக்கலாம்.

உதாரணம்:-

ஒரு நாற்காலி =
- ஒரு ஜோடி சட்டை
- 3 மது பாட்டில்கள்
- ஒரு டாக்சி சவாரி

இந்தச் சமன்பாடு சரியென்றால், இந்தச் சமன்பாட்டை வேறு வகையிலும் தெரிவிக்கலாம்.

ஒரு நாற்காலி = *1* ஜோடி சட்டை = *3* மது பாட்டில்கள் = ஒரு டாக்சி சவாரி

ஒரு ஜோடி சட்டை, *3* பாட்டில் மது மற்றும் *1* டாக்ஸி சவாரி ஆகிய அனைத்தும் ஒரு நாற்காலியின் பரிவர்த்தனை-மதிப்பு என்றால், அவை ஒன்றுக்கொன்று மாற்றத்தக்க ஒத்த அளவிலான பரிவர்த்தனை - மதிப்பு ஆகும்.

இப்போது சட்டை மற்றும் நாற்காலி ஆகியவற்றின் பயன்-மதிப்பை நீக்கிவிட்டுப் பார்த்தால் அவற்றுக்கிடையில் சம அளவையில் பரிவர்த்தனை செய்து கொள்ளத்தக்க ஒரு அம்சம் இருக்கவேண்டும். அது அந்தப் பொருட்களின் பௌதிக குணத்தைச் சேர்ந்ததாக இருக்க முடியாது. அப்படியென்றால் பொதுவான ஒரு மூன்றாவது கூறு ஒன்று இருக்க வேண்டும். அது எது? அதுதான் ''மதிப்பு''. அந்த மதிப்பு எப்படி அளக்கப்படுகிறது? அதில் அடங்கியுள்ள உழைப்பால் அளக்கப்படுகிறது. இந்த உழைப்பும் ஒரே வகைப்பட்ட உழைப்பன்று. சட்டையில் அடங்கியுள்ள தையல் உழைப்பும் நாற்காலியில் அடங்கியுள்ள தச்சு உழைப்பும் இருவேறு வகைப்பட்ட ஸ்தூலமான

உழைப்பாகும். ஆக இந்த ஸ்தூலமான உழைப்பை எப்படிச் சமன் செய்து கொள்வது? ஸ்தூலமான உழைப்பை நீக்கிவிட்டுப் பார்த்தால் அதன் பின்னணியில் "மனித உழைப்பு" என்ற பொதுவான ஸ்தூலமற்ற உழைப்புத்தான் காரணியாக நிற்பதைப் பார்க்க முடிக்கிறது.

ஆக, மனித உழைப்புச் சக்தி செலவிடப்படுவதால்தான் பொருட்கள் உருமாற்றம் பெற்றுப் புதிய மதிப்பைக் கொண்ட பொருளாகப் பரிணமிக்கின்றன. இந்தப் பரிவர்த்தனை-மதிப்புதான் பொருட்கள் தங்களுக்குள் பரிவர்த்தனை செய்து கொள்வதற்கான ஒரு காரணியாக மாறி விடுகிறது. எனவே ஒரு பொருளானது சரக்காக மாற வேண்டும் என்றால் அது பயன்-மதிப்பு பெற்றிருக்க வேண்டும். அத்துடன் பரிவர்த்தனை-மதிப்பையும் பெற்றிருக்க வேண்டும். ஒரு பொருள் மதிப்பைப் பெற்றிராமலேயே, பயன்-மதிப்பாக மட்டும் இருக்க முடியும். நாம் ஏற்கனவே கூறியபடி மனித உழைப்பு தேவைப்படாத போதெல்லாம் நிலைமை இதுவே. காற்றும், கன்னி நிலமும், இயற்கைப் புல்வெளிகளும் இந்த வகையைச் சேர்ந்தவையே. அதுபோல், சில பொருட்களுக்கு பயன்-மதிப்பு இருக்கும், ஆனால், பரிவர்த்தனை-மதிப்பு இருக்காது. பரிவர்த்தனைக்காகப் பொருள் உற்பத்தி செய்யப்படாத போது, அது பண்டமாக இருப்பதில்லை, எனவே மதிப்பு படைக்கப்படவில்லை.

உதாரணம் : வீட்டில் நண்பர்களுக்காக விருந்து தயாரித்தல்

பயன்-மதிப்பும், பரிவர்த்தனை-மதிப்பும் அடிப்படையில் வேறுபாடு உடையதாக இருந்தாலும் அவை ஒன்றுக்கொன்று சார்புடையவை. பயன்-மதிப்பு குணாம்சத்தில் வேறுபாடுடையது. பரிவர்த்தனை-மதிப்பு அளவு அடிப்படையில் வேறுபாடுடையது. சொந்த உழைப்பின் மூலம் தனது தேவைகளை பூர்த்தி செய்யும்போது பயன்-மதிப்பு மட்டும்தான் படைக்கப்படுகிறது. அது பிறருக்கும் பயன்படும் சமுதாயப் பயன்-மதிப்பாக மாறும்போதுதான் சரக்காக பரிணமிக்கிறது. அதே நேரத்தில் பயன்-மதிப்பு இல்லாத எந்த பொருளும் அது எவ்வளவு வேலை நேரத்தைக் கொண்டதாக இருந்தாலும், அது மதிப்பு எதையும் படைப்பதில்லை. அதில் அடங்கியுள்ள மனித உழைப்பு வீண்தான்.

பயன்-மதிப்பு செல்வத்தின் ஆதாரம். இது அனைத்து சமூக வடிவங்களுக்கும் பொருந்தும். அந்தந்தச் சமூக வடிவில், பயன்-மதிப்பானது பரிவர்த்தனை-மதிப்பைத் தாங்கிச் செல்கிறது. உதாரணத்திற்கு, நெல் உற்பத்தி நிலப்பிரபுத்துவ சமுதாயத்திலும்

நிகழ்கிறது, முதலாளித்துவ சம்தாயத்திலும் நிகழ்கிறது. அந்த நெல் விளைச்சலின் பொருளடக்கத்தை இத்தனை மூட்டை நெல் என்கிறோம். நிலப்பிரபுவின் நிலத்தில் உற்பத்தியில் ஈடுபடும் குடியானவன் (பண்ணையடிமை) நிலப்பிரபுவுக்கு இலவசமாக உழைப்பைச் செலுத்தி பயன்-மதிப்பாகிய நெல்லை விளைவிக்கிறார். அதேபோல் முதலாளித்துவ உற்பத்திமுறை நிலவுகிற சமுதாயத்தில், நிலவுடைமையாளர் நிலத்தை குத்தகைக்கு விட்டுவிட்டு நிலத்தோடு வேறு எந்தத் தொடர்பும் இன்றி எங்கோ வாழ்கிறார். குத்தகைக்கு எடுத்த நிலத்தில், நிலத்தைக் குத்தகைக்கு எடுத்த விவசாயி தனது உழைப்பைச் செலுத்தி அல்லது கூலி விவசாயத் தொழிலாளர்களை வேலைக்கு அமர்த்தி, நெல் உற்பத்தி என்னும் பயன்-மதிப்பைப் படைக்கிறார். ஆக இரண்டு வகைப்பட்ட சமுதாய அமைப்பிலும் பயன்-மதிப்பாகிய நெல் உற்பத்தி செய்யப்படுகிறது. பொருளின் உள்ளடக்கமான இத்தனை மூட்டை நெல் என்பதில் மாற்றமில்லை. ஆனால் அதன் சமூக வடிவம் மாறி விடுகிறது. நிலப்பிரபுத்துவ சமூக அமைப்பில் நெல் மூட்டையின் சமூக வடிவம் குடியானவர்கள் நிலப்பிரபுவுக்கு செலுத்தும் காணிக்கையாகிறது. ஆனால் முதலாளித்துவத்தில் அதன் சமூக வடிவம் பண்டம் ஆகி விடுகிறது. இரண்டு சமூக அமைப்பிலுமே நெல் மூட்டைகள் சந்தைக்கு விற்பனைக்கு வரும்போது அவற்றின் பயன்-மதிப்புகள் பரிவர்த்தனை-மதிப்பைத் தாங்கிச் செல்கின்றன.

1.1 சரக்கின் மதிப்பு

சரக்கின் மதிப்பு அதனை உற்பத்தி செய்வதற்காகச் செலவிடப்பட்ட மனித உழைப்புச் சக்தியின் அளவைக் கொண்டு அளக்கப்படுகிறது. ஒரு பொருளை உற்பத்தி செய்வதற்கு நீண்ட நேரம் ஆகும் என்றால் அதன் மதிப்பு அதிகமாகிறது. குறைந்த நேரத்தில் உற்பத்தி செய்யப்படுகின்ற பொருளின் மதிப்பு குறைவாக உள்ளது.

சிறிது உழைப்பைச் செலவிட்டுக் கரியை வைரமாக மாற்றுவதில் நாம் வெற்றி கண்டால், அதன் மதிப்பு செங்கல்லின் மதிப்பைவிடக் குறையக் கூடும். பொதுவாக உழைப்பின் உற்பத்தித்திறன் எந்த அளவிற்கு உயர்வாக உள்ளதோ, அந்த அளவிற்கு ஒரு பண்டத்திற்கு தேவைப்படும் உழைப்பு நேரமும் அப்பண்டத்தில் உருப்பெற்றுள்ள உழைப்பின் அளவும், அதன் மதிப்பின் அளவும் குறைவாக உள்ளன. மறுதலையாக, உழைப்பின் உற்பத்தின் திறன் எந்த அளவுக்கு குறைவாக உள்ளதோ, அந்த அளவிற்கு அந்த பண்டத்தின் உற்பத்திக்குத் தேவைப்படும் உழைப்பு நேரமும், அதன் மதிப்பும்

அதிகமாக உள்ளன. எனவே சரக்கின் மதிப்பு, அதில் சேர்க்கப்பட்டுள்ள உழைப்பின் அளவுக்கு நேர் விகிதத்திலும், அவ்வுழைப்பின் உற்பத்தித்திறனுக்கு எதிர் விகிதத்திலும் மாறுகிறது.

ஆனாலும் ஒவ்வொரு தனி மனிதனின் உழைப்பும் மாறும் தன்மையுடையது. குறிப்பிட்ட சரக்கை உற்பத்தி செய்வதில் ஒரு உழைப்பாளியின் உழைப்பு தேர்ச்சியான உழைப்பாக இருக்கலாம். இன்னொருவருடைய உழைப்பு தேர்ச்சி குறைந்த நீடித்த கால உழைப்பாக இருக்கலாம். அதாவது ஒரு நாற்காலியைத் தேர்ச்சிபெற்ற தச்சர் 6 மணி நேரத்தில் செய்து முடிக்கலாம். ஆனால் தேர்ச்சியற்ற தச்சர் அந்தப் பணியை முடிக்க 10 மணி நேரம் எடுத்துக் கொள்ளலாம். அப்படியெனில், தேர்ச்சியற்ற தச்சர் செய்த நாற்காலி, தேர்ச்சிபெற்ற தச்சர் செய்த நாற்காலியைவிட அதிக மதிப்பைக் கொண்டதா?

ஒரு சமுதாயத்தில் ஒரு குறிப்பிட்ட கால கட்டத்தில் உற்பத்தி செய்யப்பட்ட பொருட்கள் என்ணற்ற உழைப்பாளர்களின் ஒட்டுமொத்த உழைப்பின் வெளிப்பாடு ஆகும். அந்தக் குறிப்பிட்ட காலகட்டத்தில், அந்த நேரத்தில் நிலவுகின்ற சராசரி தேர்ச்சியான உழைப்பு, மற்றும் மும்முரம், ஒரு பண்டத்தை உற்பத்தி செய்யத் தேவைப்படுகின்ற சமுதாய அவசிய உழைப்பு நேரத்தைத் தீர்மானிக்கிறது. இத்தகைய சமுதாய அவசிய உழைப்பு நேரம்தான் ஒரு பொருளை மற்றொரு பொருளுடன் ஒப்பிடக்கூடிய மதிப்பு அளவையாகக் காட்சி அளிக்கிறது. எனவேதான் படைக்கப்படும் பொருட்களின் மதிப்பு ஒரு சமூகத் தன்மையைப் பெற்றதாகிறது. கைத்தறியில் புடவை நெய்த தொழிலாளி ஒரு புடவையை நெய்வதற்கு சராசரியாக 12 மணி நேரம் எடுத்துக் கொண்டால் அந்த 12 மணி நேரம்தான் அந்த புடவையில் அடங்கியுள்ள மதிப்பின் அளவை ஆகிறது. ஆனால் விசைத்தறி புகுத்தப்பட்டபின் ஒரு நெசவாளி 6 மணி நேரத்தில் சராசரியாக ஒரு புடவை நெய்ய முடிகிறது என்றால் சமுதாய அவசிய உழைப்பு நேரம் பாதியாகக் குறைந்துவிடுகிறது. இந்தச் சமுதாய அவசிய சராசரி உழைப்பு நேரம்தான் மதிப்பின் அளவையாக மாறிவிடுகிறது.

1.2 உழைப்பின் இரட்டைத் தன்மை

முந்தைய பகுதியில் நாம் சரக்குகளில் உள்ள பயன்-மதிப்பு மற்றும் பரிவர்த்தனை-மதிப்பு என்ற இரட்டைத் தன்மையைப் பார்த்தோம். அதே இரட்டை இயல்பை உழைப்பும் பெற்றிருக்கிறது என்பதைத் தற்போது பார்ப்போம். சரக்குகளில் அடங்கிய உழைப்பின் இரட்டைத் தன்மையை முதன் முதலில் சுட்டிக் காட்டியதும் விமர்சன

வழியில் ஆராய்ந்ததும் காரல் மார்க்ஸ் ஒருவரே. இந்த ஆய்வுதான் தொல்சீர் பொருளாதாரவாதிகளிடமிருந்து மார்க்ஸை வேறுபடுத்திக் காட்டுகிறது.

பயன்-மதிப்புகளின் படைப்பாளி என்ற முறையில் உழைப்பின் சிறப்பியல்பு என்பது வேறு; அதே நேரத்தில் மதிப்பு வாயிலாகத் தெரிவிக்கப்படுகிறது என்ற அளவில் அதன் சிறப்பியல்பு வேறு. பயன்-மதிப்பின் படைப்பாளி என்ற அடிப்படையில் அதற்குள்ள சிறப்பியல்புதான் குறிப்பிட்ட உழைப்பு என்ற சிறப்பான தன்மையைப் பெறுகிறது. அதாவது நூற்றல், நெய்தல், தச்சுவேலை செய்தல், இன்ன பிற. இதுதான் பொருளில் அடங்கியுள்ள ஸ்தூலமான உழைப்பு. அதாவது பயனுள்ள உழைப்பு. இந்த உழைப்புதான் இயற்கையில் கிடைக்கும் பொருளின் வடிவத்தை மாற்றுகிறது. எனவே வில்லியம் பெட்டியின் சொற்களில் கூறுவதானால் "உழைப்பு பொருளின் தந்தை, பூமி அதன் தாய்". நாம் "பயன் உழைப்பு" என்ற சுருக்கமான பதத்தை உழைப்பிற்காகப் பிரயோகிக்கிறோம். அத்தகைய உழைப்பின் பயன்பாடுதான் பொருளின் உருவாக்கத்தில் விளைந்த உற்பத்திப் பொருளின் பயன்-மதிப்பு. பயன்-மதிப்பைப் படைக்கிறது என்ற அடிப்படையில், அத்தகைய பயன் உழைப்பானது, அனைத்து வகையான சமூக வடிவங்களிலும், மனித குலம் சுயேச்சையாகத் தொடர்ந்து வாழ்வதற்கு ஒரு நிபந்தனையாகிறது. இது தவிர்க்க முடியாத உள்ளார்ந்த இயற்கைத் தேவையாகிறது. மனிதனுக்கும் இயற்கைக்கும் இடையில் ஒரு இயங்கு தசையாகச் செயல்பட்டு மனித வாழ்விற்கே அவசியமாகி விடுகிறது.

இருவேறு சரக்குகளை உதாரணத்திற்கு எடுத்துக்கொள்வோம். சட்டை மற்றும் நாற்காலி இரண்டையும் தற்போது ஒப்பிடுகிறோம். 1 சட்டை = 2 நாற்காலி. சட்டையும், நாற்காலியும் குறிப்பிட்ட தேவைகளை நிறைவு செய்யும் பயன்-மதிப்புகளாகும். ஒவ்வொன்றும் தனிப்பட்ட வகையான உற்பத்தி நடவடிக்கையின் விளைவாகும். இந்த நடவடிக்கையின் இயல்பு அதன் நோக்கத்தாலும், இயங்கு முறையாலும், இலக்குப் பொருளாலும், சாதனங்களாலும், விளைவாலும் நிர்ணயிக்கப்படுகிறது. பயனுள்ள உழைப்பு என்ற வகையில் ஒவ்வொன்றிலும் பண்பு வழியில் வேறுபட்ட குணம் இருப்பதைப் பார்க்கிறோம். இவ்வாறு பண்பு வழிப்பட்ட வேறுபாடு இல்லை என்றால் அவை சரக்குகள் என்ற அடிப்படையில் ஒன்றை ஒன்று எதிர்கொள்ள முடியாது. பரிவர்த்தனை என்பது இருக்க வாய்ப்பில்லை. சட்டையை சட்டைக்கே பரிவர்த்தனை செய்ய முடியாது.

வடிவத்தை மாற்றுகின்ற ஸ்தூலமான உழைப்பாகிய நூற்றல், நெய்தல், தைத்தல் ஆகிய பயனுள்ள உழைப்பு அதன் தன்மையில் பயன்-மதிப்புகளைப் படைக்கிறது. அதாவது "சட்டையில்" அடங்கியுள்ள வகை பிரிக்கப்படாத உழைப்புதான் தையல் என்கிற ஸ்தூலமான உழைப்பு. இந்த ஸ்தூலமான உழைப்பின் பொருட்டு சரக்குகளின் பயன்பாட்டில் மாறுபாடு இருந்தபோதிலும், அவை அனைத்தையும் இணைக்கும் பொதுவான ஒன்று அவற்றில் அடங்கியுள்ளது என்பதை ஏற்கனவே பார்த்தோம். அதுதான் பொதுவான மனித உழைப்பு. இத்தகைய உழைப்பு அதன் மதிப்பு வாயிலாகத் தெரிவிக்கப்படுகிறபோது அது வேறொரு சிறப்புத் தன்மையைப் பெறுகிறது. அதாவது அந்தப் பொருளில் அடங்கியுள்ள "சமுதாய அவசிய உழைப்பு நேரம்" என்ற ஸ்தூலமற்ற கண்ணுக்குப் புலப்படாத உழைப்பாக உணரப்படுகிறது. மனிதனின் மூளை, நரம்பு, தசை ஆகியவற்றின் ஒட்டுமொத்தச் செயல்பாடான சாமானிய மனித உழைப்பு. ஒரு சட்டையில் அடங்கியுள்ள பல்வேறுபட்ட உழைப்பாளிகளின் வெவ்வேறு வகையான உழைப்புகளின் இறுகல்தான் (நூற்றல் உழைப்பு, நெய்தல் உழைப்பு, மற்றும் தையல் உழைப்பு) கண்ணுக்குப் புலப்படாத சமுதாய உழைப்பு என்ற ஸ்தூலமற்ற உழைப்பு. மறைபொருளாக இந்த மனித உழைப்பு அடங்கி இருப்பதால் இந்த உழைப்பு சூக்கும உழைப்பு அதாவது ஸ்தூலமற்ற உழைப்பு என்றழைக்கப்படுகிறது. இந்த உழைப்பு சுத்தமான ஒரு சமூகச் செயல்பாடாக மாறிவிடுகிறது.

இதைத் தேர்ச்சியற்ற சாமானிய உழைப்பாகக் கணக்கில் கொண்டுதான் தன் ஆய்வினை மார்க்ஸ் தொடங்குகிறார். முழுமையான ஸ்தூலமற்ற மனித உழைப்பு என்ற தன்மையில் அது சரக்குகளின் மதிப்பைப் படைக்கிறது. தையலிலும், தச்சு வேலையிலும் மனித உழைப்பு என்ற பொதுத்தன்மை அடங்கியுள்ளது. மதிப்பை உற்பத்தி செய்கிற இந்த தன்மையில் மட்டுமே அவற்றைப் பார்க்க வேண்டியுள்ளது. இதில் மர்மம் ஏதும் இல்லை. ஆனால், மதிப்புத் தெரிவிப்பில் ஒரு தலைகீழ் மாற்றம் ஏற்படுகிறது. எடுத்துக்காட்டாக, தையலானது சட்டையின் மதிப்பைப் படைப்பது, அது தையலாக இருத்தலின் பயனாய் அன்று. மாறாக மனித உழைப்பாக இருத்தல் என்ற அதன் பொதுக்குணத்தின் காரணத்தாலேயே. இந்த உண்மையைத் தெரிவிப்பது எப்படி? ஸ்தூலமான உழைப்பு பயன்பாட்டு மதிப்பை உற்பத்தி செய்கிறது. ஸ்தூலமற்ற உழைப்பு பரிவர்த்தனை-மதிப்பை உற்பத்தி செய்கிறது. இதுதான் அளவின் அடிப்படையில் ஒப்பிட்டுப் பார்க்கக் கூடியது. பல்வேறுபட்ட விகிதாச்சார அடிப்படையில்

சாமானிய எளிய உழைப்பாகக் குறுக்கப்படும் உழைப்பானது, சமூக நிகழ்முறையில்தான் ஒரு அளவை அலகாக நிர்ணயிக்கப்படுகிறது. இந்த நிகழ்வானது உற்பத்தியாளர்களின் முதுகுக்குப் பின்னால் நடைபெறுகிறது. இந்த விகிதாச்சாரம் தலைமுறை தலைமுறையாகக் கைமாற்றி விடப்படுவதாக உற்பத்தியாளர்கள் நினைத்துக் கொள்கிறார்கள்.

உடற்கூறு சார்ந்த அடிப்படையில் அனைத்து உழைப்பும் (மூளை உழைப்பு உட்பட) உழைப்புச் சக்தியின் செயல்பாடே. ஸ்தூலமற்ற சூக்கும உழைப்பாகப் பரிணமிக்கும் இந்த குணாம்சம்தான், சரக்குகளின் மதிப்பாகத் தெரிவிக்கப்படுகிறது. ஆக உடற்கூறின் பொதுவான தன்மையில்தான் சூக்கும உழைப்பு பண்டத்தின் மதிப்பாகத் தெரிவிக்கப்படுகிறது. ஆனால் உடற்கூறின் இந்தப் பொதுவான தன்மையில் இது சூக்கும உழைப்பின் குறிப்பிட்ட சமூக உள்ளடக்கத்தைப் பற்றி குறிப்பதில்லை. .

அதே நேரத்தில் உழைப்பு அனைத்தும் ஒரு குறிப்பிட்ட நோக்கத்தில் தனித்தனியாக மனித உழைப்புச் சக்தியைச் செலவிடுவதால் பயன்-மதிப்பையும் உற்பத்தி செய்கிறது. பயன்-மதிப்புகளின் அதிகரிப்புதான் செல்வப் பெருக்கத்தின் ஆதாரம். இந்தச் செல்வத்தின் பெருக்கம் அதிகமாகும் போது, அதன் உற்பத்தியில் செலவிடப்படும் உழைப்பின் அளவு மாறுவதால் (தொழில்நுட்ப வளர்ச்சியின் காரணமாய்) மதிப்பும் மாற்றமடைகிறது. அதாவது சமுதாய அவசிய உழைப்பின் அளவு குறையும்போது மதிப்பும் குறைகிறது. இந்தப் பகை இயக்கத்தின் தோற்றுவாய் உழைப்பின் இரட்டைத் தன்மையில் பொதிந்துள்ளது.

1.3 மதிப்பின் சாரமும் பருமனும் *(Substance and Magnitude of Value)*

சரக்கில் அடங்கியுள்ள மனித உழைப்புத்தான் அந்தச் சரக்கிற்கு மதிப்பைப் பெற்றுத் தருகிறது. பயன்-மதிப்புகளான துணியும் சட்டையும் தனிப்பண்புள்ள சரக்குகளும் ஆகும். அதே நேரத்தில் நூல் மற்றும் துணி ஆகியவற்றின் தனித்த உற்பத்தி நடவடிக்கையின் ஒன்றிணைப்பும் ஆகும். மதிப்புகளான துணியும் சட்டையும் வகைபிரிக்கப்படாத பொதுவான உழைப்பின் இறுகல்கள்தாம். துணி, சட்டை ஆகியவற்றின் தனிப்பண்புகளை நீக்கிவிட்டுப் பார்த்தால் இரண்டுமே மனித உழைப்பென்ற ஒரே பண்பைப் பெற்றுள்ளன என்பதும் விளங்குகிறது. எனவே நெசவும், தையலும் அந்தச் சரக்குகளின் மதிப்பின் சாரமாக அமைகின்றன. சரக்கில் அடங்கியுள்ள உழைப்பானது பயன்-மதிப்பைப் பொறுத்தவரை பண்பு வழியிலேயே

கணக்கிடப்படுகிறது. ஆனால் மதிப்பைப் பொறுத்தவரை அளவு வழியிலேயே கணக்கிடப்படுகிறது. எனவே சரக்குகளில் அடங்கியுள்ள மனித உழைப்பின் அளவே அந்தச் சரக்கினுடைய மதிப்பின் பருமனாகும்.

ஒட்டுமொத்த ஸ்தூலமான, பயன்-மதிப்புடைய அறிவுபூர்வமான பொருளின் பௌதிகத் தன்மையிலிருந்து, நாம் பெறுவது என்ன? பண்டம் என்பது உழைப்பின் உற்பத்திப் பொருள் அல்லது ஒரு குறிப்பிட்ட ஸ்தூலமான உழைப்புக்குப் பதில், சூக்கும மனித உழைப்பு அடங்கிய உற்பத்திப் பொருள். ஆக பண்டத்திற்குப் பண்டம் என்கிற சமூக உறவிலேயே மதிப்பு தன்னைக் காண்பித்துக் கொள்கிறது. அனைத்துப் பண்டத்திற்கும் ஒரு பொதுவான சமூகக் கூறு அல்லது பொதுநிலைத்தன்மை என்பதுதான் பண்டங்களின் மதிப்பு ஆகும். பண்டத்தின் உற்பத்தி உறவில் அல்லது பரிவர்த்தனை-மதிப்பில் உள்ள பொதுவான காரணிதான் அதன் மதிப்பு ஆகும்.

1.4 மதிப்பு வழவம் அல்லது பரிவர்த்தனை-மதிப்பு

(The form of value or exchange-value)

. முந்தைய பிரிவில் சரக்கில் அடங்கியுள்ள மனித உழைப்புத்தான் அந்தச் சரக்கின் மதிப்பாக உணரப்படுகிறது என்பதைப் பார்த்தோம். பல்வேறுபட்ட சரக்குகள் அந்தச் சரக்குகளில் அடங்கியுள்ள மதிப்பின் மூலம்தான் பரிவர்த்தனை செய்து கொள்ளப்படுகின்றன. இந்தப் பரிவர்த்தனை-மதிப்பின் வடிவத்தை இப்போது பார்ப்போம்.

1. தற்செயல் வடிவம் – ஒப்பீட்டு மதிப்பு மற்றும் சமதை மதிப்பு வடிவம்

ஆரம்பத்தில் பண்டங்களின் பரிவர்த்தனை ஒரு தற்செயல் வடிவமாக இருந்தது. எடுத்துக்காட்டாக

இரண்டு நாற்காலி = ஒரு சட்டை

அதாவது 2 நாற்காலியின் மதிப்பு ஒரு சட்டை என்பதாகும். நாற்காலி தன் மதிப்பைச் சட்டையின் வாயிலாகத் தெரிவிக்கிறது. நாற்காலியின் மதிப்பு இன்னொரு பொருளுடன் ஒப்பிடப்படுவதால் ஒப்பீட்டு மதிப்பாகக் குறிக்கப்பெறுகிறது. இந்த இரண்டு சமதையான பொருட்களில் அடங்கியுள்ள மதிப்பின் தெரிவிப்பு வடிவம்தான் ஒப்பீட்டு மதிப்பு *(Relative Value)*. எனவே 2 நாற்காலி = 1 சட்டை என்ற சமன்பாட்டில் 1 சட்டை என்பது சமதை. இதில் நாற்காலி அதன் மதிப்பு வடிவத்தை அதன் இயற்கை வடிவத்திற்கு மாறாகச் சட்டையில்

பெறுகிறது. அதே நேரத்தில் சட்டை என்பது அதன் இயற்கை வடிவத்திலேயே மாற்றிக்கொள்ளத்தக்கதன்மையைப் பெற்றிருக்கிறது. இந்த வடிவம் எளியது, தனியானது மற்றும் தற்செயலானது. இரண்டு சரக்குகள்தான் பரிவர்த்தனைக்கு எடுத்துக் கொள்ளப்படுவதால் எளிய வடிவம். மதிப்புத் தெரிவிப்பின் வேறுவிதமான உறவைத் தழுவாமல் தனித்த வடிவில் ஏற்கப்படுகிறது. சட்டை, நாற்காலி, குடை, தொப்பி, பானை ஆகிய எந்த இரு பொருட்களாகவும் இருக்கலாம் என்பதால் தற்செயலான வடிவம் ஆகிறது.

பரிவர்த்தனை-மதிப்பானது அதன் உள்ளார்ந்த வரலாற்று வழிப்பட்ட உறவின் அடிப்படையில் அதன் பயன்-மதிப்பில் தாக்கத்தைப் படைக்கிறது. பொருட்கள் தன்னியல்பில் அதனுடைய பரிவர்த்தனை-மதிப்பை அதன் சொந்தப் பயன்-மதிப்பில் வெளியிட இயலாது. அதே நேரத்தில் பிற பொருளின் பயன்-மதிப்பின் மூலமாகத்தான் வெளியிட முடிகிறது. மேற்கூறிய இருவகையான பண்டங்களின் சமதையில்தான், ஸ்தூலமான உழைப்பின் தன்மை ஸ்தூலமற்ற உழைப்பின் மூலம் உணரப்படுகிறது.

நாம் உதாரணத்திற்கு எடுத்துக்கொண்ட நாற்காலி மற்றும் சட்டை ஆகிய இரு சரக்குகளில் நாற்காலியின் மதிப்பு ஒப்பீட்டு மதிப்பாகவும், சட்டைக்குச் சமமான மதிப்பு வடிவிலும் காட்சி அளிக்கிறது. ஆக ஒப்பீட்டு வடிவமும் சமதை வடிவமும் மதிப்புத் தெரிவிப்பின் இரு கூறுகளாகும். ஆனால் பகைமை கொண்ட இருவேறு துருவங்களும் ஆகும். சட்டையை நாற்காலிக்குச் சமதையாக்குவதன் மூலம் சட்டையில் உருக்கொண்டுள்ள உழைப்பிற்குச் சமன் செய்கிறோம். இரண்டு பொருட்களிலும் இரண்டு வகையான ஸ்தூலமான (தச்சு, தையல்) உழைப்பு அடங்கியுள்ளது. இந்த இரண்டையும் சமப்படுத்துவது அதில் அடங்கியுள்ள ஸ்தூலமற்ற உழைப்பே. இதுதான் முரண்பாடு. இரண்டு நாற்காலி ஒரு சட்டைக்குச் சமம் என்கிற தெரிவிப்பிற்குள், சட்டை என்பது மதிப்பின் இருப்பு வடிவமாகக் காட்சி அளிக்கிறது. அதாவது "மதிப்புடைய பொருள்".

ஒப்பீட்டு வடிவின் அளவுவழி வேறுபாடு

சட்டையிலும் நாற்காலியிலும் சம அளவுள்ள உழைப்பு அடங்கியிருப்பதால், நம்மால் இரண்டு பொருட்களையும் ஒப்பிட்டு உணர முடிகிறது. தற்போது நாற்காலி மற்றும் சட்டையை உற்பத்தி செய்வதற்கான உழைப்பு நேரம் மாறுவதாகக் கொள்வோம். கீழ்க்கண்ட அடிப்படையில் மாற்றம் நிகழ வாய்ப்புண்டு.

- நாற்காலியைச் செய்வதற்கான உழைப்பு நேரம் மாற்றம் அடைகிறது. சட்டையைத் தைப்பதற்கான உழைப்பு நேரத்தில் எந்த மாற்றமும் இல்லை.
- சட்டையைத் தைப்பதற்கான நேரத்தில் மாற்றம் ஏற்படுகிறது. ஆனால் நாற்காலி செய்வதற்கான நேரத்தில் மாற்றம் இன்றித் தொடர்கிறது.
- இரண்டிலும் ஒரே நேரத்தில் ஒரே மாதிரியான நேர்விகித அடிப்படையில் உழைப்பு நேரத்தில் மாற்றம் ஏற்படுகிறது.
- இரண்டிலுமே ஒரே நேரத்தில் சம அளவில் எதிர்விகிதத்திலும், அல்லது மாறுபட்ட அளவில் நேர்விகிதத்திலும் உழைப்பு நேரத்தில் மாற்றம் ஏற்படுகிறது.

மேற்கூறிய மாற்றங்கள் நமக்கு எதை உணர்த்துகின்றன என்றால், சரக்குகளின் உள்ளார்ந்த மதிப்பு மாறாமல் இருக்கும் போதே, அதனுடைய ஒப்பீட்டு மதிப்பில் ஏற்ற இறக்கம் ஏற்பட வாய்ப்புள்ளது போல, ஒப்பீட்டு மதிப்பு மாறாமல் இருக்கும் போது, குறிப்பிட்ட சரக்கின் மதிப்பு மாறும் தன்மையுடையது என்பதுதான்.

சமதை வடிவம்

ஒரு சரக்கானது சமதை வடிவில் இருப்பதாகச் சொல்லும்போது, அத்தகைய சரக்கானது மற்ற சரக்குகளோடு பரிவர்த்தனை செய்யத்தக்க நிலையில் உள்ளது என்பதைத் தெரிவிக்கிறோம். சட்டை நாற்காலியோடு நேரடியாகப் பரிவர்த்தனை செய்து கொள்ளப்படுகிறது. சட்டையானது நாற்காலியினுடைய உறவின் அடிப்படையில்தான் மதிப்பைக் கொடுக்கிறது. அதற்குப் புறத்தேயான உறவில் சட்டையானது வெறும் பயன்-மதிப்புத்தான். சமதையின் வடிவத்தில் மூன்று முக்கிய குணங்கள் வெளிப்படுவதை பார்க்கிறோம்.

- "பயன்-மதிப்பு" தன் எதிர்க்கூறாகிய "மதிப்பின்" காண்பிப்பு வடிவமாகிறது. அதாவது புலப்பாட்டு வடிவமாகிறது. 2 நாற்காலி = 1 சட்டை என்ற சமன்பாட்டில் சட்டையானது நாற்காலியின் மதிப்பைத் தெரிவிப்பதில், இரண்டிலும் இல்லாத ஒரு குணத்தை, முற்றிலும் சமூகத் தன்மை வாய்ந்த ஒன்றை, அதாவது அவற்றின் "மதிப்பைத்" தெரிவிக்கிறது.
- ஸ்தூலமான உழைப்பு அதன் எதிர்க்கூறாகிய ஸ்தூலமற்ற மனித உழைப்பின் புலப்பாட்டு வடிவமாகிறது. அதாவது தச்சனின் உழைப்பு மற்றும் தையற்காரனின் உழைப்பு ஆகிய ஸ்தூலமான உழைப்பு எலும்பும், தசையும், ரத்தமுமான ஸ்தூலமற்ற மனித உழைப்பின் புலப்பாடாகத் தோற்றமளிக்கிறது.

• தனி மனிதர்களின் ஸ்தூலமான உழைப்பு, அதனுடைய எதிர்த்தன்மையான சமூகத் தன்மை என்னும் வடிவத்தைப் பெறுகிறது. விவசாய உற்பத்தி, நெய்தல் போன்ற சரக்கு உற்பத்தி செய்கிற உழைப்பு அனைத்தும் தனிநபரின் உழைப்பு என்ற போதிலும், நேரடியாகச் சமூகத் தன்மை வாய்ந்த உழைப்பாகவும் குறிக்கப்படுகிறது. ஏனைய சரக்குகளுடன் நேரடியாகப் பரிவர்த்தனை செய்து கொள்ளத் தக்க ஓர் உற்பத்திப் பொருளில் முடிவதன் காரணமும் இதுவே.

2. மதிப்பின் விரிவாக்கப்பட்ட ஒப்பீட்டு வடிவம்

மேற்கூறிய *2* நாற்காலி = *1* சட்டை என்ற சமன்பாடு நமக்கு எதை உணர்த்துகிறது என்றால் *2* நாற்காலி என்பது பல்வேறுபட்ட பொருட்களின் மூலமாகவும் தன் மதிப்பை வெளிப்படுத்தலாம் என்பதே. அதாவது,

2 நாற்காலி = *1* சட்டை = *5* கிலோ கோதுமை = *20* பேனா = *1* மேஜை = *10* கிலோ தேயிலை.

ஆக இது ஒரு விரிவாக்கப்பட்ட மதிப்பின் ஒப்பீட்டு வடிவமாகும்.

3. மதிப்பின் ஒப்பீட்டுப் பொது வடிவம்

மேற்கூறிய மதிப்பு வடிவத்தைச் சிறிது மாற்றிப் போட்டோமென்றால் நமக்குக் கிடைப்பது –

ஒரு சட்டை
ஒரு மேஜை
5 கிலோ கோதுமை = *2* நாற்காலி
20 பேனா
10 கி தேயிலை

இங்கே பண்டங்களின் ஒப்பீட்டு மதிப்பு வடிவம் அனைத்துப் பண்டங்களின் பயன்-மதிப்பு மூலம் பெறப்பட்டு, அவை அனைத்தும் நாற்காலி என்ற பண்டத்திற்கு, மற்ற பண்டங்களின் ஸ்தூலமற்ற உழைப்பின் புலப்பாடாக சமதை வடிவில் பெறப்படுகிறது. நாற்காலி என்பது அனைத்துப் பொருட்களின் பொதுச் சமதை வடிவமாகக் காட்சி அளிக்கிறது. உலகப் பொதுவான சமதையாக வடிவமெடுக்கிறது.

4. உலகப் பொது சமதை வடிவம்

சட்டை போல ஏனைய அனைத்துப் பொருட்களுமே உலகப் பொது சமதை வடிவத்தை மேற்கொள்ளலாம். ஆனால் அது

நடைமுறையில் சாத்தியமில்லை. எனவேதான் நாளடைவில் பணம் (தங்கம், வெள்ளி) என்பது அதன் இயல்பான தன்மையில் உலகப் பொது சமதையாகப் பிறப்பெடுத்தது. தங்கமே ஒரு பண்டமாக இருப்பதால் இது சாத்தியமானது.

1.5 சரக்குகளின் மாய்மாலமும் அதன் இரகசியமும்

(Fetishism of Commodities and the secret thereof)

மனிதன் தன் உழைப்பின் மூலம் இயற்கையில் கிடைக்கும் பொருளுக்கு அல்லது முந்தைய மனித உழைப்பின் மூலம் பெறப்பட்ட பொருளுக்கு ஒரு புதிய மதிப்பைப் படைக்கிறான். இப்படி சமுதாயத்தில் உழைப்பவர் ஒவ்வொருவரும் பொருட்களைப் படைக்கின்றனர். இந்தப் பொருட்கள் அவற்றை உற்பத்தி செய்த உழைப்பாளிக்கு அன்றி பிறருக்குப் பயன்-மதிப்பைத் தருகின்றன. ஒருவர் மரத்தை வாங்கி அதை ஒரு நாற்காலியாக உருவாக்குகிறார். ஆனால் அது அவருக்குத் தேவையில்லை. அவருக்குத் தேவையானது மானத்தை மறைக்க ஒரு சட்டை. பக்கத்து வீட்டுக்காரரர் ஒரு தையல்காரர். அவரிடம் நாற்காலியைக் கொடுத்துச் சட்டையை வாங்கிக் கொள்ளலாம். ஆனால் தையல்காரருக்கு நாற்காலி தேவையில்லை. அவரோ தன்னுடைய சட்டைக்கு மாற்றாக வேறொரு பொருளை அதாவது மண்பாண்டத்தை வாங்க விரும்புகிறார். அனைவரும் தங்கள் பொருட்களைக் கொடுத்துவிட்டு தங்களுக்குத் தேவையான பொருட்களை வாங்குவதற்குச் சந்தைக்கு வர வேண்டியிருக்கிறது. அந்தச் சந்தையில் தங்களுடைய பொருட்களை பரிவர்த்தனை செய்து கொள்ளும்போது எந்த அடிப்படையில் சமன் செய்து கொள்வது? தன்னுடைய பொருள் எவ்வளவு மதிப்புப் பெறும் என்பது அவர்களுள் ஒருவருக்கும் தெரியாது. உற்பத்தியாளர்கள் தங்கள் உற்பத்திப் பொருட்களைப் பரிவர்த்தனை செய்து கொள்ளும்வரை ஒருவரோடு ஒருவர் சமூகத் தொடர்பு கொள்வதில்லை. அவருடைய குறிப்பிட்ட ஸ்தூலமான உழைப்பு படைக்கும் பயன்-மதிப்பு மட்டும்தான் அவரால் உணரப்படுகிறது. அவருக்குப் புறத்தே அவருடைய உழைப்பானது சமூகத் தன்மையைப் பெற்றுள்ளது என்பதை அவர் அறிய வாய்ப்பில்லை. அவருக்குப் பக்கத்து வீட்டுக்காரரே புதிய தொழில்நுட்பத்தைப் பயன்படுத்தி அதே பொருளைக் குறைந்த நேரத்தில் உருவாக்கி இருக்கலாம். அவருடைய நாற்காலிக்கு ஈடாக அவருக்குச் சந்தையில் என்ன கிடைக்கும் என்பது அவர் அதைப் பரிவர்த்தனை செய்யும்வரை தெரிவதில்லை. ஆக, சந்தைக்கு வரும் ஒவ்வொரு பொருளின் விலையும் சமூக வழியில்

தீர்மானிக்கப்படுகிறது. அதாவது உற்பத்திப் பொருட்கள் அனைத்தும் மனித உழைப்புகளுக்கிடையில் நிலவும் சமத்துவமாக (மதிப்பாக) ஒன்றுக்கொன்று பரிவர்த்தனை செய்து கொள்ளப்படுகின்றன. ஆக, உற்பத்தியாளர்களுக்கு இடையில் நேரடியாக நிலவ வேண்டிய சமூக உறவானது, அவர்களது உழைப்பின் உற்பத்திப் பொருட்களிடையே நிலவுகிற சமூக உறவாக மாறிவிடுகிறது. சரக்கின் மாய்மாலம் என்பது இதுதான்.

முதலாளித்துவ உற்பத்திமுறையில் அதன் குறிப்பிட்ட உற்பத்தி வடிவத்திற்கு மட்டும் செல்லுபடியாகக் கூடிய சரக்கு உற்பத்தியின் உறவானது அனைத்து சமுதாயத்திற்கும் பொதுவாகப் பார்ப்பவர்களுக்கு இது இயற்கையாகவும், வரலாற்று வழிப்பட்டதாகவும், இறுதியான ஒன்றாகவும் புலப்படுகிறது. அனைத்து சமுகங்களிலும் உழைப்பின் உற்பத்தி நிலவுகிறது. அதேபோல் உற்பத்தியாளர்கள் என்ற அடிப்படையில் மனிதர்களுக்கிடையில் நிலவும் உறவாக இருக்கிறது. ஆனால் சரக்கு உற்பத்தியில் மட்டும்தான் இந்த உறவு பொருட்களுக்கிடையிலான உறவாக மாறி விடுகிறது.

மரமானது தச்சரின் கைவண்ணத்தால் நாற்காலியாக வடிவமெடுக்கிறது. அது இன்னும் மரத்தின் பௌதீக குணங்களைக் கொண்டிருப்பதால் அது மரம்தான். ஆனால் நாற்காலியாக உருமாறியவுடன் தனக்கு ஏதோ சாமி வந்ததுபோல் குதித்தாட ஆரம்பிக்கிறது.

அதை உருவாக்கிய மனிதன் அன்னியப்பட்டுவிடுகிறான். தன்னைப் படைத்த மனிதனையே ஆட்டிப் படைக்கிறது. அவன் தனது திறமையை எல்லாம் ஒன்று குவித்து இதனை உருவாக்கி இருந்தும்கூட அவன் விரும்பிய மதிப்பைப் பெற முடியவில்லை. உழைப்பு சமூகமயமாகிவிடுவதால் சமுதாய அவசிய உழைப்பு நேரம்தான் அவனுக்கு மதிப்பைப் பெற்றுத் தருகிறது. பொருட்களுக்கு இடையே நிலவும் உறவாக மாறிவிடுகிறது. உற்பத்தி செய்யப்பட்ட பொருட்கள் உற்பத்தியாளர்களால் ஆளப்படுவதற்குப் பதிலாக அவை உற்பத்தியாளர்களை ஆளுகின்றன. சரக்குகளின் இத்தகைய மாய்மாலத் தன்மையைக் கண்டுபிடித்தவர் கார்ல் மார்க்ஸ் ஒருவரே. ஏனைய தொல்சீர் பொருளாதாரவாதிகள் அனைவருக்கும் புரியாத ஒன்றை மார்க்ஸ் கண்டுபிடித்துத் தனது மூலதனம் பற்றிய ஆய்வைச் செழுமைப்படுத்துகிறார்.

ஆக மார்க்ஸின் கண்டுபிடிப்பாகிய இந்த மாயத்தன்மை எங்கிருந்து பிறக்கிறது?

1. உழைப்பு பயன்-மதிப்பைப் படைப்பதாலா? - இல்லை!
2. ஒவ்வொரு தனிமனிதனுடைய ரத்தம், சதை, எலும்பு, நரம்பு, மூளை இவற்றின் கூட்டுச் செயல்பாட்டின் அவசிய உழைப்பினாலா? - இல்லை!
3. அல்லது தனிமனிதன் பொருட்களைப் படைக்கும்போது செலுத்தும் கால அளவினாலா? – இல்லை!

பின் எங்கிருந்து இந்த மாயத்தன்மை பிறக்கிறது? ஒருவர் மற்றவருக்காக உழைக்கும்போது அதாவது, ஒருவரின் உழைப்பு சமூக உழைப்பாக மாறும்போது நிலமை மாறுகிறது. இதுதான் சரக்குகளின் மாயத் தன்மையைப் படைக்கிறது.

அடித்தளம் பலவீனமான வீடு அதனைக் கட்டியவன் மீதே இடிந்து விழுவதுபோல, புவி ஈர்ப்பு என்னும் இயற்கை விதி தன்னை நிலைநாட்டிக் கொள்கிறது. அதுபோலவே, சரக்குகளின் உற்பத்திக்குச் சமூக வழியில் அவசியமான உழைப்பு நேரமானது, புவி ஈர்ப்பு விதியைப் போல தன்னை வலுக்கட்டாயமாக நிலைநாட்டிக் கொள்கிறது. இந்த ஆய்வுதான் பண வடிவம் எப்படித் தோன்றியது என்ற ஆய்வை நோக்கி மார்க்ஸை இட்டுச் செல்கிறது. வெறும் காகிதப் பணம் இன்று எத்தனை மாய்மாலங்களைப் புரிகிறது. மனிதனை விடாமல் துரத்திச் செல்கிறது. அவனைத் தூங்க விடுவதில்லை. ஏனைய அரசியல் பொருளாதார வல்லுநர்கள் பொருட்களின் மதிப்பை

அதனுடைய உயர்ந்த வடிவமான பண வடிவத்தில் மட்டும் பார்ப்பதை மார்க்ஸ் அம்பலப்படுத்துகிறார். மற்ற அரசியல் பொருளாதார வல்லுநர்கள் சரக்குகளின் மதிப்பை, சமூக உழைப்பிலிருந்து மாறுபட்ட சுதந்திரமான மதிப்பாகப் பார்த்தனர். மாறாக, சமூக உழைப்புத்தான் அதன் மதிப்பைப் படைக்கிறது. இந்த மாய்மாலத்தை இவர்கள் கடவுளின் கிருபை என்றும், அதை மாற்ற இயலாது என்றும் வாதிடுகின்றனர். மார்க்ஸ் இந்த மாயத் தன்மையை குருட்டுத்தனமாகப் படைக்கப்பட்ட சமய நம்பிக்கையோடு ஒப்பிடுகிறார். ஒரு சிற்பி தேர்ச்சியான தன் உழைப்பின்மூலம் கல்லைச் செதுக்கி கடவுளின் உருவத்தைப் படைக்கிறான். இந்தக் கற்சிலை கற்பக்கிரகத்திற்குள் சென்றவுடன் அதைப் படைத்த மனிதனையே ஆட்டிப் படைக்கிறது. சர்வ வல்லமை படைத்த கடவுளாகக் காட்சி அளிக்கிறது. மனிதனுக்கு அப்பாற்பட்ட சக்தியாக தனக்கும் மனிதர்களுக்கும் இடையில் உள்ள உறவாகவும், மனிதர்களுக்கிடையில் நிலவும் உறவாகவும் காண்பித்துக் கொள்கிறது.

"ஒரு நிகழ்ச்சியின் மூலம் இதனை விளக்குவது சரியாக இருக்கும் என்று எண்ணுகிறேன். தினமும் காலையில் நான் நடைப்பயிற்சி செல்வது வழக்கம். அவ்வாறு நடைப்பயிற்சி சென்றபோது ஒரு தெருமுனையில் மருத்துவமனை இருப்பதைக் கண்டேன். அதன் மதிலை ஒட்டி அந்தத் தெருவாசிகள் குப்பைகளைக் கொட்டி அசிங்கப்படுத்திச் சுகாதாரக் கேடு ஏற்படுத்தி வந்தனர். மருத்துவமனை நிர்வாகம் "இங்கே குப்பையைக் கொட்டாதீர்கள். மீறினால் தண்டிக்கப்படுவீர்கள்' என்ற விளம்பரத்தை வைத்துப் பார்த்தார்கள். ஆனாலும் யாரும் அதைப் பொருட்படுத்தவில்லை. தொடர்ந்து குப்பையைக் கொட்டி நாசப்படுத்தி வந்தனர். ஒரு நாள் இரவோடு இரவாக மருத்துவமனை நிர்வாகம் அந்தச் சுவற்றின் ஓரத்தில் ஒரு திடீர்ப் பிள்ளையாரை நிறுவிப் பூக்களால் அலங்கரித்து வைத்தனர். மறுநாள் முதல் யாரும் குப்பையைக் கொட்டவில்லை. தெருமுனை மிகவும் சுத்தமாகக் காட்சி அளித்தது. திடீர் பிள்ளையார் மனிதனை ஒழுங்குபடுத்திவிட்டார். சரக்குகளின் மாயத்தன்மையை விளக்குவதற்கு ஒரு உதாரணமாகத்தான் இந்த நிகழ்ச்சியை விவரித்துள்ளேன்." (ஆ..ர்)

அன்றாட வாழ்க்கையின் நடைமுறை உறவுகள் சக மனிதர்களின் முற்றிலும் புரிந்து கொள்ளத்தக்க, அறிவுக்குகந்த உறவுகளை மட்டுமே மனிதனுக்கு வழங்கும்போதுதான் எதார்த்த உலகின் சமயப் பிரதிபிம்பம் இறுதியாக மறைந்துபோக முடியும். பொருளுற்பத்தி

நிகழ்முறையின் அடிப்படையான சமுதாய வாழ்க்கை நிகழ்முறையானது சுதந்திரமான ஒன்று சேர்ந்த மனிதர்கள் நிகழ்த்தும் உற்பத்தியாகக் கருதப்பட்டு தீர்மானிக்கப்பட்ட திட்டத்திற்கு ஏற்ப அவர்களால் உணர்வு பூர்வமாக இயக்கப்படும் நிலை வரும்வரை தன் மாயத்திரையை நீக்கி விடுவதில்லை. மார்க்ஸ் மேற்கூறிய தன்னுடைய தீர்க்கமான முடிவினை சரக்குகள் பற்றிய இறுதிப் பகுதியில் பட்டவர்த்தனமாகத் தெரிவிப்பதன் மூலம் முதலாளித்துவ உற்பத்திமுறை சோஷலிச உற்பத்தி முறைக்கு இட்டுச் செல்லும் என்பதைப் பூடகமாகத் தெரிவிக்கிறார். சமுதாய வளர்ச்சி பற்றிய மார்க்ஸின் கண்ணோட்டத்தை இதன்மூலம் நம்மால் புரிந்துகொள்ள முடிகிறது.

அத்தியாயம்-2

பரிவர்த்தனை (Exchange)

உற்பத்தி செய்யப்பட்ட சரக்குகள் தாமாகவே சந்தைக்குச் சென்று தங்களுக்குள் பரிவர்த்தனை செய்து கொள்வதில்லை. அந்தப் பொருட்களை உற்பத்தி செய்தவர் அல்லது அவற்றின் பிரதிநிதிகள்தாம் சந்தையில் சந்தித்துக் கொள்கின்றனர். அப்படிச் சந்தித்துக் கொண்டவர்கள் தங்களின் சரக்குககளை எப்படிப் பரிவர்த்தனை செய்து கொள்வது? ஒருவர் இன்னொருவர் பொருளை ஏதாவது ஒப்பந்தம் அல்லது சட்டபூர்வ அங்கீகாரம் இன்றி அபகரித்துக் கொள்ள முடியாது. எனவே இரண்டு சரக்குடைமையாளர்களுக்கு இடையில் உள்ள அந்தச் சட்டப்படியான அங்கீகாரம் அல்லது ஒப்பந்தம்தான் அவர்களுக்கு இடையில் நிலவும் சித்தங்களுடைய *(will)* உறவாகப் பரிணமிக்கிறது. ஆகவே, மனித உருவில் சந்தையில் கூடும் கதாபாத்திரங்கள் இருவரும் எதார்த்தமான பொருளாதார வடிவின் பிரதிபிம்பங்களே. சரக்கை வைத்திருப்பவருக்கு அது எந்தப் பயன்-மதிப்பையும் தரவில்லை. எனவே, யாருக்கு அது பயன்-மதிப்பைத் தருகிறதோ அவருக்கு விற்பதற்காகச் சந்தையில் கூடுகிறார். அனைத்துச் சரக்குகளுமே அவற்றின் உடைமையாளர்களுக்குப் பயன்-மதிப்பு இல்லாதவையாகவும், மற்றவர்களுக்குப் பயன்-மதிப்புகளாகவும் உள்ளன. அத்தகைய சரக்குகள் கைமாற வேண்டுமானால் அவற்றுக்கு ஒரு மதிப்பு இருக்க வேண்டும்.

சந்தையில் சரக்குகளின் பரிவர்த்தனை என்பது ஒவ்வொரு தனிநபரைப் பொறுத்தவரையில் அது ஒரு தனிப்பட்ட நிகழ்ச்சியே. தனிநபர் தான் உற்பத்தி செய்த பொருள்தான் உயர்வானது என நினைக்க வாய்ப்புண்டு. தான் விரும்புகிற மதிப்பு பரிவர்த்தனை மூலம் கிடைக்கப்பெறும் என்றும் நினைக்கிறார். ஆனால் இவரின் நினைப்பிற்கு மாறாக அந்தப் பொருளானது ஒரு சமூகச் செயலாக ஏற்கெனவே மாறி நிற்கின்றது. இந்தச் சமூகச் செயலான பரிவர்த்தனை என்பது அந்தப் பொருளை உற்பத்தி செய்து விற்பதற்காகச் சந்தைக்கு வந்தவர்களுக்கு ஒரு பரிவர்த்தனை-மதிப்பைப் பெற்றுத் தருகிறது. அந்தப் பரிவர்த்தனை-மதிப்பானது அவர் விரும்பிய மதிப்பிற்கு மாறாக, அந்தப் பொருளில் அடங்கியுள்ள சமுதாய அவசிய உழைப்பு நேரத்திற்கு ஈடான மதிப்பைப் பெற்றுத் தருகிறது. ஒவ்வொருவரும் தங்களின் சரக்கே சர்வ பொதுச் சமதையாக மாறவேண்டும் என்று விரும்புகின்றனர். ஆனால், எந்தவொரு சரக்கும் சமுதாயச் செயலின்

மூலமாக அன்றி, சர்வப் பொதுச் சமதையாக முடியாது. பொருளின் பரிவர்த்தனை என்பது தனிப்பட்ட செயல். அதே நேரத்தில் சமூகச் செயல். இந்தச் சமூகச் செயல்தான் ஒரு குறிப்பிட்ட சரக்கைப் "பணம்" என்கிற சர்வப் பொதுச் சமதையாக மாற்றுகிறது. பிரச்சனைக்கு முடிவு கிடைத்துவிடுகிறது. ஆக, தற்போது இந்தச் செயலின் மூலம் சந்தையில் சந்திக்கும் ஒவ்வொரு விற்பனையாளரும் இந்தச் சர்வ பொதுச் சமதைக்குத் தங்கள் சரக்கினை ஈடேற்றம் செய்கின்றனர். தன்னுடைய சரக்கு பெற்றுத் தந்த அந்தச் சர்வப் பொதுச் சமதையான 'பணத்தைக்' கொடுத்துத் தான் விரும்பும் பொருளை வாங்கிக் கொண்டு, வீட்டிற்குத் திருப்தியுடன் திரும்புகின்றனர்.

ஒரு பொருளில் அடங்கியுள்ள பயன்-மதிப்பு மற்றும் பரிவர்த்தனை-மதிப்பின் ஒற்றுமையும் விலகலும் – அதேபோல அந்தப் பொருளில் அடங்கியுள்ள பயனுள்ள உழைப்பு மற்றும் சமூக மயமாக்கப்பட்ட ஸ்தூலமற்ற உழைப்பின் ஒற்றுமையும் விலகலும் என்ற முரண்பாடானது, உற்பத்திப் பொருட்கள் சரக்காகவும், பணமாகவும் இரட்டை வடிவில் மாறும்வரை தீர்க்கப்படுவதில்லை. தற்போது சரக்குகள் அனைத்தும் பணத்தின் சமதைகள். ஆனால் பணம் மட்டும் சர்வப் பொதுச் சமதை. ஆக, பரிவர்த்தனை என்னும் நிகழ்ச்சிப் போக்கில்தான் சரக்கு அதன் மதிப்பைப் பண வடிவத்தில் பெறுகிறது. இது சாத்தியமாவது எப்படி என்றால், பணமும் ஒரு சரக்காக இருப்பதனால்தான். மற்றெல்லாச் சரக்குகளும் தமது மதிப்பைத் தங்கம் என்னும் சரக்கில் வெளியிடுவதால் அது பணம் ஆகி விடுவதில்லை. மாறாக, தங்கம் பணம் (சர்வப் பொது) ஆகும் என்பதால் மற்றெல்லாச் சரக்குகளும் தமது மதிப்பைத் தங்கத்தில் வெளியிடுகின்றன. ஏனென்றால் தங்கமும் மனித உழைப்பின் நேரடி அவதாரமே. சரக்குகளில் உள்ளார்ந்துள்ள மதிப்பளவையான உழைப்பு நேரம் அவசியமாக மேற்கொள்ள வேண்டிய புலப்பாட்டு வடிவமான பணத்தின் மூலமாக அன்றி, சரக்குகளை அடையாளம் காண்பதோ அல்லது தெரிந்து கொள்வதோ இயலாது.

பண வடிவத்தை முதலில் வளர்த்தெடுத்தவை மேய்ச்சல் தொழில் செய்யும் நாடோடி இனங்களே. அவர்கள் இடம்விட்டு இடம் பெயரும்போது அவர்கள் எதிர்கொள்ளும் அந்நிய சமுதாயங்களுடன் தங்களுடைய தொடர்பை ஏற்படுத்திச் சரக்குகளைப் பரிவர்த்தனை செய்வதற்குப் பண வடிவம் உற்பத்திப் பொருட்களின் பரிவர்த்தனையைத் தூண்டியது.

அத்தியாயம்-3

சரக்குகளின் சுற்றோட்டம் - பணம்
(Money or the Circulation of Commodities)

நூல் முழுவதும் தனது மூலதனம் பற்றிய ஆய்வை எளிமையாக விளக்கும் பொருட்டு கார்ல் மார்க்ஸ் தங்கத்தைப் பணச் சரக்காக வைத்துக் கொள்கிறார். பிற சரக்குகளின் மதிப்பின் அளவையாகப் பணம் தனது பணியைச் செய்கிறது. அனைத்துச் சரக்குகளையும் பொதுச் சமதையான தங்கத்தின் மதிப்பிற்கு மாற்றுவது அந்தச் சரக்குகளின் உள்ளார்ந்துள்ள மனித உழைப்பே என்பதை நாம் அறிவோம். ஆக, இந்த மனித உழைப்புதான் பணத்தின் மூலம் தனது மதிப்பளவை வெளிப்படுத்துகிறது.

அதாவது, *1* சட்டை = *1* அவுன்ஸ் தங்கம்.

ஒரு அவுன்ஸ் தங்கம் என்பது *1* சட்டையின் விலை வடிவமாகி விடுகிறது. தற்போது சரக்குகளை விற்பது மற்றும் வாங்குவதில் உள்ள குழப்பம் மறைந்து விடுகிறது. ஆனாலும் பணத்தின் இந்த விலை வடிவம் கருத்தளவில் உள்ள வடிவம்தான். சந்தையில் உள்ள பல்வேறு சரக்குகளான சட்டை, மேஜை, நாற்காலி, மண்பாண்டம், அரிசி, பருப்பு இவற்றின் மதிப்பு நமது கண்ணுக்குப் புலப்படவில்லை என்றாலும், தங்கத்தின் மூலம் அதன் விலை தெரிவிக்கப்படுவதால் கருத்தளவில் அவற்றின் மதிப்பை நாம் உணர முடிகிறது. சரக்குகளின் மதிப்பைத் தெரிவிப்பதற்கு அல்லது உணர்வதற்கு, தங்கம் உண்மையில் தனது உருவில் நிலவ வேண்டும் என்பதில்லை. அது கற்பனையான பண வடிவில் நிலவினாலே போதும். இப்பொழுது சரக்குகள் ஒவ்வொன்றையும் ஒப்பிட்டு உணர முடிகிறது. தங்கமானது பண மதிப்பிலிருந்து விலை வடிவத்திற்கு மாறிய உடனேயே, மதிப்பின் அளவை, விலையின் நியமம் *(Standard of Price)* என்ற வடிவத்திற்கு மாறுவது அவசிய நிபந்தனையாகிவிடுகிறது. மனித உழைப்பின் சமூக வழியில் அங்கீகரிக்கப்பட்ட அவதாரம் என்ற முறையில் அது மதிப்பின் அளவை ஆகும். குறிப்பிட்ட எடையுள்ள உலோகம் என்ற முறையில் அது விலையின் நியமம் ஆகும். அதாவது, அவுன்ஸ், பவுண்டு, ஸ்டெர்லிங் என்கிற விலை நியமம் ஆகும். விலையின் நியமமானது ஓர் அலகு *(unit)* அளவிலான தங்கத்தைக் கொண்டு தங்கத்தின் அளவுகளை *(Measure of value)* அளவிடுகிறது. ஆக, தங்கம் என்ற பணம் தற்போது இருவேறு பணிகளான மதிப்பின் அளவை மற்றும்

விலையின் நியமம் என்கிற பணிகளைச் செய்கிறது. தற்போது தங்கத்தின் மதிப்பு அதிகரிப்பதாலும் அல்லது குறைவதாலும், அவுன்ஸ், பவுண்ட்-ஸ்டெர்லிங் இவற்றுக்கிடையில் உள்ள அலகின் அடிப்படையிலான விகிதங்கள் மாறுவதில்லை. (எடுத்துக்காட்டாக, தங்கத்தின் மதிப்பு கூடினாலும் குறைந்தாலும் 1 ரூ.பாய் = 100 பைசா என்ற ரூ.பாயுடனான பைசாவின் மதிப்பு விகிதங்கள் மாறுவதில்லை).

சரக்குகளின் விலைகள் தங்கத்தின் அலகுகள் என்ற கணக்கில் தெரிவிக்கப்பட்டவுடனேயே பணம் என்பது ஒரு கணக்கீட்டுப் பணமாக *(Money of Account)* அவதாரம் எடுத்துவிடுகிறது. தற்போது பணமானது விலை வடிவம், விலை நியமம் மற்றும் கணக்கீட்டுப் பணமாக மாறியவுடன், சரக்குகளின் மதிப்பின் பருமனாக *(Magnitude of value)* விலை என்பது குறிக்கப்படுகிறது. அத்துடன் சரக்குகளின் பரிவர்த்தனை விகிதமாகவும் பணம் தன்னைக் காட்டிக் கொள்கிறது. விலை என்பது சரக்கில் பொதிந்துள்ள உழைப்பின் பணப்பெயர் ஆகும். ஆனால் அதே நேரத்தில் பணத்துடனான சரக்குகளின் பரிவர்த்தனை விகிதம் அந்தச்சரக்கின் உண்மையான மதிப்பின் பருமனாக எப்போதும் இருப்பதில்லை. நாம் தற்போது சந்தையில் நிலவும் நிலைமையைக் கணக்கில் எடுத்துக் கொள்வோம். அதாவது ஒரு குறிப்பிட்ட சரக்கானது அதன் உண்மையான மதிப்பிற்கு (அடக்க விலை) மாறாக, அதிகமாகவோ குறைவாகவோ விற்பதாக வைத்துக் கொள்வோம். இந்த நிலையில் அதன் விலையானது அந்தச் சரக்கில் ஒளிந்துள்ள உண்மையான மதிப்பை உணர்த்துவதில்லை. ஆனாலும் அவ்வாறு குறிக்கப்பட்ட விலைதான் அந்தச் சரக்கின் விலை. இந்த விலைதான் அந்த சரக்கின் மதிப்பு வடிவமான பணம் மற்றும் பணத்துடனான பரிவர்த்தனை விகிதமும் ஆகும் என்பதில் எந்த சந்தேகமும் இல்லை.

ஆக, பணம் என்பது ஒரு மாய்மாலமாகக் காட்சி அளிப்பது இங்கேதான். இது பணம் எடுக்கும் வடிவிலான பிழையல்ல. மாறாக, முதலாளித்துவ உற்பத்தி முறையின் இசைவான வடிவம்தானேன்றி

வேறில்லை. இந்த விலை வடிவம் சில நேரங்களில் சரக்குகளின் மதிப்பின் தெரிவிப்பாக இருப்பதில் இருந்து விலகிவிடுவதாகத் *(Alienation)* தோன்றும். எனவே கற்பனையான விலை வடிவம் சில நேரங்களில் நேரடியான அல்லது சுற்றடியான உண்மையான மதிப்புறவை மறைத்துவிடக்கூடும். உதாரணமாக, தரிசு நிலத்தில் மனித உழைப்பு ஏதும் அடங்கியிருக்கவில்லை என்ற போதிலும், அதற்கும் ஒரு விலையுண்டு. தம்மளவில் சரக்குக்களாயிராத மனச்சாட்சி, கௌரவம் போன்றவற்றை வைத்துக்கொண்டு உயிர் வாழ முடியாது. அதேபோல் தன்னளவில் சரக்காக இல்லாத அருவியைப் பார்த்துக் கொண்டே உயிர்வாழ முடியாது. எனவே, உழைப்பு நிகழ்முறையின் மூலம் உண்மையான உற்பத்தி மற்றும் இயற்கையின் உருமாற்றம் இன்றி, மனித இனம் வாழ இயலாது. எனவே, உண்மையான மனித உழைப்புதான் உற்பத்திக்கும் மறுஉற்பத்திக்கும் (மூலதனத் திரட்டலுக்கும்) ஆதாரம். எனவே உழைப்புத்தான் செல்வத்தைப் படைக்கிறது.

மனித உழைப்பின்றிப் பணம் வெறும் செல்லாக் காசு. சரக்கின் மாய்மாலத்தை உடைத்துக் கொண்டு நாம் வெளியே வரவேண்டுமானால் சமூக வழியிலான அவசிய உழைப்பு வெளிப்படுத்தும் மதிப்புக் கோட்பாடு நமக்கு தேவைப்படுகிறது. எனவே, சரக்கானது அதன் உண்மையான மதிப்பை நிலைநாட்டிக் கொள்வதற்குச் "சுற்றோட்டம்" என்ற பாதையை வரலாற்று வழியில் தேர்ந்தெடுக்கிறது.

3.1 சுற்றோட்ட ஊடகம்

சரக்கானது உற்பத்தியாளனுக்குப் பயன்-மதிப்பாக இல்லை என்ற காரணத்தினால், யாருக்குப் பயன்-மதிப்பைத் தருகிறதோ அவருக்கு மாற்றப்படுகிற நிகழ்முறையே பரிவர்த்தனை ஆகும். ஆனால் சரக்குகளின் பரிவர்த்தனையானது, அதன் ஓய்விடத்தைக் கண்டு கொண்டதுமே, பரிவர்த்தனை நிகழ்முறையிலிருந்து விலகி நுகர்வுத் துறைக்குள் விழுந்துவிடுகிறது. சுற்றோட்டத்திலிருந்து விலகிவிடுகிறது. எனவே, பரிவர்த்தனையில் உள்ளார்ந்த முரண்பாடு பொருட்களின் இடைவிடாத ஓட்டமும், விலகலுமே ஆகும். இயற்கையின் இயக்கவியலின் *(Dialectics)* விதியை நாம் சரக்குகளின் செயல்பாட்டில் பார்க்க முடிகிறது.

பயன்-மதிப்புகளான சரக்குகள் பரிவர்த்தனை-மதிப்பான பணத்தைச்சந்தையில் எதிர்கொள்கின்றன. ஆனால் அவை இரண்டுமே ஒரு வகையில் தனித்தனியான சரக்குகளும் ஆகும். பயன்-மதிப்பு

மற்றும் மதிப்பு என்ற இரு துருவங்களின் ஐக்கியமும் ஆகும். இந்த வேறுபாடுகளின் ஐக்கியம் இரு எதிரெதிர்த் துருவங்களில், ஒவ்வொரு துருவத்திலும் எதிரெதிரான வழியில் வெளிப்படுகிறது. இந்த முரண்பாட்டை ஒரு உதாரணத்தின் மூலம் விளக்கலாம். ஒரு நிலைப்படுத்தப்பட்ட இரும்புக் காந்தப் பாளத்தை எடுத்துக் கொள்வோம்.

தென் துருவம்  வட துருவம்

இந்தப் பாளத்தில் வட துருவம், தென் துருவம் இரு வேறு துருவங்களாக, தனித்தனியே இருப்பதைப் பார்க்கிறோம். ஆனால் அதை இரண்டாக வெட்டி எடுக்கும்போது வெட்டப்பட்ட இடத்தில் வட துருவமும், தென் துருவமும் இணைந்து இருப்பதைப் பார்க்கிறோம்.

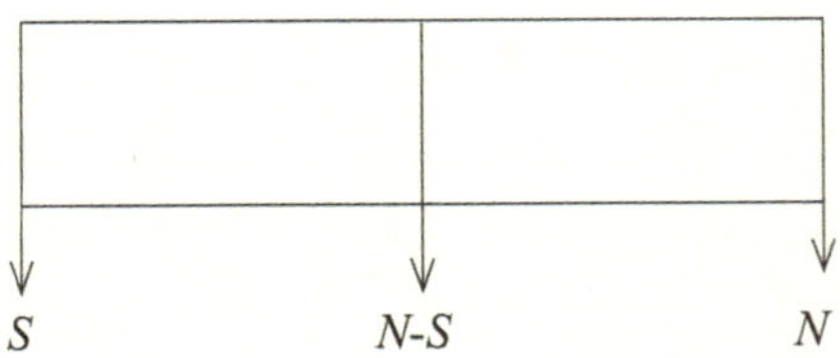

முதல் துண்டிற்கு அப்பகுதி வடதுருவமாகவும், இரண்டாவது துண்டிற்கு அந்தப் பகுதி தென் துருவமாகவும் இருப்பதைப் பார்க்கிறோம். இதுதான் உள்ளார்ந்த முரண்பாடு. இதுதான் சரக்குகளில் உள்ளார்ந்துள்ள முரண்பாடு. ஒரே நேரத்தில் பயன்-மதிப்புகளாகவும், மதிப்புகளாகவும் இருத்தல் என்ற அக எதிர்நிலைக்கு – இணையான புற எதிர்நிலையைத் தோற்றுவிக்கிறது. இந்தப் பகைமைக்குத் தீர்வுதான் பரிவர்த்தனை நிகழ்முறையில் ஏற்படும் மெய்யான வடிவங்கள். இப்போது நாம் அதன் வடிவம் மற்றும் உருமாற்றத்தை விரிவாகப் பார்ப்போம்.

3.2 சரக்குகளின் உருமாற்றம் *(Metamorphosis of commodities)*

சரக்குகளின் சுற்றோட்டத்தின் எளிய வடிவத்தைத் தற்போது நாம் பரிசீலிப்போம்.

C - M - C (C என்பது சரக்கு; *M* என்பது பணம்*)*

சரக்கு உருமாற்றத்தில் உள்ள சிக்கல்கள்

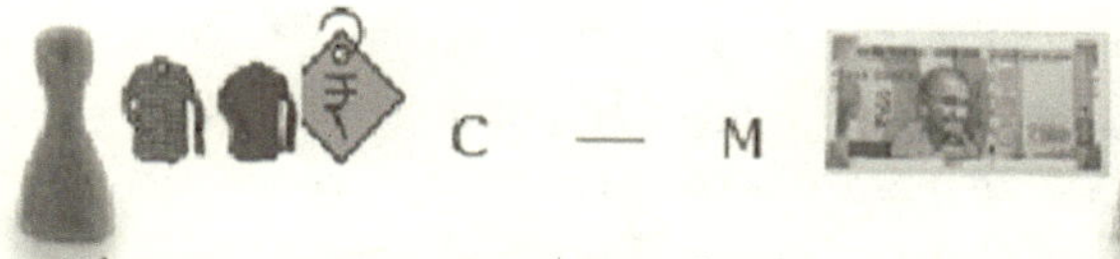

சரக்கு பணமாக உருமாற்றம் : விற்பனை

பணம் சரக்காக உருமாற்றம் : வாங்கல்

C – M – C = பரிவர்த்தனை நிகழ்முறை

இங்கே இரண்டு சரக்குகளான சட்டை மற்றும் நாற்காலியை உதாரணத்திற்கு எடுத்துக் கொள்கிறோம். சட்டையைத் தைக்கும் தையல்காரர் சந்தைக்குச் சென்று சட்டையை விற்று பணத்தைப் பெறுகிறார். பின்பு அந்தப் பணத்தைக் கொண்டு அதே சந்தையில் தனக்குத் தேவையான நாற்காலியை வாங்குகிறார். இங்கே இறுதியாக நமக்குப் புலப்படுவது என்னவென்றால்,

C - C (சட்டை – நாற்காலி)

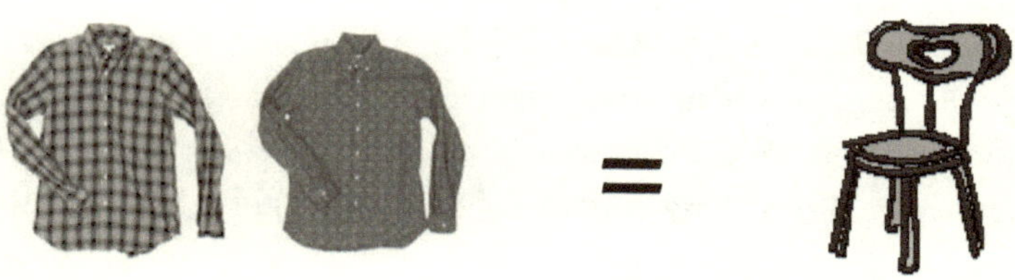

அதாவது, சட்டயைக் கொடுத்து நாற்காலியைப் பெற்றுக் கொண்ட பரிவர்த்தனைதான். பணம் என்பது ஒரு ஊடகமாக மட்டுமே செயலாற்றி உள்ளது. பரிவர்த்தனை-மதிப்பு அன்னியமாக்கப்பட்டு, பயன்-மதிப்பு ஈடேற்றம் பெற்றுவிட்டது. இதை இன்னும் விரிவாக ஆராய்வோம்.

C – M – C ன் முதல் வடிவம் *C – M* ஆகும்.

அதாவது சட்டை – பணம். சட்டையை விற்றுப் பணம் பெற்ற விற்றல் என்ற முதல் செயல். அதே நேரத்தில் பணத்தை வைத்திருந்தவருக்கு இது ஒரு வாங்கல் என்ற செயலும் *(M – C)* ஆகும். ஆக இந்த முதல் வடிவத்திற்கு விற்பவர், வாங்குபவர் என்ற இருவர் தேவைப்படுகின்றனர். வாங்குபவர் இல்லை என்றால் விற்பது சாத்தியமில்லை. வாங்குவதற்கு ஆள் இல்லாதபோது அல்லது சட்டைக்குத் தேவை இல்லாதபோது இந்த விற்றல் என்ற செயலில் ஒரு தோல்வி ஏற்பட வாய்ப்புண்டு. அதாவது சட்டையை அதன் மதிப்பிற்கும் குறைவாக விற்க முயல்வது அல்லது உற்பத்திச் செலவிற்கும் கீழ் விற்றால் போதும் என்ற எண்ணம் ஏற்பட வாய்ப்புண்டு. ஏனென்றால் படைப்பாளியின் முதுகுக்குப் பின்னால் ஏற்படும் தொழில்நுட்ப மாற்றங்கள் அவசிய உழைப்பு நேரத்தைக் குறைத்து விடுகிறது. எனவேதான் சமூகமயமாக்கப்பட்டுவிட்ட உழைப்பால் சந்தைக்கு வந்த சட்டையின் மதிப்பும் மாறுகிறது. உழைப்புப் பிரிவினை உழைப்பின் படைப்பான பொருட்களைச் சரக்காக மாற்றுகிறது. அத்துடன் அடுத்த வடிவமான பண வடிவத்திற்கு மாறுவதை அவசியமாக்குகிறது. அதே நேரத்தில் இந்த வடிவ மாற்றத்தை ஒரு தற்செயல் நிகழ்ச்சியாகவும் ஆக்குகிறது. *C – M* என்ற முதல் நிகழ்ச்சியில் வாங்குபவர் கையில் பணம் இருந்தால் மட்டுமே விற்றல் சாத்தியம். (அவர் தங்கத்தை நேரடியாக உற்பத்தி செய்பவராக இல்லை என்றால்) சட்டையை வாங்குபவர் தன்னிடம் உள்ள வேறு பொருட்களை விற்றுத்தான் அந்தப் பணத்தைப் பெற்றிருக்க முடியும். எனவே அவரைப் பொறுத்தவரை இது ஒரு *M – C* என்ற வாங்கல் வடிவம் ஆகும். ஆனால் இதற்கு முந்தைய விற்றல் என்ற செயல் இன்றி இது சாத்தியமில்லை. ஆகவே, சுற்றோட்டத்தில் நாம் காண்பது தொடர்ச்சியான ஒரு முடிவற்ற வாங்கலும், விற்றலும் ஆகும். முடிவற்ற இந்த நிகழ் முறையில் சரக்கானது சுற்றோட்டத்தின் ஒவ்வொரு மயிர்க்காலிலிருந்தும் பணத்தை வழிந்தோடச் செய்கிறது.

இப்போது இரண்டாவது செயலான *M – C* யை எடுத்துக் கொள்வோம். அதாவது சட்டையை விற்ற முதல் நபர், தற்போது தான் பெற்ற பணத்தைக் கொண்டு நாற்காலியை வாங்குகிறார். இப்போது இந்தச் செயல் முதல் நபருக்கு வாங்கலாக மாறிவிடுகிறது. ஆனால் அதே நேரத்தில் வேறொரு மூன்றாம் நபருக்கு இது ஒரு விற்றலும் ஆகும். எனவே விற்றல், வாங்கல் என்ற சரக்குகளின் சுற்றோட்டம் நடைபெறுகிறது. இது நேரடியாக ஒரு பொருளைக் கொடுத்துவிட்டு

இன்னொரு பொருளைப் பெறுவது என்பதிலிருந்து அடிப்படையில் மாறுபாடு கொண்டது. தனி நபர் மற்றும் உள் வட்டார எல்லைகள் உடைக்கப்பட்டுவிடுகிறது. இந்த மாற்றத்தில் வளர்ச்சியானது சமூக உறவுகளைத் தன்னெழுச்சியாகச் சார்ந்து இருப்பதும், மனிதர்களின் தனிப்பட்ட செயலை விலக்குவதும் ஒருசேர நடந்தேறுகிறது. சரக்குகளுக்கிடையில் சாதாரணப் பரிவர்த்தனை என்பது விலக்கப்பட்டு, ஒவ்வொரு பரிவர்த்தனையும் தனக்கு தேவையற்ற பயன்-மதிப்பை விட்டுக் கொடுத்து தனக்குத் தேவையான பயன்-மதிப்பைப் பெற வழி செய்கிறது. ஆக, சுற்றோட்டம் முடிவில்லாமல் தொடர்ச்சியாக நடைபெறுகிறது. சரக்குகளின் சுற்றோட்டம் பொருட்களின் நேரடி பரிவர்த்தனையிலிருந்து வடிவில் மட்டுமின்றி, சாரத்திலும் மாறுபட்டது.

மேற்கூறிய முடிவற்ற சுற்றோட்டமானது சரக்குகளுக்கிடையில் ஒரு இணக்கமான விற்றல் – வாங்கல் என்ற சம நிலையை உண்டாக்கும் என்ற தவறான பொருளாதாரக் கண்ணோட்டத்திற்கு இதர பொருளாதார அறிஞர்களை இட்டுச் சென்றது. 'ஸே *(Say)*' என்பவர் இந்தத் தவறான கண்ணோட்டத்தைப் பொருளாதார விதி என்று கூறியதால் அது ஸே –யின் விதி என்றாகியது. ஆனால் வாங்கலுக்கும் விற்றலுக்கும் இடையே சமநிலை என்பது இல்லை என்பதை மார்க்ஸ் திட்டவட்டமாக மறுக்கிறார்.

1. வாங்கலும் விற்றலும் எதிர் எதிர் திசையில் உள்ள இரண்டு வேறுபட்ட துருவங்களின் ஒரே மாதிரியான செயல். இங்கும் நாம் ஏற்கனவே பயன்-மதிப்பு மற்றும் பரிவர்த்தனை-மதிப்பின் ஒற்றுமை மற்றும் முரண்பாட்டை விளக்குவதற்கு நிலைப்படுத்தப்பட்ட காந்தத்தில் உள்ள வடதுருவம் – தென் துருவம் என்ற ஒற்றுமை மற்றும் விலகல் என்ற உதாரணத்தை எடுத்துக் கொள்ளலாம்..

2. *C – M – C* என்ற சுற்றில் *C – M* என்பது ஒரு முழுமையற்ற மற்றும் தனிப்பட்ட செயலாகும். இந்த நிகழ்முறையின் மூலம் சட்டையை விற்றுப் பணத்தைப் பெற்ற முதல் நபர், உடனடியாகத் தனது தேவைகளை நிறைவேற்ற வேண்டும் என்ற அவசியமில்லை. அவர் தனக்குத் தேவையான பொருட்களை வாங்க உரிய நேரம் வரும் வரை காத்திருக்கலாம். ஆக, *C – M* மற்றும் *M – C* க்கு இடையிலான உள் ஒற்றுமை வெளி எதிர்மறையான போக்கிற்கு வழி வகுக்கிறது. இதன் காரணம் *C – M* மற்றும் *M – C* இவற்றின் சுதந்திரமான நிகழ்முறையே. ஆனாலும் ஒன்றை ஒன்று சார்ந்து இருக்கக்கூடிய இந்த நிகழ்முறை தங்களின் சுதந்திரமான நிகழ்முறையின் குறிப்பிட்ட எல்லையை

நெருங்கும்போது, இரண்டின் ஒற்றுமை நெருக்கடியைச் சந்திக்கிறது. ஆகவே சுற்றோட்டத்தின் ஊடகமாகப் பண வடிவம் சரக்குகளின் சுற்றோட்டத்தில் இடை வடிவமாகப் பிறப்பெடுக்கிறது. நெருக்கடியைத் தீர்ப்பதற்கு உதவுகிறது.

3.3 பணத்தின் ஓட்டம்

சரக்குகளின் சுற்றோட்டத்தில் சரக்குகள் கடைசியில் சுற்றோட்டத்தை விட்டு விலகி விடுகின்றன. அதாவது, நுகர்வோர் கையில் சேர்ந்தவுடன் அவை சுற்றோட்டத்தில் இருந்து விலகி இறுதியில் நுகரப்படுகின்றன. ஆனால் பணம் என்னும் சரக்கு மட்டும் தொடர்ந்து சுற்றோட்டத்தில் சுற்றோட்ட ஊடகமாக முடிவில்லாமல் சுற்றிக்கொண்டே இருக்கிறது. இப்பொழுது நம்மிடையே எழும் அடுத்த கேள்வி என்னவென்றால், எவ்வளவு பணம் சுற்றோட்டத்தில் சுற்றுவதற்குத் தேவைப்படுகிறது என்பதே. இதை, கீழ்வரும் சமன்பாட்டின் மூலம் தெரிந்துகொள்ள முடியும்.

சரக்குகளின் மொத்த விலை

-- = புழக்கத்தில் உள்ள பணத்தின் அளவு

ஒரு குறிப்பிட்ட மதிப்புள்ள
பணத்தின் ஓட்டத்தின் எண்ணிக்கை

உதாரணமாக, குறிப்பிட்ட காலகட்டத்தில் ஒரு நாட்டில் உற்பத்தியாகிய மொத்தப் பொருட்களின் விலை *1* கோடி ரூபாய் என்று வைத்துக் கொள்வோம். *1* ரூபாய் நோட்டானது அந்தக் குறிப்பிட்ட காலகட்டத்தில் *100* முறை கைமாறுவதாக வைத்துக் கொள்வோம். இந்நிலையில் தற்போது புழக்கத்திற்குத் தேவையான பணத்தின் அளவு --

ரூ *1,00,00,000 / 100 =* ரூ *1,00,000*

ஆக, ரூ. *1,00,000/-* சுற்றில் இருந்தால் போதுமானது. தங்க நாணயம் ஒரு குறிப்பிட்ட நிலையில் தேக்கமடைந்தவுடன் காகிதப் பணம் அதன் இடத்தைப் பிடித்து விடுகிறது. தற்போது சரக்குகளின் விலையில் மாற்றம் இல்லாமல் இருக்கும்போதோ அல்லது அதில் ஏற்ற இறக்கம் இருக்கும்போதோ, பணப் புழக்கத்திற்குத் தேவையான பணத்தின் அளவில் எத்தகைய மாற்றம் ஏற்படுகிறது என்பதைப் பார்ப்போம்.

1. சரக்குகளின் விலையில் மாற்றம் இல்லை என்று வைத்துக் கொள்வோம். இந்த நிலையில் சுற்றோட்டத்தில் உள்ள சரக்குகளின் எண்ணிக்கை உயர்வதால் சுற்றோட்டத்தில் உள்ள பணத்தின் அளவு உயர்கிறது அல்லது பண ஓட்டம் குறைகிறது.

(P x C) / N = Q

(இங்கே P = சரக்கின் விலை, C = சரக்குகளின் எண்ணிக்கை, N = பணத்தின் சுற்றோட்டம் (1 ரூபாய் சுற்றுவதாக வைத்துக் கொள்வோம்), Q = பணத்தின் அளவு).

a. ரூ. 100 x 1000 / 100 = ரூ. 1000

b. ரூ. 100 x 2000 / 100 = ரூ. 2000

c. ரூ. 100 x 1000 / 50 = ரூ. 2000

முதல் சமன்பாட்டில் சரக்குகளின் எண்ணிக்கை 1000. ஒரு சரக்கின் விலை ரூ. 100; ரூ. 1 ஆனது 100 முறை சுற்றுகிறது. ஆக, தேவையான பணத்தின் அளவு ரூ. 1000. அடுத்த சமன்பாட்டில் சரக்குகளின் எண்ணிக்கை 2000-ஆக உயர்கிறது. மூன்றாவது சமன்பாட்டில் ரூ. 1 என்ற பணத்தின் சுற்று 50-ஆகக் குறைகிறது. ஆக, தற்போது சுற்றில் இருக்கும் பணத்தின் அளவில் மாற்றம் ஏற்படுகிறது. அதாவது உயர்கிறது. அதேபோல் பொருட்களின் எண்ணிக்கை குறையும் போது அல்லது பணத்தின் சுற்றோட்டம் அதிகரிக்கும்போது, தேவையான பணத்தின் அளவு குறைகிறது.

2. தற்போது சரக்கின் விலையில் உயர்வு ஏற்படும்போது, சரக்குகளின் எண்ணிக்கையில் குறைவு அல்லது சுற்றோட்டத்தில் உள்ள பணத்தின் வேகம் அதே விகிதத்தில் உயர்கிறது என்று வைத்துக்கொண்டால், சுற்றோட்டத்திற்குத் தேவையான பணத்தின் அளவில் மாற்றம் ஏதும் ஏற்படுவதில்லை.

a. ரூ. 200 x 500 / 100 = ரூ. 1000

b. ரூ. 200 x 1000 / 200 = ரூ. 1000

மேற்கூறிய சமன்பாட்டில் சரக்குகளின் எண்ணிக்கை பாதியாகக் குறையும்போதும், சுற்றோட்டத்தின் வேகம் இரு மடங்கு அதிகரிக்கும்போதும், சரக்கின் விலை உயராத காரணத்தால், சுற்றோட்டத்திற்குத் தேவையான பணத்தின் அளவில் மாற்றம் ஏதும் இல்லை.

3. விலையில் வீழ்ச்சி ஏற்படும்போது, இரண்டாவது சமன்பாட்டில் எதிர்மாறான நிகழ்ச்சி நடைபெறுகிறது.

a. ரூ. 50 x 1000 / 100 = ரூ. 500

b. ரூ. 50 x 500 / 50 = ரூ. 500

தற்போது, சுற்றோட்டத்திற்குத் தேவையான பணத்தின் அளவு ரூ. 500-ஆகக் குறைந்துவிடுகிறது. எனவே, பணப் புழக்கத்தில் தேக்க நிலை என்பது பணப் பற்றாக்குறையால் அல்ல.

ஆகவே, மாறக்கூடியது--

1. சரக்கின் விலை
2. சரக்கின் அளவு
3. பணத்தின் ஓட்ட வேகம்

மேற்கூறிய மாற்றங்களின் விளைவு *(Effect)* பணத்தின் அளவு மாற்றம். எனவே சுற்றோட்ட ஊடகத்தின் அளவே விலைகளை நிர்ணயிக்கிறது என்றும், சுற்றோட்ட ஊடகத்தின் அளவு நாட்டிலுள்ள உலோகங்களின் (தங்கத்தின்) அளவைப் பொறுத்தது என்பதும் தவறு.

3.4 நாணயமும் மதிப்பின் சின்னங்களும்

விலையின் நியமம் *(Standard of Price)* மற்றும் தங்க நாணயத்தின் பல்வேறு பிரிக்கப்படும் அளவைகள் *(Denomination of gold coins)* ஒவ்வொரு அரசாங்கத்தாலும் நிர்ணயிக்கப்படுகின்றன. தங்கம் மற்றும் வெள்ளி ஆகிய நாணயமானது உள்நாட்டில் அணிந்து உலகச் சந்தையில் களைகிற வெவ்வேறு நாட்டின் தேசச் சீருடைகள். இந்த நாணயங்கள் சுற்றோட்டத்தில் தேய்மானத்தை இயல்பாகச் சந்திக்கின்றன. எனவே அந்த நாணயத்தின் எடையில் மாற்றம் ஏற்படுகிறது. அதனால் ஈடேற்றம் செய்யப்படும் விலைகளுக்குரிய சரக்குகளின் மெய்யான சமதையாக இல்லாது போகிறது.. எனவே, சுற்றோட்டத்தில் விடப்படும் நாணயங்கள் அவற்றின் பெயரால் குறிக்கப்படும் வகையில் வெறும் வெளித் தோற்றமாக உலோக எடையின் சின்னமாக *(Symbol)* மாறிப்போகிறது. ஒரு பொற்காசு குறிப்பிட்ட எடையை இழக்கும்போது பணத்தகுதியை இழந்து விடுகிறது. எனவே அதிக பட்ச தேய்மானத்திற்கு உட்படுகிற சுற்றோட்டத் துறையில் வெள்ளி, செம்பு நாணயங்கள் தங்கத்திற்கு மாற்றான நாணயங்களாக அச்சிடப்படுகின்றன. இவையும் சுற்றோட்டத்தில் இருக்கும்போது பொற்காசுகளை விடவும் விரைவாகத் தேய்ந்து போகின்றன. எனவே, பணமாக அவை சுற்றும் பணிகள் அவற்றின் எடையையும், ஆதலின் மதிப்பையும் சிறிதும் சார்ந்தவையல்ல. எனவே ஒப்பளவில் மதிப்பற்ற காகித நோட்டுகள் தங்கத்திற்கு பதில் நாணயங்கள்போல் புழங்க முடிகிறது.

தற்போது காகிதப் பணம் சில பணப் புழக்க விதிகளுக்குட்பட்டு, பணப் புழக்கத்தில் தங்கத்தின் இடத்தை நிறைவேற்றுகிறது. அதாவது,

தங்க இருப்புக்குச் சமமாகக் காகித நோட்டுகள் அச்சடிக்கப்பட்டு புழக்கத்தில் விடப்படுகின்றன. தங்கத்தின் பதிலியான காகிதப் பணம், தங்க இருப்பில் மாற்றமின்றி இரட்டிப்பாக அச்சடிக்கப்படும்போது ஒவ்வொரு காகிதப் பணமும் தன் மதிப்பில் பாதியை இழக்கிறது.

3.5 பணமும் அதன் செயல்பாடும்

சேர்த்து வைத்தல் *(Hoarding)*

மதிப்பின் அளவையாகவும், ஆதலால் தானே நேராகவும், தன்னைக் குறிக்கிற அடையாளச் சின்னங்களின் மூலமாக (காகிதப் பணம்) சுற்றோட்ட ஊடகமாகவும் பணி புரிகின்ற சரக்கே பணம் ஆகும். சரக்குகளை விற்றல் வாங்கல் என மாறி மாறி வரும் இயக்கத்தில் பணம் ஒரு நிரந்தர இயக்கியாகச் சுற்றோட்டத்தில் பங்கு பெறுகிறது. சரக்கு, பணம் என்ற இந்த உருமாற்றங்களின் வரிசைத்தொடர் இடைமறிக்கப்பட்டதுமே, அதாவது விற்றலைத் தொடர்ந்து வாங்கல் என்ற நிகழ்ச்சி நடைபெறாமல் போனவுடனேயே பணம் இயக்கத்தில் இல்லாது விலகி ஒய்ந்து போய்விடுகிறது. தற்போது பணத்தின் மீது தணியாத ஆசை பிறந்து விடுகிறது. பணத்தைக் கொண்டு எதையும் வாங்க முடியும் என்ற எண்ணத்தைத் தூண்டி விடுகிறது. காலப்போக்கில் இந்த எண்ணமே பணம் சேர்க்க வேண்டும் என்ற வெறியாக மாறிவிடுகிறது. $C-M-C$ என்ற சுற்றோட்டத்தில் $C-M$ என்ற முதல் நிகழ்வு ஏற்பட்டவுடனேயே பணத்தைச் சுற்றோட்டத்தில் இருந்து தற்காலிகமாக நிறுத்தி வைக்க வேண்டும் என்ற எண்ணம் ஏற்பட்டுவிடுகிறது.

ஆக, சரக்குகளின் விற்பனையாளர் பணத்தைப் பதுக்கி வைக்கும் வியாபாரியாக மாறிவிடுகிறார். இத்தகைய போக்கு ஆசிய நாடுகளில் அதுவும் குறிப்பாக இந்தியாவில் நிலவியது. பணத்தைப் பதுக்க வேண்டும் என்ற ஆவலானது இதற்கான சமூகத் தேவையையும் முன்னுக்குத் தள்ளுகிறது. இதன் காரணம் பல்வேறுபட்ட சரக்குகள் வெவ்வேறு இடங்களில் வெவ்வேறு கால இடைவெளியில் உற்பத்தி செய்யப்பட்டு சந்தைக்கு வருவதால்தான். கிறிஸ்டோபர் கொலம்பஸ் வார்த்தையில் சொல்வதானால் "தங்கம் விந்தையிலும் விந்தையானது. அதை வைத்திருப்பவர் எவரும் விரும்புவதெல்லாம் பெறக்கூடியவர் ஆகிறார். தங்கத்தின் துணைகொண்டு சுவர்க்கமும் சென்றடையலாம்." நவீன சமுதாயம் தங்கத்தைச் சுடர்வீசும் அவதாரமாகப் போற்றி வணங்குகிறது. பணத்தின் மீது உள்ள அபரிமிதமான ஆசையின் காரணமாகத்தான் பிரெஞ்சு மன்னர் மூன்றாம் ஹென்றி புராதனக் கன்னி மாடங்களைக் கொள்ளையடித்து, அங்கிருந்த புனிதச் சின்னங்களைப் பணமாக்கித் தன்னுடைய கஜானாவை நிரப்பினார். வலிவான நாடுகள் பிற நாடுகளைக் கைப்பற்றி கொள்ளையடித்ததும் இந்த நோக்கத்தில்தான்.

இங்கே தங்கம் பற்றிய ஷேக்ஸ்பியரின் கவிதையைக் குறிப்பிடுவது சாலப் பொருந்தும்.

"தங்கம் மஞ்சள் நிறமாய் மின்னும் தங்கம்!
அருமையும் பெருமையும் கூடிய தங்கம்
இம்மியளவே ஆயினும் என்னென்ன செய்திடும்?
கறுப்பை வெள்ளையாக்கும், கெட்டதை நல்லதாக்கும்,
தவறென்றானதை சரியென்றாக்கிவிடும்!
இழிந்ததைச் சிறந்ததாய் உயர்த்தி வைத்திடும்!
கிழவனைக் குமரனாய், அஞ்சி நடுங்கும்
கோழையைத் தீரனாய் மாற்றி வைத்திடும்!
...என்னே இது, விண்ணுறை தெய்வங்காள்!
அர்ச்சகரை, அடியாரை உம்மிடமிருந்தே கவர்ந்து கொள்ளுமே!
மல்லர்தம் தலையணை தட்டிச் செல்லுமே!
இம்மஞ்சள் அடிமை என்னென்ன செய்திடும்?
மதங்களைப் பிணைக்கும், சிதைக்கும்!
படுபாவிக்கும் அருள் பாலிக்கும்!
தொழுநோயென்றும் பாராது குலாவச் செய்திடும்!
கொள்ளையர் தம்மை அவையிலமர்த்தி,
பட்டமும் பாராட்டும் பெற்றுத் தந்திடும்!
வதங்கிய விதவையை மணவறையில் அமர்த்திடும்!

...வினை வைக்க வந்த மண்மகளே!
மனிதரனைவர்க்கும் வாய்த்த விலைமகளே!"
(Timon of Athens)

தங்கம் என்னும் பணம் பண்ணும் வித்தைகளை எவ்வளவு அருமையாகச் சித்தரிக்கிறார். அருமையிலும் அருமை.

கொடுப்புச் சாதனம் (Means of Payment)

பணமானது சரக்குகளின் சுற்றோட்டம் மேலும் விரிவடையும் போது வேறுபல புதிய நிலைமைகளையும் தோற்றுவிக்கிறது. சரக்குகள் உற்பத்தியானவுடன் நுகர்வோரைச் சென்றடைவதில்லை. வணிகரிடம் பணம் இல்லாதபோது சரக்குகளை வாங்கி விற்பதில் கால தாமதம் ஏற்படுகிறது. இந்தக் கால தாமதம் பணத்தை ஒரு கொடுப்புச்சாதனமாக *(Means of Payment - Example: Promissory note)* மாற்றுகிறது. பணம் பதுக்கப்படும்போது அது சுற்றோட்டத்தில் இருந்து தற்காலிகமாக விலக்கப்படுகிறது. ஆனால் கொடுப்புச்சாதனமாக பணியாற்றும்போது சுற்றோட்டத்தில் நுழைகிறது. சரக்கைக் கடனுக்கு வாங்கியவர் கடனை அடைப்பதற்குத் தற்போது சரக்கை விற்க முனைகிறார். கடன் என்பது கொடுப்புச் சாதனமாகிய பணத்தின் தோற்றுவாயாக மாறுகிறது. கடன் பத்திரங்கள் தற்போது சுற்றில் புழங்க ஆரம்பிக்கின்றன. சரக்கை வாங்குபவரும், விற்பவரும் தங்களுக்குள் ஒரு ஒப்பந்தத்தைச் செய்து கொள்கின்றனர். அந்த ஒப்பந்தத்தின் மூலம் சரக்கை வாங்கிய கடன்பட்டவர், குறிப்பிட்ட தேதியில் பணத்தைச் செலுத்தும்போது எவ்வளவு பணம் கொடுக்க வேண்டும் என்று உறுதி அளிக்கிறார். இந்த உறுதியின் பேரில் சரக்கு கைமாறி விடுகிறது. பணம் கருத்தளவில் வாங்கல் சாதனமாகப் பயன்படுகிறது.

தற்போது சுற்றோட்டத் துறைக்குள் பணம் கொடுப்புச்சாதனம் என்ற பணியைச் செய்கிறது. சரக்கின் மாறிய உருவமான பணம் தற்காலிகமாகச் சுற்றோட்டத் துறையிலிருந்து விலகிவிடுவதன் காரணமாய் பணச் சேர்ப்பாக மாற்றப்படுகிறது. பணத்திற்குப் பதில் கொடுப்புச் சாதனம் சுற்றோட்டத் துறைக்குள் நுழைகிறது. ஆனாலும் சுற்றோட்டத்தை விட்டுச் சரக்கு வெளியேறிய பிறகே இது நிகழ்கிறது. கொடுப்புச் சாதனம் என்ற பணத்தின் பணி ஓர் உள்ளார்ந்த முரண்பாட்டையும் கொண்டு வருகிறது. கொடுப்புகள் சங்கிலித் தொடர்போல் நீண்டுகொண்டே போகும்போது வாணிப நெருக்கடி ஏற்படுகிறது. இந்த நெருக்கடியைச் சமாளிக்கும் செயற்களம்தான் வங்கித் தொழில், பங்குச் சந்தை மற்றும் நிதித்துறை ஆகும். இந்த

அமைப்புகள் மூலம் நெருக்கடிக்குத் தீர்வு காண முயல்கிறது. தற்போது, பணம் மட்டுமே சரக்கு என்ற கூப்பாடு எழ ஆரம்பிக்கிறது. பணம் ஒன்றே செல்வம் ஆகிவிடும் நிலையில், முதலாளியின் ஆத்மா தண்ணீருக்காகத் தவிக்கிற கலைமானைப்போல் பணத்துக்காகத் தவிக்கிறது. கொடுபடவேண்டிய தொகைகளின் கொடுப்புக்காக நிர்ணயிக்கப்பட்ட தேதிகளில் பணம் திரட்டுவதை நெருக்கடி அவசியமாக்குகிறது. இந்த நெருக்கடியைத் தொடர்ந்து வங்கிகளில் சேமவைப்பு என்ற முறையும் கொடுப்புச் சாதனத்தைத் தொடர்ந்து வளர்கிறது.

உலகப்பொதுப் பணம்

பணம் உள்நாட்டுச்சுற்றோட்டத்தைவிட்டு வெளியேறும்போது அது அங்கே தரிக்கிற விலைகளின் நியமம் *(Standard of price)*, நாணயம் *(Coins)*, அடையாளங்கள் *(Symbols)* என்ற உள்நாட்டுக் கோலங்களைக் களைந்தெறிந்துவிட்டு, தன் சுயமான பொறப்பாள *(Bullion)* வடிவத்திற்குத் திரும்புகிறது. உலகப்பொதுப் பணத்தின் *(Universal Money)* உருவில் எதிர்கொள்கிறது. உலக அரங்கில்தான் பணமானது ஸ்தூலமான சமூகமயமாக்கப்பட்ட மனித உழைப்பைத் தாங்கிய சரக்கின் அவதாரமாக முழு வடிவில் அடியெடுத்து வைக்கிறது.

பகுதி-2

பணம் மூலதனமாக மாற்றமடைதல்

அத்தியாயம்-4

மூலதனத்தின் பொதுச் சூத்திரம்

(The General Formula for Capital)

மூலதன நூலை வாசிக்க ஆரம்பித்த அனைவருக்கும் இயல்பாக எழும் கேள்வி என்னவென்றால் முதலாளித்துவ உற்பத்தி முறையில் சரக்குகளின் உற்பத்திக்கான ஆரம்ப மூலதனம் எப்படிக் கிடைத்தது? எங்கிருந்து கிடைத்தது? என்பதே ஆகும். இந்த அத்தியாயத்தில் அதற்கான விடையை மார்க்ஸ் நமக்கு அளிக்கிறார். சரக்குச்சுற்றோட்டமே மூலதனத்தின் முதல் வடிவம். நிலப்பிரபுத்துவ சமுதாய அமைப்பிலிருந்து முதலாளித்துவ சமுதாய அமைப்பிற்கு மாறிய ஆரம்ப காலங்களில் அதாவது 16-ஆம் நூற்றாண்டில் உலகந் தழுவிய வாணிப வளர்ச்சி ஏற்பட்டது. கடல்வழி மார்க்கம் கண்டுபிடிக்கப்பட்டதால் இது சாத்தியமாகியது. நிலச் சொத்துடைமையின் அதிகாரத்தை உடைத்து வரலாற்று வழியில் தன் அதிகாரத்தை நிலைநாட்டிக்கொள்வதற்கு முதலாளித்துவ வர்க்கத்திற்கு வணிகரின் மூலதனமும், கடுவட்டிக்காரரின் மூலதனமும் தனது ஆரம்பகாலப் பங்கை ஆற்றியது. இவ்வகையில் திரட்டப்பட்ட மூலதனம்தான் முதலாளித்துவ உற்பத்தி முறைக்கு அஸ்திவாரமாக அமைந்தது. முதலாளித்துவ உற்பத்தி முறையில்தான் பணம் மூலதனமாக முன்னுக்கு வருகிறது. கடுவட்டிப் பணப் பெருக்கம் மற்றும் வணிகத்தில் திரட்டப்பட்ட பணம் மூலதனமாகப் பிரவேசிக்கிறது, மூலதனமாக இருக்கிறது, மூலதனமாக மாறுகிறது, மூலதனம் ஆகிறது.

சரக்கு உற்பத்தியில் $C - M - C$ என்ற வடிவமானது சரக்குகளை வாங்கும் பொருட்டு விற்பது. அதாவது சட்டையைத் தைத்து, விற்று, பணமாக்கி, பின்பு அதே பணத்தைக் கொண்டு தனக்குத் தேவையான அரிசி, பருப்பை வாங்குவது. ஆக சட்டையை விற்றால்தான் இது சாத்தியம். இதுபோல் அரிசி, பருப்பை விற்றவர் தான் பெற்ற பணத்தைக் கொண்டு மீண்டும் தனக்குத் தேவையான பாத்திரங்களை வாங்கலாம். இந்த விற்றல் வாங்கல் என்பது சுற்றோட்டத்தில் முடிவற்ற

ஒரு சங்கிலித் தொடர். இத்தகைய சுற்றில் பணமானது ஒரு ஊடகமாக மட்டுமே செயலாற்றுகிறது. மனிதத் தேவைகள் பூர்த்தி செய்யப்படுகின்றன.

தற்போது *M – C – M* என்ற சுற்றோட்ட வடிவத்தைப் பரீசிலிப்போம். இந்த வடிவமானது விற்கும் பொருட்டு வாங்குவது. அதாவது ரூ. *100* கொடுத்து ஒரு நாற்காலியைச் சந்தையில் வாங்கி, பின்பு வேறொரு நாளில் அதை ரூ. *110*-க்கு விற்பது. விற்பதற்காக வாங்கும் இந்த நிகழ்வில் ரூ. *100*-க்கு வாங்கிய பொருளை மீண்டும் ரூ. *100*-க்கே விற்றால் அது அபத்தமாகத் தோன்றும். முட்டாள்தனமான காரியமாகும். ஆனால் விற்கும்போது ரூ. *10* அதிகம் கிடைத்தால் அது புத்திசாலித்தனமான அர்த்தமுடைய செயலாகும். இந்தச் சுற்றோட்டத்தின் இறுதியில் நாற்காலி சுற்றோட்டத்தை விட்டு வெளியேறி நுகரப்படுகிறது. பணம் கூடுதல் பணமாக சுற்றோட்டத்தில் நிற்கிறது. அதாவது *M – M'*. இதை வேறு வழியில் சொல்வதானால், பணத்திற்குப் பணமாக, அதுவும் கூடுதல் பணமாக மாற்றப்படுகிறது. வட்டிப் பணத்தின் பெருக்கமும் இதே வகைதான். வட்டிக்கு விடப்பட்ட பணம் ரூ. *100*-ஆனது ரூ. *110*-ஆக வட்டியும் முதலுமாக திரும்பக் கிடைக்கிறது. ஆக, வணிக மூலதனமும் வட்டி மூலதனமும் தன் இயல்பில் மூலதனத்தின் ஆரம்பப் பண வடிவம். ஆனாலும் *M – C – M* -ல் பணம் ஒரு சிறப்பான பங்கை ஆற்றியுள்ளது.

இரண்டு வடிவத்திற்கும் உள்ள பொதுவான அம்சம் என்ன? வேறுபடும் அம்சம் என்ன? என்பதை ஆராய்ந்தால் மூலதனத்துக்கான பொதுச் சூத்திரம் கிடைக்கிறதா என்பதைப் பார்க்க முடியும்.

இரண்டுக்கும் பொதுவான அம்சம் *[C – M – C vs M – C – M]*

இரண்டு வடிவங்களிலும் *C - M* மூலம் விற்பவரும் *M – C* மூலம் வாங்குபவரும் இருக்கக் காண்கிறோம். அதே நேரத்தில் விற்பவரும் வாங்குபவரும் ஒருவராக இருப்பதையும் காண முடிகிறது. எனவே, இரண்டு வடிவிலும் விற்பவர், வாங்குபவர் மற்றும் இரண்டையும் செய்கிற நபர் – இந்த மூவரின் ஐக்கியத்தைக் காண முடிகிறது.

மாறுபடும் அம்சம் என்னவென்பதைப் பரீசிலிப்போம்.

1. *C – M – C-* ல் பயன்-மதிப்பு பிரதானம். பயன்-மதிப்பாய் பெறப்பட்ட சரக்கு மீளாதவாறு செலவழிக்கப்படுகிறது. *M – C – M* -ல் பரிவர்த்தனை-மதிப்பு பிரதானம். பணம் மீண்டும் பணமாகிறது.

2. *C – M – C-* ல் தொடக்கம், இலக்கு இரண்டுமே சரக்காகிறது. பணம் குறுக்கிடுகிறது. ஆனால் *M – C – M* –ல் தொடக்கம், இலக்கு இரண்டுமே பணம் ஆகும். சரக்கு குறுக்கிடுகிறது.

3. $C-M-C$-ல் ஒரு செயல் திரும்பத் திரும்ப நிகழ்கிறது. அதாவது சாமானிய மறு உற்பத்தி. நான் இன்று தைத்த சட்டையை விற்று அரிசி, பருப்பை வாங்குகிறேன். அரிசி, பருப்பு நுகரப்பட்ட பிறகு எனக்கு மீண்டும் தேவைப்படுகின்றன. எனக்குத் தேவையான அத்தியாவசியப் பொருட்களை வாங்க மீண்டும் பணம் தேவைப்படுகிறது. மீண்டும் சட்டை தைத்து அதைச் சந்தையில் விற்றால் மட்டுமே இது சாத்தியம். அதாவது இச்சுற்றில் பணத்தின் செலவழிப்பிற்கும் அது திரும்பி வருவதற்கும் தொடர்பேதுமில்லை. ஆனால் $M-C-M$ –ல் பணம் திரும்பி வருவதற்கு அதன் செலவழிப்பு முறையே வழி செய்கிறது. அது ஒரு வரையறைக்குட்பட்ட ஒரு பணத்தொகையே. செலவிடப்பட்டால் அது மூலதனமாக இருக்கும் நிலை போய்விடும். புழக்கத்திலிருந்து நிறுத்தப்பட்டு பதுக்கப்பட்டாலும் பணம் முடக்கப்படுகிறது.

4. $C-M-C$-ல் நுகர்வு சுற்றோட்டத்திற்கு வெளியில் நடந்தேறிய உடன் சுற்று முழுமையடைந்துவிடுகிறது. வரம்புடன் கூடிய எல்லை கொண்டது. ஆனால் $M-C-M$ –ல் பணமானது வரம்பற்று ஓடிக் கொண்டிருக்கிறது. வட்டத்திற்கு எப்படி எல்லை இல்லையோ அதுபோல் வரம்பற்றது.

5. $C-M-C$- ல் சரக்குகளின் பண்புவழி வேறுபாடுதான் இலக்கு. ஒரு குறிப்பிட்ட பண்புடைய பொருளை விற்று, வேறு பண்புடைய பொருளை வாங்கி நுகர்வது. ஆனால் $M-C-M$–ல் பணத்தின் அளவுவழி வேறுபாடுதான் இலக்கு. பணம் உபரியாகக் கிடைக்கிறது.

6. $C-M-C$- ல் சரக்கு சுற்றோட்டத்திற்குள் நுழைவதும் வெளியேறுவதும் தொடர்ச்சியாக நடைபெறுகின்றன. ஆனால் $M-C-M$ –ல் பணம் சுற்றோட்டதில் தொடர்ந்து இருப்பது மட்டுமன்றி சுற்றோட்டப் பாதையை விரிவாக்குகிறது..

7. முந்தையதில் சமதை விதி மீறல் எப்பொழுதாவது நடைபெறும். பிந்தையதில் சமதை விதி மீறல் எப்பொழுதுமே நடைபெறும்.

8. $C-M-C$- ல் பரிவர்த்தனை-மதிப்பானது, அதிகப்படியாகப் போனால், சரக்குகளின் பயன்பாட்டு மதிப்பிற்குச் சம்பந்தப்படாத சுயேச்சையான வடிவத்தைப் பெறுகிறது. ஆனால் பிந்தையதில் பரிவர்த்தனை-மதிப்பானது தற்செயல் வளர்ச்சியுடைய, தன்னியக்கம் உள்ள சாரப்பொருளாகத் திடீரென வெளிப்படுகிறது.

மேற்கூறிய பொதுவான மற்றும் வேறுபடுகின்ற அம்சங்களைப் பகுத்தாய்ந்து பார்க்கும் போது $M-C-M'$ என்பதுதான் மூலதனத்திற்கான

பொதுச் சூத்திரம் என்பது தெளிவாக விளங்குகிறது. M– என்கிற பணம் $M' = M + \triangle M$ என்கிற கூடுதல் பணமாகக் கிடைக்கிறது. கூடுதலாகக் கிடைத்த $\triangle M$ என்ற பணம் செலவழிக்கப்பட்டுவிட்டால் அது மூலதனம் என்ற பாத்திரத்தை வகிப்பது நின்றுபோய்விடுகிறது. அல்லது சுற்றோட்டத்திலிருந்து விலக்கப்பட்டு சேமிக்கப்பட்டாலும் அது தன் பணப்பெருக்கம் என்ற செயலை இழந்துவிடுகிறது. எனவே, மதிப்பின் பெருக்கம்தான் நோக்கமென்றால் ரூ. 100 எப்படி ரூ. 110 ஆக மாறியதோ அதுபோல் மீண்டும் சுற்றோட்டத்தில் தொடர்ந்து இருந்து ரூ. 120 ஆக மாற வேண்டும். தொடர்ந்து இந்தப் பெருக்கம் ஏற்பட வேண்டும்.

இந்த இயக்கத்தில் பணவுடைமையாளர் அதன் பிரதிநிதி என்ற முறையில் முதலாளி ஆகிறார். பணம் அவரது சட்டைப் பையிலிருந்து புறப்பட்டு மீண்டும் கூடுதல் பணமாக அவர் சட்டைப் பைக்கே திரும்ப வருகிறது. இத்தகைய பெருக்கம் சுற்றோட்டத்திற்கு உள்ளேயும் ஏற்படலாம்; சுற்றோட்டத்திற்கு வெளியேயும் ஏற்படலாம். சுற்றோட்டத்திற்கு உள்ளே வணிக மூலதனம் மற்றும் கந்து வட்டி மூலதனமாகவும், சுற்றோட்டத்திற்கு வெளியே தொழில்துறை மூலதனமாகவும் நடந்தேறுகிறது. சுற்றோட்டத்திற்கு வெளியே தொழிற்சாலையில் மூலப் பொருட்கள் உருமாற்றம் பெற்று, புதிய மதிப்புகளைப் பெற்று, புதிய சரக்குகளாகப் பரிணாமம் பெற்று, மீண்டும் சுற்றோட்டத்திற்கு நுழைவதால் பணப்பெருக்கம் ஏற்படுகிறது.

எனவே மேற்கூறிய முறையில் திரட்டப்பட்ட மதிப்பானது பணமாகிறது. மூலதனமாக மாறுகிறது. சுற்றோட்டத்தை விட்டு வெளியேறுகிறது. மீண்டும் அதற்குள் நுழைகிறது. சுற்றுக்குள்ளேயே தன்னைக் காப்பாற்றிக் கொள்கிறது. தன்னைப் பெருக்கிக் கொள்கிறது.

எனவே சுற்றோட்டத் துறைக்குள் முதல் தோற்றத்தில் தெரிவதுபோல் $M–C–M'$ என்பதே உண்மையில் மூலதனத்தின் பொதுச் சூத்திரம் ஆகும்.

4.1 மூலதனத்தின் பொது சூத்திரத்தில் உள்ள முரண்பாடுகள்

பணம் மூலதனமாகும் போது சுற்றோட்டம் எடுக்கும் வடிவம் $M – C – M$. இதுதான் மூலதனத்திற்கான பொதுச் சூத்திரம் என்று பார்த்தோம். சரக்குகள், மதிப்பு மற்றும் பணம் குறித்து விரிவான ஆய்வை நாம் ஏற்கெனவே பார்த்துள்ளோம். அந்த ஆய்வின் அடிப்படையில் அதற்கான விதிகளையும் நாம் பார்த்து விட்டோம்.

இப்போது *M – C – M* என்ற வடிவம்தான் மூலதனத்தைப் படைக்கிறது என்று ஆகும்போது, ஏற்கெனவே மார்க்ஸ் ஆராய்ந்த ஆய்வுக்குப் புறம்பாக, விதிகளுக்கு எதிரானதாகத் தோற்றமளிக்கிறது.

M – C – M என்ற சுற்றோட்ட வடிவில் மூன்று நபர்கள் இடம் பெருவதாகக் கொள்வோம். *'A'* என்பவர் சரக்கை விற்பவர்; *'B'* என்பவர் சரக்கை வாங்குபவர்; இவர்களுக்கிடையில் *'I'* என்னும் பணம் வைத்திருப்பவர் நுழைகிறார். இவரின் நோக்கமே சரக்கை வாங்கி விற்பது. ஆக, மேற்கூறிய வடிவத்தைச் சற்றே மாற்றிப் போடுகிறேன்.

A ---- I ----- B

இங்கே *'A'*, *'B'* இருவரும் சரக்கை விற்பவர் மற்றும் வாங்குபவர். இருவரில் எவரும் மூலதனத்தைப் படைக்கவில்லை; உபரி-மதிப்பை உருவாக்கவில்லை. ரூ. *100* மதிப்புள்ள சரக்கை *'A'* என்பவர் *'I'* -யிடம் விற்கிறார். *'I'* அதே சரக்கை *'B'* என்பவருக்கு ரூ. *110*-க்கு விற்று, கூடுதலாக ரூ. *10*-ஐப் பெறுகிறார். இந்த ரூ. *10* எங்கிருந்து வந்தது? உபரி-மதிப்பினாலா? இல்லை. *'B'* என்பவர் *'I'* யிடம் ஏமாந்த காரணத்தால். ரூ. *100* மதிப்புள்ள பொருளை ரூ. *110*-க்கு வாங்கியதால் ஏற்பட்ட ஏமாற்றம். *'B'* என்பவர் *'I'*-ன் ஏமாற்று வேலையைத் தெரிந்து கொண்டவுடன் தற்போது *'A'*-யை நேரடியாகச் சந்தித்து ரூ. *100*-ஐ கொடுத்துச் சரக்கைப் பெற்றுக் கொள்கிறார். இதில் *'A'*-க்கும் *'B'*-க்கும் எந்த இழப்பும் இல்லை. தேவையற்ற ஏஜெண்ட் *'I'* நீக்கப்படுகிறார். இங்கேதான் மூலதனப் பொதுச் சூத்திரத்தில் உள்ள முரண்பாடு வெளிப்படுகிறது.

தற்போது சூத்திரத்தில் உள்ள முரண்பாட்டை விடுவிக்க, சரக்கின் பரிவர்த்தனையில் ஏற்படும் பல்வேறு நிகழ்ச்சிகளை மார்க்ஸ் பகுத்தாய்கிறார்.

1. *'A'* என்பவர் சட்டையையும், *'B'* என்பவர் நாற்காலியையும் உற்பத்தி செய்வதாக அனுமானித்துக் கொள்வோம். இருவரும் அவரவர் சரக்கை உற்பத்தி செய்வதில் தேர்ச்சி பெற்றுள்ளனர். இருவரும் குறைந்த உழைப்பு நேரத்தில் அவரவர் சரக்கை நேர்த்தியாக உற்பத்தி செய்யும் வல்லமை படைத்தவர்கள். *'A'*-யும் *'B'*-யும் சந்தையில் சந்தித்துத் தமது சரக்குகளை அதன் மதிப்பிற்கே பரிவர்த்தனை செய்து கொள்கின்றனர். இருவருக்கும் மனநிறைவு; கூடுதல் பயன்-மதிப்பை நுகர்கின்றனர். உபரி-மதிப்பு கிடைக்கப்பெறவில்லை.

2. சந்தையில் சந்திக்கும் அனைவரும் ஒரே விகிதத்தில் தங்களது சரக்குகளை அதன் மதிப்புக்குக் குறைவாக அல்லது கூடுதலாக விற்கலாம். யாருக்கும் இழப்பும் இல்லை, இலாபமும் இல்லை. உதாரணம்: 'A' தனது ரூ. 100 மதிப்புள்ள சட்டையை ரூ. 90-க்கு விற்று, பின் ரூ. 100 மதிப்புள்ள நாற்காலியை ரூ. 90-க்கு வாங்குகிறார். இதேபோல் நாற்காலியை ரூ. 90-க்கு விற்றவர் அதை வைத்துக்கொண்டு ரூ. 100 மதிப்புள்ள அரிசியை ரூ. 90-க்கு வாங்குகிறார். இந்தச் சூழ்நிலையிலும் உபரி-மதிப்பு கிடைக்கப்பெறவில்லை.

3. கூடுதல் மதிப்புள்ள சரக்கு, குறைந்த மதிப்புள்ள சரக்குக்குப் பரிவர்த்தனை செய்து கொள்ளப்படலாம். ரூ. 100 மதிப்புள்ள சட்டையைக் கொடுத்து ரூ. 90 மதிப்புள்ள நாற்காலியைப் பெற்றுக் கொள்ளலாம். மொத்தச் சரக்குகளின் மதிப்பில் (ரூ. 100 + 90) மாற்றமில்லை. இந்தச் சூழலிலும் உபரி-மதிப்பு படைக்கப்படவில்லை. சமத்துவமற்றவை பரிவர்த்தனை கொள்ளப்படுகின்றன. அவ்வளவே.

4. சரக்கின் உற்பத்தியில் தன் நுகர்வுக்குப் போக மீதம் இருப்பது சுற்றோட்டத்தில் நுழைகிறது. இதிலும் உபரி-மதிப்பு பெறப்படவில்லை. மிஞ்சியது காசாக்கப்படுகிறது, அவ்வளவே.

5. சரக்குகளின் விலை அதன் மதிப்பிலிருந்து மாறுபடலாம். இந்நிலையில் சமத்துவம் மீறப்படுகிறது; ஆனால் உபரி-மதிப்பு படைக்கப்படவில்லை.

6. உடல் உழைப்பு இல்லாமல் எந்தச் சரக்கையும் உற்பத்தி செய்யாமல், பிறருடைய சரக்குகளை இலவசமாகப் பெறக்கூடிய ஒரு கூட்டம் இருக்கலாம். உதாரணம்: ஆசியா மைனரைச் சேர்ந்த நகரங்கள், புராதான ரோமாபுரிக்கு ஆண்டுதோறும் கப்பம் கட்டி வந்தன. இந்தக் கப்பத்தைக் கொண்டு ரோமாபுரி அவர்களிடமே சரக்குகளை வாங்கியது. ஆக, இங்கும் உபரி-மதிப்பு படைக்கப்படவில்லை.

மேற்கூறிய நிகழ்ச்சிகளின் வாயிலாக நமக்குக் கிடைக்கும் முடிவு இதுதான்: அதாவது சமதைகளின் பரிவர்த்தனையிலோ, சமதையற்றவற்றின் பரிவத்தனையிலோ, அல்லது சுற்றோட்டத்திலோ உபரி-மதிப்பு படைக்கப்படவில்லை. எனவேதான் கார்ல் மார்க்ஸ் வணிக மூலதனத்தையும், வட்டி மூலதனத்தையும் மேற்கண்ட

முடிவிற்குப்பின் பரீசீலனையிலிருந்து விட்டுவிடுகிறார். மேற்கண்ட பரீசிலனையில் நமக்கு கிடைப்பது என்னவென்றால், சரக்குடைமையாளர் தன் சொந்த உழைப்பைக் கொண்டு படைப்பது மதிப்பே அன்றி, தற்பெருக்கம் அடையும் மதிப்பன்று. சுருங்கக் கூறின் மூலதனப் பெருக்கம் அன்று. ஆக, மூலதனம் சுற்றோட்டத்தில் பிறப்பதில்லை. அதே நேரத்தில் சுற்றோட்டமில்லாமலும் அதற்கு வாழ்வில்லை. எனவே, மூலதனத்தின் தோற்றுவாய் சுற்றோட்டத்தில் இருப்பதாகவும், அதே நேரத்தில் சுற்றோட்டத்திற்கு வெளியிலும் இருக்க வேண்டியதாகவும் இரட்டை முடிவு ஏற்படுகிறது.

4.2 உழைப்புச் சக்தியை வாங்குவதும் விற்பதும்

சரக்கைச் சந்தையில் வாங்குகிறபோதோ, அல்லது அதனை மறுவிற்பனை செய்கிறபோதோ உபரி-மதிப்பு அல்லது மூலதனம் படைக்கப்படவில்லை என்பதைத் தெளிவாகப் பார்த்தோம். காரல் மார்க்ஸ், சரக்குகள் அதன் முழுமதிப்பிற்கே பரிவர்த்தனை செய்து கொள்வதாக அனுமானித்துக் கொள்கிறார்.

சரக்குகள் அதன் மதிப்பிற்கே பரிவர்த்தனை செய்துகொள்ளப்படுகிறது என்றால், நுகர்வில்தான் உபரி-மதிப்பு படைக்கப்படவேண்டும். பணம் வைத்திருக்கும் உடைமையாளர், நுகர்வில் உபரி-மதிப்பு படைக்கப்படும் பொருளைத்தேடி சந்தையில் அலைகிறார். அங்கே அப்படி ஒரு பொருள் கிடைக்கப் பெற்றதும் அவரின் ஆனந்தத்திற்கு எல்லையில்லை. அந்த பொருள் இரத்தமும், சதையும், எலும்பும், நரம்பும் கலந்த கலவையாக மனித உருவில் சந்தையில் இருக்கக் காண்கிறார். உழைப்புச் சக்தி என்னும் சரக்கை, பணம் படைத்தவர் சந்தையில் விலைக்கு வாங்கி அந்த உழைப்பைச் சரக்கு உற்பத்தியில் ஈடுபடுத்துவதன் மூலம் நுகர்கின்றார். தற்போது உற்பத்தியாகிய சரக்கில் மதிப்பு கிடைக்கப்பெறுகிறது. மதிப்பு மட்டுமன்றி அந்தச் சரக்கிற்குப் பரிவர்த்தனை-மதிப்பும் கிடைக்கிறது. பரிவர்த்தனை-மதிப்புடன் கூடவே உபரி-மதிப்பும் கிடைக்கக் காண்கிறார். மனித உழைப்புச் சக்தியே மதிப்பின் தோற்றுவாய் ஆகிறது; அதுவே உபரி-மதிப்பைப் படைக்கிறது; மூலதனத்தைப் பெருக்குகிறது.

சந்தையில் சரக்கை விற்பவரும் வாங்குபவரும் சந்தித்துக் கொள்வது போலவே, உழைப்புச் சக்தி என்னும் சரக்கை விற்கும் தொழிலாளியும், உழைப்புச்சக்தியை வாங்கும் முதலாளியும் நேருக்கு நேர் சந்தித்துக் கொள்கின்றனர். ஆக உழைப்புச் சக்தியை விற்பதும், வாங்குவதும் சந்தையில் ஒருசேர நடைபெறுகிறது. உழைக்கும்

மனிதனைப் பொறுத்தவரை உற்பத்தி செய்வதற்கு முன்பும், உற்பத்தி செய்து கொண்டிருக்கும்போதும் ஒரு நுகர்வாளராக இருக்கிறார். உற்பத்தியில் ஈடுபடுவதற்கு முன்பு உயிர் வாழ்வதற்குத் தேவையான அத்தியாவசியப் பண்டங்களை (அரிசி, பருப்பு, உடை, வீடு) நுகர்கிறார். உற்பத்தியில் ஈடுபடும்போது கச்சாப் பொருட்களை நுகர்கிறார். முந்தைய நுகர்வில் உயிர் வாழ்கிறார். பிந்தைய நுகர்வில் தன்னை மீண்டும் புனரமைத்துக் கொள்ள மதிப்பைப் படைக்கிறார்.

சந்தையில் விற்பதற்குச் சரக்கு ஏதும் இல்லாத, ஈடேற்றம் செய்யவும் ஏதும் இல்லாத, தன் உழைப்புச் சக்தியை மட்டும் விற்கிற சுதந்திர மனிதனாக, உழைப்பாளி சந்தையில் பிரவேசிக்கிறார். இந்த நிலைமைதான் முதலாளித்துவப் பொருளுற்பத்திற்கு இசைவான நிலைமை. ஆனால் "சுதந்திரத் தொழிலாளி" யின் இந்த நிலைமை அனைத்துக் காலத்திற்கும் பொதுவானதும் அல்ல! இயற்கையின் சாஸ்வதமும் அல்ல. வரலாற்று வளர்ச்சியின் விழைவுதான் அது. இதைப் பின்வரும் அத்தியாயங்களில் விரிவாகப் பார்ப்போம்.

எனவே $C - M - C$ என்ற சரக்கின் சுற்றோட்ட வடிவில் மூலதனம் பிறக்கவில்லை. $M - C - M$ என்ற சுற்றோட்ட வடிவில்தான் மூலதனம் பிறக்கிறது என்ற முடிவிற்கு மீண்டும் வருகிறோம். ஆனால் பணம் ஆனது, உழைப்புச் சக்தியாகிய சரக்கை வாங்கிய பின் அதை உற்பத்தியில் நுகர்ந்து மீண்டும் மதிப்புக் கூடிய புதிய சரக்கைச் சுற்றோட்டத்தில் விடுவதன் மூலம் மீண்டும் பண வடிவில் மூலதனமாகப் பிறக்கிறது.; வளர்கிறது. தற்போது மூலதனச் சூத்திரத்தில் உள்ள முரண்பாடு களையப்பட்டுவிட்டது.

4.3 உழைப்புச் சக்தியின் மதிப்பு

சரக்குகள் அதன் மதிப்பிற்கே பரிவர்த்தனை செய்து கொள்ளப்படுகிறது என்பதைப் பார்த்தோம். தற்போது உழைப்புச் சக்தியும் அதன் மதிப்பிற்கே பரிவர்த்தனை செய்து கொள்ளப்படவேண்டும். இந்த உழைப்புச் சக்தியின் மதிப்பு என்ன? எப்படி நிர்ணயிக்கப்படுகிறது?

உழைப்புச் சக்தியின் மதிப்பு என்பது அவருக்குத் தேவையான பிழைப்புச் சாதனங்களின் உற்பத்திக்குத் தேவையான அவசிய உழைப்பு நேரம் ஆகும். வேறு விதமாகச் சொன்னால் உழைப்புச் சக்தியின் மதிப்பு என்பது உழைப்பாளியின் பராமரிப்பிற்குத் தேவையான பிழைப்புச் சாதனங்களின் மதிப்பே ஆகும். உழைப்பாளிக்குத் தேவையான அத்தியாவசியப் பிழைப்புச்சாதனங்கள் உணவு, உடை, எரிபொருள் மற்றும் உறைவிடம் போன்றவை ஆகும். இத்துடன் ஒரு தொழிலாளியாக இருக்க அவருக்கு அளிக்கப்படும் கல்விக்கும், பயிற்சிக்கும் தேவையான செலவும் அடங்கும். உழைப்புச்

சக்தியின் தேய்மானம் மற்றும் உழைப்பாளியின் மரணம் காரணமாக, சம அளவிலான புதிய உழைப்புச் சக்திகள் தொடர்ந்து சந்தைக்கு வர வேண்டும். எனவே உழைப்பாளியின் சந்ததியான குழந்தைகளின் பராமரிப்பு மற்றும் கல்விக்கு ஆகும் செலவும் உழைப்புச் சக்தியின் மதிப்பில் அடங்கும்.

தற்போது உழைப்பாளியின் 1 நாளைய சராசரி உழைப்பின் மதிப்பு என்பது கீழ்வரும் சமன்பாட்டால் தெரிவிக்கப்படுகிறது.

$$1 \text{ நாளைய சராசரி உழைப்பின் மதிப்பு} = \frac{365A + 52B + 4C + \text{பிற}}{365}$$

(A என்பது அன்றாடம் தேவைப்படும் அத்தியாவசிய உணவுப்பொருட்கள். B என்பது வாரந்தோறும் தேவைப்படும் எரிபொருள், பயணச்செலவு. C என்பது பருவத்திற்கு தேவைப்படும் கம்பளி, உடை போன்றவை. பிற செலவுகள் கல்வி, வீட்டுப் பராமரிப்புப் போன்றவை). இவ்வாறு பெறப்படும் சரக்குத் திரளை உற்பத்தி செய்வதற்குச் சராசரியாக தினமும் 6 மணி நேர அவசிய உழைப்பு அதாவது அரை நாள் உழைப்புத் தேவைப்படுகிறது என்று வைத்துக் கொள்வோம். இதன் மதிப்பு ரூ. 200 என்று வைத்துக் கொண்டால், உழைப்புச் சக்தியின் ஒரு நாளைய மதிப்பு ரூ. 200 ஆகும். நமது மதிப்புமிக்க முதலாளி உழைப்புச் சக்தியை விற்கும் தொழிலாளியின் உழைப்பை அதன் மதிப்பாகிய ரூ. 200-க்கு வாங்குவதாக ஒப்பந்தம் செய்கிறார். எனவே, இங்கும் மார்க்ஸின் அனுமானமான சரக்குகள் அதன் மதிப்பிற்கே பரிவர்த்தனை செய்யப்படுகின்றன என்ற சமத்துவம் மீறப்படவில்லை. ஆகவே, உழைப்புச் சக்தியின் பயன்-மதிப்பு முதலாளிக்கு முன்னீடாகக் கிடைக்கிறது. தொழிலாளியானவர் விலை கிடைக்கும் முன்பே அந்தப் பயன்-மதிப்பை முதலாளி நுகர அனுமதிக்கிறார். உழைப்புச் சக்தியை விற்ற உழைப்பாளி முதலாளிக்குச் சொந்தமாகிறார். ஏனைய சரக்குகளின் பரிவர்த்தனை போல உழைப்புச் சக்தியின் விற்றலும், வாங்கலும் சுதந்திரமாக நடைபெற்றபின், சந்தையை விட்டு வெளியேறும்போது, பணமுதலாளி முதலாளியாக வீறுநடை போடுகிறார். தொழிலாளி கூனிக் குறுகிப் பின்தொடர்கிறார். பலிகடாவைப்போல் சங்கிலியால் பிணைக்கப்பட்டுப் பலிபீடத்துக்கு அழைத்துச் செல்லப்படுகிறார். முதலாளி தன் விருப்பபடி உழைப்புச் சக்தியை நுகரும் பொருட்டு நாள் முழுதும் தனக்காக உழைக்கத் தொழிலாளியை வற்புறுத்துகிறார். உழைப்புச் சக்தியின் நுகர்வு என்பது சரக்குகளின் உற்பத்தியும், உபரி-மதிப்பின் உற்பத்தியும் ஆகும்.

பகுதி-3

அறுதி உபரி-மதிப்பின் (Absolute Surplus Value) உற்பத்தி

அத்தியாயம்-5

உழைப்பு நிகழ்முறையும் உபரி-மதிப்பின் உற்பத்தி நிகழ்முறையும்

5.1 உழைப்பு நிகழ்முறை

உழைப்புச் சக்தியை விலைக்கு வாங்கிய முதலாளி அந்த உழைப்புச் சக்தியை நுகர்கிறார். அதாவது, குறிப்பிட்ட பயன்-மதிப்பைப் படைக்கக்கூடிய சரக்குகளை உற்பத்தி செய்வதற்காகத் தொழிலாளியை தன்னுடைய கட்டுப்பாட்டில் வேலை செய்ய வைக்கிறார். மனித உழைப்பு என்பது மனிதனும் இயற்கையும் பங்கு பெறுகிற செயலாகத் தொடங்கி, வரலாற்று வழிப்பட்ட காலகட்டத்தில் அதே இயற்கையைக் கட்டுப்படுத்தித் தன் பிடிக்குள் வைக்கும் நிகழ்ச்சிப் போக்காக மாறுகிறது. தனது சொந்தத் தேவைக்கு உகந்த வகையில் இயற்கையின் படைப்புகளை மனித உழைப்பால் மாற்ற முடிகிறது. "குரங்கிலிருந்து மனிதனாக மாறிய இடைநிலைப் பருவத்தில் உழைப்பின் பாத்திரம்" என்ற நூலில் உடல் உழைப்பின் வளர்ச்சிப் போக்கை எங்கல்ஸ் அருமையாகச் சித்தரிக்கிறார். அதுவும் குறிப்பாக, கைகளைப் பயன்படுத்த ஆரம்பித்தபின் உழைப்பு நிகழ்முறை அதிசயிக்கத் தக்க வளர்ச்சியடைகிறது என்பதை எங்கல்ஸ் அதே நூலில் தெளிவாக எடுத்துரைக்கிறார்.

உழைப்பு நிகழ்முறை என்பது ஒரு திட்டமான குறிக்கோளுடன் பயன்-மதிப்பைப் படைக்க வேண்டும் என்ற அடிப்படையில் நடைபெறும் ஒரு நிகழ்வு. இயற்கையில் கிடைக்கும் பொருட்களை மனிதனின் தேவைக்கு உகந்தபடி உருமாற்றிக் கொடுப்பது. மனிதனுக்கும் இயற்கைக்கும் இடையில் ஏற்படும் வளர்சிதை மாற்ற ஊடுறுவல் *(metabolic interaction)*. உலகப் பொதுவான நிபந்தனை. மனித குலம் நீடித்திருப்பதற்கு இயற்கையே எழுப்பிய நிபந்தனை. இத்தகைய உழைப்பு நிகழ்முறை சமுதாயத்தின் பல்வேறுபட்ட வரலாற்று வழிபட்ட சமுதாய வடிவங்களிலும் தனித்துச் சுதந்திரமாக இயங்குகிறது. இன்னும் மேலாக, மனித குலம் தழைத்தோங்கும் அனைத்து விதமான சமூக வடிவங்களுக்கும் பொதுவானது.

உழைப்பும் ஒரு சரக்காக சந்தையில் பிரவேசிக்கும் ஒரு விசித்திரமான நிகழ்முறையை மார்க்ஸ் தன் ஆய்வுக்கு உட்படுத்துகிறார். ஆதி வடிவத்திலிருந்து முழுவதும் மாறிய வடிவில், முதலாளித்துவ உற்பத்தி முறையில் உழைப்பு தன் பங்கை ஆற்றுகிறது. சிலந்தியும், தூக்கணாங்குருவியும் தங்களின் கூடுகளை மிக நேர்த்தியாகக் கட்டுகின்றன. அதனுடைய செயல்பாடு மிகுந்த ஆச்சர்யம் அளிக்கிறது. மனிதனும் வீட்டைக் கட்டுகிறான். இரண்டுமே உழைப்பு நிகழ்முறைதான். ஆனால் சிலந்தி, குருவியின் உழைப்பு நிகழ்முறை தன்னியல்பாக நடைபெறும் ஒரு நிகழ்ச்சி. ஆனால் மனிதன் தன்னுடைய உழைப்பைப் பிரயோகிக்கும் முன்பாக, தனது மூளையில் கட்டிடம் எப்படி அமைய வேண்டும் என்று கற்பனை செய்து கொண்டு பதிவு செய்துவிடுகிறான்.

(VS)

இதுதான் பறவை மற்றும் பிற உயிர் இனங்களுக்கும் மனிதனுக்கும் இடையில் உள்ள வேறுபாடு. இங்கே மார்க்ஸின் "பொருட்களின் புறச் சூழலே உணர்வுகளைத் தீர்மானிக்கிறது" என்ற கருத்துக்கு இது முரண்பாடாகத் தோன்றுகிறதே என்று வாசகர் நினைக்கத் தோன்றும். ஆனால் அப்படி அல்ல. பொருள்முதல்வாத அடிப்படையில் உலகைப் புரிந்து கொள்கிற திறனும், அந்தத் திறனே உலகை மாற்றியமைக்க வல்லது என்பதைத்தான் உழைப்பு நிகழ்முறை என்கிற ஆய்வில் மார்க்ஸ் முன்வைக்கிறார்.

உழைப்பு நிகழ்முறையில் மனிதனுடைய உழைப்பு அர்த்தமுடையது, பயனுள்ளது, பயன்-மதிப்பைப் படைக்கக்கூடியது என்றால் அதற்குக் கீழ்க்கண்ட காரணிகள் அவசியம் தேவை.

1) மனிதனின் நேரடி உழைப்பு (உழைப்புச் சக்தியைப் பிரயோகித்தல்)

2) உழைப்புக்குத் தேவையான இலக்குப் பொருள்.

3) உழைப்புச் சாதனங்கள் (உழைப்புக் கருவிகள்)

உழைப்பின் இலக்குப் பொருட்கள் முந்தைய மனித உழைப்பு ஏதும் இல்லாத இயற்கையில் கிடைக்கும் பொருளாக இருக்கலாம் (உதாரணம்: நிலம், காடுகள், கனிம வளங்கள்) அல்லது முந்தைய மனித உழைப்பின் மூலம் கிடைத்த கச்சாப் பொருட்களாக இருக்கலாம் (உதாரணம்: பஞ்சு, செங்கல், சுண்ணாம்பு). இயற்கையைக் கையாள்வதற்கு ஆரம்ப மனிதன் உருவாக்கிய கருவிகள்தாம் வளர்ச்சி அடைந்த வடிவமாகத் தற்போது காட்சி அளிக்கின்றன. இந்தக் கருவிகளின் வரலாற்று வழிப்பட்ட வளர்ச்சியைக் கற்காலம், வெண்கலக்காலம், இரும்புக்காலத்தில் உணர முடியும்.

நிலம், நீர் போன்றவை அப்படியே பயன்படுத்தத் தக்க தயார் நிலையில் அவசியப் பண்டங்கள் அல்லது பிழைப்புச் சாதனங்களை மனிதனுக்கு வழங்குகிறது. இயற்கையின் விளைபொருளான காடுகளில் நாம் வெட்டும் மரங்களும், சுரங்கங்களிலிருந்து நாம் எடுக்கும் தாதுப் பொருள்களும், நீர் நிலைகளில் நாம் பிடிக்கும் மீன்களும், இயற்கை தானாகவே வழங்குகின்ற உழைப்பின் இலக்குப் பொருள்கள்தான். மறுபுறம், உழைப்பின் இலக்குப் பொருள் முந்தைய உழைப்பின் மூலமும் பெறப்படலாம். பெரும்பாலும் இப்படித்தான் நிகழ்கிறது. இவற்றை நாம் கச்சாப் பொருள் *(Raw materials)* என்று அழைக்கிறோம். கச்சாப் பொருள் அனைத்தும் உழைப்பின் இலக்குப் பொருளாகும். ஆனால் உழைப்பின் இலக்குப் பொருள் ஒவ்வொன்றும்

கச்சாப் பொருள் அன்று. உழைப்பைக் கொண்டு சிறிது மாற்றத்துக்கு (உருவ மாற்றம், பௌதிக மாற்றம், இராசயன மாற்றம் ஆகிய) உட்படுத்திய பின்னரே கச்சாப் பொருள் ஆகிறது.

உழைப்புச் சாதனம் (*Instruments of Labour*) என்பது உழைப்பாளி தனக்கும், தன் உழைப்பின் இலக்குப் பொருளுக்கும் இடையே வைப்பதும், அவரது செயற்பாட்டின் கடத்தியாகப் பயன்படுவதுமான பொருள் அல்லது பொருள்தொகுதி ஆகும். அதாவது பொருள்களின் யாந்திரீக, பௌதிக, இராசயனப் பண்புகளைப் பயன்படுத்தி உற்பத்திக் கருவிகளை மனிதன் உருவாக்குகிறான். ஆனாலும், பழங்கள், கிழங்குகள் போன்ற தயார் நிலையிலுள்ள பிழைப்புச் சாதனங்களைச் சேகரிப்பதில் மனிதனின் கை, கால்களே உழைப்புச் சாதனங்களாகப் பயன்படுகின்றன. இவற்றை விலக்கிவிட்டுப் பார்த்தால், உழைப்பாளி சொந்தமாக்கிக் கொள்கிற முதல் பொருள் உழைப்பின் இலக்குப் பொருளன்று. உழைப்பு சாதனமே ஆகும்.

5.2 உழைப்பு நிகழ்முறையில் இரட்டைத்தன்மை

உழைப்பு நிகழ்முறையிலும் இரட்டைத் தன்மை நிலவுகிறது. ஒருபுறம் புது மதிப்பு உருவாக்கமும். அதே நேரத்தில் கடந்தகால இறுகிய உழைப்பை (*Dead Labour*), அதாவது கச்சாப் பொருள்களில் பொதிந்துள்ள உழைப்பைப் பாதுகாத்து புதிய பொருளுக்கு பெயர்ப்பதும் நடைபெறுகிறது. இது இருவேறான பலனைத் தருவதால், இந்த இரட்டை முடிவை, உழைப்பின் இயற்கையான இரட்டைத் தன்மையிலிருந்துதான் விளக்க முடியும்.

மனித உழைப்பின் நேரடி விளைவான பயன்-மதிப்பு உடனடியாக நுகரப்படலாம் அல்லது அந்தப் பயன்-மதிப்பே வேறொரு பொருள் உற்பத்திக்கு இலக்குப் பொருளாகலாம். (உதாரணம்: ஆடு வளர்ப்பு). ஆடு மனிதனின் சொந்த நுகர்வுக்கு உணவாக அமையலாம் அல்லது கம்பளி உற்பத்திக்குக் கச்சாப் பொருளாக அமையலாம். அதேபோல் ஒரே உற்பத்திப் பொருள் வெவ்வேறு உழைப்பு நிகழ்முறையில் கச்சாப் பொருளாகவும், உழைப்புச் சாதனங்களாகவும் பயன்படலாம். (உதாரணம்: நிலக்கரி). பயன்-மதிப்பைக் கச்சாப் பொருளாகப் பயன்படுத்துவதோ, உழைப்புச் சாதனமாகப் பயன்படுத்துவதோ, உற்பத்திப் பொருளாகப் பயன்படுத்துவதோ உழைப்பு நிகழ்முறையில் அது ஆற்றுகிற பங்கைப் பொறுத்தது. இந்தப் பணி இடம் மாறும்போது அதன் தன்மையும் மாறுகிறது.

5.3 மதிப்பு உருவாக்க நிகழ்முறை (*valorization process*)

உழைப்புச் சக்தி விலைக்கு வாங்கப்பட்டபின், உழைப்பாளி முதலாளியின் நேரடி கட்டுப்பாட்டில் உழைக்கும் நிலைக்கு ஆளாகிறார். மேலும், உழைப்பின் பயனாய் கிடைத்த பொருள் முதலாளிக்குச் சொந்தமாகிறது. உழைப்புச் சக்தியை வாங்கிய முதலாளி அதைத் தன் இஷ்டப்படி நாள் முழுவதும் பயன்படுத்த உரிமை கொண்டாடுகிறார். சந்தையில் சுதந்திரமாகத் தன் உழைப்புச் சக்தி என்னும் சரக்கை விற்ற தொழிலாளி, உழைப்பு நிகழ்முறைக்குள் வந்தவுடன் முதலாளியின் அடிமை ஆகிறார். உழைப்பின் இலக்குப் பொருளையும் சொந்தம் கொண்டாட முடியவில்லை. இத்தகைய உழைப்பு நிகழ்முறையில் முதலாளியால் பயன்-மதிப்புகள் உருவாக்கப்படுவது பரிவர்த்தனை-மதிப்புக்கான பொருளாயத அடிப்படையாக அமைகிறது. அத்துடன் பரிவர்த்தனையைச் சுமந்து செல்லும் வாகனமாக மாறிவிடுகிறது. இந்த வகையில் கடந்தகால இறுகிய உழைப்பு உயிருள்ள உழைப்பின் மதிப்பு உருவாக்கத்தில் மூலதனமாக உருமாற்றம் அடைகிறது. பயன்-மதிப்புக்கும் மதிப்புக்குமான ஒற்றுமையாகச் சரக்குப் பரிணமிப்பதுபோல், உற்பத்தி நிகழ்முறை என்பது உழைப்பு நிகழ்முறை மற்றும் மதிப்பு உருவாக்க நிகழ்முறையின் இணைந்த கூட்டாகத்தான் பார்க்கப்பட வேண்டும். உழைப்பு நிகழ்முறை என்பது ஒவ்வொரு ஸ்தூலமான பயன் உழைப்பின் பொதுவான நிகழ்வு ஆகும். இந்த வகையில் மதிப்பைப் படைக்கும் நடைமுறை என்பது உழைப்பின் உற்பத்திப் பொருள் சரக்கு என்ற வடிவம் எடுக்கும்போது உருவாகும் உழைப்பு நிகழ்வின் சமூக வடிவமாக மாறிவிடுகிறது. உழைப்பு நிகழ்முறை மற்றும் மதிப்புருவாக்க நிகழ்முறையின் ஒற்றுமையாக விளங்குவதுதான் சரக்கு உற்பத்தி நிகழ்முறை. ஒரு குறிப்பிட்ட உழைப்பு நேரத்தில் சரக்குற்பத்தி நிகழ்முறையில் புதிதாக உருவாக்கப்படும் சரக்குகளின் மதிப்பானது உற்பத்தியில் பயன்படுத்தப்பட்ட சரக்குகளின் மதிப்பைவிட அதிகமாகும். உழைப்பு நிகழ்முறை மற்றும் மதிப்புருவாக்க நிகழ்முறையின் ஒற்றுமைதான் முதலாளித்துவ உற்பத்தி முறையாகப் பரிணமிக்கிறது.

5.4 உபரி-மதிப்பின் உற்பத்தி

சரக்குகள் எப்படிப் பயன்-மதிப்புகளாகவும், மதிப்புகளாகவும் இருக்கின்றனவோ அதே போல் அவற்றை உற்பத்தி செய்யும் நிகழ்முறையும் வெறும் உழைப்பு நிகழ்முறையாக இருப்பது

மட்டுமின்றி மதிப்பைப் படைக்கும் நிகழ்முறையாகவும் இருந்தாக வேண்டும். முதலாளியின் நோக்கம் வெறும் பயன்-மதிப்புள்ள சரக்குகளை உற்பத்தி செய்வது மட்டுமல்ல. மதிப்பையும் படைக்க வேண்டும். இங்குதான் அவரின் நோக்கம் நிறைவேறக் காண்கிறோம். எனவே மதிப்பை, அதோடு கூடவே உபரி-மதிப்பைப் படைக்கும் உற்பத்தி நிக்ழ்முறையைத் தற்போது பரீசிலிப்போம். ஒவ்வொரு சரக்கின் மதிப்பும் அதில் செலவிடப்பட்டுள்ள உழைப்பின் அளவால், குறிப்பிட்ட சமூக நிலைமைகளில் அதன் உற்பத்திக்கு அவசியமான வேலை நேரத்தால் நிர்ணயிக்கப்படுகிறது என்பதை நாம் ஏற்கனவே பார்த்தோம். தற்போது அவ்வாறு உற்பத்தி செய்யப்படும் பொருளில் மதிப்பு எப்படிப் படைக்கப்படுகிறது என்பதைப் பார்ப்போம்.

உதாரணத்திற்கு 10 கிலோ பஞ்சை நூற்று, பஞ்சில் கழிவு ஏதுமின்றி 10 கிலோ நூல் கிடைப்பதாகக் கொள்வோம்.

10 கிலோ பஞ்சின் விலை = ரூ. 1000

நூற்பு இயந்திரம் (தேய்மானம்) = ரூ. 200

நூற்பு வேலைக்கான ஒரு நாள் கூலி (உழைப்பின் ஒரு நாளைய மதிப்பு) = ரூ. 300

10 கிலோ நூலின் அடக்க விலை = ரூ. 1500. அப்படியென்றால், 1 கிலோ நூலின் அடக்க விலை அல்லது 1 கிலோ நூலின் மதிப்பு = 1500/10 = ரூ. 150 ஆகும்.

1 கிலோ நூலில் அடங்கியிருக்கும் வெவ்வேறு மதிப்புகளை தற்போது பார்ப்போம். ரூ. 100 மதிப்புள்ள பஞ்சு. இந்தப் பஞ்சின் மதிப்பானது நூற்பு என்ற உழைப்பு நிகழ்முறையில் தன்னுடைய முந்தைய மதிப்பை எந்த வகையிலும் இழந்து விடவில்லை. அதன் மதிப்பை நூலிற்கு அப்படியே மாற்றிவிடுகிறது. ஆனால், நூற்பு இயந்திரமானது அதன் விலை ரூ. 1 லட்சம் ஆக இருப்பதாக வைத்துக் கொள்வோம். இந்த ரூ. 1 லட்சம் மதிப்பையும் நூற்பு இயந்திரம் ஒரு நாள் வேலையில் தன் முழு மதிப்பையும் இழந்து விடுவதில்லை. மாறாக, அது ஒரு நீண்ட நெடிய காலத்திற்குத் தொடர்ந்து உற்பத்தியில் ஈடுபட முடிகிறது. அது படிப்படியாக தேய்மானம் அடைந்து ஒரு குறிப்பிட்ட கால முடிவில் அதன் மதிப்பை முற்றாக இழந்துவிடுகிறது. எனவே நூற்பு இயந்திரமானது, 10 கிலோ பஞ்சை நூற்பதில் ஒரு நாளைய தேய்மானமாக ரூ. 200 மதிப்பை இழந்துவிடுவதாகக் கொள்வோம். அதாவது, தன்னுடைய முழு மதிப்பில் ஒரு பகுதியான ரூ. 200-ஐ உழைப்பு நிகழ்முறையில் நூலிற்கு பெயர்த்தளிக்கிறது. நூலை

நூற்கும் வேலையில் ஈடுபடும் தொழிலாளியின் ஒரு நாளைய உழைப்புக் கூலி (உழைப்பின் மதிப்பு) ரூ. 300 எனக் கொள்வோம். ஒரு நாளைய உழைப்பின் மதிப்பு நூலுக்குப் புதிதாகக் கிடைக்கிறது. 10 கிலோ பஞ்சானது உருமாறி ரூ. 1500 மதிப்புள்ள நூலாக மாறிவிட்டது. ஒவ்வொரு கிலோ நூலின் விலையான ரூ. 150-ல், ரூ. 100 மதிப்புள்ள பஞ்சும், ரூ. 20 மதிப்புள்ள கதிரின் தேய்மான மதிப்பும், ரூ. 30 மதிப்புள்ள உழைப்பின் மதிப்பும் அடங்கி உள்ளது.

சரக்குகள் அதன் மதிப்பிற்கே பரிவர்த்தனை செய்யப்படுகின்றன என்ற விதி செயல்படுகிறது என்றால், 1 கிலோ நூலானது சந்தையில் ரூ. 150-க்கே விற்கப்பட வேண்டும். மேற்கூறிய உழைப்பு நிகழ்முறையில் நூற்றலில் ஈடுபட்ட தொழிலாளி 6 மணி நேரம் உழைத்ததாகக் கொள்வோம். இதுதான் அவருடைய அவசிய உழைப்பு நேரம். இதே 6 மணி நேர உழைப்புத்தான் அவர் மீண்டும் தன்னைப் புனரமைத்து, உழைப்புச் சந்தையில் மறுநாளும் வந்து நிற்பதற்கு, அதாவது தொடர்ந்து உயிர் வாழ்வதற்குத் தேவையான பிழைப்புச் சாதனங்களில் அடங்கியுள்ளது. ஆக உழைப்புச் சக்தியை வாங்கியதிலும் சரக்குகள் அதன் மதிப்பிற்கே விற்கப்படுகின்றன என்ற விதி மீறப்படவில்லை. ஆனாலும் கொச்சைப் பொருளாதாரத்தில் வல்லவரான நமது முதலாளி கூக்குரலிடுகிறார். "ஆ! என் பணத்தைப் பெருகச் செய்வதற்குத்தானே நான் அதனை முன்னீடு செய்தேன்! நினைத்தது ஒன்று, நடந்தது வேறொன்று. இப்படித்தான் என்றால் தான் பொருளுற்பத்தியில் ஈடுபட வேண்டிய அவசியமில்லை" என்று நமது விவரமான முதலாளி கூற விரும்புகிறார். ஆனால் சரக்கு உற்பத்தியில் ஈடுபடாமல் பொருள் சந்தையில் கிடைப்பது எப்படி? உயிர் வாழ்வது எப்படி? எனவே தொடர்ந்து அவர் பேசுகிறார். தான் பணத்தை சேமித்துத் தனது சொந்த நுகர்வைத் தவிர்த்து, துறவியாகி சமுதாயப் பணி ஆற்றியுள்ளதாகவும், உழைப்பாளிக்கு வேலை வாய்ப்பைக் கொடுத்துள்ளதாகவும் வாதிடுகிறார். செல்வத்தைப் பெருகச் செய்தேன். இந்தச் சேவைக்கு பிரதிபலனாக எனக்குக் கிடைத்தது என்ன? என்றும் அவர் தொடர்ந்து வாதிடுகிறார். அவர் தன் விவாதத்திற்கு இசைவாகக் கீழ்க்கண்டவாறு உற்பத்தி நிக்ழ்முறையை நடத்த முனைகிறார். தொழிலாளியை விலைக்கு வாங்கிய முதலாளி, தொழிலாளியை 6 மணி நேரத்திற்குப் பதிலாக 12 மணி நேரம் உழைக்கும்படி நிர்ப்பந்திக்கிறார். இப்போது ஏற்படும் விளைவுகளைப் பார்ப்போம்.

	அடக்கவிலை	கிடைப்பது
20 கிலோ பஞ்சு	*ரூ. 2000*	*ரூ. 2000*
நூற்பு எந்திரத் தேய்மானம் (12 மணி நேரத்தில்)	*ரூ. 400*	*ரூ. 400*
தொழிலாளியின் உழைப்பு	*ரூ. 300*	*ரூ. 600*
	ரூ.2700	*ரூ.3000*

தற்போது 20 கிலோ நூலின் மதிப்பு ரூ. 3000 ஆக, கூடிய மதிப்பாக, முதலாளியின் கையில் கிடைக்கிறது. ரூ. 300 உபரி-மதிப்பாகக் கிடைக்கிறது. இப்போதும் அதே முதலாளி தன்னுடைய விவாதத்தைத் தொடர்கிறார். "மதிப்பு விதி இப்போதும் மீறப்படவில்லை. தொழிலாளிக்கு அவருடைய உழைப்புச் சக்தியின் முழு மதிப்பாகிய ரூ. 300 கொடுக்கப்பட்டுவிட்டது." உழைப்புச் சக்தியை ரூ. 300-க்கு விலைக்கு வாங்கிய முதலாளி அதைத் தன் இஷ்டம்போல் பயன்படுத்துகிறார். அதாவது 12 மணி நேரம் உழைக்கவைத்து 6 மணி நேரத்திற்குப் போதுமான கூலியை மட்டுமே கொடுக்கிறார். ஆக 6 மணி நேர உழைப்பு உபரியாக முதலாளிக்குக் கிடைக்கிறது. இந்தக் கூடுதல் 6 மணி நேர உழைப்பு படைக்கும் மதிப்புத்தான் உபரி-மதிப்பாக முதலாளியின் பைக்குள் செல்கிறது. தற்போது அதே முதலாளி வாய்விட்டுச் சிரிக்கிறார். மன நிறைவு பெறுகிறார். பஞ்சும், கதிரும் தன் மதிப்பை இப்போதும் பழையபடியே மதிப்பு மாறாமல் நூலுக்கு மாற்றம் செய்கின்றன. ஆனால் உழைப்பு மட்டும் இரட்டிப்பு மதிப்பை நூலுக்குக் கொடுக்கிறது. சரக்கானது நூலில் அடங்கியுள்ள மதிப்பாகவும், உபரி-மதிப்பாகவும் சுற்றோட்டத்திற்கு வருகிறது. உழைப்பாளி தன்னை மறு உற்பத்தி செய்வதற்குத் தேவையான உழைப்பு நேரத்தை அவசிய உழைப்பு நேரம் என்றும், முதலாளிக்கு உபரியாக உழைக்கும் நேரத்தை உபரி-உழைப்பு என்றும் மார்க்ஸ் அழைக்க்கிறார். உழைப்பு நிகழ்முறையில் முன்னீடு செய்யப்பட்ட பணமானது கூடுதல் பணமாக, மூலதனமாக உருவெடுக்கிறது. பணம் மூலதனமாக மாறும் இந்த நிகழ்வு சரக்குகளின் சுற்றோட்டத்திற்கு உள்ளேயும், அதே நேரத்தில் சுற்றோட்டத்திற்கு வெளியில் உழைப்பு நிகழ்முறையிலும் நடந்தேறுகிறது.

அத்தியாயம்-6

மாறா-மூலதனமும் மாறும்-மூலதனமும்

(Constant Capital and Variable Capital)

உழைப்பு நிகழ்முறையில் கச்சாப் பொருட்களின் மதிப்பு மாறாமல் புதிய பொருளுக்கு மாற்றப்படுகிறது அல்லது பாதுகாக்கப்படுகிறது. கச்சாப் பொருளில் கழிவுகள் இருந்தால் அந்தக் கழிவின் மதிப்பு மட்டும் புதிய மதிப்புக்கு மாறும்போது குறைய வாய்ப்புண்டு. இந்தக் கழிவும் சில நேரங்களில் முற்றிலும் வேறுபட்ட பொருளுக்கு கச்சாப் பொருளாக மாறும்போது அதன் மதிப்பை புதிய பொருளுக்கு உள்ளபடியே மாற்றுகிறது. உழைப்புச் சாதனம் அல்லது உழைப்புக் கருவியின் தேய்மானம் உற்பத்தி நிகழ்முறையில் சன்னம் சன்னமாக தன் மதிப்பை புதிய பொருளுக்கு பெயர்த்தளிக்கிறது. அதாவது, சுருங்கக் கூறின், உழைப்பின் இலக்குப் பொருள் மற்றும் உழைப்புச்சாதனங்களில் அடங்கியுள்ள முந்தைய கடந்த கால உயிரற்ற உழைப்பானது நிகழ்கால உயிருள்ள உழைப்பின் மூலம் புத்துயிர் பெறுகிறது. புதிய வடிவில் புதிய பொலிவுடன் வடிவம் மாற்றப்பட்ட சரக்காகப் பரிணாமம் பெறுகிறது. பஞ்சு நூலாக மாறும் உற்பத்தி நிகழ்வில், நூற்பானது பஞ்சு, கதிர் ஆகியவற்றின் மதிப்புகளோடு புதிய மதிப்பையும் சேர்க்கிறது. இப்படி புதிய மதிப்பைச் சேர்ப்பது ஸ்தூலமற்ற மனித உழைப்புச் சக்தியின் செலவீடாக இருத்தல் என்ற பொதுத்தன்மையின் மூலமாகத்தான். அதே உழைப்பு மறுபுறம் உற்பத்திச் சாதனங்களின் மதிப்புகளை உற்பத்திப் பொருளுக்குப் பெயர்ப்பதிலும் சரி, அவற்றை உற்பத்திப் பொருளில் பாதுகாப்பதிலும் சரி, ஸ்தூலமான பயனுள்ள உழைப்பு நிகழ்முறை என்ற தனித்தன்மையின் மூலமும் ஆகும். இங்கும் ஒரு இரட்டை விளைவு ஏற்படுகிறது.

உழைப்பின் உற்பத்தி நிகழ்வில் புது மதிப்பு உருவாக்கமும், முந்தைய கடந்த கால உழைப்பைப் பாதுகாத்து பெயர்ப்பதும் ஆகிய இரு வேறான பலன்கள் கிடைப்பதால், மேற்கூறிய இந்த இரட்டை முடிவு உழைப்பின் இயற்கையான இரட்டைத் தன்மையிலிருந்துதான் பிறக்கிறது. இதன் அடிப்படையில்தான் நாம் இதை விளக்க முடியும். அந்த வகையில் உற்பத்திச் சாதனமாக உள்ள மூலதனத்தின் பகுதியான கச்சாப் பொருட்கள், துணைப் பொருட்கள், உழைப்புக் கருவிகள் ஆகிய அனைத்தும் உற்பத்தி நிகழ்முறையில் எந்த விதமான அளவு மாற்றத்தையும் பெறுவதில்லை. ஆகவே, இவற்றிற்குச் செலவிடப்படும்

மூலதனம் மாறா-மூலதனம் என்று அழைக்கப்படுகிறது. உழைப்புச் சக்தியாக மாறிய மூலதனத்தின் பகுதியானது உற்பத்தி நிகழ்முறையில் மாற்றம் பெறுகிறது. அது அதனுடைய மதிப்பை மறு உற்பத்தி செய்வதுடன் உபரி-மதிப்பையும் உற்பத்தி செய்கிறது. அது மாறும் தன்மையுடையது. இந்த வகையில் இதற்காகச் செலவிடப்படும் மூலதனம் மாறும்-மூலதனம் என்று அழைக்கப்படுகிறது. இந்த இருவகையான மூலதனப் பகுதிகள்தாம் உழைப்பு நிகழ்முறையின் பகுதிகள் என்ற கண்ணோட்டத்தில், உற்பத்திச் சாதனமும் உழைப்புச் சக்தியும் என்கிற அடிப்படையில், புறவய மற்றும் அகவயக் காரணிகளாக மாறுபடுத்திப் பார்க்கப்படுகிறது. இந்த வேற்றுமைதான் மதிப்பு உருவாக்கத்தில் மாறா-மூலதனம் மற்றும் மாறும்-மூலதனமாகப் பிரித்துப் பார்க்கப்படுகிறது.

புதிய மதிப்பைப் படைக்கும் நிகழ்முறையில் உற்பத்தித் திறன் உயர்வதாகக் கொள்வோம். முன்பு 12 மணி நேரத்தில் 20 கிலோ பஞ்சை நூற்று 20 கிலோ நூல் உற்பத்தி செய்த உழைப்பாளி தற்போது 2 மணி நேரத்தில் நூற்பதாகக் கொள்வோம். நூற்புத் திறன் 6 மடங்கு உயர்ந்து விட்டது. இதன்மூலம் உழைப்பின் உற்பத்தித் திறன் உயர்வதால் ஆறு மடங்கு அதிகமான மதிப்பைப் பஞ்சிலிருந்து புதிய பொருளுக்கு அதாவது நூலுக்கு பெயர்த்துப் பாதுகாக்கிறது. ஆனால் உழைப்பின் மூலம் படைக்கப்படும் புதிய மதிப்பில் எந்த மாற்றமும் இல்லை. ஒவ்வொரு கிலோ நூலிலும் படைக்கப்பட்ட மதிப்பானது, தற்போது 6-ல் ஒரு பங்காகக் குறைந்துவிடுகிறது, அவ்வளவே.

புதிய தொழில் நுட்பத்தைப் புகுத்தும்போது இயந்திர சாதனங்களுக்கான மூலதனம் பன்மடங்கு பெருகுகிறது. அதேவேளையில், முன்பு 100 பேர் செய்த வேலையை இப்போது 10 பேர் மட்டுமே செய்ய முடியும் என்றாலும்கூட, புதிதாகப் புகுத்தப்பட்ட இயந்திரம் மாறா-மூலதனம் என்ற தன்மையிலிருந்து மாறிவிடுவதில்லை. அதேபோல் 100 பேர் இடத்தில் 10 பேர் வேலைக்கு அமர்த்தப்பட்டாலும் மாறும்-மூலதனத்தின் தன்மை மாறுபடுவதில்லை. மாறா-மூலதனம் மற்றும் மாறும்-மூலதனத்துக்கிடையில் உள்ள விகிதாச்சாரம்தான் மாற்றமடைகிறது. அதாவது 60:40 என்ற விகிதம் 80:20 ஆக மாறலாம்.

அத்தியாயம்-7

உபரி-மதிப்பு வீதம் (Rate of Surplus Value)

உழைப்பு நிகழ்முறையின் இறுதியில் அதாவது மாறும்-மூலதனமான உழைப்புச் சக்தி செலவிடப்பட்ட பின்பு என்ன மாற்றம் நிகழ்கிறது என்பதை இப்போது விரிவாகப் பார்ப்போம்.

$C=c+v$

(C = மொத்த மூலதனம்; c = மாறா-மூலதனம்; v = மாறும்-மூலதனம்)

இதைப் பண வடிவில் தெரிவிக்கும்போது,

ரூ. 500 = 410 + 90 என்ற விகிதத்தில் இருப்பதாகக் கொள்வோம். ரூ. 410 ஆகிய மாறா-மூலதனத்தில் ரூ. 312 மூலப் பொருளான பஞ்சுக்கான செலவு என்றும், ரூ. 44 என்பது துணைப் பொருளான எரிபொருள், மின்சாரச் செலவு என்றும், ரூ. 54 என்பது இயந்திரங்களின் தேய்மானம் என்றும் கொள்வோம். உற்பத்தி முடிவில் ரூ. 90 உபரி-மதிப்பாக(s) கிடைக்கிறது என்று கொள்வோம். அதாவது,

$$410c + 90v + 90s = 590$$

ரூ. 500 முதலீடானது ரூ. 590 ஆகப் பெருக்கமடைந்து, ரூ. 90 உபரி-மதிப்பைப் படைக்கிறது. எனவே உபரி-மதிப்பின் வீதம் (Rate of Surplus Value) 90 : 90 அதாவது 100%. ஏனென்றால் மாறும்-மூலதனம்தான் மதிப்பைப் படைக்கிறது. மாறா-மூலதனம் புதிய மதிப்பெதையும் படைப்பதில்லை என்று ஏற்கெனவே பார்த்துள்ளோம். ரூ. 590 என்ற புதிய மதிப்புச் சமன்பாடான $410c + 90v + 90s = 590$ என்பது உண்மையில் $0c + 90v + 90s = 180$ என்றாகிறது. மாறா-மூலதனம் புதிய மதிப்பைப் படைக்காததால் அது 0 ஆகும். மாறும்-மூலதனம் தன் மதிப்பான ரூ. 90-ஐ மறுஉற்பத்தி செய்கிறது. ரூ. 90-ஆகிய உபரி-மதிப்பையும் படைக்கிறது. எனவே உபரி-மதிப்பு வீதம் $(c + v) : s$ என்பது $v : s$ ஆக மாறி விடுவதால் 100% என்ற உபரி-மதிப்பு வீதத்தை அடைகிறது.

இந்த உபரி-மதிப்பு வீதத்தை வேறொரு வழியிலும் கணக்கிடலாம். உழைப்பு நிகழ்முறையில் உழைப்புச் சக்தியின் மறுஉற்பத்தி நடைபெறும் பகுதியை அவசிய உழைப்பு நேரம் என்றும், மிகுதிநேர உழைப்பை உபரி-உழைப்பு என்றும் மார்க்ஸ் கூறியுள்ளதை நாம் அறிவோம். மேற்கூறிய 12 மணி நேர உற்பத்தி நிகழ்வில் 6 மணி நேரம் அவசிய உழைப்பாகவும், மீதி 6 மணி நேரம் உபரி-உழைப்பாகவும் இருப்பதனால், உபரி-மதிப்பு வீதம் மாறிவிடுவதில்லை. அதாவது,

S/V = உபரி-உழைப்பு/அவசிய-உழைப்பு = 6/6 = 100%

அவசிய உழைப்பு நேரம் 6-லிருந்து 4 மணி நேரமாகச் சுருங்கிவிடுகிறது என்றால் உபரி-உழைப்பு 8 மணி நேரமாக அதிகரித்துவிடுகிறது. தற்போது உபரி-மதிப்பு வீதம் 200% உயர்ந்து இரட்டிப்பாகிறது. எனவே உபரி-மதிப்பின் வீதம் உழைப்புச் சக்தி மீதான மூலதனத்தின் சுரண்டல் கடுமையை அதாவது தொழிலாளியை முதலாளி சுரண்டுவதன் கடுமையைத் துல்லியமாக வெளிப்படுத்தும் தெரிவிப்பாகும். ஆனால், நமது மதிப்பிற்குரிய முதலாளி வேறு விதமாகக் கூறுகிறார். தான் முதலீடு செய்தது (410c + 90v) ரூ. 500. தான் பெற்றதோ ரூ. 590. ஆக உபரியாகக் கிடைத்தது ரூ. 90; உபரி வீதம் 90 / 500 = 18% தான். ஆனால், இந்தக் கணக்கு அடிப்படையிலேயே தவறு. முதலாளியின் இந்தக் கணக்குப்படி, இலாப வீதம் ($\frac{S}{C+V}$) ஆகும்.

நாசா வில்லியம் சீனியர் என்ற ஆங்கிலேயப் பொருளாதார அறிஞரும் முதலாளிகளுக்கு வக்காலத்து வாங்கும் அடிப்படையில், உழைப்புச் சுரண்டல் ஏதும் நடைபெறவில்லை என்று வாதிடுகிறார். அவரின் கணக்குப்படி 1837-ஆம் வருடத்திய பஞ்சாலைச் சட்டப்படி 18 வயதுக்கு மேற்பட்டவர்கள் வாரத்தில் 5 நாட்கள் 12 மணி நேரமும், சனிக்கிழமை 9 மணி நேரமும் வேலை செய்ய வேண்டும் என்பதாகும். அதாவது ஒரு நபரின் ஒரு நாளைய சராசரி வேலை நேரம் $11^1/_2$ மணி. ஆலை அதிபர் ரூ. 1,00,000 முதலீடு செய்கிறார்; முதலாளியின் 15% இலாப வீதக் கணக்குப்படி ரு 15000 இலாபம் பெறுகிறார். அவர் ஆண்டு முடிவில் ரூ. 1,15,000 பெறுமானமுள்ள சரக்குகளைப் பெறுகிறார். நமது அறிஞர் தொடர்ந்து வாதிடுகிறார். உழைப்பாளி ரூ. 1,00,000 முதலீட்டை மாற்றீடு செய்வதற்குத் தினமும் 10 மணி நேரம் உழைப்பதாகவும், ஆலை இயந்திர சாதனங்களின் தேய்மானமான ரூ. 5000- ஐ ஈடு செய்வதற்கு 1/2 மணி நேரம் வேலை செய்வதாகவும், கடைசி 1 மணி நேரம்தான் நிகர இலாபமான ரூ. 10,000-க்காக வேலை செய்வதாகவும் சித்தரிக்கிறார். எனவே தற்போது வேலை நேரம் நாளுக்கு 1 மணி நேரம் குறைக்கப்பட்டால் இலாபம் அடியோடு மறைந்து விடுகிறதாம். எனவே வேலை நேரத்தை 111/2 மணிக்கும் குறைவாகக் குறைக்கக் கூடாது என்று வாதிடுகிறார். சீனியரின் கடைசி மணிநேரம் என்பது முதலாளித்துவச் சுரண்டலை, உழைப்புச் சுரண்டலின் கடுமையை மூடி மறைப்பதற்காக, அவர் கையாளும் தந்திரமே என்பது சொல்லாமலே விளங்குகிறது.

எனவே உபரி-உற்பத்தியை, உபரி-மதிப்பு என்று கூறினாலும், உபரி-உழைப்பு என்று கூறினாலும், அர்த்தம் ஒன்றுதான். உபரி-மதிப்பு

வீதமானது மூலதனத்தின் மொத்தத் தொகையோடு அல்லாமல் அதன் மாறும்-மூலதனத்தோடு கொண்டுள்ள உறவால் நிர்ணயிக்கப்படுவது போலவே, உபரி-உற்பத்தியில் ஒப்பீட்டு அளவும் மொத்த உற்பத்திப் பொருளின் பகுதியோடு அல்லாமல், அவசிய உழைப்பு சேர்க்கப்பட்டுள்ள உற்பத்திப் பகுதியோடு கொண்டுள்ள உறவாலேயே நிர்ணயிக்கப்படுகிறது. உபரி-மதிப்பின் உற்பத்திதான் முதலாளித்துவ பொருளுற்பத்தியின் முதற்பெரும் குறிக்கோள் ஆகும். எனவே, நாட்டின் செல்வச் சிறப்பை அளவிட்டுக் காட்டுவது மொத்த உற்பத்தியின் அறுதி அளவு அன்று. உபரி-உற்பத்தியின் ஒப்பீட்டுப் பருமனே என்பது தெளிவு. எனவே நாட்டின் செல்வப் பெருக்கத்தின் ஆதாரம் உபரி-உழைப்புத்தான் என்பதை மார்க்ஸ் திட்டவட்டமாக எடுத்துரைக்கிறார்.

அத்தியாயம்-8

வேலை-நாள்

8.1 வேலை-நாளும் *(Working Day)* அதன் வரம்புகளும்

அவசிய உழைப்பு நேரம், உபரி-உழைப்பு நேரம் இவற்றின் மொத்தம்தான் தொழிலாளியின் வேலைநாள் என்பதாகும். பரிவர்த்தனை விதி மீறாமல் தொழிலாளி அதன் உண்மை மதிப்பிற்கே முதலாளியால் வாங்கப்பட்டு வேலைக்கு அமர்த்தப்படுகிறார். ஆனால் நடப்பது என்ன? உழைப்புச் சக்தியை விலைக்கு வாங்கிய முதலாளி அதனைத் தன் இஷ்டம்போல் நுகர உரிமை கோருகிறார். தொழிலாளி தன்னைப் புனரமைத்து மீண்டும் உழைப்பு நிகழ்வில் ஈடுபடவேண்டும் என்றால் தனக்குத் தேவையான அத்தியாவசியப் பொருட்களை நுகர்ந்து தினந்தோறும் தன்னைப் பராமரித்து வரவேண்டும். அதற்காக அவருக்கு ஆகும் செலவுதான் உழைப்பின் மதிப்பு. இந்த மதிப்பை உற்பத்தி செய்வதற்கு அவர் ஒரு நாளைக்கு *6* மணி நேரம் உழைத்தால் போதுமானது. இதுவே அவரது அவசிய உழைப்பு நேரம். ஆனால் மூலதன உற்பத்தியில் நாட்டம் கொண்ட முதலாளி உபரி-மதிப்பைப் பெறும் பொருட்டு அவசிய உழைப்பு நேரத்திற்கும் கூடுதலாக வேலை-நாளை நீட்ட முயல்கிறார். ஆனால் அதற்கும் ஒரு எல்லை உண்டு. ஒரு நாளைக்கு *24* மணி நேரம்தான் எல்லை. அதற்குமேல் நீட்ட வாய்ப்பில்லை. மனிதன் தொடர்ந்து உயிர்வாழ வேண்டும் என்றால் குறைந்தபட்ச நேரத்தையாவது உறக்கம் மற்றும் இதர ஓய்வுக்குச் செலவிட்டே ஆக வேண்டும்.

எனவே வேலை-நாளின் நீளம் என்பது அவசிய உழைப்பு நேரத்திற்கும் ஒரு நாளின் உச்சவரம்பான *24* மணி நேரத்திற்கும் இடைப்பட்ட நேரமாகத்தான் இருக்கமுடியும். மூன்று விதமான வேலை-நாட்களைக் கணக்கில் எடுப்போம்.

வேலை-நாள்-*1*

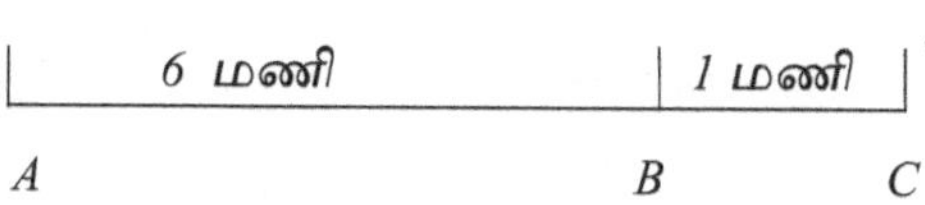

வேலை-நாள்-2

வேலை-நாள்-3

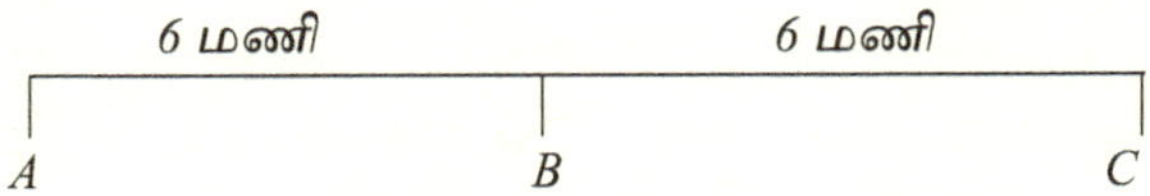

7, 9, 12 மணி என்ற மூன்று விதமான வேலை-நாட்களில் மாறாத *6* மணி நேரம் என்பது அவசிய உழைப்பு நேரம் *AB*. உபரி-உழைப்பு நேரம் *BC* மட்டும் *1, 3, 6* மணி நேரம் என்ற அடிப்படையில் மாறுகிறது. நாம் ஏற்கெனவே பார்த்தபடி,

$$\text{உபரி-மதிப்பு வீதம்} = \frac{\text{உபரி-உழைப்பு நேரம்}}{\text{அவசிய உழைப்பு நேரம்}}$$

மேற்கூறிய மூன்று வேலை-நாளிலும் உபரி-மதிப்பு வீதம் கீழ்க்கண்டவாறு அமைகிறது:

1. $1/6 = 16\,^{2}/_{3}\,\%$
2. $3/6 = 50\%$
3. $6/6 = 100\%$

மூன்றாவது வேலை-நாளில் உழைப்பாளி *100%* சுரண்டப்படுகிறான். ஆக, வேலைநாள் என்பது மாறும் அளவுடையது. இடத்திற்கு இடம், தொழிலுக்குத் தொழில் மாறுபடுகிறது. இதை ஒரு வரம்பிற்குள் நிர்ணயிக்க முடியுமா? இங்குதான் மோதல் உருவாகிறது. உழைப்புச் சக்தியை விலைக்கு வாங்கிய முதலாளி, உழைப்பு நேரத்தை முடிந்தவரை உயர்த்த விரும்புகிறார். உழைப்புச் சக்தியை விற்ற தொழிலாளி அதனை முடிந்தவரை குறைப்பதற்கு முயல்கிறார். இங்கேதான் வர்க்கப் போராட்டத்தின் உள்ளார்ந்த சக்தி இயல்பாகவே வெளிப்படுகிறது என்பதை காரல் மார்க்ஸ் கோடிட்டுக் காட்டுகிறார்.

உழைப்புச் சுரண்டலின் மும்முரம் $16\,^{2}/_{3}$ லிருந்து *100* சதவீதமாக உயரும் போது, உழைப்புச் சக்தியின் அதிதீவிர விரயத்தால்

தொழிலாளியின் உடல்வலுவில் இழப்பு அதிகமாகிறது. இதன் பொருட்டு 30 ஆண்டு காலம் நீடித்து வாழ வேண்டிய தொழிலாளி 15 ஆண்டு காலமே ஆரோக்கியக் குறைவுடன் வாழ முடிகிறது. எனவே, தொழிலாளி தனது கூட்டுபேரச் சக்தியின் மூலம் பலம் பெறுகிறார். எதிரும் புதிருமான முரண்நிலை உருவாகிறது. சம உரிமைகளுக்கிடையில் பலவந்தமே தீர்வாக அமைகிறது. கூட்டு மூலதனத்திற்கும், கூட்டு உழைப்புக்கும் இடையிலான, அதாவது முதலாளி வர்க்கத்திற்கும் தொழிலாளி வர்க்கத்திற்கும் இடையிலான போராட்டத்தின் விளைவு வேலை-நாளின் வரம்பை நிர்ணயிக்கிறது.

8.2 உபரி-உழைப்பிற்கான பேராசை

உபரி-உழைப்பு என்பது புதிய கண்டுபிடிப்பன்று. உற்பத்திச் சாதனங்களின் ஏகபோக உரிமையை உடைமை வர்க்கம் கையில் வைத்திருந்த கடந்த கால சமுதாயங்களிலும் உபரி-உழைப்பு நிலவியது. ஆனாலும் பரிவர்த்தனை-மதிப்பை அதன் சுயேச்சையான தனி வடிவமாகிய பண வடிவத்தில் அடைவது குறிக்கோளாக மாறிய பின்புதான், (தங்கம், வெள்ளியின் உற்பத்தியில்தான்) பண்டைக் காலத்தில் மிகையுழைப்பு கோரத் தாண்டவம் ஆடியது. ஆனால் நிலப்பிரபுத்துவ சமுதாயத்திற்கும், முதலாளித்துவ சமுதாயத்திற்கும் அடிப்படை வேறுபாடு என்னவென்றால் முந்தையதில் உழைப்பவரிடம் உழைப்புச் சாதனங்கள் ஓரளவேனும் சொந்தமாக இருந்தன. ஆனால் முதலாளித்துவ உற்பத்தி முறையில் சொந்தம் என்று சொல்வதற்கு ஏதும் இல்லாத, தனது உழைப்பை மட்டுமே நம்பி இருக்கிற சுதந்திரப் பாட்டாளி, சந்தையில் தானும் ஒரு சரக்காக மாறிவிடுவதே முதன்மையான வேறுபாடு.

முந்தைய சமுதாயங்களில் வெளிப்படையாகத் தெரிந்த அடிமை உறவு, முதலாளித்துவ சமுதாயத்தில் மறைக்கப்பட்ட உறவாக பரிணமிக்கிறது. அடிமைச் சங்கிலி பூக்களால் மறைக்கப்படுகிறது. சுரண்டலின் கடுமை இந்த வடிவில் கோரத் தாண்டவம் ஆடுகிறது. பிரமிப்பூட்டும் செல்வப் பெருக்கம் ஒரு சிலர் கையில் குவிகிறது.

சமுதாய அரங்கில் விஸ்வரூ.பம் எடுக்கும் முதலாளி வர்க்கம், தன் ஆதிக்கத்தை அரசியல் அரங்கில் நிறைவேற்றத் துடிக்கும் அதே வேளையில், அரசின் துணைகொண்டு தொழிற்சாலைச் சட்டங்கள் மூலம் சுரண்டல் கொடுமையை நியாயப்படுத்த முயல்கிறது. இந்தச் சட்டங்கள் உழைப்புச் சக்தியை வரம்பின்றி பிழிவதற்கான சாதனமே. முதலாளிகளாலும் நிலப்பிரபுக்களாலும் ஆளப்படுகிற அரசின் மூலம் கட்டாய முறையில் வேலை-நாளை வரம்புக்குட்படுத்தி நீட்டி

விடுகின்றன. நிலத்தை மலடாக்கிச் சக்தியிழக்கச் செய்த அதே கொள்ளை வெறி நாட்டின் உயிர்ச் சக்தியான உழைப்புச் சக்தியை வேரறுக்க முற்படுகிறது.

8.3 தொழிற்சாலைச் சட்டங்கள்

ஆரம்பத்தில் தொழிற்சாலை சட்டங்கள் வேலை-நாளை நீட்டிப்பதற்காக இங்கிலாந்தில் இயற்றப்பட்டன. 1349-ல் தொழிலாளர் சட்டமான 23-ஆம் எட்வர்ட் III என்ற சட்டம் வேலை-நாளை நீட்டித்துப் பிறப்பிக்கப்பட்டது. அதற்காகச் சொல்லப்பட்ட காரணம் என்னவென்றால், பிளேக் நோய் மக்களின் ஜனத்தொகையைப் பெரும் அளவில் காவு கொண்டுவிட்டது, எனவே, அதனை ஈடுகட்டும் பொருட்டு தொழிலாளர்கள் கூடுதல் நேரம் உழைக்க வேண்டும் என்பதாகும்.

அதேபோல் 1496-ல் ஹென்றி-7 மன்னன் ஆட்சியில் இங்கிலாந்தில் வேலை-நாள் வரம்பு சட்டமாக இயற்றப்பட்டது. அதாவது கோடை காலத்தில் காலை 5 மணிக்கு வேலை நேரம் தொடங்கி இரவு 8 வரை நீடிக்க வழிவகை செய்தது. இடைப்பட்ட நேரத்தில் காலையில் 1 மணி நேரம், மதியம் 1½ மணி நேரம், மாலையில் 1/2 மணி நேரம் ஆக மூன்று மணி நேரம், சாப்பாடு மற்றும் ஓய்வு இடைவேளையாக நிர்ணயித்தது. குளிர்காலத்தில் இந்த வேலை-நாள் அளவு, காலை 5 மணிக்குத் தொடங்கி இரவு வரை நீடிக்கும்படி சட்டம் இயற்றப்பட்டது. ஆனாலும் இச்சட்டங்கள் கட்டாயமாகப் பின்பற்றப்படவில்லை. அதேபோல் 18-ஆம் நூற்றாண்டு முடியும்வரை

வாரம் முழுவதும் உழைப்பாளர்களை முழுமையாகச் சுரண்டுவதற்கு முதலாளி வர்க்கத்தால் முடியவில்லை. ஆனால் 19-ஆம் நூற்றாண்டின் தொடக்கத்தில்தான் மூலதனம் ஆதிக்கம் பெறலாயிற்று. தொழிலாளி வர்க்கம் ஈவு இரக்கமின்றிச் சுரண்டப்படலாயிற்று. தொழிற்சாலைச் சட்டங்கள் மூலம் தொழிலாளர்கள் சட்டப்படி சுரண்டப்படலாயினர். இருந்தபோதும் 1802 முதல் 1833 வரையிலான தொழிற்சாலைச் சட்டங்கள் பெயரளவில் இயற்றப்பட்ட சட்டங்களே. தொழிற்சாலை ஆய்வாளர்கள் நியமிக்கபடவில்லை. 1833-இல்தான் நான்கு பஞ்சாலைத் தொழிற்சாலைகளில் வேலை நேரம் சட்டமாக்கப்பட்டு அது நிறைவேற்றப்பட்டது. இந்தச் சட்டத்தின்படி வயது வந்தவருக்கு வேலை நேரம் காலை 05-30 முதல் இரவு 08-30 வரை 15 மணி நேரமாகவும், 13 முதல் 18 வயதுடையோருக்கு 12 மணி நேரமாகவும், 13 வயதுக்குட்பட்ட குழந்தைத் தொழிலாளர்களுக்கு 8 மணி நேரமாகவும் வேலை நேரம் நிர்ணயிக்கப்பட்டது. இதில் ஓய்வு நேரம் என்பது 1½ மணி நேரம் ஆகும். இரவு வேளையில் குழந்தைத் தொழிலாளர்களை ஈடுபடுத்துவது தடைசெய்யப்பட்டது. வேலை-நாளில் சுழற்சி முறை (Relay System) கடைபிடிக்கப்பட்டது.

1844-ல் இயற்றப்பட்ட சட்டத்தின்படி, குழந்தைத் தொழிலாளர்களின் வேலை-நாள் அளவிற்குப் பெண்களுக்குமான வேலைநாளும் வரம்பிடப்பட்டது. குழந்தைத் தொழிலாளர்களின் வேலை நேரம் 6½மணியாகக் குறைக்கப்பட்டது. சுழற்சி முறை தடை செய்யப்பட்டது. ஆனால் அதே நேரத்தில் குழந்தைத் தொழிலாளியின் குறைந்தபட்ச வயது வரம்பு 8 ஆகக் குறைக்கப்பட்டது. 1847-ல் உழைப்பு நாள் மகளிருக்கும் குழந்தைத் தொழிலாளிக்கும் 10 மணி நேரமாக வரம்பிட்டுச் சட்டம் இயற்றப்பட்டது. 1850-ல் மகளிருக்கும் குழந்தைத் தொழிலாளிக்கும் வாரத்தில் 5 நாட்கள் வேலை-நாள் 10 மணியாகவும், சனிக்கிழமைகளில் 7½ மணியாகவும் நிர்ணயிக்கப்பட்டு, வாரத்திற்கு மொத்தம் 60 மணி நேர உழைப்பாக மாற்றப்பட்டது. 1853-ல் குழந்தைத் தொழிலாளிகளை காலை 6 மணிக்கு முன்பும், மாலை 6 மணிக்கு பின்பும் வேலைக்கு அமர்த்துவது தடை செய்யப்பட்டது.

பிச்சைக்காரர்களையும், நாடோடிகளையும் குற்றவாளியாக அறிவிக்கும் சட்டம் இயற்றப்பட்டது. இதன் நோக்கம் தொழிலாளர்கள் வரத்து தொடர்ந்து முதலாளிக்குக் கிடைத்துக் கொண்டே இருக்க வேண்டும் என்பதுதான். “லட்சிய வேலை இல்லம்” என்ற பெயரில், வக்கற்ற தொழிலாளர்கள் நான்கு சுவருக்குள் வலுக்கட்டாயமாக அடைக்கப்பட்டு, வேலையில் ஈடுபடுத்தப்பட்டனர்.

8.4 மாதர்களும் குழந்தைத் தொழிலாளர்களும் உழைப்பில் ஈடுபடுத்தப்படுதல்

மூலதனப் பெருக்கத்தின் ஆசை காரணமாக வேலை நேரத்தை எவ்வளவு நீட்ட முடியுமோ அந்த அளவிற்கு நீட்டி இங்கிலாந்து முதலாளி வர்க்கம் உழைப்புச் சுரண்டலை அரங்கேற்றியது. இலாபம் சம்பாதிக்க வேண்டும் என்ற வெறி அடங்காததால், பெண்களையும் தொழிற்சாலைக்குள் இழுத்தது. காலப்போக்கில் குழந்தைத் தொழிலாளர்களையும் அது விட்டு வைக்கவில்லை. ஒரே கல்லில் இரண்டு மாங்காயை அடித்தது இங்கிலாந்து முதலாளித்துவ வர்க்கம். ஒருபக்கம் தொழிலாளி வர்க்கத்தின் எண்ணிக்கையை பெருகச் செய்ததன் மூலம் மூலதனப் பெருக்கத்தை அரங்கேற்றியது. அதே சமயம் வேலை-நாள் நீட்டிப்பிற்கு எதிராக எழுந்த பாட்டாளி வர்க்கத்தின் எதிர்ப்புக்குக் கடிவாளம் போட்டது. முன்பு ஒரு தொழிலாளி சம்பாதித்துக் குடும்பத்தைக் காப்பாற்றும் நிலை மாறி, ஒரு குடும்பமே தொழிற்சாலைக்குள் இழுக்கப்பட்டு தங்களது வயிற்றைக் கழுவும் நிலைக்குத் தள்ளப்பட்டனர். குழந்தைகளின் அடிப்படைக் கல்வி மறுக்கப்பட்டது. சமுதாயச் சீரழிவும் சுகாதாரக் கேடும் தொழிலாளி வர்க்கத்தை வெகுவாகப் பாதித்தன. ஆனால் இந்தச் சீர்கேட்டைப் பற்றியெல்லாம் முதலாளி வர்க்கத்திற்கு அக்கறை இல்லை. அதனுடைய அக்கறை எல்லாம் மூலதனப் பெருக்கமே.

8.5 தொழிற்சாலைச் சட்டங்களும் சட்ட மீறல்களும்

இங்கிலாந்து தொழிற்சாலைச் சட்டங்கள் வேலை-நாளுக்கு *12* மணி நேரம், $11^1/_2$ மணி நேரம் என்று வரம்பிட்ட போதும் அப்பட்டமான சட்ட மீறல்கள் தொழிற்சாலைகளில் நடந்த வண்ணம் இருந்தன. *6* மணிக்கு வேலை துவங்கும் என்றால் *1/4* மணி முன்னதாகவே தொழிற்சாலைக்கு வரவேண்டும் என்று தொழிலாளி கட்டாயப்படுத்தப்பட்டார். அதேபோல் வேலை மாலை *6* மணிக்கு முடிந்ததும் கூடுதலாக $^1/_4$ மணி நேரம் இருக்க வேண்டும் என்ற நிலையை உருவாக்கினர். ஒரு வாரத்திற்கு இந்த வகையில் *3* மணி நேரம் அதிகமான உழைப்பு முதலாளிக்குக் கிடைத்தது. சட்டத்தை மீறி அதிகப்படியாக வேலை வாங்குவதன் மூலம் சம்பாதிக்கக் கூடிய இலாபம் பலரையும் மயக்கி ஈர்க்கிறது. தொழிற்சாலை ஆய்வாளர்களின் ஆய்வு அடிப்படையில் விதிமீறல் கண்டுபிடிக்கப்பட்டு அரசுக்குத் தெரியப்படுத்தினாலும், விதிக்கப்படும் அபராதமும், தண்டனையும் சொற்பமே. விதி மீறலினால் அடைந்த இலாபமோ அதைவிடப் பல மடங்கு அதிகம். இந்தியாவில் அம்பானி, அதானி குழுமத்தின்

அத்துமீறல்களும், கொள்ளை இலாபமும், அரசின் பெயரளவிலான குறுக்கீடும், அபராதமும் இதைத்தான் உணர்த்துகின்றன.

குழந்தைத் தொழிலாளர்களுக்கு இரவுப் பணியிலிருந்து விலக்கு அளித்துச் சட்டம் இருந்தாலும், ஒன்பது அல்லது பத்து வயதுடைய குழந்தைகள் அதிகாலை 4 மணிக்கு முன்பாகவே அவர்களது அழுக்குப் படுக்கையிலிருந்து இழுக்கப்பட்டு வயிற்றுப்பாட்டுக்காக இரவு 10 மணி வரை வேலை செய்ய கட்டாயப்படுத்தப்பட்டனர். சாப்பாட்டிற்கு 1 மணி நேர இடைவேளை என்ற சட்டம் இருந்தும், 1/2 மணி நேரமே எடுத்துக் கொள்ள அனுமதிக்கப்பட்டனர். அப்பட்டமான 'உழைப்புத் திருட்டு' என்று அழைப்பதைவிட வேறு எப்படி அழைப்பது? தொழிற்கூடங்களில் காற்றோட்ட வசதி செய்யப்பட்டு இட நெருக்கடியின்றி தொழிலாளர்கள் வேலை செய்ய அனுமதிக்கப்பட வேண்டும் என்று தொழிற்சாலைச் சட்டங்கள் இருந்தாலும், இவையாவும் அப்பட்டமாக மீறப்பட்டன.

இங்கிலாந்து பாராளுமன்றத்திற்கு தொழிற்சாலை ஆய்வாளர்கள், மற்றும் மருத்துவப் பணியாளர்கள் கொடுத்த அறிக்கைகளை மார்க்ஸ் உழைப்புச் சுரண்டலின் ஆதாரமாக வைப்பதைப் பார்ப்போம்.

"பெற்றோர்கள் அல்லது முதலாளிகளின் பேராசையைத் திருப்திப்படுத்துவதற்காக ஆரோக்கியத்தைப் பலியிட்ட ஏழைக் குழந்தைகளைப் பார்க்கும்போது, நான் மீண்டும் ஆத்திரம் அடைகிறேன்" – சார்லஸ் பார்சன்ஸ் என்ற மருத்துவப் பணியாளர், ஆணையர் லாங்கேக்கு எழுதிய கடித வாசகம்.

தொழிற்சாலையில் வேலை செய்த பெண் தொழிலாளி இறந்தபோது மருத்துவர் கீய்ஸ் மரண விசாரணைச் சான்றியத்திடம் முறைப்படி அளித்த சாட்சி விபரம்:

"மிகவும் நெரிசலான வேலை அறையிலும், காற்றோட்டமில்லாத அறையிலும் நெடுநேரம் வேலை செய்ததால் மேரி ஆன்வாக்லி இறந்து போனாள்."

ஆனால் மரண விசாரணைச் சான்றாயம் வழங்கிய தீர்ப்பு:

"இறந்து போன பெண் வலிப்பு கண்டு இறந்திருக்கிறாள். ஆனால் மிகவும் நெரிசலான இடத்தில் செய்த வேலையால் அவளது மரணம் துரிதமாக்கப்பட்டது என்று அஞ்சக் காரணம் உண்டு."

என்ன சாதுர்யமான தீர்ப்பு! முதலாளித்துவ நலன் காப்பாற்றப்பட்டது.

1968-ல் தஞ்சை மண்ணில் கீழ்வெண்மணியில் கூடுதல் கூலியாக அதிக நெல்மணி கேட்டதற்குப் பரிசாகக் குடிசை வீட்டில் அடைத்து வைக்கப்பட்டு, அப்பாவித் தலித் விவசாயத் தொழிலாளர்கள் 44 பேர் தீயிட்டுக் கொழுத்தப்பட்டனர். தீயில் கருகியவர்களில் பெரும்பான்மையினர் பெண்களும் பிஞ்சுக் குழந்தைகளும் ஆகும். குற்றம் சாட்டப்பட்ட மிராசுதாரர்கள் கொலை வழக்கிலிருந்து விடுவிக்கப்பட்டனர். சமுதாய அந்தஸ்தில் மிக உயர்ந்த மனிதர்கள் சேற்றில் இறங்கிச் சென்று இத்தகைய காரியம் செய்திருக்க வாய்ப்பில்லை என்று நீதிமன்றம் தீர்ப்பளித்தது. கொலைக் குற்றம் செய்த மிராசுதாரர்களை விடுதலை செய்தது. நீதிமன்றம் வழங்கிய தீர்ப்பு மூலம் ஆளும் வர்க்க நலன் தொடர்ந்து காப்பாற்றப்படுவதை இந்திய மண்ணிலும் பார்க்கிறோம்.

"பஞ்சுத் தொழில் *90* ஆண்டுகளாக நடைபெறுகிறது. இப்படி நடைபெற்றுள்ள காலத்தில் அது ஆலைத் தொழிலாளர்களின் ஒன்பது தலைமுறைகளை அழித்து ஒழித்துள்ளது என்று துணிந்து சொல்லலாம் என்று நம்புகிறேன்." – காமன்ஸ் சபையில் ஃபெர்ரண்டு ஆற்றிய உரை.

எனவே சமுதாயத்திடமிருந்து நிர்ப்பந்தம் இருந்தாலன்றி, தொழிலாளியின் ஆரோக்கியம் பற்றியோ ஆயுள் பற்றியோ மூலதானத்துக்குக் கவலை இல்லை. இந்த உழைப்புச் சுரண்டலின் தீவிரம் மற்றும் விதிமீறல்கள் அனைத்தும் உண்மையில் தனிப்பட்ட முதலாளியின் நல்லெண்ணத்தையோ, கெட்டெண்ணத்தையோ பொறுத்ததன்று. தடையில்லாப் போட்டியானது முதலாளித்துவப் பொருளுற்பத்தியின் உள்ளார்ந்த விதிகளை, வெளியிலிருந்து வலுவந்தம் செய்து ஒவ்வொரு தனிப்பட்ட முதலாளி மீதும் அதிகாரம் செலுத்தும் விதிகளாய் உருவெடுக்கச் செய்கிறது. மேற்கூறிய கூற்றின் மூலம் மார்க்ஸ், "தனிப்பட்ட முதலாளி தொழிலாளி வர்க்கத்திற்கு எதிரியல்ல. மாறாக முதலாளித்துவமே, வர்க்கமென்ற முறையில் எதிர்க்க வேண்டிய எதிரி" என்று பறை சாற்றுகிறார்.

மேலே மார்க்ஸ் குறிப்பிட்ட இங்கிலாந்துத் தொழிற்சாலைச் சட்ட மீறல் என்பது இன்றும் இந்தியா உட்பட அனைத்து முதலாளித்துவ நாடுகளிலும் அப்பட்டமாக நடந்தேறி வருகிறது. குழந்தைத் தொழிலாளர் நலச் சட்டம், மனிதக் கழிவை மனிதனே அகற்றும் தடைச் சட்டம், கல்வி கற்கும் உரிமைச் சட்டம் என்று எண்ணற்ற சட்டங்கள் இருந்த போதும் சட்ட மீறல்கள் தொடர்ந்து இந்திய மண்ணில் அரங்கேறி வருகின்றன. முதலாளி வர்க்க நலனைப் பாதுகாக்கும் முதலாளித்துவ அரசுகள் இந்த மீறல்களைக் கண்டும் காணாமல் இருந்து வருகின்றன.

இந்தியாவில் மாருதி கார் தொழிற்சாலையில் 2012-ல் நடைபெற்ற தொழிலாளர் போராட்டத்தைத் தொடர்ந்து நடைபெற்ற நிர்வாகத்தின் அத்துமீறல், தொழிலாளர் வேலை நீக்கம், கைது, மற்றும் சிறையிலடைப்பு போன்ற சம்பவங்களை ஆய்வு செய்த சர்வதேசிய தொழிலாளர் உரிமைக் கமிஷன் (International Commission for Labour Rights group) ஜூன் 2013-ல் தன்னுடைய இடைக்கால அறிக்கையை வெளியிட்டது. அந்த அறிக்கையின் அம்சம் என்னவென்றால் –

1. மாருதி கார் தொழிற்சாலை நிர்வாகம் ஊழியர்களை 48 வினாடிக்கு ஒரு கார் உற்பத்தி செய்ய வேண்டும் என்று நிர்ப்பந்தித்த காரணத்தால் ஊழியர்கள் ஓய்வு நேரம் கடுமையாக குறைக்கப்பட்டு கடுமையான உழைப்புச் சுரண்டலுக்கு ஆளாகியதன் விளைவாய், உடல் மற்றும் மன ரீதியான பாதிப்புக்கு ஆளாயினர். தற்காலிக ஊழியர்கள் பெரும் எண்ணிக்கையில் மிகக் குறைந்த கூலிக்கு அமர்த்தப்பட்டனர். கூட்டுப் பேர சக்தியின் மூலம் நிர்வாகத்துடன் பேச்சு வார்த்தை நடத்துவற்காகத் தனியாக மாருதி சுசுகி தொழிலாளர் யூனியன் என்ற சங்கத்தை உருவாக்கினர். பெரும்பான்மை உறுப்பினரைக் கொண்ட இந்த சங்கத்தை நிர்வாகம் அங்கீகரிக்க மறுத்து, நிர்வாகம் உருவாக்கிய பொம்மை சங்கத்தில் தொழிலாளர்கள் உறுப்பினர் ஆக வேண்டும் என்று நிர்ப்பந்தம் செய்தது. இதுதான் தொழிலாளர்களின் போராட்டத்துக்குக் காரணம் என்று அறிக்கை தெரிவிக்கிறது.
2. சர்வதேசியத் தொழிலாளர் அமைப்பின் சரத்துகளான 87, 98 மற்றும் 111–ன்படி சங்கம் அமைக்கும் உரிமை, கூட்டுப் பேர சக்தி, சம வேலைக்குச் சம ஊதியம் ஆகியவை மறுக்கப்பட்டுள்ளன.
3. தொழிலாளர் நல ஆணையம் இந்தப் பிரச்சினையில் தலையிட்டு பாரபட்சமின்றித் தீர்ப்பு வழங்கத் தவறி விட்டது.
4. காவல்துறை நிர்வாகத்திற்கு ஆதரவாகச் செயல்பட்டதுடன், பாரபட்சமின்றி தொழில் அமைதியைக் காப்பதற்கு எந்த நடவடிக்கையும் எடுக்கவில்லை.

மேற்கூறிய நிகழ்ச்சி நமக்குத் தெரிவிப்பது என்னவென்றால், இன்றளவும் தொழிலாளர்களின் உரிமைகள் மறுக்கப்படுவதும், முதலாளித்துவ அரசின் அங்கமான தொழிலாளர் நல ஆணையம், காவல்துறை மற்றும் நீதித்துறை முதலாளி வர்க்க நலனைத்தான் பாதுகாக்கின்றன என்பதும் தெளிவாகிறது. முதலாளித்துவ உற்பத்தி முறை தொடரும் வரை இதுதான் தொடர்கதை.

8.6 நிலப்பிரபுத்துவ முதலாளித்துவ வர்க்கத்தின் உள்ளார்ந்த பகை வேலை நேரச் சட்டத்திற்கு ஆற்றிய பங்கு

19-ம் நூற்றாண்டின் தொடக்கத்தில் பொருளாதார அரங்கில் வளர்ந்து வந்த முதலாளி வர்க்கம், அரசியல் அரங்கிலும் தன்னுடைய அதிகாரத்தை நிலைநாட்டுவதற்குத் தொழிலாளர் வர்க்கத்தோடு கூட்டுச்சேர்ந்து நிலப்புரத்துவ வர்க்கத்தை எதிர்த்து இயக்கம் நடத்தியது என்பதை மார்க்ஸ் இங்கு விளக்குகிறார். இந்த வர்க்கக்கூட்டு சில இடைக்கால பலன்களையும் தொழிலாளி வர்க்கத்திற்குக் கிடைக்கச் செய்தது. இங்கிலாந்தில் தானிய உற்பத்தி குறைந்தபோது, உள்நாட்டில் கோதுமை விலை அதிகரித்தது. இது தொழிலாளி வர்க்கத்தை வெகுவாகப் பாதித்தது. எனவே வெளிநாடுகளிலிருந்து குறைந்த விலையில் தானியங்கள் இறக்குமதி செய்யப்பட்டன. உள்நாட்டு நிலப்பிரபுக்கள், பெரும் விவசாயிகள் உற்பத்தி செய்த தானியங்களின் விலை வெகுவாக வீழ்ச்சியடைந்தது. அரசியல் ஆதிக்கம் செலுத்தி வந்த நிலப்பிரபுத்துவ வர்க்கம், தன் வர்க்க நலனைப் பாதுகாக்கும் பொருட்டுத் தானியச் சட்டங்களை இயற்றி, இறக்குமதி செய்யப்படும் தானியங்களுக்கு அதிகமான வரியை விதித்தது. இதன் காரணமாய் தானிய விலைகள் மீண்டும் உயர்ந்தன. தொழிலாளர்களின் கூலி உயர்ந்து, உபரி-மதிப்பு குறைந்தது. நிலப்பிரபுத்துவ வர்க்கத்தை அரசியல் அரங்கில் வீழ்த்துவதற்குக் காத்திருந்த முதலாளி வர்க்கம் தானியச் சட்டங்களை எதிர்த்தது. அதனை ரத்து செய்வதற்கான போராட்டத்தை முதலாளி வர்க்கம் ஆரம்பித்தது. இதில் வெற்றி பெற தொழிலாளர்களின் உதவி அவர்களுக்குத் தேவைப்பட்டது. தானியச் சட்டத்திற்கு எதிராக, தடையில்லா வாணிபம் சட்டமாக்கப்பட்டால், அத்தகைய பொற்காலத்தில் இருமடங்கு பெரிய ரொட்டித் துண்டு தருவதோடுகூட, 10 மணி நேர வேலை-நாள் மசோதாவையும் சட்டமாக்குவோம் என்று முதலாளி வர்க்கம் தொழிலாளி வர்க்கத்திற்கு வாக்களித்தது. டோரிகள் (நிலப்புரத்துவ ஆதரவாளர்கள்) தங்களின் அதிபுனித நலனாகிய நிலவாரத்திற்கு ஆபத்து வரவே, பகையாளர்களின் “இழிசெயலுக்கு” எதிராக ஆவேசத்துடன் இடிமுழக்கம் செய்தனர். இந்த உள்ளார்ந்த வர்க்கப் பகைமையின் காரணமாய், 1846-47 ஆண்டுகளில் இங்கிலாந்தில் தானியச் சட்டங்களும், பஞ்சு முதலான கச்சாப் பொருட்கள் மீதான தீர்வைகளும் ரத்தாயின. தடையிலா வாணிபம் பிரகடனம் செய்யப்பட்டது. முதலாளி வர்க்கம் ஆனந்தக் கூத்தாடியது. முதலாளி வர்க்கம் தொழிலாளி வர்க்கத்துக்குக் கொடுத்த 10 மணி நேர வாக்குறுதி காற்றில் பறக்கவிடப்பட்டது. எனவே, சாசன

இயக்கமும் *(chartist movement) 10* மணி நேர வேலை-நாள் கிளர்ச்சியும் மீண்டும் வெடித்தன. முதலாளி வர்க்கத்தைப் பழிதீர்க்கக் காத்துக் கொண்டிருந்த டோரிகள், தொழிலாளி வர்க்கத்திற்கு ஆதரவுக் கரம் நீட்டினர். *10* மணி நேர வேலைநாள் மசோதா பாரளுமன்றத்தில் நிறைவேற்றப்பட்டது. தொழிலாளி வர்க்கம் வேலை-நாளை குறைப்பதற்கான தனது நீண்ட போராட்டத்திற்கான வெற்றியில், முதலாளி மற்றும் நிலப்பிரபுத்துவ வர்க்கங்களுக்கு இடையிலான உள்ளார்ந்த பகைமை எந்த அளவிற்கு உதவியது என்பதைத்தான் மார்க்ஸ் இங்கே கோடிட்டுக் காட்டுகிறார்.

8.7 எட்டு மணி நேர வேலை-நாள்

உழைப்பை மூலதனத்துக்குக் கீழ்ப்படுத்துவதால் எழக்கூடிய உற்பத்தி முறையிலான மாற்றங்கள் அனைத்தும் ஒருபுறமிருக்க, முதலாளித்துவப் பொருளுற்பத்தியின் இலட்சியமும், குறிக்கோளும், சாரமும் சத்தும், உபரி-மதிப்பின் உற்பத்தியே. இந்த உபரி-மதிப்பைப் பெற வேண்டும் என்ற அடங்காத வெறி, சகல விதத்திலும் வரம்பு கடந்த மட்டுமீறலுக்கு வழிவகுத்தன. பின், இதற்கு எதிரிடையாக, சமுதாயத்திலிருந்து ஒரு கட்டுப்பாட்டை அவசியமாக்கின. சமுதாயம், வேலை-நாளுக்கும் அதன் உணவு இடைவேளைக்கும் சட்ட வரம்பிட்டு அவற்றை ஒழுங்குபடுத்திச் சீராக்குகிறது. முதலாளி வர்க்கத்திற்கும், தொழிலாளி வர்க்கத்திற்கும் இடையில், பெரும்பாலும் மறைவாக, நீண்ட காலத்திற்கு நடைபெறும் ஒரு உள்நாட்டுப் போரின் விளைவாகவே இயல்பான வேலை-நாள் நிலைநாட்டப்படுகிறது. இப்போர் நவீனத் தொழில்துறை என்னும் களத்தில் நடப்பதால், தொழில்துறையின் பிறப்பிடமாகிய இங்கிலாந்தில் வெடித்தெழுந்தது. இதர நாடுகளில் வெகு காலத்திற்குப் பின்புதான் உழைப்பு நேரம் சட்ட வடிவமாக்கப்பட்டது. பிரான்சில் *12* மணிநேர வேலைச் சட்டம் *1855*-ல் தான் நடைமுறைப்படுத்தப்பட்டது. ஆனாலும் பிரான்சில் இந்தச் சட்டம் எந்தவித வேறுபாட்டுக்கும் இடமின்றி எல்லாத் தொழிற்சாலைகளுக்கும் ஒரே விதமான வரம்பை அது முடிவாக விதித்தது. இந்தச் சட்ட வரம்பு ஆங்கிலேயச் சட்ட நெறியில் பார்க்க முடியாத ஒன்று.

வட அமெரிக்காவில் ஐக்கிய அரசில் அடிமை முறை குடியரசின் ஒரு பகுதியை விகாரமாக்கிக் கொண்டிருந்தவரை தொழிலாளர்களின் சுயேச்சையான இயக்கம் ஒவ்வொன்றும் முடக்கப்பட்டது. அடிமை முறையின் மரணத்திலிருந்து புதிய வாழ்க்கை பிறந்தது. உள்நாட்டுப் போரில் விளைந்த முதற்பலன் எட்டு மணிநேரக் கிளர்ச்சி. *1866* ஆகஸ்டு

16-ல் பால்டிமரில் நடந்த தொழிலாளர் பொதுப் பேராயம் *(General Congress of Labour)* கீழ்க்கண்டவாறு பிரகடனப்படுத்தியது:

"அமெரிக்க ஒன்றியத்தின் எல்லா அரசுகளும் எட்டு மணிநேரமே இயல்பான வேலை-நாள் ஆகுமென சட்டம் இயற்றுதல் வேண்டும். இந்த நாட்டின் உழைப்பை முதலாளித்துவ அடிமைத்தனத்திலிருந்து விடுவிப்பதற்கு இன்றைய முதற்பெரும் தேவை இதுவே. சீரும் சிறப்பும் வாய்ந்த இந்த விளைவு கிட்டும் வரை நமது முழு பலத்தையும் கொண்டு முயன்றிட உறுதி பூண்டுள்ளோம்."

இந்தப் பிரகடனத்தைத் தொடர்ந்து ஜெனீவாவில் நடந்த சர்வதேச உழைக்கும் மக்கள் சங்கத்தின் பேராயம் *(Congress of International Working Men's Assosiation)* கீழ்க்கண்ட தீர்மானத்தை நிறைவேற்றியது:

"வேலை-நாளுக்கு வரம்பிடுவதென்பது ஆரம்ப நடவடிக்கை. இஃதல்லாமல் மேம்பாட்டிற்கும் விடுதலைக்குமான ஏனைய எல்லா முயற்சிகளும் வீண் முயற்சிகளே. எட்டு மணிநேரமே வேலை-நாளுக்குரிய சட்ட வரம்பு என்று பேராயம் முன்மொழிகிறது."

அதன் பிறகு *8* மணி நேர வேலை-நாளைச் சட்டமாக்க வேண்டும் என்று *1886*-ல் சிகாகோ நகரில் நடைபெற்ற மாபெரும் தொழிலாளர் எழுச்சியே இன்று உலகம் முழுவதும் *8* மணிநேர உழைப்பைச்சட்டமாக்க அடித்தளமிட்டது. உலகம் முழுவதும் சிகாகோ நகரத் தொழிலாளர்களின் அளப்பரிய தியாகத்தை நினைவுகூர்ந்துதான் தொழிலாளி வர்க்கம் 'மே-*1*' தினத்தை மேதினமாக அறிவித்து ஆண்டுதோறும் கொண்டாடி வருகிறது.

அத்தியாயம்-9

உபரி-மதிப்பின் வீதமும் திரளும் (Rate and Mass of Surplus Value)

முதலாளியின் நோக்கம் உற்பத்திப் பெருக்கம். அதன் விளைவாய் உபரி-மதிப்புப் பெருக்கம். அதாவது மூலதனப் பெருக்கம். எனவே உபரி-மதிப்பின் வீதம் எப்படி இருந்தாலும் (குறைவாக இருந்தாலும் கூட) உபரி-மதிப்பின் திரள் *(Mass of Surplus Value)* குறையாமல் பெருக வேண்டும் என்பதே முதலாளித்துவ உற்பத்தியின் இறுதி நோக்கம். உபரி-உற்பத்தித் திரள் என்பது கீழ்க்கண்ட சூத்திரத்தின் மூலம் விளக்கப்படுகிறது.

$S = (s/v) X V$ அல்லது $S = P X (a'/a) X n$

S = உபரி-மதிப்பின் திரள்

s = சராசரி தனிப்பட்ட உழைப்பாளி படைக்கும் உபரி-மதிப்பு

v = ஒரு தனிப்பட்ட உழைப்பாளியை வாங்குவதில் முன்னீடு செய்யப்படும் மாறும்-மூலதனம்.

V = முன்னீடு செய்யப்பட்ட மொத்த மாறும்-மூலதனம்.

P = சராசரி உழைப்புச் சக்தியின் மதிப்பு

a = அவசிய உழைப்பு நேரம் (மணி அளவில்)

a' = உபரி-உழைப்பு நேரம் (மணி அளவில்)

n = குறிப்பிட்ட தொழிற்சாலையில் வேலைக்கு அமர்த்தப்படும் தொழிலாளர்களின் எண்ணிக்கை.

மேலே உள்ள சூத்திரத்தில், ஒரு தொழிலாளியின் கூலி ரூ. 100 (v), அவர் படைக்கும் உபரி-மதிப்பு ரூ. 100 (s), அவரின் அவசிய உழைப்பு நேரம் 6 மணி (a), உபரி-உழைப்பு நேரம் 6 மணி (a'), மொத்தத் தொழிலாளர் எண்ணிக்கை 100 என்று வைத்துக் கொள்வோம். தற்போது உபரி-மதிப்புத் திரள் *(Mass of Surplus Value)* கீழ்க்கண்டவாறு அமையும்:

1. முதல் சூத்திரத்தின்படி: 100/100 X 10,000 = ரூ. 10000
2. இரண்டாவது சூத்திரத்தின்படி: 100 X (6/6) X 100 = ரூ. 10000

ஆக, உபரி-உற்பத்தி வீதம் 100%; உபரி-மதிப்பின் திரள் என்பது ரூ. 10,000.

தற்போது உபரி-மதிப்பின் வீதம் 100% லிருந்து 50% ஆகக் குறைவதாகக் கொள்வோம். இப்போது உபரி-மதிப்பின் திரள் ரூ. 5,000 ஆகக் குறைந்துவிடுகிறது. இந்த மாற்றம் முதலீடு செய்யப்படும்

மொத்த மாறும்-மூலதனம் குறையும் போதும் ஏற்படலாம். தற்போது முதலாளி இந்தச் சூழ்நிலையையும் எதிர்கொள்கிறார். ஆனால் தனக்குப் பழையபடி கிடைத்த மொத்த உபரி-மதிப்பான ரூ. 10000-ல் மாற்றம் கூடாது என்று விரும்புகிறார். இதற்கு அவருக்கு இருக்கும் ஒரே வழி "வேலை-நாளை நீட்டிப்பது." ஆனால் வேலை-நாளை நீட்டிப்பதற்கு வரம்பு உள்ளது. 24 மணி நேரத்திற்கும் மேலாக நீட்ட முடியாது. இந்த வரம்பிற்குள் உழைப்புச் சுரண்டலை கடுமையாக்குவதன் மூலம் உபரி-மதிப்பின் திரள் மாறாமல் தொடர்ந்து கிடைப்பதை உறுதி செய்ய முடியும்.

எனவே மேற்கூறிய முதலாளியின் பேராசையின் காரணமாக இரண்டு முரண்பட்ட நிலைகள் உருவாகுகின்றன:

1. மாறும்-மூலதனத்தைக் குறைப்பது; உற்பத்தியில் ஈடுபடுத்தப்படும் தொழிலாளியின் எண்ணிக்கையைக் குறைப்பது.

2. கூடுமானவரை மிகையான உபரி-மதிப்புத் திரளைப் பெறுவது.

மேற்கூறிய முரண்பட்ட சூழலில், உற்பத்தித் துறையில் மாற்றம் இல்லாதவரை முதலாளிக்குக் கிடைப்பது தோல்வியே. ஆக, அவரின் அறுதி மூலதனப் பெருக்கம் இரண்டு வழிகளில் மட்டுமே கிடைக்க முடியும்.

1. ஒரு குறிப்பிட்ட சமுதாயத்தில், உழைப்பு நேரம் என்பது சட்டமாக்கப்பட்டுள்ளது. எனவே அது மாறாதது. தற்போது உபரி-மதிப்பின் திரள் உயர்த்தப்பட வேண்டும் என்றால் உழைப்பாளர் எண்ணிக்கை உயர வேண்டும். மாறும்-மூலதனத்துக்கான முதலீடு பெருக வேண்டும்.

2. தொழிலாளர் எண்ணிக்கை உயர வாய்ப்பில்லை என்றாகும்போது, உழைப்பு நேரத்தை வேண்டிய மட்டும் நீட்டுவது.

தொழிலாளி வர்க்கத்தை, அதன் வாழ்க்கைத் தேவைகள் நிர்ணயிக்கிற குறுகிய வட்டத்தைக் காட்டிலும் அதிகமாக வேலை செய்யுமாறு நிர்பந்திக்கிற வலுவந்த உறவாக மூலதனம் மேலும் வளரலாயிற்று. இந்த வளர்ச்சிப் போக்கில் உற்பத்திச் சாதனங்கள் பிறர் உழைப்பை உறிஞ்சுவதற்கான சாதனங்களாக மாறிப் போகின்றன. தொழிலாளி உற்பத்திச் சாதனங்களைப் பயன்படுத்துவதற்குப் பதில், உற்பத்திச் சாதனங்கள் தொழிலாளியைப் பயன்படுத்துகின்றன.

பகுதி-4

ஒப்பீட்டு உபரி-மதிப்பு (Relative Surplus Value)

வேலை-நாளை நீட்டுவதன் மூலம் உபரி-மதிப்பின் வீதம் அதிகமாகி உபரி-மதிப்புத் திரள் அதிகமாகியதைச் சென்ற பகுதியில் பார்த்தோம். இந்த வகையில் உற்பத்தி செய்யப்படும் உபரி-மதிப்பை "அறுதி உபரி-மதிப்பு" *(Absolute Surplus Value)* என்று மார்க்ஸ் அழைக்கிறார். ஆனால் வேலை-நாளை அளவுக்கு அதிகமாக நீட்டுவதில் பிரச்சனை எழுகிறது. விழித்துக்கொண்ட தொழிலாளி வர்க்கம் வேலை-நாளை நீட்டிப்பதை எதிர்ப்பது மட்டுமன்றி முடிந்தவரை வேலை-நாளைக் குறைப்பதற்கு வர்க்க ரீதியில் திரண்டு போராடுகிறது. அதில் ஓரளவு வெற்றியும் கிடைக்கிறது. ஆக, உற்பத்தி முறையில் எந்த மாற்றமும் இல்லாத போதும், வேலை-நாளை நீட்டவும் முடியாத போதும், உபரி-மதிப்பின் திரளை அதிகரிக்க என்ன செய்வது என்று முதலாளி தீவிரமாக யோசிக்க ஆரம்பிக்கிறார். அவருக்கு விடை கிடைக்கிறது. தற்போது வேலை-நாளை நீட்டிக்காமலே, அவசிய உழைப்பு நேரத்தைக் குறைப்பதன் மூலம் அவருடைய பேராசைக்குத் தீர்வு கிடைக்கிறது.

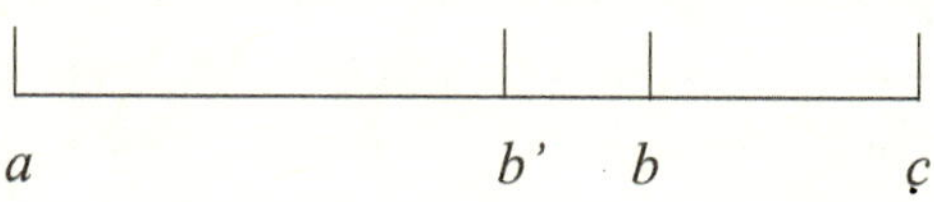

ac என்ற *12* மணிநேர உழைப்பு நாளில் *ab* என்பது *10* மணிநேர அவசிய உழைப்பு நேரம் ஆகும். *bc* என்பது *2* மணிநேரம் உபரி-உழைப்பு நேரம் ஆகும். தற்போது *ac* என்ற *12* மணி அளவை நீட்டாமலே *b*-யை *b'* என்ற இடத்திற்குத் தள்ளிவிடுவதன் மூலம் அவசிய உழைப்பானது *ab'* என்று *9* மணி நேரமாகக் குறைந்துவிடுகிறது. இந்த நிலையில் உபரி-உழைப்பானது *b'c* என்ற *3* மணிநேரமாக அதிகரித்துவிடுகிறது.

நாம் ஏற்கெனவே பார்த்தபடி வேலை-நாளின் கால அளவும், உழைப்புச் சக்தியின் மதிப்பும் மாறாமல் இருக்கும்வரை உபரி-உழைப்பின் கால அளவிலும் மாற்றம் என்பது இருக்க முடியாது என்பது தெளிவு. உழைப்புச் சக்தியை உற்பத்தி செய்வதற்கான உழைப்பு நேரம், அந்த மதிப்பின் மறு-உற்பத்திக்கான அவசிய உழைப்பு நேரத்தை நிர்ணயிக்கிறது. அதாவது உழைப்பின் அன்றாட மதிப்பு

ரூ.600 என்றால் இந்த மதிப்புடைய அத்தியாவசியப் பண்டங்களை (உணவு, உடை) உற்பத்தி செய்வதற்கான அவசிய உழைப்பு நேரம் 10 மணிநேரம் என்று அர்த்தம். தொழிலாளி தன் அன்றாட மதிப்புக்கான சமதையை உற்பத்தி செய்ய வேண்டும் என்றால் தினமும் 10 மணிநேரம் அவசியம் உழைத்தே ஆக வேண்டும். தொழிலாளியின் வாழ்வுச் சாதனத்தின் மதிப்பு மாற்றமின்றி தொடர்ந்து ரூ. 600 ஆகத்தான் நீடிக்கிறது. இதை உற்பத்தி செய்வதில் அடங்கிய அவசிய உழைப்பு நேரமும் மாற்றமின்றி 10 மணியாகவே நீடிக்கிறது. இப்படிப்பட்ட சூழ்நிலையில் முதலாளி தன்னுடைய தொழிலில் அவசிய உழைப்பு நேரத்தைக் குறைப்பது எப்படி? தொழிலாளியின் உழைப்புச் சக்தியின் மதிப்புக்கும் குறைவாகக் கூலியைக் கொடுப்பதைத் தவிர வேறு வழியில்லை. ரூ. 600 கூலிக்குப் பதில் ரூ. 540 கூலியாகக் கொடுக்கிறார். இதன்மூலம் தொழிலாளி உற்பத்தியில் ஈடுபட்டுள்ள குறிப்பிட்ட தொழிலில் அவசிய உழைப்பு நேரம் 10-லிருந்து 9 மணியாகக் குறைகிறது. தொழிலாளி தற்போது ரூ. 540-ஐக் கொண்டு வாழ்வாதாரத்திற்குத் தேவையான அவசியப் பண்டங்களை 10-ல் ஒரு பங்கு குறைவாக மட்டுமே பெற முடியும். உழைப்புச் சக்தியின் முறையான மறு உற்பத்தி முடமாக்கப்படுகிறது. மார்க்ஸின் "உழைப்புச் சக்தி உள்பட அனைத்துச் சரக்குகளும் அதன் மதிப்பிற்கே வாங்கவும் விற்கவும் படுகின்றன" என்ற அனுமானம், இந்த வழிமுறையைப் பரீசிலிக்க விடாமல் தடுக்கிறது. எனவே உழைப்புச் சக்தியின் உற்பத்திக்கு அல்லது அதன் மதிப்பின் மறு உற்பத்திக்கு அவசியமான உழைப்பு நேரம் குறைவது என்பது, கூலிக் குறைப்பின் மூலமாக இருக்க முடியாது. மாறாக உழைப்பாளியின் வாழ்வுச் சாதனங்களின் உற்பத்தி 10 மணிநேர உழைப்பிலிருந்து 9 மணிநேரமாகக் குறையும் போதுதான் இது சாத்தியம் என்று நம்மால் புரிந்து கொள்ள முடிகிறது. ஆனால், உழைப்பின் உற்பத்தித் திறன் அதிகரிக்காமல் இது சாத்தியமில்லை. அவரது உற்பத்திக் கருவிகளிலும் மாற்றங்கள் நிகழ வேண்டும்.

எனவே உற்பத்தி நிலைமைகள், உற்பத்தி முறை மற்றும் உழைப்பு நிகழ்முறை புரட்சிகரமாக மாற்றியமைக்கப்பட வேண்டும். இத்தகைய முறையில்தான் உழைப்புச் சக்தியின் மதிப்பைக் குறையச் செய்து, அதன் பலனாய் அவசிய உழைப்பு நேரத்தைக் குறைக்க முடியும். எனவே இந்த வகையில் கிடைக்கும் உபரி-மதிப்பை ஒப்பீட்டு உபரி-மதிப்பு (Relative Surplus Value) என்று மார்க்ஸ் அழைக்கிறார். சமூக மயமாக்கப்பட்ட சரக்கின் மதிப்பிற்கும், உயர்ந்த உற்பத்தித் திறனில் உற்பத்தி செய்யப்பட்ட சரக்கின் மதிப்பிற்கும் உள்ள வேறுபாடுதான்

ஒப்பீட்டு உபரி-மதிப்பு. இப்படி பெறப்படும் கூடுதல் உற்பத்தி மதிப்பானது சமூக முழுமைக்கும் பரவாமல் இருக்கும் வரை தொடர்கிறது.

தற்போது உழைப்புச் சக்தியின் மதிப்பு எந்தெந்த வகையில் குறைகிறது என்பதைப் பார்ப்போம். முதலாவதாக, வாழ்வுச் சாதனங்களின் உற்பத்திப் பொருட்கள் அல்லது அதைச் சார்ந்த பொருளுற்பத்தியில் உற்பத்தித் திறன் அதிகரிக்கப்பட்டு அதன் மதிப்பு குறைய வேண்டும். அதேபோல் தொழிலாளியின் உற்பத்தியின் இலக்குப் பொருட்களான கச்சாப் பொருட்கள் மற்றும் துணைப் பொருட்களிலும் உற்பத்தித் திறன் அதிகரிக்கப்பட்டு அவற்றின் மதிப்பு வீழ்ச்சியடைய வேண்டும். தொழிலில் ஒரு துறையில் அல்லது ஒரு இடத்தில் ஏற்படும் மாற்றமானது, காலப்போக்கில் சமுதாய முழுமைக்குமான மாற்றமாக மாறி விடுகிறது. சமுதாய வடிவில் அவசிய உழைப்பு நேரத்தில் மாற்றத்தைக் கொண்டு வருவதன் மூலம் உழைப்பின் மதிப்பில் மாற்றம் ஏற்படுகிறது.

ஆயத்த ஆடை தொழில் நடத்தும் முதலாளி தையல்காரரை வேலைக்கு அமர்த்துகிறார். ஒரு நாளைக்கு ஒரு தையல்காரர் 12 மணி நேரம் வேலை செய்து, 12 சட்டைகளைத் தைக்கிறார். ஒரு சட்டைக்குத் தேவைப்படும் துணியின் மதிப்பு ரூ. 100. தையல்காரரின் ஒரு நாளைய கூலி ரூ. 600. தற்போது ஒவ்வொரு சட்டையிலும் ரூ. 100 மதிப்பான துணியும் தையற்காரரின் ஒரு மணி நேர உழைப்பிற்குச் சமமான கூலி ரூ. 50-ம் அடங்கியுள்ளது. எனவே ஒரு சட்டையின் மதிப்பு ரூ. 150. தற்போது தையற்காரரின் உழைப்பு இரட்டிப்பாக மாறுகிறது. 12 சட்டைகளுக்குப் பதில் 24 சட்டைகளை ஒரு நாளில் தைக்கிறார். ஆனால் முன் போலவே ஒரு நாளின் உழைப்பின் மதிப்பில் அதாவது அவர் பெறும் கூலியில் மாற்றமில்லை. ரூ. 600 தான் தற்போதும் கூலியாகப் பெறுகிறார். துணியின் விலையிலும் மாற்றமில்லை. தற்போது ஒவ்வொரு சட்டையிலும் அடங்கியுள்ள மதிப்பு குறைந்து விடுகிறது. ஒவ்வொரு ½ மணியிலும் ஒரு சட்டையைத் தைக்கிறார். எனவே துணியின் மதிப்பான ரூ. 100-உடன் ½ மணி நேர உழைப்பின் மதிப்பாகிய ரூ. 25-ம் சேர்ந்து ஒரு சட்டையின் மதிப்பு ரூ. 125 ஆகக் குறைகிறது. நமது தையற்காரர் தைத்த சட்டையின் மதிப்பு சமுதாய மதிப்பைவிடக் குறைகிறது. ஒவ்வொரு சட்டையும் 3 மணி நேர சமுதாய உழைப்பைக் குறிக்கிறது. ஆனால் இங்குமட்டும் 1 சட்டையின் மதிப்பு ரூ. 125 ஆகக் குறைந்ததால் ஒவ்வொரு சட்டையிலும் 2½ மணி நேர உழைப்பின் மதிப்புதான் அடங்கியுள்ளது. தற்போது நமது ஆயத்த

ஆடைத் தொழிற்சாலை முதலாளிக்கு *12* மணி நேரத்தில் *24* சட்டை கிடைக்கிறது. இதைச் சந்தையில் விற்று உபரி-மதிப்பைப் பெறவேண்டும் என்றால் தேவை அதிகரிக்க வேண்டும். சந்தை இரண்டு மடங்கு விரிவடைய வேண்டும். ஆனால் சட்டையின் விலை குறையும் போதுதான் தேவை அதிகரிக்கும். எனவே நமது முதலாளி சட்டையின் விலையை சமுதாய மதிப்பாகிய ரூ. *150* –க்கும் கீழாகவும், அதே நேரத்தில் தனது சட்டையின் தனிப்பட்ட மதிப்பான ரூ. *125*-க்கு மேலாக ரூ. *140*-க்கு விற்கிறார். எனவே ஒவ்வொரு சட்டையிலும் கூடுதலாக ரூ. *15* பெறுகிறார். உபரி-மதிப்பின் திரள் உயர்கிறது.

இந்த உபரி-மதிப்புத் திரள் நீடிப்பது சிறிது காலத்திற்குத்தான். உற்பத்தித் திறன் சமுதாயம் முழுமைக்கும் இரட்டிப்பாய் ஆகிவிடும்போது, சமுதாய அவசிய உழைப்பு நேரம் குறைந்து விடுகிறது. சட்டையின் விலையும் அதன் மதிப்பிற்கே (ரூ. *125*) விற்கப்படுகிறது. இந்த சட்டைகளின் விலைச்சரிவு அனைத்துப் பொருள் உற்பத்தியிலும் பரவும் போது உழைப்பின் மதிப்பு குறைகிறது.

தற்போது உழைப்புச் சக்தியின் மதிப்பு அதாவது கூலியானது ரூ. *600*-க்குப் பதில் ரூ. *500* ஆகக் குறைகிறது என்று கொள்வோம். *24* சட்டைகளைத் தொடர்ந்து தைக்கிறார். அப்போது அவசிய உழைப்பு நேரம் இன்னும் குறைந்து உபரி-உற்பத்தி நேரம் மேலும் அதிகமாகிறது. உபரி-மதிப்புத் திரள் பெருகுகிறது. தொழிலாளர்களின் எதிர்ப்பைச் சமாளிக்கும் வழியை முதலாளி ஒப்பீட்டு உபரி-மதிப்பு வடிவில் பெறுகிறார். அதே நேரத்தில் மூலதனத்தைப் பெருக்குகிறார். இனி இத்தகைய ஒப்பீட்டு உபரி-மதிப்பை அடையும் உத்திகளையும் வழிமுறைகளையும் ஆராய்வோம்.

அத்தியாயம்-10

ஒப்பீட்டு உபரி-மதிப்பை அதிகரிக்கும் வழிகள் — முதல் வகை

10.1 கூட்டு வேலை (Co-operation)

பெரும் எண்ணிக்கையிலான உழைப்பாளிகள் ஒரு முதலாளியின் மேலாண்மையில் ஒரே வகைச் சரக்கை உற்பத்தி செய்யும் பொருட்டு ஒரே நேரத்தில் ஒரே இடத்தில் (ஒரே உழைப்புத் துறையில்) ஒருங்கே வேலை செய்வதற்குக் கூடுகின்றனர். இது வரலாற்று வழியிலும், தர்க்க முறையிலும் முதலாளித்துவப் பொருளுற்பத்தியின் தொடக்கமாக அமைகிறது. இதன் பெயர்தான் கூட்டுழைப்பு. இத்தகைய கூட்டுழைப்புக்கு வருவதற்கு முதலாளியாக முன்னின்று காரியத்தை ஆற்றவேண்டும் என்றால், அவர் முதலில் உடல் உழைப்பிலிருந்து தன்னை விடுவித்துக் கொள்ள வேண்டும். மூலதனத்தின் சொந்தக்காரர் மட்டும் என்ற நிலைக்கு உயர வேண்டும்.

கூட்டுழைப்பின் பயனை உணர வேண்டும் என்றால் கட்டிட வேலையில் ஈடுபடும் கொத்தர், சித்தாள், பெரியாள் இவர்களின் வேலையைக் கூர்ந்து கவனித்தாலே போதும். செங்கல் குவியலை வேறு இடத்திற்கு விரைவில் மாற்றுவதற்குச் சித்தாள்கள் வரிசையாக நின்று செங்கல்லை மிக விரைவில் கடத்துவதை உதாரணமாகக் கொள்ளலாம்.

10 பேர் தனித்தனியாக சுமந்து சென்று சேர்ப்பதைவிட 100 மடங்கு அதிகமான வேலையை 10 பேரின் கூட்டுழைப்பு உறுதி செய்கிறது. கூட்டுழைப்பில் ஈடுபடும் 10 பேர் தங்களின் வேலையில் ஒருவருக்கொருவர் உதவினாலும் சரி, அல்லது அவர்களது வேலையில் ஒரு தொடர்பு இருப்பதாக ஆனாலும் சரி, அவர்கள் ஒரே முதலாளியின் கீழ் வேலை செய்கின்றனர். இந்தப் பத்துப் பேரும் 5 ஜோடிகளாகப் பிரிந்து தனித்தனியாக சிறு முதலாளியிடம் வேலை செய்யும்போது, ஒவ்வொரு சிறு முதலாளியும் ஒரே மதிப்பை உற்பத்தி செய்வது இயலாத காரியமே. சரக்கை உற்பத்தி செய்வதற்கான சமுதாய அவசிய உழைப்பு நேரத்தைவிட இவர்களின் உழைப்பு நேரம் அதிகமாகும் என்பதால் உபரி-மதிப்பின் சராசரி வீதத்தைவிடக் குறைவாகவே சிறு முதலாளிகள் பெறுகின்றனர். எனவே ஒரே முதலாளியின் கீழ் அதிக எண்ணிக்கையில் உழைப்பாளிகள் வேலை செய்வது அவசிய நிபந்தனையாகிறது.

கூட்டுழைப்பானது வரலாற்றுப் போக்கில் எப்படி மாற்றம் பெற்றுள்ளது என்பதைத் தற்போது பார்ப்போம். ஆதிகாலப் புராதனச் சமுதாய அமைப்பிலும் கூட்டுழைப்பு நிலவியது. அதே நேரத்தில் உற்பத்திச் சாதனங்கள் அனைத்தும் குழுக்களின் பொதுச் சொத்தாக இருந்தன. ஒவ்வொரு தனியாளும் இயற்கையாகவே அந்தக் குழுவோடு பிணைக்கப்பட்டிருந்தார். அதன்பின் ஆண்டான் - அடிமை என்கிற சமுதாய அமைப்பில் அடிமைகள் கூட்டாக வேலை வாங்கப்பட்டனர். பலப் பிரயோகம் அவர்களை அடிமைகளாகக் கூட்டுழைப்பில் ஈடுபட வைத்தது. நிலப்பிரபுத்துவ அமைப்பில் கூட்டுழைப்பில் உழைப்பாளிக்கு ஓரளவு சுதந்திரம் இருந்தது. நிலப்பிரபுவின் பண்ணையில் கூட்டுழைப்பு; அதே நேரத்தில் தனக்குச் சொந்தமான காணி நிலத்தில் தனியுழைப்பு.

முதலாளித்துவ உற்பத்திமுறையில்தான் கூட்டுழைப்பானது உற்பத்தி நிகழ்முறையில் சமுதாய வடிவமாக மாறியது. முதலாளித்துவ உற்பத்தி முறையின் அடிப்படை வடிவமாகியது. இங்குதான் கூட்டுழைப்பு உற்பத்தியின் எல்லைகளை விரிவாக்குகிறது. மிகப்பரந்த பரப்பில் உற்பத்திச் சாதனங்களைப் படைக்கிறது. இதற்கு நேரடி உதாரணம் சாலைகள், பாலங்கள், அணைகள், ரயில் பாதைகள், கட்டிடங்கள் இன்னபிற. மூலதனத்தின் நேரடிக் கட்டுப்பாட்டில் தொழிலாளர்கள் உற்பத்தியில் ஈடுபடுவது அவசிய நிபந்தனையாகிறது.

உற்பத்திச் சாதனமான கட்டடம், உழைப்புக் கருவிகள் இவற்றைப் பொதுவான இடத்தில் பலரும் ஒருசேர நுகர்வதால்,

இவற்றைப் பயன்படுத்துவதில் மிகக் குறைந்த மதிப்பே ஒவ்வொரு சரக்கிற்கும் பெயர்க்கப்படுகிறது. எனவே சரக்குகளின் மதிப்பு பெருவாரியாகக் குறைகிறது. கச்சாப் பொருட்களின் விரயம் என்பது தவிர்க்கப்பட்டு நுகர்வு துரிதப்படுத்தப்படுகிறது. கூட்டுழைப்பு உற்பத்தி நிகழ்முறையில் அனைவருக்கும் இடையில் ஏற்படும் சமுதாயத் தொடர்பு, ஒவ்வொரு தனித்த தொழிலாளியின் உற்பத்தித் திறனையும் இயல்பாகவே உயரச் செய்கிறது.

சமுதாய உழைப்புச் சுரண்டல் விரிவாகும் அதே தருவாயில் மூலதனம் தன்னைத்தானே விரிந்த அளவில் பெருக்கிக் கொள்வதற்குக் கூட்டுழைப்பு வழிசெய்கிறது. முதலாளிகளின் கட்டுப்பாட்டில் தொழிலாளிகள் பட்டாளம் வந்தவுடனேயே, தொழிற்துறையைத் திறமையாக நிர்வகிக்கும் மேலாளராக முதலாளியை ஆக்குகிறது. முதலாளித்துவ உற்பத்தி முறையை ஒவ்வொரு முதலாளியும் பாதுகாக்கின்றனர். தற்போது உழைப்புச் சக்தியை இயக்குதல், கண்காணித்தல், இசைவித்தல் என்ற வேலை மூலதனத்தின் பணிகளில் ஒன்றாகிறது. முதலாளித்துவப் பொருளுற்பத்தியின் இயக்குவிசை – அதன் முடிவும், நோக்கமும் - முடிந்தவரை உழைப்புச் சக்தியைச் சுரண்டுவதே ஆகும். எனவே கூட்டு வேலையின் நிமித்தம் தொழிலாளர்களின் எண்ணிக்கை அதிகரிக்க, அதிகரிக்க அதனுடன் கூடவே, மூலதனத்தின் ஆளுகைக்குத் தொழிலாளர்கள் காட்டும் எதிர்ப்பும் அதிகரிக்கிறது. எதிர் நிர்பந்தத்தின் மூலம் சமாளிப்பது மூலதனத்திற்கு அவசியமாகிறது. இந்த முரண் இயக்கம் தவிர்க்க முடியாத பகைமையில் வேர் கொண்டதாகும்.

தொழிலாளர்களின் கூட்டுவேலை அவர்களை வேலைக்கமர்த்தும் மூலதனத்தாலேயே தோற்றுவிக்கப்படுகிறது. அவர்களின் ஐக்கியமும் மூலதனத்தின் விளைவே. சாராம்சத்தில் முதலாளியின் கட்டுப்பாடு இரட்டைத் தன்மையதாகும். பயன்-மதிப்புகளை உற்பத்தி செய்கிற சமுதாய நிகழ்முறையாகவும், மறுபுறம் உபரி-மதிப்பைப் படைப்பதற்கான நிகழ்முறையாகவும் உள்ளது. ஆனால் வடிவத்தில், மூலதனத்தின் கட்டுப்பாடு கொடுங்கோல் தன்மை வாய்ந்தது.

கூட்டு வேலை ஆரம்பிப்பது உழைப்பு நிகழ்முறையோடுதான். ஆனால் தற்போது தனி உழைப்பாளிகள் தனக்கே சொந்தமில்லாதவர்களாகிப் போகின்றனர். உற்பத்தி நிகழ்முறையில் நுழைந்ததும் அவர்கள் மூலதனத்துடன் இணைந்துவிடுகின்றனர். கூட்டு வேலையாட்கள் என்ற வடிவத்தில், செயல்படும் உயிரமைப்பு ஒன்றின்

உறுப்புகள் என்ற விதத்தில், அவர்கள் மூலதனத்தின் நிலவல் வடிவங்களே. இப்படியாக, உழைப்பின் சமூக உற்பத்தி மூலதனத்தின் இயல்பாக உள்ள உற்பத்திச் சக்தியாக தோற்றமளிக்கிறது. மூலதனத்திற்கு அடிமைப்பட்டவுடன், உழைப்பின் நடைமுறை சந்திக்கும் முதல் மாற்றமாகும் இது. உழைப்பு நடைமுறையின் இந்தச் சமுதாய உருவமே, உற்பத்தித் திறனை அதிகமாக்கி அதிக மும்முரமாகச் சுரண்டப்படுவதற்கான வழிமுறையை மூலதனத்திற்கு வழங்குகிறது.

10.2 உழைப்புப் பிரிவினையும் பட்டறைத் தொழிலும் (*Division of Labour and Manufacture*)

ஒப்பீட்டு உபரி-மதிப்பைப் பெறுவதில், முதலாளித்துவ உற்பத்தி முறையின் முதல் வடிவம் கூட்டுழைப்பு என்றால், அதனுடைய அடுத்த வடிவம் உழைப்புப் பிரிவினையும் அதனைத் தொடர்ந்த பட்டறைத் தொழிலும் ஆகும். பட்டறைத் தொழில் என்பது ஏற்கெனவே இருந்துவந்த கைத்தொழில்கள், தனித்திறன்கள், கைக்கருவித் தொழில்நுட்பங்கள்போன்றஅனைத்து வகைகளும்பட்டறைத்தொழில் என்னும் புதிய அமைப்பின் கீழ் ஒன்றிணைக்கப்படுவதும் மறுசீரமைக்கப்படுவதும் ஆகும். உழைப்புப் பிரிவினைதான் இந்த வடிவத்திற்கு அடிப்படையாக அமைகிறது. பட்டறைத் தொழில் இரண்டு வடிவங்களில் உருவாகலாம்.

a. பல்வேறு சுயேச்சையான கைத்தொழிலைச் செய்து பிழைப்பு நடத்திவந்த கைவினைஞர்கள், பட்டறைத் தொழிலில் ஒரே முதலாளியின் கீழ் அவரது நேரடிக் கட்டுப்பாட்டில் கூடி உழைக்கின்றனர். வண்டி செய்வதை மார்க்ஸ் உதாரணாமாக எடுத்துக் கொள்கிறார். முன்பு சக்கரம் செய்பவர், சேணம் அடிப்பவர், கடைசல் தொழில் செய்வோர், சரிகைத் தொழில் செய்வோர், தகடு செய்வோர், வர்ணம் பூசுவோர், மெருகிடுவோர் என்று தனித்தனியான கைவினைஞர்கள் தனித்தேர்ச்சியுடன் சுயமாகத் தொழிலில் ஈடுபட்டு வந்தனர். இவர்கள் பட்டறைத் தொழிலில் ஒரே முதலாளியின் கட்டுப்பாட்டில் கூடுகின்றனர். தொடர்ச்சியாக பல்வேறு உழைப்பு நிகழ்முறையில் வேலை செய்கின்றனர். உற்பத்தி முடிவில் முழு வண்டிகளாக பட்டறையை விட்டு வெளிவருகின்றன. இதன்மூலம் தனிப்பட்ட கைவினைஞர், தனது கைத்திறன் முழுவதையும் பயன்படுத்தும் ஆற்றலைச் சீக்கிரத்தில் இழந்துவிடுகிறார். மறுபக்கத்தில், வகை நுணுக்கமான பௌதிக வேலையை அதிகத் திறமையுடன்செய்கிறார். இவ்வாறாக, இந்த நடைமுறை வேலைப்பாடு முழுவதும் அதன் ஆக்கக் கூறுகளாக பிரிந்து மாற்றமடைகிறது.

கடிகாரத் தொழிலும் இத்தகைய பட்டறைத் தொழிலுக்கு நல்ல உதாரணம் ஆகும். பட்டறைத் தொழிலில் உழைப்புப் பிரிவினைக்கு எடுத்துக்காட்டாக வில்லியம் பெட்டி இந்த உதாரணத்தை பயன்படுத்துகிறார். முன்பெல்லாம் நூரம்பர்க் கைத்திறனாளர்களின் தனிப்பட்ட படைப்பாக இருந்த கடிகாரம், எண்ணற்ற நுணுக்கத் தொழிலாளர்களின் சமுதாய உற்பத்திப் பொருளாக மாற்றப்பட்டது. அவர்களில் சிலர் வருமாறு: மைய வில் செய்பவர்கள், முகப்பு டயல் பேட் செய்பவர்கள், சுருள் வில் செய்பவர்கள், திருகாணி செய்பவர்கள், முலாமிடுவர்கள். அனைத்துக்கும் கடைசியாக கடிகாரம் முழுமையும் ஒன்றாகப் பொருத்தி, ஓடுகிற நிலையில் உருவாக்குகிறவர். இந்த நுணுக்கக் கைவினைஞர்கள் அனைவரும் பட்டறையில் ஒன்று கூடுகின்றனர். கடிகாரம் செய்யும் பெரிய தொழிற்சாலைகள் ஜெனிவாவில் உருவாகின. இத்தகைய பட்டறைத் தொழில் முறையை மார்க்ஸ் ஒருபடித்தான பட்டறைத்தொழில் *(Heterogeneous Manufacture)* என்று அழைக்கிறார்.

b. வேறொரு வடிவத்திலும் பட்டறைத் தொழில் உதயமாகிறது. இங்கே ஒன்றுக்கு மேற்பட்ட கைவினைஞர்கள் ஒரே வேலையை அல்லது அது தொடர்பான வேலையை ஒருங்கிணைந்து செய்வதன் மூலம் இது பிறக்கிறது. தனித்தனியான நடைமுறைகள் ஒரே தொழிலாளியால் அடுத்தடுத்துத் தொடர்ந்து நிறைவேற்றபடுவதற்குப் பதிலாக படிப்படியாக பிரிகப்பட்டுப் பல தொழிலாளர்களால் ஒரே நேரத்தில் செய்யப்படுகின்றன. உதாரணம், குண்டூசித் தொழில். இந்தத் தொழிலில், கம்பியானது *92* வெவ்வேறு நுணுக்கத் தொழிலாளர்களின் கரங்கள் வழியே செல்கிறது. பல நூறு கரம் படைத்த தொழிலாளர்களின் ஒரு தொகுதிக் கரங்கள் ஒரு வகைக் கருவிகளை ஏந்திக் கம்பியை இழுக்க, இரண்டாவது தொகுதிக் கரங்கள் வேறுவகைக் கருவிகளைக் கொண்டு அதை நேராக்க, மூன்றாவது தொகுதிக் கரங்கள் அதை வெட்டித் துண்டாக்க, நான்காவது தொகுதிக் கரங்கள் முனையைக் கூராக்க... இவ்வாறு வேலைகள் தொடர்ச்சியாக நடந்தேறுகின்றன. ஏககாலத்தில் ஒரே இடத்தில் அக்கம்பக்கமாக நடந்தேறுவதால் முன்னிலும் அதிக அளவில் குண்டூசிகள் வெளியேறி வருகின்றன. இதைத் தொடர் பட்டறைத்தொழில் *(Serial Manufacture)* என்று மார்க்ஸ் அழைக்கிறார்.

பட்டறைத் தொழிலில் ஒவ்வொரு தொழிலாளர் குழுவும் மற்றொரு குழுவிற்குத் தனது மூலப் பொருளைக் கொடுக்கிறது. எனவே ஒவ்வொரு குழுவும் ஒரு குறிப்பிட்ட நேரத்தில் ஒரு குறிப்பிட்ட

அளவு உற்பத்தி செய்ய வேண்டும் என்பது அடிப்படை நிபந்தனையாகிறது. இவ்வாறாக, அசல் கூட்டுழைப்பில் இருப்பதைவிட, முற்றிலும் வேறு விதமான தொடர்ச்சியான, முறைப்படுத்தப்பட்ட, ஒரே தன்மையுள்ள, தீவிரமான உழைப்பு சிருக்ஷ்டிக்கப்படுகிறது. இவ்வாறு உழைப்பானது, சமூக வழியில் அவசியமான உழைப்பாக இருக்க வேண்டும் என்பது உற்பத்தி நடைமுறையின் தொழில்நுணுக்க விதியாகும்.

10.2.1 பட்டறைத் தொழிலின் அனுகூலம்

தற்போது பட்டறைத் தொழில் முதலாளித்துவத்துக்கு என்னென்ன பயன்களைக் கொண்டு வருகின்றன என்பதைப் பார்ப்போம்.

1. முன்பு தனித்தனியாக வளர்ந்த கைத்தொழில் பட்டறைக்குள் திட்டமிட்டு தீவிரப்படுத்தப்படுவதால், நுணுக்கத் தொழிலாளியை *(detail worker)* தனித்தேர்ச்சி பெறச் செய்கிறது. உதாரணம்: *Fitter, Turner, Machinist, etc.*

2. பழைய உற்பத்தி முறையில் முழுப் பண்டத்தின் உற்பத்தியில் பல்வேறு பகுதி வேலைகளை ஒன்றன்பின் ஒன்றாகச் செய்யும் கைத்திறனாளர், ஒரு நேரத்தில் தன் இடத்தையும், இன்னொரு நேரத்தில் தன் கருவிகளையும் மாற்றிக் கொள்ள வேண்டும். அதனால் உழைப்பு முறையில் தடங்கல் ஏற்படுகிறது. ஆனால் பட்டறைத் தொழிலில் அதே நபர் ஒரே வேலையில் தொடர்ந்து ஈடுபடுவதால் இடைவெளி மறைந்து உழைப்புச் சக்தியின் செலவீடு அதிகரிக்கிறது.

3. தற்போது தனிவகைக் கருவிகளிலும் ஒரு பெருத்த மாற்றம் ஏற்படுகிறது. ஒவ்வொரு தனிவகைக் கருவியும் குறிப்பிட்ட நுணுக்கத் தொழிலாளியின் கையில் மட்டுமே முழு வீச்சில் பயன்படும் விதத்தில் தனித்திறனுடன் வடிவமைக்கப்படுகின்றன. உதாரணம்: *500* வகைப்பட்ட சம்மட்டிகள் *(Hammers)* பர்மிங்காமில் மட்டும் உற்பத்தி செய்யப்பட்டன.

4. ஒருவரின் உழைப்பின் விளைவு இன்னொருவருக்குத் தொடக்கம் ஆகிறது. எனவே ஒவ்வொரு பிரிவிலும் அவசிய உழைப்பு நேரம் துல்லியமாக கணக்கிடப்பட்டு மேலும் மேலும் குறைக்கப்படுகிறது. ஒவ்வொருவரையும் தம் வேலையில் அவசியமான நேரத்திற்கு அதிகமாக செலவிட முடியாதபடி செய்துவிடுகிறது.

5. பட்டறைத் தொழில் பகுதியளவுக்கு எப்படிப் பல்வேறு கைத்தொழில்களின் ஒன்றிணைப்பிலிருந்து பிறக்கிறதோ, அதேபோல்

பல்வேறு பட்டறைத் தொழில்களின் ஒன்றிணைப்பாகவும் வளர்கிறது.

6. முன்பு இயற்கையான திறமைகளை அடித்தளமாகக் கொண்டு உழைப்புப் பிரிவினை உருவாக்கப்பட்டது. பட்டறைத் தொழிலில் முழுமையான சரக்குகளை உற்பத்தி செய்வதற்கு இயற்கையாகப் பொருந்துகிற வெவ்வேறு ஆற்றல்கள் வளர்க்கப்படுகின்றன. இப்படி வளர்க்கப்பட்ட திறமை அவசிய உழைப்பு நேரத்தை குறைத்து, உபரி-உற்பத்தியை பெருக்குமிறது.

7. பட்டறைத் தொழிலில் தொழிலாளர்களைத் தேர்ச்சி பெற்றோராகவும், தேர்ச்சியற்றோராகவும் பிரிக்கிற சாமானியப் பிரிவினை அடியெடுத்து வைக்கிறது. தேர்ச்சியற்றோருக்கு தொழில் பழகும் செலவு இல்லாமல் போகிறது. தேர்ச்சி பெற்றோருக்குப் பணிகள் எளிதாக்கப்படுவதால், பயிற்சிச் செலவு குறைந்துவிடுகிறது. இரு நேர்வுகளிலுமே உழைப்புச் சக்தியின் மதிப்பு குறைகிறது.

முதலாளிக்கு உற்பத்திச் செலவு குறைகிறது. அவசிய உழைப்பு நேரம் குறைகிறது. உபரி-உழைப்பு கிடைக்கிறது. உபரி-மதிப்பு அதிக அளவில் கிடைப்பதால் மூலதனம் பெருக்கம் அடைகிறது.

10.2.2 பட்டறைத் தொழில் உழைப்புப் பிரிவினையும் சமுதாய உழைப்புப் பிரிவினையும்

மூன்று விதமான உழைப்புப் பிரிவினை நிலவுவதை மார்க்ஸ் இங்கு சுட்டிக் காட்டுகிறார். அவை சமுதாயப் பொருளுற்பத்தியில் பிரதானப் பிரிவுகளாக விளங்குகின்றன.

1) வேளாண்மை, போக்குவரத்து, தொழிற்துறை முதலான பொதுப்படையான உழைப்புப் பிரிவினை.

2) மேற்குறிப்பிட்ட பிரிவுகளை இனங்களாகவும், உள்ளினங்களாகவும் பிரிப்பதன் மூலம் பிறக்கும் குறிப்பான உழைப்பு பிரிவினை. உதாரணம்.: பயிரிடுதல், உரமிடுதல், பதப்படுத்துதல்.

3) பட்டறைக்கு உட்பட்ட உழைப்புப் பிரிவினை. சிறப்பு உழைப்பு பிரிவினை அல்லது நுணுக்க உழைப்புப் பிரிவினை. உதாரணம்: குண்டூசி உற்பத்தி.

மேலே குறிப்பிட்ட உழைப்புப் பிரிவினையைப் போலவே சமுதாய உழைப்புப் பிரிவினை என்பது ஆதிகாலம் தொட்டுத் தொடர்ந்து சமுதாயத்தில் நிலவி வருகிறது. குடும்பத்துக்குள்ளே, அதன்பின் குலத்துக்குள்ளே, பால் மற்றும் வயது வேறுபாடுகளின் காரணத்தால் இயற்கையாகவே பிறக்கிறது. நாளடைவில் இப்பிரிவினை

மேலும் விரிவடைந்து வெவ்வேறுபட்ட சமுதாயங்கள் தலைமுறை தலைமுறையாக ஒரு குறிப்பிட்ட தொழிலைச் செய்து வருவது தொடர்கிறது. இத்தகைய உழைப்புப் பிரிவினை இந்தியா போன்ற நாடுகளில் சாதிய அமைப்புக்கு அடித்தளமாக அமைந்தது. வெவ்வேறுபட்ட துறைகளிடையான பரிவர்த்தனையிலிருந்து சமுதாய உழைப்புப் பிரிவினை உதித்தெழுகிறது. சரக்குகளின், உற்பத்தியும் சுற்றோட்டமும் முதலாளித்துவப் பொருளுற்பத்தியின் பொதுவான முன்தேவைகள் என்பதால், குறிப்பிட்ட வளர்ச்சி நிலையை அடைந்த பிறகுதான் பட்டறைத் தொழில் எழ முடியும். மறுதலையாக, பட்டறைத் தொழிலின் உழைப்புப் பிரிவினை, சமுதாய உழைப்புப் பிரிவினையின் மீது செயல்பட்டு அதை வளர்த்துப் பெருக்குகிறது.

இந்திய நிலையை ஆராய்ந்த மார்க்ஸ், இங்கு நிலவிய தனித்துவத்தை முன்வைக்கிறார். இந்தியக் கிராமிய சமுதாயங்கள் – நிலத்தைப் பொதுவாக வைத்திருப்பதையும், பயிர்த்தொழில், கைத்தொழில் ஆகியவற்றின் ஒன்றுகலத்தலையும், மாற்றமில்லாத உழைப்புப் பிரிவினையையும் அடிப்படையாகக் கொண்டவையாகும். இங்கே உற்பத்தியானது, இந்திய சமுதாயம் முழுமையிலும் சரக்குப் பரிவர்த்தனையில் ஏற்படும் உழைப்புப் பிரிவினை அல்ல. உபரி மட்டுமே சரக்காகிறது. நூற்பும், நெசவும்கூட ஒவ்வொரு குடும்பத்திலும் துணைத் தொழில்களாக நடத்தப்பட்டன. மார்க்ஸ் இந்திய நிலைமையைச் சுட்டிக் காட்டியது ஒரு விதிவிலக்கான சூழ்நிலையை விளக்குவதற்காக மட்டுமே. இன்று நிலைமை மாறிவிட்டது.

10.2.3 சமுதாய உழைப்புப் பிரிவினைக்கும், பட்டறைத் தொழில் உழைப்புப் பிரிவினைக்கும் உள்ள வேறுபாடு

கால்நடை வளர்ப்பு, தோல் உற்பத்தி, காலணி உற்பத்தி - இவை ஒவ்வொன்றும் தனித்த சரக்கு உற்பத்தி ஆகும். இவை சமுதாய உழைப்புப் பிரிவினையின் அங்கமும் ஆகும். இவற்றுக்கு இடையில் உள்ள தொடர்பு கண்ணிற்குத் தெரியாமல் மறைக்கப்பட்டுள்ளது. ஆனால், பட்டறைத் தொழிலில் பல்வேறுபட்ட தனித்தேர்ச்சியுடைய உழைப்பும் பொருளுற்பத்தியின் தொடர்ச்சிதானே தவிர, ஒவ்வொரு பிரிவும் தனிச்சரக்கு அல்ல. ஆனால் அனைத்துப் பிரிவு உழைப்பாளர்களுக்கும் ஒரு தொடர்பு இருப்பது வெளிப்படையாகத் தெரிகிறது. அனைவரது பொதுவான உற்பத்திப் பொருள்தான் சரக்காகிறது.

முதலாளித்துவப் பொருளுற்பத்தியைக் கொண்ட சமுதாயத்தில், சமுதாய உழைப்புப் பிரிவினையில் அராஜகமும், பட்டறை உற்பத்திப்

பிரிவினையில் கொடுங்கோன்மையும் ஒன்றுக்கொன்று முன் நிபந்தனையாகிறது. சமுதாய உழைப்புப் பிரிவினையில் அராஜகம் தலைதூக்குவது உற்பத்தியாளர்களுக்கு இடையில் ஏற்படும் கடுமையான போட்டியின் விளைவாகவே. மாறாக, பட்டறைத் தொழில் உழைப்புப் பிரிவினையில் தொழிலாளர்கள் மீது முதலாளிகளின் கொடுங்கோன்மை சரக்கு உற்பத்திக்கு நிபந்தனையாகிறது.

10.2.4 பட்டறைத் தொழிலில் முதலாளித்துவத் தன்மை

கூட்டுழைப்பில் ஒவ்வொருவரின் தேர்ச்சியான தனித்த உழைப்புமுறை மாற்றமின்றித் தொடர்கிறது. ஆனால் பட்டறைத் தொழிலில் அந்த உழைப்பு புரட்சிகரமாக மாற்றியமைக்கப்படுகிறது. ஆனால், அதே நேரத்தில் தொழிலாளியை முடக்கி விகாரப்படுத்துகிறது. பட்டறைத் தொழிலாளி சுயேச்சையாக எதையும் தயாரிக்க லாயக்கற்றவராக மாறிவிடுகிறார். டே.அர்க்கார்டின் வார்த்தையில் சொல்வதென்றால் "ஒரு மனிதனை உட்பிரிவினை செய்வதென்பது, மரண தண்டனை தகுமெனில் அவனைத் தூக்கிலிடுவதாகும். தகாதெனில், வஞ்சகமாகக் கொலை புரிவதாகும். உழைப்பின் உட்பிரிவினை என்பது நாட்டு மக்களைக் கொன்று குவிப்பதாகும்".

பட்டறைத் தொழில் வரலாற்று வழியில் ஒரு முன்னேற்றமாகவும், சமுதாயத்தின் பொருளாதார வளர்ச்சியில் ஓர் அவசியக் கட்டமாகவும் திகழ்கிறது. மறுபுறம், அது ஒரு நாசூக்கான நாகரிகச் சுரண்டல் முறையாகும். ஆனாலும், சமுதாயத்தின் வளர்ச்சிக் கட்டத்தில் ஒரு இடைவெளிக்குப் பின், சமுதாயத்தின் பொருளுற்பத்தியை முழு அளவுக்குக் கைப்பற்றவோ, அந்த உற்பத்தி முழுவதையும் புரட்சிகரமாக மாற்றவோ பட்டறைத் தொழிலால் முடியவில்லை. நகரக் கைத்தொழில்கள், கிராமப்புற வீட்டுத் தொழில்கள் என்ற பரந்த அடித்தளத்தின் மீதமைந்த பொருளாதாரக் கலைப்படைப்பாக ஒரு கோபுரம்போல் பட்டறைத் தொழில் எழுந்தது. அதன் வளர்ச்சியின் குறிப்பிட்ட கட்டத்தில், பட்டறைத் தொழிலின் குறுகிய தொழில்நுட்ப அடிப்படை, பட்டறைத் தொழிலாலேயே தோற்றுவிக்கப்பட்ட உற்பத்தித் தேவைகளுடன் மோதிக் கொண்டது. எனவே, பட்டறைத்தொழில், நவீனத் தொழில்துறை பிறப்பதை அவசியமாக்கியது.

அத்தியாயம்-11

ஒப்பீட்டு உபரி-மதிப்பை அதிகரிக்கும் வழிகள் - இரண்டாம் வகை - இயந்திர சாதனமும் நவீன தொழில்துறையும்
(Machinery and Modern Industry)

11.1 இயந்திர சாதனத்தின் வளர்ச்சி

மனிதன் இயற்கையைப் பயன்படுத்திக் கொள்கிற வழிமுறையை அவன் வாழ்வதற்கு வகைசெய்யும் பொருளுற்பத்தி நிகழ்முறையும் மற்றும் தொழில்நுட்பத்தின் முன்னேற்றமும் நமக்கு உணர்த்துகின்றன. இது ஒரு வரலாற்று வழிப்பட்ட முன்னேற்றம். இந்த வகையில் புதிய இயந்திரக் கண்டுபிடிப்புகள் உழைப்பை எளிதாக்கி இருந்தாலும் கூட, முதலாளித்துவம் அதைப் பயன்படுத்தும்போது உபரி-மதிப்பை உற்பத்தி செய்யும் கருவியாக மட்டுமே பார்க்கிறது. மனித உழைப்புச் சக்தியில் ஏற்பட்ட புரட்சி, எப்படிப் பட்டறைத் தொழில் தோன்றுவதற்குக் காரணமாக அமைந்ததோ, அதேபோல உற்பத்திக் கருவிகளில் ஏற்பட்ட புரட்சி நவீன தொழில்துறையைத் தோற்றுவித்தது. பட்டறைத் தொழிலில் உழைப்புக் கருவிகளைப் பயன்படுத்திய மனித உழைப்பே பிரதான சக்தி. ஆனால் நவீன தொழில்துறையில் இயந்திர சாதனங்களே இயங்கு சக்தி.

சாதாரண உழைப்புக் கருவிகளிலிருந்து வளர்ச்சியடைந்த நவீன இயந்திரங்களை மார்க்ஸ் கீழ்க்காணுமாறு வேறுபடுத்திக் காட்டுகிறார்:-

1. விசையூட்டும் இயங்கமைப்பு *(Motor Mechanism)*
2. விசை செலுத்தும் இயங்கமைப்பு *(Transmitting Mechanism)*
3. கருவி அல்லது வேலை செய்யும் இயந்திரம் *(Machine)*

விசையூட்டும் செயல் என்பது இயந்திரங்களை இயக்குவதற்குத் தேவையான சக்தி. இந்த இயங்கு சக்தி என்பது நீராவி எஞ்சின், வெப்ப எஞ்சின், காற்றாலை, மின்காந்த இயந்திரம் ஆகியவற்றிலிருந்து கிடைக்கப் பெறுகிறது. இயற்கையில் கிடைக்கும் நீர், காற்று, நிலக்கரி போன்றவை இந்த இயங்கு விசைக்கு ஆதாரமாக விளங்குகின்றன. இவ்வாறு பெறப்பட்ட இயங்கு சக்தி, பல்வேறு சக்கரங்கள், கப்பிகள், சுழல் தண்டுகள், கயிறுகள், பற்சக்கரங்கள் போன்றவற்றை இயங்கவைத்து ஒரு முனைப்பான ஒழுங்கமைக்கப்பட்ட வேலையைத் தொடர்ச்சியாகவும், தடையின்றியும் செய்வதற்குத் துணைபுரிகிறது.

இதுதான் விசை செலுத்தும் இயங்கமைப்பு. மேற்கூறிய முறையில் இயங்கும் இயந்திரமானது கூடுதல் சக்தியைப் பெற்று உற்பத்தியைப் பெருக்கும் இராட்சத உழைப்புக் கருவியாக பரிணமிக்கிறது. இதுதான் இயந்திர சாதனத்தின் வளர்ச்சி.

இயந்திரத்தைப் பயன்படுத்திய தொழிற்புரட்சி *18*-ஆம் நூற்றாண்டில் துவக்கி வைக்கப்பட்டது. இயந்திரங்கள் மனிதனின் மேற்பார்வையில் இயங்கி முன்னிலும் பன்மடங்கு உற்பத்திப் பெருக்கத்திற்கு வழிவகை செய்தன. இங்கே இயந்திரங்களின் இயங்கு சக்தி மனித சக்தியின் மூலமாகக் கிடைத்தாலும் சரி, இயற்கையின் மூலம் கிடைத்தாலும் சரி, இயந்திரத்தின் தன்மையை மாற்றி விடுவதில்லை. கைக்கருவியை மனிதனிடமிருந்து விடுவித்து, ஓர் ஒழுங்கமைக்கப்பட்ட தொடர்ச்சியான இயக்கமாக மாற்றியது முதற்கொண்டே கருவி என்பது இயந்திரமாகி விடுகிறது. நூற்பு இயந்திரத்தில் புகுத்தப்பட்ட மாற்றம்தான் பஞ்சாலைத் தொழிலில் மிகப்பெரிய மாற்றத்தைக் கொண்டு வந்தது. முன்பு ஒரு தொழிலாளி ஒரு கதிரைப் பயன்படுத்தி நூற்றதற்கு மாறாக, ஜென்னி என்ற நூற்பு இயந்திரம் *12* முதல் *18* கதிர்களை ஒரே நேரத்தில் இயக்கி நூலை நூற்பதற்கு வகை செய்தது.

நீராவி எஞ்சின் *17*-ஆம் நூற்றாண்டின் இறுதியில் கண்டுபிடிக்கப்பட்டாலும்கூட, அல்லது பட்டறைத் தொழிலில் அது பயன்படுத்தப்பட்ட போதிலும்கூட, உற்பத்தி முறையில் மாற்றம் இல்லாத காரணத்தால் தொழிற்புரட்சி எதையும் கொண்டுவரவில்லை. ஆனால் புதிய இயந்திரங்கள் கண்டுபிடிக்கப்பட்டதுதான் நீராவி எஞ்சின்கள் வடிவத்தில் ஒரு தொழிற்புரட்சியை அவசியமாக்கியது. தொழிற்புரட்சியின் தொடக்க நிலையாக அமைகிற இயந்திரம், ஒரே ஒரு கருவியை மட்டும் கையாள்கிற தொழிலாளிக்குப் பதிலாக, அதுபோன்ற அநேகக் கருவிகளை வைத்து வேலை செய்கிற ஒரே இயக்கு விசையால் – அவ்விசையின் வடிவம் எதுவானாலும் - இயக்கி விடப்படுகிற இயங்கமைப்பைக் கொண்டுவருகிறது. ஒரு தொழில்துறையில் ஏற்பட்ட தொழில்புரட்சி, மற்ற தொழில்துறையிலும் பரவுவது அவசிய நிபந்தனையாகிறது. ஜென்னி இயந்திரத்தின் கண்டுபிடிப்பு எப்படி நூற்பதைப் புரட்சிகரமாக மாற்றியமைத்ததோ அதேபோல, கைத்தறியானது விசைத்தறியை அவசியமாக்கியது. மேலும் தொடர்ந்து, வெளுத்தல், அச்சிடுதல், சாயமிடுதல் ஆகியவற்றில் இயந்திர மற்றும் இரசாயனப் புரட்சியை அவசர அவசியமாக்கின. இவ்வாறு தொழிற்சாலைகளில் பரந்துபட்ட அடிப்படையில் ஏற்பட்ட

புரட்சியானது போக்குவரத்துத் துறையில் பெரும் மாற்றங்களைக் கொண்டுவந்தது. கப்பல் போக்குவரத்து, இரயில் போக்குவரத்து போன்றவை புரட்சிகரமாக மாற்றியமைக்கப்பட்டன. இன்றைக்கு *21*-ஆம் நூற்றாண்டில் நாம் காணும் தொழில் வளர்ச்சி மிகப் பிரமாண்டமான வளர்ச்சியாகும். கணினிப் பயன்பாடும், தகவல்-தொடர்புத் தொழில்நுட்பப் புரட்சியும் நவீன இயந்திரத் தொழிலை வியப்பூட்டும் அளவிற்கு மாற்றி அமைத்துள்ளன.

அதே நேரத்தில் சரக்கு உற்பத்தியில் ஏற்பட்ட புரட்சிகர மாற்றம், சேவைத் துறையிலும் பெரிய மாற்றங்களைக் கொண்டு வந்தது மட்டுமல்லாமல், நாட்டின் செல்வப் பெருக்கத்துக்குச் சேவைத் துறை அளப்பரிய பங்கை ஆற்ற வழிவகை செய்தது. உதாரணம்: தொலைத் தொடர்பு, தகவல் தொடர்பு, கால் சென்டர் மற்றும் சுற்றுலாத் துறை.

இன்றைய நவீன தொழில்துறையில் மரக்கட்டைகள் தொழிற்சாலைக்கு உள்ளே போவதைத்தான் பார்க்கிறோம். அவை தீப்பெட்டிகளாக பெட்டி பெட்டியாக வெளிவருகின்றன.

இயந்திரங்களைக் கொண்டு இயந்திரங்களை உற்பத்தி செய்யும் தேவையை நவீனத் தொழிற்துறை அவசியமாக்கிவிட்டது. நவீனத் தொழில்துறை இயந்திரங்களைத் தானியங்கி இயந்திரங்களாக மாற்றியமைத்துவிட்டது. உதாரணம்: கார் தொழிற்சாலை. விஞ்ஞானத்தின் வளர்ச்சி, நவீன தொழில்துறைக்குப் பெரிய அளவில் உதவி புரிய ஆரம்பித்தது. மூலதனம் எவ்வாறு பிறரது உழைப்பை அபகரித்துக் கொண்டதோ, அதேபோல பிறரது விஞ்ஞான வழிமுறைகளையும், புதிய கண்டுபிடிப்புகளையும் தனதாக்கிக் கொண்டது. உழைப்பாளியைக் கடின உழைப்பிலிருந்து விடுவிப்பதற்குப் பதிலாக, மூலதனத்தை உற்பத்தி செய்வதற்கான கருவியாகப் பயன்படுத்திக் கொண்டது. உழைப்புப் பிரிவினை மேலும் மேலும் விரிவாக்கப்பட்டு உழைப்பின் மும்முரம் முன்னிலும் அதிகமான முறையில் மாற்றியமைக்கப்பட்டது.

இயந்திரங்களின் பயன்பாடு அதிகரிக்க அதிகரிக்கத் தொழிலாளர்களின் பெருக்கமும், புதிய உற்பத்திக் கிளைகளில் அவற்றின் படையெடுப்பும் ஒருசேர நடைபெற்றன. ஆனால் அவற்றைக் கையாளும் தொழிலாளர்களின் பணியானது கலைநுட்பம் உடையது. ஆகையால், தொழிலாளர்களின் எண்ணிக்கை தாவிக்குதித்து முன்னேற வழியில்லாமல், மிகச்சிறிய அளவிலேயே பெருக்கமடைந்தது. தானியங்கி இயந்திரங்கள் வளர வளர, வெப்பம் வெளிப்படுதல் அதிகமாயிற்று. இதனைக் கட்டுப்படுத்த அதிக வெப்பம் தாங்கும் பொருட்கள் இயந்திரங்களின் பயன்பாட்டில் வர ஆரம்பித்தன. மரத்துக்குப் பதில் இரும்பைப் பயன்படுத்துவது தவிர்க்க முடியாமல் அதிகரித்தது. எனவே பொருட்களின் பயன்பாட்டிலும் புரட்சிகரமான மாற்றம் ஏற்பட்டது.

மின்சாரத்தின் பயன்பாடும், அணுசக்திப் பயன்பாடும் இன்றைய நவீன உலகில் முதலாளித்துவ உற்பத்தியை நாலுகால் பாய்ச்சலில் வளர வழிவகை செய்துள்ளன. இத்தகைய வளர்ச்சி மார்க்ஸ் காலத்தில் ஏற்படாத ஒன்று. ஆனாலும் தொழில்துறையில் நவீனமயம் முதலாளிகளின் நலனுக்கே உட்படுத்தப்படுவதால் அதனுடைய கோர வடிவம் எப்படி இருக்கும் என்பதைத் தொழிலாளி வர்க்கத்திற்குப் புரியும்படி இந்த நூலில் மார்க்ஸ் தெளிவாக விளக்கியுள்ளார். நவீனமயத்தைக் கிரகித்து மனித குலத்தின் ஒட்டுமொத்த நலனுக்கு உகந்த அடிப்படையில் மாற்றியமைக்க அரசியல் ரீதியில் அணிதிரட்டப்பட்ட பாட்டாளி வர்க்கம்தான் நிறைவான பங்கை ஆற்ற முடியும். நவீன தொழில்துறையின் உள்ளார்ந்த வர்க்கப் பகைமை

வர்க்க மோதலுக்கு இட்டுச் செல்லும் என்பதைப் பூடகமாக மார்க்ஸ் நமக்கு உணர்த்துகிறார்.

முதலாளித்துவ உற்பத்தி முறையின் ஆரம்ப வடிவமான கூட்டுவேலையும் அதன் வெளிப்பாடான உழைப்புப் பிரிவினையும், உழைப்பாளியின் உற்பத்தியைப் பன்மடங்கு பெருக்கியது என்பதை முந்தைய பகுதிகளில் பார்த்தோம். இந்த வளர்ச்சி முதலாளித்துவத்திற்கு வரலாற்றுப் போக்கில் கிடைத்த வரப்பிரசாதம். ஒழுங்கமைக்கப்பட்ட சமுதாய உழைப்புச் சக்தியைப் பயன்படுத்துவதில் முதலாளித்துவ வர்க்கத்திற்குச் சல்லிக்காசு செலவில்லை. அதுபோலவே நவீனத் தொழில்துறையில் நீர், நீராவி, காற்று, சூரிய வெப்பம் போன்றவை இயந்திரங்களை இயக்கும் இயக்கு சக்தியாகப் பயன்படும்போதும் முதலாளி வர்க்கத்திற்குச் சல்லிக்காசு செலவில்லை. இவை அனைத்தும் இயற்கையில் கிடைக்கும் இலவசச் சக்திகள்தாம். எனினும் இயற்கையில் கிடைக்கும் இந்தச் சக்திகளைப் பயன்படுத்தி உற்பத்திக்குப் பெயர்த்தளிக்க நீர்விசைச் சக்கரமும், நீராவி எஞ்சினும், சூரிய சக்தி சாதனமும் *(Solar Panel)* தேவைப்படுகின்றன. இவை மனித உழைப்பின் அவதாரமன்றி வேறில்லை. எனவே மனித உழைப்புத்தான் நவீன தொழில்துறையின் வளர்ச்சிக்கு மூல ஆதாரம். ஆனால் மனிதக் கைகள் கருவிகளை நேரடியாகக் கையாண்டு செய்த உற்பத்தி முறைக்கு மாற்றாக, இயந்திரம் பல்வேறு கருவிகளை ஒரே நேரத்தில் கையாள்வதன் மூலம், மனிதன் கடின உழைப்பிலிருந்து விடுவிக்கப்படுகிறான். உற்பத்தித் திறன் பன்மடங்கு பெருகுகிறது.

நாம் ஏற்கெனவே கூறியபடி, மாறா-மூலதனமான இயந்திரம் புதிய மதிப்பு எதையும் படைப்பதில்லை. ஆனாலும் இத்தகைய இயந்திரங்களின் மதிப்பு அது உற்பத்தியிலிருந்து விடுவித்த உழைப்புக் கருவியைவிட ஒப்பளவில் உயர்ந்த மதிப்புடையது. அதன் மதிப்பு உயர உயர அதனுடைய ஆயுட்காலமும் அதிகரிக்கிறது. அதே நேரத்தில் அந்த இயந்திரம், தான் உற்பத்தி செய்யும் உற்பத்திப் பொருளுக்குப் பழைய கருவிகளோடு ஒப்பிடுகையில், குறைந்த மதிப்பையே பெயர்த்தளிக்கிறது. விஞ்ஞானத்தின் வளர்ச்சியால் அதன் உற்பத்திக்குத் தேவையான பொருட்களில் சிக்கனம் நடைபெறுகிறது. தேய்மானம் குறைவாக நடைபெறுகிறது. அணைக்கட்டுகளும், இரயில் தண்டவாளங்களும் இலவசமாகச் சேவை செய்வதுபோல் நமக்குக் காட்சியளிக்கின்றன.

இயந்திர சாதனத்தைக் கொண்டு இயந்திரங்களைப் படைக்கும்போது, அத்தகைய இயந்திர சாதனத்தின் மதிப்பு

குறைந்துவிடுகிறது. இயந்திரத்தைப் பயன்படுத்துவதால், செலவிடப்படும் மனித உழைப்புச் சக்தி குறைகிறது. புதிய இயந்திரத்தின் மதிப்பானது அது நீக்கிவிடுகிற மனித உழைப்பின் மதிப்பிற்குக் குறைவாக இருக்கும்வரைதான் அது மூலதனத்திற்குச் சேவை புரியும் மாறா-மூலதனம். எனவே, இயந்திரத்தின் உற்பத்தித் திறன் என்பது அது நீக்கிவிடுகிற மனித உழைப்புச் சக்தியைக் கொண்டு அளவிடப்படுகிறது. இயந்திரத்தின் பயன்பாடு மாறா-மூலதனத்தை அதிகரிக்கிறது. அதே நேரத்தில் மாறும்-மூலதனம் அதாவது கூலி ஒப்பளவில் வீழ்ச்சி அடைகிறது.

உற்பத்திப் பொருளை மலிவான விலையில் உற்பத்தி செய்யவேண்டும் என்ற நோக்கத்தில் இயந்திரத்தை உற்பத்தியில் பயன்படுத்தும்போது, அது வேலை நீக்கம் செய்யும் உழைப்பாளர்களின் கூலியைவிடக் குறைந்த விலையில் அதாவது குறைந்த உழைப்பில் உற்பத்தி செய்யப்பட்ட இயந்திரமாக இருக்க வேண்டும். எனவே இயந்திரத்தை முதலாளி பயன்படுத்துவதற்கு வரம்பு இருக்கிறது. இந்த வரம்பு இயந்திரத்தின் மதிப்பிற்கும் அதனால் நீக்கப்படும் உழைப்புச் சக்தியின் மதிப்பிற்கும் இடையிலான வேறுபாட்டால் நிர்ணயிக்கப்படுகிறது.

11.2 தொழிலாளி மீது இயந்திர சாதனம் ஏற்படுத்தும் உடனடி விளைவுகள்

1. இயந்திரத்தின் பயன்பாடு பெருகுவதால் முன்னிலும் தேர்ச்சி குறைவானவர்களை வைத்து வேலை வாங்கினாலே போதும் என்ற உணர்வு முதலாளிக்கு ஏற்படுகிறது. இயந்திரம், ஒப்பளவில் வலிமை குன்றிய மாதர்களை தொழிற்சாலைக்கு இழுத்தது. அதிலும் திருப்தி அடையாத முதலாளிகள் இன்னும் வலிமை குறைந்த குழந்தைத் தொழிலாளர்களை தொழிற்சாலைக்குள் இழுத்து வந்தனர். இதனால் ஆண் தொழிலாளர்களின் உழைப்புச் சக்தியின் மதிப்பு (கூலி) குறைய ஆரம்பித்தது. எனவே குறைவான கூலியை ஈடுகட்ட குடும்ப உறுப்பினர் அனைவரும் உழைப்பில் ஈடுபடுமாறு கட்டாயப் படுத்தப்பட்டனர். இதனால் பெண்கள் குடும்பத்திற்காக வீட்டில் செலவிடும் உழைப்பு நேரம் குறைந்தது. குழந்தைகளின் கல்வி மறைமுகமாக மறுக்கப்பட்டது. விளையாடும் நேரமும் பறிக்கப்பட்டது. முன்னதாக உழைப்புச் சந்தையில் தன்னுடைய உழைப்பை மட்டும் விற்ற சுதந்திரத் தொழிலாளி, தற்போது மனைவியையும் குழந்தையையும் விற்கும் அவல நிலைக்குத் தள்ளப்படுகிறார். மாதர்கள் தொழிற்சாலைக்கு இழுக்கப்பட்டதால் குழந்தைப் பராமரிப்புக்கு நேரம் குறைந்து, கைக் குழந்தைகள் ஊட்டச் சத்துப்

பற்றாக்குறையால் அவதிக்குள்ளாயினர். வீட்டுப் பராமரிப்புக்கு நேரம் குறைவதால் சுகாதாரக் கேடு விளைந்தது. குழந்தைகள் தாயின் பராமரிப்பு இன்றி வளர்வதால் ஒழுக்கக் கேட்டிற்கு ஆளாகின்றனர். மாதர்கள் தங்கள் வேலையில் இடையூறு ஏற்படக்கூடாது என்பதற்காகக் குழந்தையை அபின் ஊட்டி உறங்கச் செய்த அவல நிகழ்ச்சிகளும் இங்கிலாந்தில் அரங்கேறின.

மேற்கூறிய அவலங்கள் சமுதாயத்தில் தொடர்கதையாக மாறியபோது தொழிலாளர்களின் எதிர்ப்பும் வலுத்தது. வேலை-நாள் நீட்டிப்பிற்கு எதிராகப் போராடிய அதே வேளையில், மாதர்களின் வேலைநாள் ஆண் தொழிலாளர்களின் வேலைநாள் நேரத்தைவிடக் குறைவாக இருக்க வேண்டும் என்றும் கோரிக்கை வைக்கப்பட்டது. அதேபோல் மாதர்களையும், குழந்தைகளையும் இரவு நேரங்களில் வேலைக்கு அமர்த்துவதற்கும் கடும் எதிர்ப்பு தெரிவிக்கப்பட்டது. இந்தப் போராட்டங்களின் விளைவுதான் பெண்கள் மற்றும் குழந்தைத் தொழிலாளர் பாதுகாப்புச் சட்டங்கள்.

குழந்தைத் தொழிலாளர்களுக்கு ஆரம்பக் கல்வியைக் கட்டாயமாக்க வேண்டும் என்ற கோரிக்கையின் மூலம், தொழிற்சாலைகளில் குழந்தைகளுக்குக் கல்வி கற்பிக்க வேண்டும் என்ற சட்டம் இயற்றப்பட்டது. ஆனால் அந்தச் சட்டம் வெறும் ஏட்டளவில்தான் இருந்தது. பள்ளி ஆசிரியர் அல்லது ஆசிரியை, குழந்தைக்குக் கல்வி கற்பித்ததற்கான சான்றிதழை முதலாளி வாரந்தோறும் பெறவேண்டும். தொழிலாளர் நல ஆய்வாளர்கள் பள்ளியை ஆய்வு செய்தபோது அவர்கள் திரட்டிய செய்தி மிகவும் வெட்கக் கேடானது. கொடுமை என்னவென்றால், அவ்வாறு வேலைக்கு அமர்த்தப்பட்ட ஆசிரியருக்கு எழுதப் படிக்கத் தெரியாமல் இருந்ததுதான். எனவே பெயரளவுக்குத் தொழிற்சாலையில் கல்விக் கூடம்; போலியான சான்றிதழ்கள்; எண்ணற்ற குழந்தைகள் ஒரு சிறிய அறைக்குள் அடைத்து வைக்கப்பட்ட கொடுமை ஆகியவையும் நடந்தேறின.

மாதர்களும், குழந்தைத் தொழிலாளர்களும் தொழிற்சாலைக்குள் இழுக்கப்பட்டதன் காரணமாய், மூலதனத்தின் உழைப்புச் சுரண்டலுக்கும், கொடுங்கோன்மைக்கும் எதிர்ப்புக் காட்டிய தொழிலாளி வர்க்கத்தின் இயக்கம் உடைத்தெறியப்பட்டது. போராட்டக் கூர்முனை மழுங்கடிக்கப்பட்டது.

2. இயந்திர சாதனங்களின் பயன்பாட்டால் தொழிலாளர்களின் அவசிய உழைப்பு நேரம் குறைய ஆரம்பித்தது. இதனைத் தனக்கு

சாதகமாகப் பயன்படுத்திய முதலாளிகள் வேலை நேரத்தை முன்னிலும் அதிகமாக நீட்டினர். வேலைப்பளு முன்னிலும் குறைவு என்பதாலும், மாதர்களும், குழந்தைகளும் வேலைக்கு அமர்த்தப்படுவதாலும், வேலை நேர நீட்டிப்பிற்கான எதிர்ப்பு குறைந்துவிடுகிறது. மேலும் இயந்திர சாதனமானது நேரடியாய் உழைப்புச் சக்தியின் மதிப்பைக் குறைப்பதன் மூலம், உழைப்புச் சக்தியின் மறு உற்பத்தியில் பங்குபெறும் சரக்குகளையும் மலிவாக்குகிறது. உழைப்புச் சக்தியை மலிவாக்குவதன் மூலம் ஒப்பீட்டு உபரி-மதிப்பைப் பெருக்குகிறது. ஆனாலும் இயந்திர சாதனத்தின் பயன்பாடு வேறு இடங்களுக்கும் பரவலாகப் பரவ ஆரம்பித்தவுடன் உற்பத்திப் பொருளின் சமுதாய மதிப்பு குறைந்து, தனிப்பட்ட மதிப்பிற்குச் சமமாகிறது. ஒப்பீட்டு உபரி-மதிப்பு விகிதம் குறைய ஆரம்பிக்கிறது. எனவே உபரி-மதிப்பு, இயந்திர சாதனத்தால் வெளியேற்றப்படும் உழைப்புச் சக்தியிலிருந்து பிறப்பதில்லை. மாறாக, இயந்திர சாதனத்தைக் கொண்டு வேலை செய்வதில் மெய்யாகவே ஈடுபடுத்தப்படும் உழைப்புச் சக்தியிலிருந்து பிறப்பதே என்ற விதி தன்னை நிலைநாட்டிக் கொள்கிறது. என்னதான் அளவுக்கதிகமான இயந்திர சாதனங்களைப் பயன்படுத்தினாலும், குறிப்பிட்ட மூலதனத் தொகையால் வேலைக்கமர்த்தப்படும் தொழிலாளர்களின் உழைப்புதான் உபரி-மதிப்பைப் படைக்கிறது. தொழிலாளர்கள் குறைந்த எண்ணிக்கையில் வேலைக்கு அமர்த்தப்படுகின்றனர். இதற்கும் ஒரு வரம்பு உண்டு. குறிப்பிட்ட அளவுக்கும் அதிகமாகக் குறைப்பதனால் அறுதி உபரி-மதிப்பின் அளவு குறைகிறது. நம்முடைய விதியின்படி உபரி-மதிப்பைப் படைப்பது உழைப்பாளர்கள்தான். எனவே, அறுதி உபரி-மதிப்பின் மொத்த அளவு மாறாமல் இருக்க வேண்டும், அல்லது உயர வேண்டும் என்றால், வேலை-நாளை அளவுக்கதிகமாக முதலாளி நீட்டுகிறார். எப்படியாயினும், தொழிலாளி முதலாளியின் பொறிக்குள் சிக்கும் எலியின் நிலைக்குத் தள்ளப்படுகிறார். இயந்திரத்தின் பயன்பாடு சமுதாய மயமாக்கப்பட்ட உடனேயே, சமுதாய அறுதி உபரி-மதிப்பு குறைந்துவிடுகிறது உற்பத்திப் பொருட்களின் விலை மலிவாகிவிடுகிறது. உபரி-மதிப்பின் திரள் மாறாமல் இருக்கும் பொருட்டு வேலை-நாள் நீட்டிக்கப்படுகிறது. இதுதான் இயந்திரப் பயன்பாட்டின் உள்ளார்ந்த முரண்பாடு.

வேலை-நாள் வரம்பற்று நீட்டிக்கப்படுவதற்குக் கடுமையான எதிர்ப்பு தொழிலாளர்கள் மத்தியில் கிளம்பியவுடன் வேலை நேரத்தை வரம்பிடுவதற்கான சட்டங்கள் நிறைவேற்றப்பட்டன. அதனடிப்படையில் வேலை-நாள் என்பது நாள் ஒன்றுக்கு 8 மணி நேரம்

என்று தற்போது வரம்பிடப்பட்டுள்ளது. தற்போது இயந்திர சாதனத்தின் வளர்ச்சி தொழிலாளர்களின் வேலை மும்முரத்தைக் கடுமையாக்குகிறது. இயந்திர சாதனத்தின் வேகம் அதிகமாக்கப்படும்போது அதன் வேகத்திற்கு ஈடுகொடுக்கும் அளவிற்குத் தொழிலாளி வேலை செய்யும் வேகம் அதிகரிக்கிறது. ஒரு இயந்திரத்தைக் கவனித்த தொழிலாளி 2 அல்லது 3 இயந்திரங்களை ஒரே நேரத்தில் கவனித்துக் கொள்ளும்படி பணிக்கப்படுகிறார். இந்தியாவில் பூனாவில் பஜாஜ் ஆட்டோ கம்பெனியில் ஜூலை 2013-ல் நடைபெற்ற காலவரையற்ற தொழிலாளர்கள் போராட்டம் இத்தகைய வேலை மும்முரத்தை எதிர்த்துத்தான். கடந்த ஆறு வருடத்தில் 42 வினாடிக்கு ஒரு மோட்டார் சைக்கிள் என்ற உற்பத்தி 28 வினாடிக்கு ஒரு மோட்டார் சைக்கிள் உற்பத்தி என்ற அடிப்படையில் புதிய எந்திரங்கள் பயன்படுத்தப்பட்டதன் விளைவாய், தொழிலாளர்களின் வேலை மும்முரம் கடுமையாக்கப்பட்டது. ஒரு நாளைக்கு 1028 மோட்டார் சைக்கிள் பஜாஜ் தொழிற்சாலையில் உற்பத்தி செய்யப்பட்டது. உற்பத்தி பெருகியும் கூலியில் குறிப்பிடத்தக்க மாற்றம் இல்லை. ஆனால் தொழிலாளர்கள் வேலை மும்முரத்திற்கு ஆளாக்கப்பட்டனர்.

உழைப்புப் பிரிவினை தற்போது முன்னைவிட விரிவாக்கப்படுகிறது. இயந்திரமானது தேர்ச்சியுடையோர், தேர்ச்சியற்றோர், குறைதேர்ச்சி பெற்றோர் என்றும், மேற்பார்வையாளர், பொறியாளர், மெக்கானிக், இணைப்பாளர், பொருத்துநர் என்றும் எண்ணற்ற உழைப்புப் பிரிவினையைக் கொண்டுவந்து சேர்த்தது. இயந்திரத்தைக் கையாள்வதற்குத் தொழிலாளிக்குக் குறைந்தபட்ச கல்வி மற்றும் பயிற்சி அவசியமாகியது. ஆனாலும் இத்தகைய அடிப்படைக் கல்வி மற்றும் பயிற்சியானது தொழிலாளி ஒரே தொழிலைத் தொடர்ந்து செய்வதைத் தேவையற்றதாக்கியது. எந்த நேரத்திலும் வேலையை மாற்றிக் கொள்ள முடிந்தது. எப்படியாயினும் தொழிலாளி இயந்திரங்களின் ஒட்டு வாலாக மாறுவது தவிர்க்க முடியாமல் நடந்தேறியது. அதாவது இயந்திரங்களைப் புகுத்தும் மூலதனத்திற்குச் சேவை செய்வதைத் தவிர வேறு எதற்கும் பயன்படாத தொழிலாளியாக மூலதனம் அவரை மாற்றிவிடுகிறது. கைத்தொழிலிலும், பட்டறைத் தொழிலிலும் தொழிலாளி கருவியைப் பயன்படுத்துகிறார்; தொழிற்சாலையில் இயந்திரம் அவரைப் பயன்படுத்துகிறது. வேலையைச் சற்றும் சுவையற்றதாக்கி சலிப்படையச் செய்கிறது.

11.3 தொழிலாளர்களுக்கும் இயந்திரத்திற்கும் இடையிலான போர்

வேலை-நாளை வரம்பிடுவதற்காக நடைபெற்ற போராட்டத்தைத் தொடர்ந்து புதிய இயந்திரங்களுக்கு எதிரான போராட்டம் நவீன தொழில்துறையில் வெடிக்கலாயிற்று. 17-ஆம் நூற்றாண்டில் ஜெர்மனியில் நெசவு இயந்திரம் கண்டுபிடிக்கப்பட்டது. இதற்கு எதிராகத் தொழிலாளர் கலகம் வெடித்தது. இது ஐரோப்பா முழுவதும் பரவியது. டான்சீக் என்ற நகரத்தில் ஒரே நேரத்தில் 4 அல்லது 6 சேலைகளை நெய்கிற புதிய இயந்திரம், தொழிலாளர்களைப் பெரும் எண்ணிக்கையில் நடுத்தெருவில் நிறுத்தும் என்று எண்ணி, அந்த நகர மேயர் இயந்திரத்தைக் கண்டுபிடித்தவரை ரகசியமாகக் கழுத்தை நெரித்து அல்லது நீரில் அமிழ்த்திச் சாகடிக்க ஏற்பாடு செய்தார் என்று பாதிரியார் லான்செலாட்டி 1629-ஆம் ஆண்டு எழுதிய நூலில் குறிப்பிடுகிறார். இந்த நிகழ்ச்சி நடந்து 100 ஆண்டுகள் வரை, அதாவது 17-ஆம் நூற்றாண்டின் இறுதிவரை, பல ஐரோப்பிய நாடுகளிலும் நெசவு இயந்திரங்கள் தடை செய்யப்பட்டன. இதேபோல் 1758-ல் நீர்விசையில் இயங்கும் கம்பளி வெட்டும் இயந்திரத்தை, அதனால் வேலையிலிருந்து துரத்தப்பட்ட 1,00,000 தொழிலாளர்கள் தீயிட்டுக் கொளுத்தினர். இதனைத் தொடர்ந்து லூட்டைட் இயக்கம் *(Luddite Movement)* இங்கிலாந்தில் இயந்திரங்களை அடித்து நொறுக்கியது. இத்தகைய தொழில்நுட்ப முன்னேற்றத்திற்கு எதிரான கோபமும், இயந்திரங்களுக்கு எதிரான வன்முறையும் தேவையற்றது என்பதைத் தொழிலாளி வர்க்கம் பின்பு புரிந்து கொண்டது. உற்பத்திச்சாதனங்களின் வளர்ச்சி என்பது சமுதாய நலனுக்கு எதிரானது அல்ல. மாறாக, இயந்திரத்தைப் பயன்படுத்துவதால் ஏற்படும் உழைப்புச் சுரண்டலின் சமூக வடிவம்தான் தமக்கு எதிரானது என்பதைத் தொழிலாளி வர்க்கம் புரிந்து கொண்டது. இன்றைய நவீன உலகிலும், கணினிகள் பயன்படுத்தப்பட்டபோது பல தொழில்துறைகளில் அதன் பயன்பாட்டைத் தொழிலாளர்கள் எதிர்த்தனர்.

இங்கிலாந்தில் ஏற்பட்ட தொழில்புரட்சியானது பல லட்சம் நெசவாளர்களைத் தெருவில் நிறுத்தியது. இயந்திரங்களின் வருகை அடுக்கடுக்காகப் பல விளைவுகளை ஏற்படுத்தியது. விவசாயத் துறையில் இயந்திர சாதனங்கள் புகுத்தப்பட்டதானது சிறுவீத விவசாயிகளின் வாழ்வுச் சாதனங்களைப் பறித்தது. உழைப்பாளிகள் நிலத்திலிருந்து விரட்டப்பட்டனர். கருவியைக் கையாள்வது இயந்திரத்தின் வேலையானவுடன், தொழிலாளியின் உழைப்புச் சக்தியினது பயன்-மதிப்போடு பரிவர்த்தனை-மதிப்பும் மறைந்து

போகிறது. தொழிலாளி உழைப்புச் சந்தையில் மலிவாகிவிடுகிறார். இறுதியில் பெரும்பகுதி மக்கள் பட்டினி கிடந்து மடியும் நிலை ஏற்பட்டது. இயந்திர சாதனம் ஒரு துறையில் ஆரம்பித்துப் பல துறைகளுக்கும் பரவுவதால் தற்காலிக விளைவு உண்மையில் நிரந்தர விளைவாக மாறுகிறது. இயந்திர சாதனத்தில் ஏற்பட்ட மேம்பாடு பெருவீத உற்பத்திப் பெருக்கத்தை ஏற்படுத்தியது. துணிகள் சந்தைகளில் குவிந்தன. பெரும் அளவில் குவிந்த துணிகளை வாங்கும் அளவிற்குத் தேவை பெருகாதபோது முதலாளி வர்க்கம் சிக்கலில் மாட்டிக் கொண்டது. இதிலிருந்து மீள்வதற்குக் கூலியைக் குறைப்பதில் இறங்கினர். எனவே இயந்திரமயமாக்கல் சங்கிலித் தொடர்போல் தொழிலாளி வர்க்கத்தை அடுக்கடுக்கான பாதிப்புக்கு ஆளாக்கியது.

தற்போது நமது அருமை முதலாளித்துவவாதிகள் விநோதமான விவாதத்தை முன்வைக்கின்றனர். தொழிலாளர்களை நீக்கியதால் விடுவிக்கப்பட்ட மூலதனம் வேறு துறைகளில் முதலீடு செய்யப்படுவதால் வேலைவாய்ப்பைப் பெருக்குகிறது என்று வாதிடுகின்றனர். ஆனால் நடப்பதென்ன? மாறா-மூலதனத்திற்கும் மாறும்-மூலதனத்திற்கும் உள்ள விகிதாச்சாரம் மாறுகிறது. மாறா-மூலதனத்தின் முதலீடு அதிகரித்து மாறும்-மூலதனம் ஒப்பளவில் குறைகிறது. அதாவது குறிப்பிட்ட அளவு தொழிலாளர்கள் விடுவிக்கப்படுகின்றனர்.

உதாரணத்திற்கு சமுக்காளத் தயாரிப்பு தொழிற்சாலையில் ஒரு முதலாளி ஆண்டுக்கு 100 தொழிலாளர்களை அமர்த்தி உற்பத்தியில் ஈடுபடுவதாக வைத்துக் கொள்வோம். ஒரு ஆண்டுக்கு ஆகும் மொத்தக் கூலி அதாவது மாறும்-மூலதனம் ரூ. 1 கோடி என்று கொள்வோம். கச்சாப் பொருட்களின் செலவு ரூ. 1 கோடி. தற்போது தொழிலில் இயந்திரத்தைப் புகுத்துகிறார். இந்தப் புதிய இயந்திரத்திற்கு ஆகும் வருடாந்திரச் செலவு ரூ. 50 லட்சம். தற்போது இயந்திரம் 50 பேரை உபரியாக்குகிறது. 50 தொழிலாளர்கள் விடுவிக்கப்படுகின்றனர். மாறும்-மூலதனம் ரூ. 50 லட்சமாகக் குறைந்து விடுகிறது. கச்சாப் பொருட்களுக்கான செலவு முன்பு போலவே ரூ. 1 கோடி ஆகிறது எனக் கொள்வோம். மொத்த மூலதனம் ரூ. 2 கோடியில் மாற்றமில்லை. மாறும்-மூலதனத்தின் ஒரு பகுதி மாறா-மூலதனமாக மாறி முடக்கப்பட்டுள்ளது. மூலதனம் விடுவிக்கப்படவில்லை. தற்போது இயந்திரத்தின் வருடாந்திரச் செலவு ரூ. 40 லட்சமாகக் குறைகிறது என்றால், ரூ. 10 லட்சம் மாறா-மூலதனம் தற்போது முதலாளிக்கு மிச்சமாகிறது. இதுதான் தற்போது விடுவிக்கப்படுகிறது.

விடுவிக்கப்படும் மூலதனத்தில் ரூ. 8 லட்சம் வேறு தொழிலில் மாறும்-மூலதனமாக முன்னீடு செய்யப்பட்டபோதும் புதிதாக ஆண்டுக்கு 8 பேரைத்தான் வேலைக்கமர்த்த முடியும். மீதி 42 பேர் வேலையின்றி விரட்டப்படுகின்றனர்.

இதன் விளைவு விடுவிக்கப்பட்ட 42 அல்லது 50 பேர் வாழ்வுச் சாதனங்களை விலைகொடுத்து வாங்க முடியாத நிலைக்கு ஆளாகின்றனர். உணவுப் பண்டங்களுக்கான உற்பத்திப் பொருள் மலிவாகிறது. இந்த மலிவு இந்தப் பொருட்களின் உற்பத்தித் துறையிலும் பாதிப்பை ஏற்படுத்திக் குறிப்பிட்ட அளவு வேலையாட்களை இங்கும் வேலை இழக்கச் செய்கிறது. எனவே சங்கிலித் தொடர்போலத் தொழிலாளர்களைப் பிச்சைக்காரர்களாக மாற்றுகிறது. எனவே இது தொழிலாளர்களின் வாங்கும் சக்தியைக் குறைத்துவிடுவதால், உற்பத்திப் பெருக்கத்திற்குத் தடையை உண்டாக்குகிறது. இயந்திர சாதனம் முதலாளித்துவத்திற்குச் சேவை புரியும்போது முரண்பாடுகளும், பகைநிலையும் தோன்றுகிறது. இயந்திர சாதனம் அதனளவில் உழைப்பு நேரத்தைக் குறைக்கிறது. ஆனால் மூலதனத்திற்குப் பணிசெய்யும் போது உழைப்பு நேரத்தை நீட்டுகிறது. அதனளவில் உழைப்பை எளிதாக்குகிறது. ஆனால் மூலதனத்தால் ஈடுபடுத்தப்படும்போது உழைப்பின் மும்முரத்தை உயர்த்துகிறது. அதனளவில் இயற்கைச் சக்திகள் மீது மனிதன் பெற்ற வெற்றியாகிறது. ஆனால் மூலதனத்தின் கையில் இருக்கையில் மனிதனை அச்சக்தியின் அடிமையாக்குகிறது. அதனளவில் உற்பத்தியாளர்களின் செல்வத்தை அதிகமாக்குகிறது. ஆனால் மூலதனத்தின் கையிலிருக்கையில் அவர்களை வக்கற்றவர்கள் ஆக்குகிறது.

இயந்திரசாதனத்தால் உற்பத்திப் பெருக்கம் நிகழ்வது என்பது முற்றிலும் உண்மை. ஆனால் இயந்திர சாதனத்தின் மதிப்பு அது வெளியேற்றும் தொழிலாளர்களின் மதிப்பைவிடக் குறைவாக இருக்கும் வரைதான் உற்பத்திப் பெருக்கம் நிகழ முடியும். தற்போது கூடுதல் உற்பத்தி நிகழ்வதால் அதற்குத் தேவையான கச்சாப் பொருட்களின் உற்பத்தி பெருகுகிறது. எனவே ஒரு தொழிலில் விடுவிக்கப்பட்ட தொழிலாளர்கள் வேறு தொழில்களில் ஈடுபடுத்தப்படுவது சாத்தியமாகிறது. ஆனாலும் சமுதாய மொத்த மூலதனப் பெருக்கத்தில், மாறும்-மூலதனத்தின் பங்கு குறைந்தாலும், ஒப்பளவில் உயர்கிறது. அதே நேரத்தில் சொகுசுப் பண்டங்களின் உற்பத்தி பெருகுவதால், கூடுதல் மூலதனத்தின் ஒருபகுதி இத்தகைய

பொருளில் செலவிடப்பட்டு முதலாளிகள் மற்றும் அவரைச் சார்ந்த வர்க்கத்தினரால் நுகரப்படுகிறது. இந்த நிலை முதலாளித்துவத்தை நெருக்கடியிலிருந்து காப்பாற்றுகிறது. சேவைத் தொழில் முன்னிலும் அதிக அளவில் முன்னுக்கு வருகிறது. மூலதனத்தின் குறிப்பிட்ட பங்கு இத்தகைய தொழிலில் முன்னீடு செய்யப்படுகிறது.

11.4 உற்பத்தி-சாரா உழைப்புப் பிரிவு உருவாதல் (*Unproductive Labour force*)

தொழில்துறையில் தொழிலாளர்கள் விடுவிக்கப்படுவதைத் தொடர்ந்து, வீட்டு வேலைக்காரர்கள், கையாட்கள், அடியாட்கள் என்ற புதிய, உற்பத்திக்கு உதவாத வர்க்கம் ஒன்று உருவாகிறது. முதலாளி வர்க்கத்துக்கும், ஏனைய மேல்தட்டு வர்க்கத்துக்கும் சேவை செய்யக்கூடிய உதவியாளர்கள், வீட்டில் துப்புரவுப் பணியில் ஈடுபடுவோர், பராமரிப்போர், சமையல் செய்வோர் என்று பெரும் எண்ணிக்கையில் ஒரு தொழிலாளர் கூட்டமே உருவாகிவிடுகிறது. இவர்களைப் பொறுத்தவரை இவர்களும் உழைப்புச் சுரண்டலுக்கு ஆளாக்கப்பட்டாலும், நேரடி உற்பத்தியில் ஈடுபடுவதில்லை. இத்தகைய உழைக்கும் வர்க்கத்தை உற்பத்தி-சாரா உழைப்பாளர்கள் (*Unproductive Labourers*) என்று மார்க்ஸ் அழைக்கிறார். உற்பத்தி-சார் உழைப்பில் ஈடுபடும் ஏனைய தொழில்துறை உழைப்பாளர்களின் உபரி-மதிப்பிலிருந்துதான் இவர்களை வேலைக்கு அமர்த்தும் முதலாளித்துவ வர்க்கமும், உயர்குடி வர்க்கமும் படியளக்கிறது. அரசுத்துறை ஊழியர்களும் இந்த வகை உழைக்கும் வர்க்கத்தைச் சார்ந்தவர்களே. இவர்களுக்கு வழங்கப்படும் மாத ஊதியம் உற்பத்தி-சார் உழைப்பாளர்களின் உபரி-மதிப்பிலிருந்து ஒரு பகுதியாகத் தொழில்துறை முதலாளிகள் செலுத்தும் வரியிலிருந்து கிடைக்கும் வருவாயிலிருந்துதான் கொடுக்கப்படுகிறது.

11.5 இயந்திர சாதனத்தால் ஏற்படும் சர்வதேச விளைவு:

நவீன மயத்தின் தாக்கத்தாலும், இயந்திர சாதனத்தின் செயல்பாட்டாலும் உள்நாட்டில் மட்டுமன்றி, இதர நாடுகளிலும் கைத்தொழில் உற்பத்தி நாசமாகிறது. வளர்ச்சி அடைந்த நாடுகள் பிற நாடுகளைக் காலனி நாடுகளாக மாற்றுகின்றன. அவற்றைத் தமக்கு வேண்டிய கச்சாப் பொருளைப் பெறுவதற்கான களங்களாகப் பலவந்தமாக மாற்றுகின்றன. இப்படித்தான் இந்தியா இங்கிலாந்துக்கு அடிமைப்பட்டது. பருத்தி. சணல், அவுரி உற்பத்தியில் விவசாயத் தொழிலாளர்கள் அப்பட்டமாகச் சுரண்டப்பட்டனர். பல நாடுகள் கச்சாப் பொருட்களை வழங்கும் காலனியாக மாறியதால் உலகு தழுவிய உழைப்புப் பிரிவினையை முதலாளித்துவம் கொண்டு வந்தது.

பல நாடுகளிலும் தொழிலாளர்கள் தொடர்ச்சியாக பெரும் எண்ணிக்கையில் விலக்கப்படுவதும், ஈர்க்கப்படுவதும் தொடர்ந்து நடைபெறுகிறது.

லெனின் வார்த்தையில் சொல்வதென்றால் நவீன உற்பத்தியின் விளைவு முதலாளித்துவத்தை உலக அரங்கில் ஏகாதிபத்தியமாக மாற்றுகிறது. உழைப்புச் சக்தியை உறிஞ்சி மனித உயிர்களைக் கொன்று குவித்த முதலாளித்துவம், மண் வளங்களை நவீனத்துவம் என்ற பெயரில் சூறையாடுகிறது. மனித இனங்களின் எதிகால வாழ்வாதாரங்கள் அழிக்கப்படுகின்றன. சுற்றுச் சூழல் கெடுக்கப்படுகிறது.

11.6 சாதனையும் வேதனையும்

நவீன தொழில்துறையானது உற்பத்தியைப் பெருக்குகிறது. பொருட்களை மலிவாக்குகிறது. மக்களின் வாங்கும் சக்தியை உயர்த்துகிறது. ஆடம்பரப் பொருட்களை அவசியப் பண்டங்களாக மாற்றுகிறது. போக்குவரத்தைத் துரிதப்படுத்துகிறது. வேலைப் பளுவைக் குறைக்கிறது. கல்வியைப் பரவலாக்குகிறது. புதிய கண்டுபிடிப்புகளை ஊக்குவிக்கிறது. மாதர்களை வீட்டடிமை வேலையிலிருந்து விடுவிக்கிறது. குடும்பம் மற்றும் ஆண், பெண் உறவுகளில் உயர்ந்த வடிவத்திற்கான புதிய பொருளாதார அடித்தளத்தைப் படைக்கிறது. பொழுதுபோக்கு அம்சங்களைக் கொண்டு வருகிறது. இத்தனையும் ஏற்படுவது உபரி-மதிப்பின் பலனால்தான். மூலதனப் பெருக்கத்தின் மூலமாகத்தான். நவீன தொழில்துறையானது முழு வளர்ச்சி பெற்ற தனிமனிதனைத் தோற்றுவிக்கிறது- இல்லையேல் மடிய நேரிடும் என்று அச்சுறுத்தி, சமுதாயத்தை மெய்யாகவே கட்டாயப்படுத்துகிறது. தொழிலாளர்களின் வலுவான போராட்டத்தின் மூலம் 8 மணி நேர வேலை-நாள் சட்டம், தொழிலாளர் நலச்சட்டங்கள், ஆரம்பக் கல்விச் சட்டங்கள் அமுலுக்கு வந்தன. பாராளுமன்றங்களில் தொழிலாளர் நலனுக்கு ஆதரவான குரல்கள் ஒலிக்க ஆரம்பித்தன. பாரம்பரியமான குடும்பத்திற்கும் அதை ஒட்டிய குடும்ப உறவுக்கும் அடிப்படையாக இருந்த பொருளாதார அடித்தளத்தைத் தகர்த்ததன் மூலம், நவீனத் தொழில்துறை பாரம்பரியமான குடும்ப பந்தங்கள் யாவற்றையும் தளரச் செய்துவிட்டது. குழந்தைகளின் உரிமைகளை நாடாளுமன்றங்கள் பிரகடனம் செய்ய வேண்டியதாயிற்று. பெண்ணடிமைத் தனத்திற்கு முற்றுப்புள்ளி வைக்க ஆரம்பித்தது.

ஆனாலும் நவீனத் தொழில்துறையாலும், விவசாயத்தாலும் “தேவையற்றோர்” ஆக்கப்படும் மக்கள் திரளை அவர்களின் கடைசிப் புகலிடமான வீட்டு வேலைத் தொழிலுக்கு முதலாளித்துவம் அனுப்புகிறது. வீட்டு வேலைத் தொழிலில் உழைப்புச் சுரண்டல் தொழிற்சாலையைவிட அப்பட்டமாக நடந்தேறுகிறது. குழந்தைத் தொழிலாளர்கள் கீழ்த்தரமான பேச்சுக்குப் பழகிப் போய்விடுகின்றனர். அறியாப் பருவத்தில் தறிகெட்ட நிலையில் தாறுமாறான, அசிங்கமான, வெட்கக்கேடான பழக்க வழக்கங்களுக்கிடையே வளர்கின்றனர். ஒழுக்கச்சீரழிவிற்கு ஆளாகின்றனர். பெண்களைக் காட்சிப் பொருளாக மாற்றி, உடம்பை விற்றுப் பிழைப்பு நடத்தும் அவல நிலைக்கு முதலாளித்துவம் தள்ளிவிடுகிறது. செல்வப் பெருக்கம் ஒருசிலர் கையில் குவிவது தொடர்கிறது. ஒப்பளவில் வாழ்க்கைத் தரம் உயர்ந்தாலும், வருமான இடைவெளி விரிவாகிக் கொண்டே வருகிறது. ஊழலையும், அடிமைத்தனத்தையும் விளைவிக்கும் விஷ ஆதாரமாகிவிடுகிறது. முதலாளித்துவம் முன்னிலும் அதிகமாகச் சிக்கலில் மூழ்குகிறது. எனவே நவீனமயத்தின் விளைவாக முதலாளித்துவம் எழுச்சி, வீழ்ச்சி என்ற சூழலில் தொடர்ந்து தன்னை நிலைநாட்டி வருகிறது. உபரி-உற்பத்தியைக் கொண்டுவருகிறது. மூலதனத்தைப் பன்மடங்கு பெருக்குகிறது.

நவீனத் தொழில்துறை விவாசாயத் துறையையும் விட்டுவைக்கவில்லை. உழவையும், தொழிலையும் அவற்றின் பிள்ளைப் பிராயத்தில் இணைத்துக் கட்டியிருந்த பழைய பந்தத்தை முதலாளித்துவப் பொருளுற்பத்தி அறவே துண்டித்து விடுகிறது. அதே நேரத்தில் விவசாயத் துறையில் இயந்திர சாதனங்களைப் புகுத்தி உணவுப் பொருளுற்பத்தியைப் பன்மடங்கு பெருக்குகிறது. நிலத்திலிருந்து தொழிலாளர்களை விடுவித்து நகரத்தை நோக்கி விரட்டுகிறது. மூலதனத்திற்குச் சேவை செய்யும் அடிமைகளாக மாற்றுகிறது.

சமூக மாற்றங்களுக்கான விருப்பமும், வர்க்கப் பகைமைகளும் நகரங்களிலுள்ள அதே அளவிற்குக் கிராமங்களிலும் வளர்கிறது. எனவே முதலாளித்துவப் பொருளுற்பத்தியானது செல்வங்களுக்கெல்லாம் மூல ஆதாரமாகிய மண்ணையும், உழைப்பையும் கசக்கிப் பிழிந்துதான் தொழில்நுட்பத்தை வளர்க்கிறது. இன்று கடல் வளத்தையும், காடுகளின் வளத்தையும், மொத்தத்தில் இயற்கை வளங்களையும் கொள்ளையடித்துத்தான் நவீன தொழில்நுட்பத்தை வளர்க்கிறது. அதை ஒரு சமுதாய முழுமையாக

ஒன்றிணைக்கிறது. ஆனால், குறிப்பிட்ட உற்பத்தி வடிவத்தில் உள்ளார்ந்துள்ள பகைமைகளின் வரலாற்று வளர்ச்சியே அந்த உற்பத்தி வடிவம் கலைக்கப்பட்டு, புதிய வடிவம் நிறுவுவதற்கான ஒரே வழியாகும் என்பதை மார்க்ஸ் இங்கு தெளிவுபடுத்துகிறார்.

ஆக, மேற்கூறிய ஒப்பீட்டு உபரி-மதிப்பு உற்பத்தியின் உந்து சக்தி போட்டியும் அராஜகமுமே ஆகும். முதலாளித்துவ உற்பத்தி முறையின் உள்ளார்ந்த விதிகளை ஆய்வுக்கு உட்படுத்தும்போது இது நமக்குப் புரிகிறது. ஆனால் அதற்கு வெளியில் முதலாளிகள் தனிப்பட்ட மூலதனத்தின் முனைப்பைப் பாதிக்கும் தன்மையைச் சீர்தூக்கிப் பார்க்க இயலாதபோது, இயல்பாகவே அவர்கள் தங்களை அழுத்தும் போட்டியின் விதிக்கு இரையாகின்றனர். எனவே அவர்களையும் மீறிய நிர்ப்பந்தம்தான் அவர்களைப் போட்டியில் தங்களையும் இணைத்துக் கொள்ளத் தூண்டுகிறது. இது நமக்குத் தெளிவாகத் தெரிகிறது. வானுலகக் கோள்களின் இயல்பான அசைவியக்கத்தைப் போல, மூலதனத்தின் உள்ளார்ந்த அசைவியக்கத்தைப் பகுத்தறிவு கொண்டு பார்ப்பதின் வாயிலாகத்தான் நாம் அவர்களின் உண்மையான நோக்கத்தைப் புரிந்து கொள்ள முடியும். அதுதான் ஒரு விஞ்ஞானப் பார்வையாக இருக்க முடியும். இவை மேலெழுந்த வாரியாகப் பார்ப்பவர் கண்களுக்கு புலப்படுவதில்லை.

பகுதி-5

அறுதி உபரி-மதிப்பின் உற்பத்தியும் ஒப்பீட்டு உபரி-மதிப்பின் உற்பத்தியும்

தனிமனிதன் தன்னுடைய தேவைகளைத் தானே நிறைவேற்றியது மிகவும் பழைய புராதானப் பொதுவுடைமைக் காலத்தில்தான். அந்தப் புராதன சமுதாய அமைப்பில்கூட மனிதர்கள் இனக்குழுக்களாகச் சேர்ந்தே வாழ்ந்தார்கள். ஒன்றாக வேட்டையாடி ஒன்றாகக் கூடி உண்டனர். ஒரு இனக்குழுவிற்குள் நுகர்வுத் தேவை நிறைவேறியது. இருந்தபோதும் ஒரு தனிமனிதன் இயற்கையில் கிடைத்த பொருளைக் கொண்டு உயிர்வாழ முடியும். உதாரணம்: காய், கனி, கிழங்கு, மிருகம் மற்றும் மீன். ஆனால், தனிமனிதனுடைய தேவை இத்துடன் முடிந்து விடுவதில்லை. அவனுடைய தேவை காலணி, சட்டை, வீடு, வாகனம் என்று விரிய ஆரம்பிக்கிறது. இந்தத் தனிமனிதன் தன் தேவைகளைப் பெருக்கும்போது அவன் இயற்கையோடு போராடித்தான் அதைப் பெற முடிகிறது. இயற்கையில் கிடைக்கும் பொருளை உருமாற்றி நுகர்வதற்கு, அவனுடைய கை, கால், நரம்பு, தசை, மூளை ஆகியவை இயற்கையின் மீது ஒருங்கே செயல்புரிகின்றன. தனியாள் தான் உயிர் வாழ்வதற்காக இயற்கைப் பொருட்களைத் தனதாக்கிக் கொள்ளும்போது யாரும் அவரைக் கட்டுப்படுத்துவதில்லை. அவரே ராஜா; அவரே மந்திரி. ஆனால், சமுதாய வளர்ச்சிப் போக்கில் உற்பத்திப் பொருட்கள் தனிநபரின் நேரடி உற்பத்தி என்கிற நிலை மாறி, பொதுவில் உற்பத்தி செய்யப்படும் சமுதாய உற்பத்தியாக மாறிவிடுகிறது. தனி ராஜாவாக இருந்த படைப்பாளி, பிறரால் கட்டுப்படுத்தப்படுகிறார். சட்டையானது கண்ணுக்குத் தெரியாத எண்ணற்ற உழைப்பாளர்களின் தனியான, மற்றும் தொடர்ச்சியான உற்பத்தியின் முடிவில் நுகர்வோர் கையில் கிடைக்கிறது.

சமுதாய வளர்ச்சிப் போக்கில் குறிப்பிட்ட தனி உழைப்பு திறன்-உழைப்பாக *(Productive labour)* மாறிவிடுகிறது. ஒரு தனி ஆள் தனக்குத் தேவையான அனைத்துப் பொருட்களையும் உற்பத்தி செய்ய முடியும் என்பது யதார்த்தத்தில் முடியாத நிலை ஏற்பட்டு, ஒவ்வொருவரும் பிறரைச் சார்ந்திருக்கிற, சமுதாயத்தைச் சார்ந்திருக்கிற நிலைமை அவசியமாகிறது. இந்தச் சார்புநிலை, கூட்டுழைப்பை அவசியமாக்கி, உற்பத்தியைப் பெருக்கி முதலாளித்துவ உற்பத்தி முறைக்கு அடித்தளமிட்டது. முதலாளித்துவ உற்பத்தி என்பது சாராம்சத்தில் உபரி-

உழைப்பின் உற்பத்தியாகும் என்பதை நாம் ஏற்கெனவே பார்த்துள்ளோம். எனவே திறனுடைய உழைப்பானது, உழைப்பாளி தன்னைப் புனரமைக்கத் தேவையான அவசிய உழைப்பு நேரத்தைத் தவிர, உபரி-உழைப்பையும் முதலாளிக்கு வழங்குகிறது. முதலாளி இந்த உபரி-உழைப்பை அறுவடை செய்கிறார்; ஆதாயம் அடைகிறார்; மூலதனத்தைப் பெருக்குகிறார். முதலாளிக்கு இலவசமாகக் கிடைக்கும் உபரி-உழைப்பு, உடல் உழைப்பிலிருந்துதான் பெறப்பட வேண்டும் என்று இல்லை. அது மூளையைக் கசக்கிப் பிழிந்து பணிபுரிகிற ஆசிரியரின் உழைப்பாகக்கூட இருக்கலாம். பள்ளி, கல்லூரிகளும் வியாபாரக் கூடங்களே என்று 150 வருடங்களுக்கு முன்பே மார்க்ஸ் தெரிவித்துவிட்டார். பள்ளி நிறுவனர் மற்றும் கல்லூரி நிறுவனர் தன் முதலீட்டைக் கல்வி கற்பிக்கும் தொழிற்சாலையில் போட்டிருக்கிறார் என்பது முதலாளி-தொழிலாளி உறவை மாற்றிவிடுவதில்லை.

உழைப்பின் உற்பத்தித் திறன் என்பது இயற்கையின் வரப்பிரசாதம் அன்று; அல்லது ஆகாயத்திலிருந்தும் குதித்துவிடவில்லை. நூறாயிரம் ஆண்டுகளது வரலாற்றின் வாயிலாகப் பெறப்பட்டதே. உழைப்பின் உற்பத்தித் திறன் உயர்வும் அதன் பயனான உபரி-மதிப்பு உற்பத்தியும் பூமியின் தட்ப வெப்ப நிலைமைகள் மற்றும் மண் வளத்திற்கு ஏற்ப மாறுபடுகின்றன. இதற்கு உதாரணமாக மார்க்ஸ் புராதன எகிப்தைச் சான்றாக வைத்து விளக்குகிறார். எகிப்திய மக்களுக்கு அவர்கள் நாட்டின் மிதமான தட்ப-வெப்ப நிலையும், நைல் நதியும், மண் வளமும் பிழைப்புக்கான அவசிய உழைப்பு நேரத்தைக் குறைத்தது. எகிப்தில் பிரமாண்டமான பிரமிடுகள் கட்டுவதற்கு எகிப்தியர்களின் மிகை உழைப்பு இலவசமாகக் கிடைத்தது.

மாறி மாறி வரும் பருவங்கள் சமுதாய உழைப்புப் பிரிவினைக்கு பௌதீக அடிப்படையாக அமைகின்றன. பருவங்கள் மாறும்போது, மாறுகின்ற பருவத்திற்கு இணங்கத் தேவைகளும் வேறுபடுகின்றன. அல்லது அதிகரிக்கின்றன. எனவே, மாறுபடும் தேவைக்கு உகந்தபடி பொருள்களை உற்பத்தி செய்வதற்கு மனிதன் தனது திறமையை வளர்த்துக் கொள்ளுமாறு சமுதாயம் நிர்ப்பந்திக்கிறது. உழைப்புக் கருவிகளிலும் மாற்றம் ஏற்படுகிறது. எனவே அவசிய உழைப்பு நேரம் என்பது நாட்டிற்கு நாடு மாறுபடுகிறது. இயற்கையின் வரப்பிரசாதமாகிய மண்வளம், சீதோஷ்ண நிலை, நீர்வளம் ஆகிய இயற்கையின் உற்பத்தித் திறன், மூலதனத்தின் உற்பத்தித் திறனாய் பார்வைக்குத் தெரிகிறது.

உழைப்பின் உற்பத்தித் திறனுக்கும் அது படைக்கிற உபரி-மதிப்பிற்கும் சம்பந்தமே இல்லை என்று கொச்சைப் பொருளாதாரவாதிகள் வாதிடுகின்றனர். விவசாய உழைப்பு மட்டுமே உற்பத்தித் திறனுள்ள உழைப்பு என்று பிசியோகிராட்டுகள் வாதிடுவதாக மார்க்ஸ் இங்கே குறிப்பிடுகிறார். நிலம்தான் நில வாடகை வடிவத்தில் உபரி-மதிப்பைத் தருகிறது என்பது அவர்கள் வாதம். நன்செய் நிலம், புன்செய் நிலத்தைவிட உயர்ந்த விளைச்சலைக் கொடுக்கிறது. வருமானம் அதிகம்; வாடகை அதிகம். இந்தக் கருத்தமைவைத் தங்கள் விவாதத்திற்குச் சான்றாக வைக்கின்றனர். இதே போன்று ரிக்கார்டோவும் உபரி-மதிப்பின் ஆதாரம் குறித்துக் கவலைப்படவில்லை. அதை முதலாளித்துவப் பொருளுற்பத்தியின் உள்ளார்ந்த ஒன்றாகக் கருதுகிறார். மார்க்ஸ் மேற்கூறிய விவாதங்களையும் கருத்துகளையும் அடியோடு நிராகரிக்கிறார். ரிக்கார்டோவின் காலத்திற்குப் பிறகு தோன்றிய ஜான் ஸ்டூவர்ட் மில் போன்ற பொருளாதாரவாதிகளின் உபரி-மதிப்பு குறித்த குழப்பத்திற்கும் மார்க்ஸ் இங்கு விடை தருகிறார்.

தற்போது மில் கூறுவதைப் பார்ப்போம். "உணவும், உடையும், மூலப் பொருட்களும், கருவிகளும் அவற்றை உற்பத்தி செய்வதற்குத் தேவைப்பட்ட காலத்தைவிட அதிக காலத்திற்கு நீடித்திருப்பதே மூலதனம் இலாபம் அளிப்பதற்குக் காரணமாய் இருக்கிறது." மார்க்ஸ் ஒரு அருமையான உதாரணத்தின் மூலம் மேற்கூறிய வாதத்தை உடைக்கிறார். பறவையின் கூடு அதைக் கட்டுவதற்கு ஆன நேரத்தைவிட அதிக காலத்திற்கு நீடித்திருக்கவில்லை என்றால், கூடுகள் இல்லாமலே பறவைகள் வாழ வேண்டியிருக்கும் என்பதில் சந்தேகமில்லை.

எனவே தனிமனித உழைப்பு திறனுடைய உழைப்பாக மாறுகிறது. திறனுடைய உழைப்பு உபரி-மதிப்பைப் படைக்கிறது. அந்த உபரி-மதிப்பு வேலை-நாளை நீட்டுவதால் அறுதி உபரி-மதிப்பையும், வேலை-நாளை நீட்டாமல் அவசிய உழைப்பு நேரத்தைக் குறைப்பதால் ஒப்பீட்டு உபரி-மதிப்பையும் படைக்கிறது.

அத்தியாயம்-12

உழைப்புச் சக்தியின் விலையிலும் உபரி-மதிப்பிலும் அளவு மாற்றங்கள்

(Changes of Magnitude in the price of Labour Power and in Surplus value)

உபரி-மதிப்பின் ஒப்பீட்டுப் பருமன்களில் மாற்றம் எவ்வாறு நிகழ்கிறது என்பதை விளக்குவதற்கு மூன்று காரணிகளை மார்க்ஸ் இங்கு முன்வைக்கிறார். அவை வேலை-நாளின் நீளம், உழைப்பின் மும்முரம் மற்றும் உழைப்பின் உற்பத்தித் திறன். இவை மூன்றும் மாறுபடும்போது என்ன நிகழ்கிறது என்பதைத் தற்போது பார்ப்போம்.

1. வேலை-நாளின் நேரமும், உழைப்பின் மும்முரமும் மாறாமல் தொடர்கிறது. ஆனால் உழைப்பின் உற்பத்தித் திறன் மாறுகிறது:-

மேற்கூறிய அனுமானம் மூன்று விதிகளால் நிர்ணயிக்கப்படுகிறது.

முதல் விதி: உழைப்பின் உற்பத்தித் திறனின் மாற்றத்தைத் தொடர்ந்து உற்பத்தி செய்யப்படும் சரக்கின் அளவிலும், ஒவ்வொரு தனிச் சரக்கினுடைய விலையிலும் மாற்றம் ஏற்பட்ட போதிலும், குறிப்பிட்ட வேலை நேரத்தைக் கொண்ட வேலை-நாள் ஒரே அளவு மதிப்பைத்தான் படைக்கிறது.

உதாரணம்: 12 மணி நேரம் கொண்ட வேலை-நாள் படைக்கிற மதிப்பு ரூ. 1000 என்று கொள்வோம். தற்போது 12 மணி நேரத்தில் உற்பத்தி செய்யப்பட்ட சரக்குகளின் எண்ணிக்கை உழைப்பின் உற்பத்தித் திறனுக்கு உகந்த அடிப்படையில் உயர்ந்தாலும், குறைந்தாலும் ரூ. 1000 ஆகிய உழைப்பின் மதிப்பு அந்த மாறுபடும் சரக்குகளுக்கிடையே சமமாகப் பங்கிடப்படுகிறது என்பதே விளைவு. புதிய மதிப்பு எதுவும் படைக்கப்படுவதில்லை.

இரண்டாவது விதி: உபரி-மதிப்பும், உழைப்புச் சக்தியின் மதிப்பும் நேர்-எதிர் வடிவில் மாறுகின்றன. உழைப்புச் சக்தியின் மதிப்புதான் கூலி. உற்பத்தித் திறன் உயர்வதால் உழைப்புச் சக்தியின் மதிப்பு அதாவது கூலி குறைகிறது. எனவே எதிர்த்திசையில் மாறுகிறது. மாறாக உற்பத்தித் திறன் உயரும்போது அவசிய உழைப்பு நேரம் குறைந்து, உபரி-உழைப்பு நேரம் அதிகமாகிறது.. எனவே உபரி-மதிப்பு நேர் விகிதத்தில் உயருகிறது.

மூன்றாவது விதி: உபரி-மதிப்பில் ஏற்படும் மாற்றம் என்பது உழைப்புச் சக்தியின் மதிப்பு, அதாவது கூலியின் மாற்றத்தால் ஏற்படும் விளைவே தவிர, காரணமன்று.

மேலே கண்ட மூன்று விதிகளையும் முதன் முதலில் எடுத்துரைத்தவர் டேவிட் ரிக்கார்டோதான். இந்த விதிகளை ஒத்துக்கொண்ட மார்க்ஸ் அதன் பிழைகளை இங்கே சுட்டிக் காட்டுகிறார். மேற்கூறிய விதிகளின் தனி நிலைமைகளை முதலாளித்துவப் பொருளுற்பத்தியின் பொது நிலைமையாகக் கருதியதுதான் ரிக்கார்டோ செய்த தவறு. வேலை-நாளின் கால அளவிலோ, உழைப்பின் மும்முரத்திலோ மாற்றம் ஏற்பட முடியும் என்று அவர் கருதவில்லை.

2. வேலை-நாளில் மாற்றமில்லை. உழைப்பின் உற்பத்தித் திறனும், உழைப்பின் மும்முரமும் மாறுகின்றன:

உழைப்பின் மும்முரம் மற்றும் உற்பத்தித் திறன் மாற்றமடையும்போது, முன்னிலும் அதிகமான பொருட்கள் உற்பத்தி செய்யப்படுகின்றன. உற்பத்தி செய்யப்பட்ட பொருட்களின் மதிப்பில் மாற்றமில்லை. 12 மணிநேர உழைப்பு முன்பு ரூ. 1000 மதிப்புள்ள சரக்குகளை உற்பத்தி செய்தால், உழைப்பின் மும்முரம் மாறிய பிறகு ரூ. 1500 மதிப்புள்ள பொருட்களைப் படைக்க வாய்ப்புள்ளது. இந்த அதிக மதிப்பு, உழைப்புச் சக்தியின் விலை மற்றும் உபரி-மதிப்பு இரண்டிலுமே ஏக காலத்தில் சமமாகவோ அல்லது சமமின்றியோ அதிகரிப்பதால் ஒவ்வொரு பொருளின் விலையும் மாற்றமின்றித் தொடர்கிறது.

3. உழைப்பின் உற்பத்தித் திறனிலும், மும்முரத்திலும் மாற்றமில்லை. வேலை-நாளின் கால அளவு மாறுகிறது:

இந்த நிலையில் இரண்டு விதமான விளைவுகள் ஏற்பட வாய்ப்புண்டு:

a. வேலை-நாளைக் குறுக்குவதால், உழைப்புச் சக்தியின் மதிப்பிலோ (கூலி), அவசிய உழைப்பு நேரத்திலோ மாற்றம் எதுவும் இல்லை. தற்போது உபரி-மதிப்பின் பருமன் ஒப்பளவில் குறைகிறது. எனவே உபரி-மதிப்புப் பருமனில் ஊறு ஏற்படாமல் தொடர வேண்டும் என்றால், உழைப்புச் சக்தியின் விலையை அதன் மதிப்பிற்குக் கீழே குறைப்பதன் மூலம் மட்டுமே சாத்தியமாகிறது. ஆனால் நடைமுறையில் நேர்மாறான நிகழ்ச்சியே நடைபெறுகிறது. வேலை-நாளைக் குறைப்பதற்கு (12 மணியிலிருந்து 10 மணியாக) முன்பு

அல்லது அதனைத் தொடர்ந்து உழைப்பின் உற்பத்தித் திறனிலும், மும்முரத்திலும் மாற்றம் ஏற்படுகிறது. கெட்டிக்கார முதலாளி இதனை நிறைவேற்றி விடுகிறார்..

b. வேலை-நாளை நீட்டுவதால், உழைப்புச் சக்தியின் மதிப்பில் மாற்றம் இன்றித் தொடர்வதால், ஒப்பளவில் உழைப்பின் மதிப்பு வீழ்ச்சியடைகிறது. உபரி-மதிப்பு அறுதியாக அதிகரிக்கிறது.

4. ஒரே நேரத்தில் உழைப்பின் கால அளவிலும், உற்பத்தித் திறனிலும், மும்முரத்திலும் மாறுபாடு:

இந்த நிலைமைதான் முதலாளி வர்க்கத்திற்கு இசைவான நிலைமை. ஏனென்றால் உழைப்பின் கால அளவு *12* மணியிலிருந்து *10* மணி நேரமாகக் குறையும்போது உற்பத்தித்திறன் அல்லது மும்முரத்தை அதிகப்படுத்தி, உபரி-மதிப்பின் திரள் குறையாமல் பார்த்துக் கொள்ள முடிகிறது. அல்லது உழைப்பின் உற்பத்தித் திறனும், மும்முரமும் அதிகமாகும்போது தொழிலாளர்களின் கூட்டுப் பேர சக்தியால் வேலை-நாள் *12* மணியிலிருந்து *10* ஆகக் குறைகிறது. எப்படியாகிலும் முதலாளியின் உபரி-மதிப்பு வீதமும், திரளும் பாதுகாக்கப்படுகிறது.

அத்தியாயம்-13

உபரி-மதிப்பின் பல்வேறு சூத்திரங்கள்

உபரி-மதிப்பை அளக்கும் பல்வேறு சூத்திரங்களை இங்கு மார்க்ஸ் ஆராய்கிறார். ஒவ்வொன்றாக தற்போது பார்ப்போம்.

$$\frac{\text{உபரி-மதிப்பு}}{\text{மாறும்-மூலதனம்}} = \frac{\text{உபரி-மதிப்பு}}{\text{உழைப்புச் சக்தியின் மதிப்பு}} = \frac{\text{உபரி-உழைப்பு}}{\text{அவசிய உழைப்பு}}$$

இதில் முதல் இரண்டு சூத்திரங்களும் மதிப்புகளின் விகிதமாகவும், கடைசிச் சூத்திரம் நேரங்களின் விகிதமாகவும் காட்டப்பட்டுள்ளது. ஆனால் விளைவு ஒன்றுதான். மாறும்-மூலதனத்திற்கு இணையாக உபரி-மதிப்பு கிடைக்கும்போது உழைப்புச் சுரண்டல் 100 சதமாக இருக்கிறது. இந்தச் சூத்திரம் உபரி-மதிப்பின் உழைப்பைத் தெளிவாக விளக்குகிறது. ஆனால் தொல்சீர் பொருளாதாரவாதிகள் இதை ஒத்துக்கொள்வதில்லை.

$$\frac{\text{உபரி-உழைப்பு}}{\text{வேலை-நாள்}} = \frac{\text{உபரி-மதிப்பு}}{\text{உற்பத்திப் பொருளின் மதிப்பு}} = \frac{\text{உபரி-உற்பத்திப் பொருள்}}{\text{மொத்த உற்பத்திப் பொருள்}}$$

மேற்கூறிய சூத்திரங்களில் உழைப்புச் சுரண்டலின் கடுமை குறைவாகவே உணர்த்தப்படுவதாகத் தோன்றுகிறது. உபரி-உழைப்பு, வேலை-நாளில் ஒரு பகுதியாக இருப்பதால் உழைப்புச்சுரண்டல் 100%-க்கும் குறைவாக 50% அல்லது 60% ஆக இருப்பதாகக் காட்சி அளிக்கிறது. இதன்படி உபரி-மதிப்பு ஒருபோதும் 100 சதவீதத்தை எட்ட வாய்ப்பில்லை. தொல்சீர் பொருளாதாரவாதிகள் இந்தச் சூத்திரத்தை உபரி-மதிப்பின் சூத்திரமாக ஒத்துக் கொள்கின்றனர். மூன்றாவது சூத்திரம் ஒன்றை மார்க்ஸ் முன்வைக்கிறார்.

$$\frac{\text{உபரி-மதிப்பு}}{\text{உழைப்புச் சக்தியின் மதிப்பு}} = \frac{\text{உபரி-உழைப்பு}}{\text{அவசிய உழைப்பு}} = \frac{\text{ஊதியமிலா உழைப்பு}}{\text{ஊதிய உழைப்பு}}$$

இங்கே ஊதியமில்லா உழைப்பை ஊதிய உழைப்புடன் ஒப்பிடும்போது, உபரி-உழைப்புக்கும் அவசிய உழைப்புக்கும் இடையிலான விகிதம் கிடைத்துவிடுகிறது. முதலாளி விலை கொடுப்பது உழைப்புக்கே தவிர உழைப்புச்சக்திக்கன்று என்ற தவறான முடிவுக்கு யாரையும் இட்டுச் செல்லாது. எனவே, மூலதனம் என்பது

ஆதாம் ஸ்மித் சொல்வதுபோல் உழைப்பின் மீதான ஆதிக்கம் மட்டுமன்று. ஊதியமில்லா உழைப்பின் மீதான ஆதிக்கமும் ஆகும். அவர் சொல்வதுபோல உபரி-மதிப்பானது எந்த வடிவத்தில் இருந்தாலும் (லாபம், வட்டி மற்றும் வாடகை) அவை அனைத்துமே கொடுபடா ஊதியத்தின் பலன்தான். உழைக்கும் மக்களின் கொடுபடா ஊதியத்தின் திரளே விரிவடையும் மூலதனம் என்ற ரகசியம் வெட்ட வெளிச்சமாகிறது.

பகுதி-6

கூலி (Wages)

அத்தியாயம்-14

உழைப்புச் சக்தியின் மதிப்பும், கூலியும்:

கூலியை முழுமையாகப் புரிந்து கொள்வதற்கு முன்பாக உழைப்பின் மதிப்பு என்பது என்ன? உழைப்புச் சக்தியின் மதிப்பு என்பது என்ன? கூலி நிர்ணயத்தில் இவை ஆற்றும் பங்கு என்ன? என்பதை வாசகர்கள் முதலில் புரிந்து கொள்ள வேண்டும். வறட்டுப் பொருளாதாரவாதிகளும், தொல்சீர் பொருளாதாரவாதிகளும் பல்வேறு வகைகளில் வியாக்கியானம் செய்து பெரும் குழப்பத்தை ஏற்படுத்தி உள்ளனர். மார்க்ஸ் அத்தகைய குழப்பங்களுக்கு முற்றுப்புள்ளி வைத்துத் தன்னுடைய வாதத்தைத் தொடங்குகிறார்.

முதலில் உழைப்பின் மதிப்பு என்பது என்ன என்று பார்ப்போம். உழைப்பின் மதிப்பு என்பது ஒரு சரக்கு உற்பத்தியில் அடங்கியுள்ள சமுதாய உழைப்பின் புறவய வடிவமே. அதுதான் சரக்கின் மதிப்பு என்பதை நாம் ஏற்கெனவே முந்தைய பகுதிகளில் பார்த்துள்ளோம். எனவே, ஒரு சரக்கு உற்பத்தியானது 12 மணி நேர உழைப்பைக் கொண்டுள்ளது என்றால், அதுதான் 12 மணி நேர வேலை-நாளின் அல்லது உழைப்பின் மதிப்பு. அந்தச் சரக்கின் மதிப்பு அல்லது விலை என்பது ரூ. 1000 என்றால், அதுதான் உழைப்பின் மதிப்பு. இந்த உழைப்பின் மதிப்புத் தெரிவிப்பு பணவடிவில் தெரிவிக்கப்படும்போது அது கூலி என்று அழைக்கப்படுகிறது. இதை உழைப்பின் அவசிய விலை *(Necessary price)* அல்லது இயற்கை விலை *(Natural Price)* என அரசியல் பொருளாதாரம் அழைக்கிறது.

இந்தப் பண வடிவமானது, அதற்குச் சமதையான சரக்கில் உருப்பெற்றுள்ள கடந்த கால உழைப்பை உயிருள்ள உழைப்பிற்குப் பரிவர்த்தனை செய்து கொள்ளும்போது முதலாளித்துவ உற்பத்தி முறையின் அடிப்படையே தகர்ந்துவிடுகிறது. இந்த மதிப்பு விதி உழைப்பு நிகழ்முறையில் தொடர்ந்தால் கூலியுழைப்பை ஆதாரமாகக் கொண்ட முதலாளித்துவப் பொருளுற்பத்தியே ஒழிந்துவிடும். உபரி-மதிப்பு என்பது கிடைக்காது. எனவே உண்மையில் நடப்பதென்ன? தொழிலாளி 12 மணிநேரம் உழைத்துவிட்டு, அதற்கும் குறைவான உழைப்பு நேரத்திற்கான, அதாவது 10, 8 அல்லது 6 மணிநேரத்திற்கான

உழைப்பிற்குத்தான் கூலியைப் பெறுகிறார். அதாவது, அதிக நேர உழைப்பு, குறைந்த நேர உழைப்பிற்குப் பரிவர்த்தனை செய்து கொள்ளப்படுகிறது. கூலியின் முரண்பாடு இங்குதான் தொடங்குகிறது.

பணத்தை வைத்திருப்பவரோடு சந்தையில் நேருக்கு நேர் சந்திப்பது உண்மையில் உழைப்பல்ல, உழைப்பாளியே. உழைப்பாளி விற்பது உழைப்புச் சக்தியையே. அவரது உழைப்பு தொழிற்சாலையில் தொடங்கியதும் அது அவருக்கு சொந்தமானதாயில்லை. உழைப்பானது மதிப்பின் சாரமும், உள்ளார்ந்த அளவையும் ஆகும். ஆனால் அதற்கென்று மதிப்பேதும் இல்லையென்றும், இது ஒரு கற்பனையான காட்சியென்றும் தொல்சீர் அரசியல் பொருளாதாரம் வாதிடுகிறது. இந்தக் கற்பனையான விலையானது ஏனைய சரக்குகளைப் போல சந்தைகளில் நிலவுகிற வேண்டல்-வழங்கல் விதிக்கு ஏற்ப அலைவுற்று நிர்ணயிக்கப்படுகிறது என்று அபத்தமான முடிவிற்கு வருகிறது. ஆனால் இந்த வேண்டல்-வழங்கல் என்பது கூடிய விரைவில் ஒன்றை ஒன்று நேர் செய்து கொள்ளும்போது, உழைப்பின் விலையை வேறு

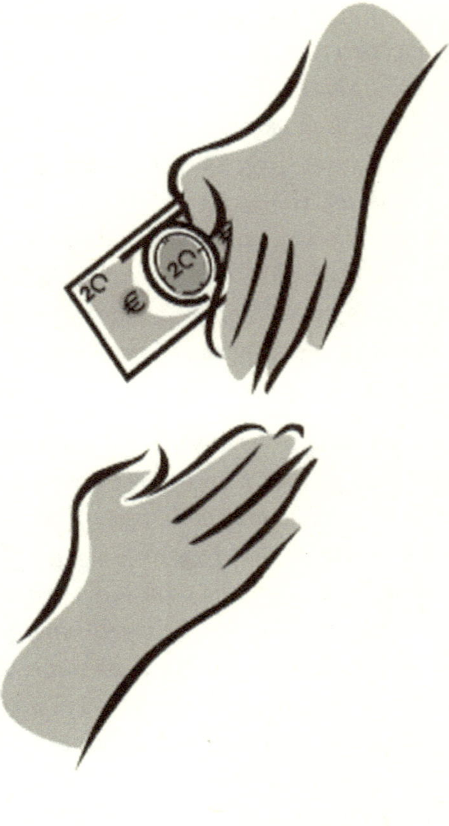

விதமாக நிர்ணயிக்க வேண்டிய நிர்ப்பந்தம் ஏற்படுகிறது. அதன் மதிப்பிற்கே பரிவர்த்தனை செய்து கொள்ள வேண்டிய நிர்ப்பந்தம். இந்த விலைதான் உழைப்பின் தற்செயலான சந்தை விலைகள் மீது எப்போதுமே ஆட்சி செலுத்துகிறது. பிசியோக்கிராட்டுகளின் சொற்களில் அழைக்கப்பட்ட 'அவசிய விலை'-யும், ஆதாம் ஸ்மித்தின் சொற்களில் அழைக்கப்பட்ட 'இயற்கை விலை'-யும், மற்ற சரக்குகளின் விலையைப் போலவே பணவழித் தெரிவிப்பாக அன்றி வேறு எதுவாகவும் இருக்க முடியாது. இங்கேதான் அரசியல் பொருளாதாரம் குழப்பத்தில் வந்து நின்றது.

இந்தக் குழப்பத்திலிருந்து மீள்வதற்காகக் கூலி விலையை, மற்ற சரக்குகளின் உற்பத்திச் செலவைப்போல, உழைப்பாளியின் உற்பத்தி அல்லது மறு உற்பத்தி செய்யும் செலவுக்கு ஈடாக்க முயற்சி செய்து அதில் வெற்றியும் கண்டது முதலாளித்துவம். உழைப்பின் விலை என்பது கற்பனை என்பதால், இந்த விலை உழைப்புச் சக்தியின் விலையாகத்தான் இருக்க முடியும். இந்த உழைப்புச் சக்தியின் மதிப்பு என்பது உழைப்பு நிகழ்முறையில் இழந்த உழைப்புச் சக்தியை மறு உற்பத்தி செய்வதற்குத் தேவையான அத்தியாவசியப் பிழைப்புச் சாதனங்களின் விலையே என்று அரசியல் பொருளாதாரம் முடிவிற்கு வந்தது. இங்கு மதிப்பு விதி மீறப்படவில்லை. சமதைக்கு சமதை பரிவர்த்தனை ஆகிவிட்டது. தற்போது இந்தக் கூலியானது தொழிலாளியின் 6 மணிநேர உழைப்பிலேயே ஈடேற்றம் செய்யப்பட்டுவிடுகிறது. ஆனால் முதலாளி விலைக்கு வாங்கிய உழைப்புச் சக்தியை 10 அல்லது 12 மணிநேரம் நுகர்கிறார். ஆக 6 மணிநேரத்திற்கும் அதிகமாகச் செலவிடப்படும் உழைப்புச் சக்தி கொடுபடாக் கூலியாக, உபரி-மதிப்பாக முதலாளியின் பைக்குள் செல்கிறது. முதலாளித்துவ உற்பத்தி முறை இப்படித்தான் தன்னை நிலைநாட்டிக் கொண்டது. இந்த உற்பத்தி முறையில் உழைப்பின் மதிப்பு பொருளின் மதிப்பாகவும், உழைப்புச் சக்தியின் மதிப்பு கூலியாகவும் காட்சியளிக்கிறது.

தற்போது இந்தக் கூலி மூன்று விதமாக எப்படி அழைக்கப்படுகிறது என்பதைப் பார்ப்போம். அவைதாம் பெயர்க் கூலி *(Nominal Wages)*, உண்மைக் கூலி *(Real Wages)*, ஒப்பீடுட்டுக் கூலி *(Relative Wages)*. தொழிலாளி தன் உழைப்புச் சக்தியை முதலாளிக்கு விற்றதன் மூலம் கிடைக்கும் விலையின் பணத் தெரிவிப்பே பெயர்க் கூலி என்று அழைக்கப்படுகிறது. மேற்கூறிய கூலி என்னும் பணமானது உண்மையில் சந்தையில் தனது சமதையாக வாங்கும் பிழைப்புச்

சாதனங்களின் அளவே (உணவு, உடை, இன்னபிற) உண்மைக் கூலி எனப்படுவது. ஒரு குறிப்பிட்ட சரக்கில் அடங்கியுள்ள உழைப்பின் மதிப்புத்தான் ஒப்பீட்டுக் கூலி என்பது. அதாவது முந்தைய கடந்த கால உழைப்பின் பலனான கச்சாப் பொருட்களில் உயிருள்ள உழைப்பு படைக்கும் மதிப்புத்தான் ஒப்பீட்டுக் கூலி. ஆனால் உழைப்பின் மதிப்பான ஒப்பீட்டுக் கூலியோ அல்லது உழைப்புச் சக்தியின் மதிப்பான பெயர்க் கூலியோ பெரும்பான்மைத் தொழில் நிறுவனங்களில் கொடுக்கப்படுவதில்லை. எனவேதான் குறைந்தபட்சக் கூலியாவது வழங்கப்பட வேண்டும் என்று தொழிலாளி வர்க்கம் அணிதிரண்டு போராடுகிறது. இந்தக் குறைந்தபட்சக் கூலி என்பது ஒரு தொழிலாளி உயிர் வாழ்வதற்கு அவசியமான குறைந்தபட்ச அத்தியாவசியப் பொருட்களின் பண மதிப்பின் தெரிவிப்பு ஆகும்.

அத்தியாயம்-15

நேரவீதக் கூலி (Time Wages)

கூலியானது நேரவீதக் கூலி மற்றும் பலன்வீதக் கூலி என்ற அடிப்படையில் கணக்கிடப்பட்டுத் தொழிலாளர்களுக்கு வழங்கப்படுகிறது. அது இன்றுவரை தொடர்கிறது. முதலில் நேரவீதக் கூலியானது எப்படி நிர்ணயம் செய்யப்படுகிறது என்பதைப் பார்ப்போம். உழைப்புச் சக்தி ஒரு குறிப்பிட்ட காலத்திற்கு விற்கப்படுகிறது. அதன் விலைதான் கூலி. இந்தக் கூலியானது நாள் கூலி, வாரக் கூலி மற்றும் மாதக் கூலி என்று பல வடிவம் எடுக்கிறது. ஆயினும் இப்படி வழங்கப்படும் கூலிக்கு அடிப்படை அலகு ஒன்று இருந்தாக வேண்டும். அந்த அலகுதான் நேரம்.

ஒரு நாளைய உழைப்புச் சக்தியின் மதிப்பான ரூ. *300* என்பது, *6* மணிநேர உழைப்பில் அடங்கியுள்ளது எனக் கொள்வோம். ஆனால், வேலை-நாள் *12* மணி நேரம். தொழிற்சாலைச் சட்டங்களும் வேலை-நாளை *12* மணியாக வரம்பிட்டுள்ளது எனக் கொள்வோம். அப்படியென்றால் ரூ. *300* கூலியானது *12* மணிநேர உழைப்பிற்குக் கொடுக்கப்படுகிறது. ஒரு மணி நேரத்திற்கான கூலி என்பது *300/12 =* ரூ. *25;* எனவே ஒரு மணிநேர வேலை நேரத்திற்கான கூலி ரூ. *25* என்பதுதான் நேரவீதக் கூலியாக நிர்ணயம் செய்யப்படுகிறது. அதாவது ஒரு தொழிலாளி ஒவ்வொரு மணியிலும் *1/2* மணிநேரம் தனக்காகவும், *1/2* மணிநேரம் முதலாளிக்காக இலவசமாகவும் வேலை செய்கிறார்.

தற்போது தொழில்துறையில் போட்டியின் காரணமாக முதலாளி *12* மணி நேரத்திற்கு அதிகமாக வேலை நேரத்தை நீட்டி *15* மணியாக நிர்ணயிக்கிறார். மொத்தக் கூலி விலையில் மாற்றமில்லை. ஆனால் நேரவீதக் கூலியானது ரூ. *20* ஆகக் குறைந்துவிடுகிறது. தன்னுடைய உழைப்புச் சக்தியின் மதிப்பாகிய ரூ. *300*-ஐத் தொடர்ந்து இழப்பீடு இல்லாமல் பெறும்பொருட்டு *15* மணிநேரம் உழைக்கச் சம்மதிக்கிறார். எனவே தினக்கூலி, வாரக்கூலியில் மாற்றமின்றி உழைப்புச் சுரண்டலை கடுமையாக்க முடிகிறது. தற்போது நேரவீதக் கூலி மணிக்கு ரூ. *26* என்று நிர்ணயம் செய்யப்படுகிறது என்று வைத்துக் கொள்வோம். அதே நேரத்தில் வேலை-நாள் *12* மணியிலிருந்து *15* மணியாக நீட்டிக்கப்படுவதாகக் கொள்வோம். அவசிய உழைப்பு நேரத்தில் மாற்றமில்லை. தற்போது தொழிலாளியின் நாள் கூலி ரூ. *390* *(15 x* ரூ. *26)* ஆக உயர்கிறது. ரூ. *90* அதிகம் கொடுத்து *3* மணிநேரக் கூடுதல் உபரி-உழைப்பை முதலாளி அபகரிக்கிறார். எனவே நேரவீதக் கூலி மாறாமல் இருக்கும் போதும் அல்லது ஒப்பளவில் சிறிது உயர்ந்தாலும்கூட, தொழிலாளிக்குத் தினக்கூலி அல்லது வாரக்கூலி உயர வாய்ப்புண்டு. ஆனால் முதலாளிக்கு எந்த அடிப்படையிலும் அறுதி உபரி-மதிப்பின் திரள் உயர்கிறது. *12* மணிநேரம் உழைத்த உழைப்பாளியை மேலும் சுரண்டும் பொருட்டு முதலாளி மிகுதிநேர உழைப்புக்குக் கூடுதல் கூலி என்ற பொறியை வைத்து, வேலை நேரத்தை முடிந்தவரை நீட்டிக்கிறார்.

அத்தியாயம்-16

பலன்வீதக் கூலி (Piece Wages)

பலன்வீதக் கூலி என்பது தொழிலாளி சராசரியாக 12 மணிநேர உழைப்பு நேரத்தில் உற்பத்தி செய்கிற சரக்குகளின் எண்ணிக்கை அடிப்படையில் கணக்கிடப்படுகிறது. ஒரு தையல் தொழிலாளி 12 மணி நேரத்தில் 12 சட்டை தைக்கிறார். உழைப்புக்கான கூலி ரூ. 300. பலன்வீதக் கூலி என்பது உழைப்புச் சக்தியின் தின மதிப்பை சரக்குகளின் எண்ணிக்கையால் வகுக்கும்போது வரும் ஈவு ஆகும். அதாவது, 300/12 = ரூ. 25. எனவே ஒவ்வொரு சட்டையிலும் ரூ. 25 ஆகிய உழைப்பின் மதிப்பு அடங்கியுள்ளது. ஒவ்வொரு சட்டை தைப்பதற்கும் கூலி ரூ. 25. எனவே ஒவ்வொரு சட்டையின் பாதியிலும் உழைப்புச் சக்தியின் சமதையும், மறு பாதியில் ஊதியமில்லா உழைப்பின் சமதையும் அடங்கியுள்ளது. உழைப்பு நேரத்தை வரம்பிற்கு அதிகமாக நீட்ட முயற்சிக்கும்போது தொழிலாளியின் எதிர்ப்பை முதலாளி எதிர்கொள்கிறார். அதேபோல் உழைப்பின் விலை மாறாதபோது உழைப்பின் மும்முரத்தை உயர்த்தும்போதும் எதிர்ப்பை சமாளிக்க வேண்டியுள்ளது. எனவே தற்போது அதே முதலாளி தன்னுடைய தந்திரத்தை மாற்றுகிறார். கூலியானது நேரவீதக் கூலிக்குப் பதிலாக பலன்வீதக் கூலி அடிப்படையில் வழங்கப்படும் என்று அறிவிக்கிறார். தற்போது தொழிலாளி எதிர்ப்பின்றி தன்னுடைய உற்பத்தித் திறனை உயர்த்துகிறார். 12 சட்டைக்குப் பதில் 24 சட்டைகளைத் தைக்கிறார். தற்போது பலன்வீதக் கூலி அடிப்படையில் ரூ. 600 கூலியாகக் கிடைக்கிறது. முன்பு போலவே ஒவ்வொரு சட்டையிலும் ஒருபாதியில் உழைப்புச் சக்தியின் மதிப்பும், மறுபாதியில் உபரி-உழைப்பின் மதிப்பும் கிடைக்கப் பெறுகிறது. தொழிலாளிக்கும் இலாபம், முதலாளிக்கும் இலாபம். ஆனால் சட்டையின் விலையில் மாற்றம் இல்லாமல் இருக்கும் வரைதான் இது நடைபெறுகிறது.

முதலாளித்துவப் போட்டியின் விளைவாய் சட்டையின் விலை குறையும்போது பலன்வீதக் கூலி வீழ்ச்சி அடைகிறது. பலன்வீதக் கூலி ரூ. 25-லிருந்து ரூ. 20-ஆகக் குறைவதாகக் கொள்வோம். இப்போதும் தொழிலாளி 24 x 20 = ரூ. 480 கூலியாகப் பெறுகிறார். ஒவ்வொரு சட்டையிலும் உழைப்புச்சக்தியின் மதிப்பு சமமாகப் பிரிக்கப்படுகிறது, ஆனால் முன்னிலும் குறைவாகத்தான் ஈடேற்றம் பெற்றுள்ளது. அப்படி இருந்தபோதும் உபரி-மதிப்பின் வீதம் வீழ்ச்சி அடைந்தாலும் உபரி-

மதிப்புத் திரள் ஒப்பளவில் உயர்கிறது. பலன்வீதக் கூலி தரப்படுகையில், தன் உழைப்புச் சக்தியை முடிந்தவரை கடுமையாக வருத்திக் கொள்வதில் தொழிலாளிக்குத் தனிப்பட்ட அக்கறை இருப்பது இயல்பே. உழைப்பின் மும்முரத்தை எதிர்ப்பின்றி உயர்த்துவதற்கு வகை செய்கிறது. தொழிலாளியின் உழைப்பின் மும்முரத்திற்கேற்ப தினக்கூலி அல்லது வாரக்கூலியில் மாற்றம் ஏற்படுகிறது. அதேபோல் கூலிக்கும், உபரி-மதிப்பிற்கும் இடையில் உள்ள விகிதம் மாறாமல் தொடர்கிறது.

பலன்வீதக் கூலி ஒருபுறத்தில் அதன் தனித்தன்மையையும், தொழிலாளர்களிடையே சுதந்திரம், சுயேட்சை, சுய கட்டுப்பாடு இவற்றுக்கான உணர்வையும் வளர்த்திடுகிறது. மறுபுறத்தில் அவர்களுக்கிடையிலான போட்டியையும் வளர்த்திடுகிறது. எனவேதான் நாம் இதுவரை பார்த்திருப்பதிலிருந்து முதலாளித்துவப் பொருளுற்பத்தி முறைக்கு மிகவும் இசைவான கூலி வடிவம் பலன்வீதக் கூலியே என்பது தெளிவாகிறது. இன்றும் அது ஒப்பந்தக் கூலி அடிப்படையில் பல்வேறு தொழில் நிறுவனங்களில் தொடர்வதைப் பார்க்கிறோம்.

உதாரணம்; கட்டடத் தொழில், சாலைப் பணி, துப்புரவுப் பணி.

தொடர்ச்சியாகப் பல்வேறு தொழிற்சாலைகளிலும் இது நிரந்தரமாகிவிட்டது. குறிப்பிட்ட வேலை அளவிற்கு குறிப்பிட்ட கூலி என்று ஒப்பந்தக்காரர்கள், ஒப்பந்தக் கூலிக்கு அமர்த்தப்படும் தொழிலாளர்களைப் பலன்வீத அடிப்படையில் மிகவும் கடினமான உழைப்புச் சுரண்டலுக்கு ஆளாக்குகிறார்கள். இதன் நேரடி விளைவு, குடிசைத் தொழில் நவீனத் தொழில்துறையில் விதிவிலக்காகத் தொடர்வதுதான்.

உதாரணம்: பட்டாசு உற்பத்தி, தீப்பெட்டி உற்பத்தி, பீடி மற்றும் சுருட்டு உற்பத்தி.

மூலப் பொருட்களை முதலாளிகள் வீடுகளுக்கே நேரடியாகச் சென்று விநியோகம் செய்து விடுகின்றனர். பலன்வீதக் கூலி அடிப்படையில் உழைப்புச் சுரண்டல் தங்கு தடையின்றி நடைபெறுகிறது. உரிய பாதுகாப்பற்ற சூழலில் வேலை நடைபெறுவதால் உயிரிழப்பும் ஏற்படுகிறது. ஒருகாலத்தில் மாதச் சம்பளத்தில் அமர்த்தப்பட்ட துப்புரவுத் தொழிலாளர்களை எந்த நிறுவனத்திலும் இப்போது காண முடியவில்லை. ஒப்பந்தத் தொழிலாளர்கள்தான் எங்கும் நிறைந்திருப்பதைக் காண முடிகிறது.

அத்தியாயம்-17

நாடுகளிடையிலான கூலி வேறுபாடுகள்

உழைப்பின் வேலை-நாளின் கால அளவு, உழைப்பின் உற்பத்தித் திறன் மற்றும் உழைப்பின் மும்முரம் ஆகியவற்றில் மாறுதல்கள் ஏற்படும்போது கூலியில் ஏற்படும் மாற்றங்களைப் பரீசிலித்தோம். தற்போது இந்தக் கூலி விலையின் மாற்றம் என்பது வெவ்வேறு நாடுகளில் எவ்வாறு மாற்றம் அடைகிறது என்பதைப் பார்ப்போம். உழைப்புச் சக்தியின் மதிப்பு அல்லது விலை, கூலி வடிவமாகப் பணத்தின் மூலம் தெரியப்படுத்தப்பட்டவுடன், முந்தைய விதிகள் அனைத்தும் கூலியின் ஏற்ற இறக்க விதிகளாக மாறிப் போகின்றன. இது நாட்டுக்கு நாடு வேறுபடுகிறது. வெவ்வேறு நாடுகளின் கூலியைப் பண வடிவில் ஒப்பிடுவது என்பதும் சிரமமாகி விடுகிறது. நாடுகளுக்கிடையில் ஏற்படும் கூலியின் மாற்றங்களைப் பரீசிலிக்க வேண்டும் என்றால் நமக்குப் பல காரணிகள் தேவைப்படுகின்றன. இயற்கையாகவும், வரலாற்று வழியிலும் வளர்த்தெடுக்கப்பட்ட வாழ்வாதாரங்களின் அவசியப் பண்டங்களின் அளவும், விலையும் முக்கியக் காரணிகளாகும். தொழிலாளர்களைப் பயிற்றுவிக்கும் பயிற்சிச் செலவு, கல்விச் செலவு, மாதர்கள் மற்றும் குழந்தை உழைப்பு வகிக்கும் பாத்திரம், உழைப்பின் உற்பத்தித் திறன் மற்றும் மும்முரம் இவை மற்ற காரணிகளாகும்.

மேலே குறிப்பிட்ட காரணிகள் நாட்டுக்கு நாடு மாறுபடும் தன்மை கொண்டவை. அதேபோல வெவ்வேறு நாடுகளின் கூலியை ஒரே சீரான வேலை-நாளுக்கு (உதாரணம் 8 மணி) பெயர்த்திட வேண்டும். பின்பு அதை நேரவீதக் கூலியாக மாற்ற வேண்டும். ஏற்கெனவே கண்ட ஆய்வின்படி பலன்வீதக் கூலி மட்டுமே உழைப்பின் உற்பத்தித் திறன், மும்முரம் இரண்டுக்கும் அளவுகோலாக இருக்க முடியுமென்பதால், நேரவீதக் கூலியை பலன்வீதக் கூலியாகப் பெயர்த்திட வேண்டும். அதன்பிறகுதான் நாம் நாடுகளுக்கிடையில் உள்ள கூலியை ஒப்பிட முடியும். தலை சுற்றுகிறது!

ஒரு நாட்டின் உழைப்பின் மும்முரம் அதிகமாக இருக்குமானால், அதைவிடக் குறைவான உழைப்பு மும்முரம் உள்ள நாட்டின் உழைப்புடன் ஒப்பிடுகையில், அந்த நாடு அதிக மதிப்பை உற்பத்தி செய்கிறது. ஆனாலும் உலகச் சந்தையில் ஏற்படும் போட்டியின் நிமித்தம், அந்தச் சரக்குகளின் விலை அதன் மதிப்புக்கும் குறைவாக

விற்கப்படும் நிர்ப்பந்தம் எழும்போது அந்த நாட்டின் உழைப்புச் சக்தியின் மதிப்பு ஒப்பளவில் குறைகிறது.

இங்கிலாந்துக்கும், இந்தியாவுக்கும் இருக்கும் கூலி விலையை நாம் ஒப்பீடு செய்வதாகக் கொள்வோம். இந்தியாவில் பஞ்சாலைத் தொழிலாளியின் மாதக் கூலி ரூ. 18000. இதை இங்கிலாந்தின் பவுண்டு ஸ்டெர்லிங் பண அளவில் தெரிவிக்கும்போது 200 பவுண்டு என்றாகிறது. (பவுண்டின் இந்திய மதிப்பு ரூ. 90 என்று வைத்துக் கொள்கிறோம்). ஆனால் இந்தியத் தொழிலாளி ரூ. 18000-யை வைத்துக் கொண்டு இந்தியாவில் ஓரளவு திருப்தியாக உயிர்வாழ முடிகிறது. ஆனால் இங்கிலாந்து தொழிலாளி 200 பவுண்டை வைத்துக் கொண்டு அரைவயிற்றுக்கஞ்சிதான் குடிக்க முடியும். ஏனென்றால், இங்கிலாந்தில் உயர்வான வாழ்க்கைத் தரம். குறைந்தபட்சம் 500 பவுண்டு பெற்றால்தான் இங்கிலாந்துத் தொழிலாளியால் உயிர்வாழ முடியும். எனவே நாடுகளுக்கிடையில் நிலவும் கூலி விகிதங்களைப் பண வடிவில் மாற்றம் செய்துவிடுவதால் மட்டுமே நம்மால் புரிந்து கொள்ள முடியாது. பிழைப்புச் சாதனங்களின் அளவில் அதாவது உண்மைக் கூலி வடிவில்தான் நாம் வேறுபடுத்திப் பார்க்க முடியும்.

பகுதி-7

மூலதனத் திரட்டல் (The Accumulation of Capital)

பணம் ஆகிய மூலதனம் சந்தையில் மாறா-மூலதனமான உற்பத்திச் சாதனங்களையும், மாறும்-மூலதனமாகிய உழைப்புச் சக்தியையும் விலைக்கு வாங்குகிறது. இந்த முதல் நிகழ்ச்சி சுற்றோட்டத் துறைக்குள் நடைபெறுகிறது. உற்பத்தி நிகழ்முறையில் உற்பத்திச் சாதனங்கள் சரக்குகளாக மாற்றப்பட்டவுடன், முன்னீடு செய்யப்பட்ட மூலதனமும், உபரி-மதிப்பின் வடிவில் கூடுதல் சரக்கு மூலதனமும் மீண்டும் சுற்றோட்டத் துறைக்குள் நுழைகின்றன. சுற்றோட்டத்தில் நுழைந்த சரக்கு மீண்டும் பணமாக மாற்றப்பட்டு ஆரம்பத்தில் முன்னீடு செய்யப்பட்ட பணத்தைவிடக் கூடுதல் பணமாக முதலாளியின் பைக்குள் செல்கிறது. உற்பத்தி செய்யப்பட்ட சரக்குகள் அதன் மதிப்பிற்கே விற்கப்படுவதாக ஏற்கெனவே மார்க்ஸ் அனுமானித்துள்ளார். சந்தையில் சரக்கை விற்றுக் கிடைத்த உபரி-மதிப்பு முழுவதும் முதலாளியின் சொந்த நுகர்வுக்கே பயன்படலாம்; அல்லது ஒரு குறிப்பிட்ட பகுதி உபரி-மூலதனம் மீண்டும் அவருடைய தொழிலிலோ அல்லது வேறு தொழிலிலோ புதிய மூலதனமாகப் பிரவேசிக்கலாம்; அல்லது உபரி-மதிப்பு முதலாளிக்கு இலாபமாகவும், நிலவுடைமையாளருக்கு வாடகையாகவும், வங்கி நிறுவனத்துக்கு வட்டியாகவும், அரசாங்கத்திற்கு வரியாகவும் பகிர்ந்து கொடுக்கப்படலாம். உபரி-மதிப்பு இப்படித் துண்டுகளாகப் பிரிவதால் மூலதனத் திரட்டலின் தன்மை மாறிவிடுவதில்லை.

அத்தியாயம்-18

சாமானிய மறு உற்பத்தி (Simple Reproduction)

உற்பத்தி செய்யப்பட்ட அனைத்துப் பொருட்களுமே நுகரப்பட்டாக வேண்டும். இந்த நுகர்வு என்பது உழைப்புச் சக்தியின் மறு உற்பத்திக்குத் தேவையான பிழைப்புச் சாதனமாக இருக்கலாம். அல்லது உற்பத்தி சாதனங்களான கச்சாப் பொருள், துணைப் பொருள்கள் போன்றவற்றை உழைப்பாளி உற்பத்தி நிகழ்வில் நுகரும் திறனுடைய நுகர்வாக *(Productive Consumption)* இருக்கலாம். இந்த நுகர்வு என்பது உற்பத்தியின்போது உடனடியாகவோ, ஒரு நாளிலோ, ஒரு வாரத்திலோ, ஒரு மாதத்திலோ அல்லது ஒரு வருடத்திலோ நுகரப்படலாம். எப்படியாயினும் ஒரு குறிப்பிட்ட கால முடிவில் அவை மீண்டும் உற்பத்தி செய்யப்பட்டாக வேண்டும். இவ்வாறு ஒரு காலவட்ட வடிவில் உற்பத்தி நிகழ்முறையானது திரும்பத் திரும்ப நடைபெறுகிறது. ஒவ்வொரு முறையும் உபரி-மதிப்பு வடிவில் தற்பெருக்கம் அடைகிறது.

ஒரு வருடத்தில் உற்பத்தியில் ஈடுபடுத்தப்பட்ட ரூ. 10 லட்சம் மூலதனமானது, ஆண்டு முடிவில் ரூ. 12 லட்சம் ஆக மாறுகிறது என்றால், ஆரம்ப மூலதனம் ரூ. 10 லட்சத்துடன் கூடுதல் மூலதனம் ரூ. 2 லட்சம் கிடைக்கிறது. கூடுதல் மூலதனம் ரூ. 2 லட்சத்தை முதலாளி தனது சொந்த நுகர்வுக்குப் பயன்படுத்திவிடுகிறார் என்று கொள்வோம். இறுதியில் வருட முடிவில் மீண்டும் மறு உற்பத்திக்கான மூலதனமாக மிஞ்சி இருப்பது அதே ரூ. 10 லட்சம்தான். இந்த உற்பத்தியைச் சாமானிய மறு உற்பத்தி என்று மார்க்ஸ் அழைக்கிறார். இந்தச் சாமானிய மறு உற்பத்தி நடைபெறவில்லை என்றால் முதலாளித்துவ உற்பத்தி முறையில் தடை ஏற்பட்டுவிடுகிறது. எனவே முதலாளித்துவ உற்பத்தி முறை தொடர்ந்து நடைபெற வேண்டுமென்றால், தொழிலாளி மீண்டும் மீண்டும் உற்பத்தியில் ஈடுபடுத்தப்பட வேண்டும். இதற்குத் தொழிலாளி தனது கூலியின் மதிப்பைப் புதிய பொருளுற்பத்தியில் படைக்க வேண்டும். அதே நேரத்தில் உபரி-மதிப்பையும் படைக்க வேண்டும். இரு மதிப்புகளைத் தாங்கிய சரக்கு சந்தையில் சுற்றோட்டத்தில் நுழைந்து பணமாக மாற்றப்பட வேண்டும். இந்தப் பணம் மீண்டும் மாறும்-மூலதனம் மற்றும் மாறா-மூலதனமாகப் பிரிக்கப்பட்டு கூலியின் வடிவில் தொழிலாளிக்குத் திரும்பத் திரும்பக் கிடைக்க வழி செய்கிறது. அதாவது சரக்குகளில் ஒரு பகுதியைப்

பெறுவதற்கான ஆணைச்சீட்டுகளையே முதலாளி வர்க்கம் தொழிலாளி வர்க்கத்திற்குப் பண வடிவில் தொடர்ச்சியாகக் கொடுத்துக் கொண்டிருக்கிறது. இந்த ஆணைச் சீட்டுகளை முதலாளி வர்க்கத்திடம் திருப்பிக் கொடுத்து, தமது உற்பத்திப் பண்டத்தில் தமது பங்கைப் பெறுகிறார்கள். இந்த நிகழ்வுகளை உற்பத்திப் பொருளின் சரக்கு வடிவமும், பண வடிவமும் திரையிட்டு மறைக்கின்றன. இது பணத்தின் குறுக்கீட்டால் ஏற்படும் மாயத் தோற்றம்.

மாறும்-மூலதனமாகிய கூலி, தொழிலாளி தன்னையும் தன் குடும்பத்தையும் தொடர்ந்து பராமரிக்கத் தேவையான பண வடிவம். இந்தப் பணம் அவருக்குத் தொடர்ந்து கூலியின் மூலம் கிடைக்க வேண்டுமென்றால், அவர் உற்பத்தி செய்த உற்பத்திப் பொருள் மூலதன வடிவில் இடையறாது அவரைவிட்டு விலகிச் சென்றே ஆக வேண்டும். பின்பு உற்பத்திப் பொருள் சுற்றோட்டத்தில் நுழைந்து பணமாக மாறியவுடன், சுற்றோட்டத்தை விட்டு விலகி இறுதியாகப் பயன்-மதிப்புகளாக நுகரப்பட வேண்டும்.

சாமானிய மறு உற்பத்தியில் ஆரம்ப மூலதனம் குறிப்பிட்ட காலத்திற்குப் பிறகு எந்த வடிவில் முதலாளியின் கையில் கிடைக்கிறது என்பதைப் பார்ப்போம். வருடத்திற்கு ரூ. *10,00,000* முன்னீடு செய்யப்படும் மூலதனத்திலிருந்து ஆண்டு முடிவில் ரூ. *2,00,000* உபரி-மதிப்பாகக் கிடைக்கிறது என்று பார்த்தோம். இந்த உபரி-மதிப்பு முழுவதும் முதலாளியின் சொந்த அத்தியாவசிய மற்றும் ஆடம்பர நுகர்வில் நுகரப்பட்டுவிடுகிறது. இந்த நுகர்வு தொடர்ந்து நடைபெற்றால் *5* ஆண்டு முடிவில் ரூ. *10,00,000* முதலாளியால் முழுமையாக நுகரப்பட்டுவிடும். இதன் அர்த்தம் என்னவென்றால் அவருடைய ஆரம்ப மூலதனம் ரூ. *10,00,000, 5* ஆண்டுகளில் அவராலேயே நுகரப்பட்டு காலியாகிவிடுகிறது. அவரின் ஆரம்ப மூலதன மதிப்பு *5* ஆண்டு முடிவில் பூஜ்ஜியம்தான். ஆனால் *5* ஆண்டு கால முடிவில் அவர் கையில் இருப்பது உபரி-மதிப்பாக ஒவ்வொரு ஆண்டும் படைக்கப்பட்ட மொத்தத் தொகையான ரூ. *10,00,000* ஆகும். ஆக, உற்பத்தி நிகழ்முறை தொடர்ந்து சாமானிய மறு உற்பத்தியாக நீடிப்பது ஒவ்வொரு மூலதனத்தையும் திரட்டப்பட்ட மூலதனமாக, அல்லது மூலதனமாக்கப்பட்ட உபரி-மதிப்பாக மாற்றுகிறது. உண்மையில் இந்த மூலதனமாக்கப்பட்ட உபரி-மூலதனம் படைப்பாளியான தொழிலாளிக்குச் சேர வேண்டும். ஆனால் முதலாளி அதைத் தனதாக்கிக் கொள்கிறார். விலைகொடுத்து வாங்காமலேயே தனதாக்கப்பட்ட மதிப்பாய், பிறரது ஊதியமில்லா உழைப்பின் பயனை

அடையப் பெறுகிறார். செல்வத்தின் தோற்றுவாயாகத் தொழிலாளி இருப்பினும், அந்தச் செல்வதைத் தனதாக்கிக் கொள்ள முடியாதவராக இருக்கிறார். இந்த அடிப்படையில்தான் உழைப்பு அந்நியமாக்கப்படுகிறது. உழைப்புச் சாதனம் முதலாளியின் உடைமையாக இருப்பதுதான் இந்த நிலைமைக்குக் காரணம்.

தொழிலாளி இவ்வாறு புறவயப் பொருட்செல்வத்தை ஓயாமல் உற்பத்தி செய்கிறார். ஆனால் இந்தப் புறவயப் பொருட்செல்வம் மூலதன வடிவில் தன்னை உற்பத்தி செய்த தொழிலாளியையே ஆட்டிப் படைக்கிறது. அத்தகைய மூலதனத்தை, தன் மீது ஆதிக்கம் செலுத்தித் தம்மைச் சுரண்டுகிற அந்நியமான சக்தியின் வடிவில் திரும்பத் திரும்ப உற்பத்தி செய்கிறார். இதேபோல் முதலாளியும் உழைப்புச் சக்தியை ஓயாமல் உற்பத்தி செய்கிறார். ஆனால் செல்வத்தின் அகவயத் தோற்றமாகிய அந்த உழைப்புச் சக்தியை உற்பத்தி செய்யப்பட்ட சரக்குகளிலிருந்து பிரித்து, எல்லாச் செல்வங்களுக்கும் பிறப்பிடமான உழைப்பாளியின் உடலில் மட்டுமே உறைவதுமான உழைப்பாற்றலை முதலாளி உற்பத்தி செய்தவாறு இருக்கிறார். சுருங்கச் சொல்லின், ஒரு தொழிலாளியைக் கூலித் தொழிலாளியாக உற்பத்தி செய்கிறார். தொழிலாளியை இப்படி ஓயாமல் மறு உற்பத்தி செய்வதும், நீடித்து நிலைத்து நிற்கச் செய்வதும் முதலாளித்துவப் பொருளுற்பத்தியின் இன்றியமையாத தேவையாகும்.

சாமானிய மறு உற்பத்தி முறையில், தொழிலாளி இரு விதங்களில் நுகர்கிறார். ஒன்று உழைப்பு நிகழ்முறையில் தொழிற்சாலையில் உற்பத்திச் சாதனங்களை *(Raw Materials)* நுகர்வதன் மூலம் அதிக மதிப்புள்ள சரக்குகளாக அவற்றை மாற்றுகிறார். இது அவருடைய திறனுடைய நுகர்வு *(Productive Consumption)*. மறுபுறம் தொழிலாளி தனது உழைப்புச் சக்திக்காகக் கொடுக்கப்பட்ட கூலியைக் கொண்டு வாழ்வுச் சாதனங்களை வாங்கித் தன்னை மீண்டும் புனரமைப்பதற்கான சொந்த நுகர்வில் *(Individual Consumption)* ஈடுபடுகிறார். இரண்டு நுகர்வும் அடிப்படையில் வேறானவை ஆகும். முந்தைய நுகர்வு மூலதனத்தால் விலைக்கு வாங்கப்பட்ட உழைப்புச் சக்தியின் செயல்பாட்டால் ஏற்படுகிறது. ஆனால் விலைக்கு வாங்கப்பட்ட உழைப்புச் சக்தி உழைப்பாளியின் வடிவில் முதலாளிக்குச் சொந்தம். முதலாளி அந்த உழைப்புச் சக்தியை நுகர்கிறார். எனவே தொழிலாளியின் திறனுடைய நுகர்வு அவரின் சொந்த நுகர்வு அல்ல. அதே நேரத்தில் பிழைப்புச் சாதன நுகர்வு அவருடைய சொந்த நுகர்வு. இந்தச் சொந்த நுகர்வு நடைபெற

வேண்டும் என்றால் முதலாளியிடம் தன் உழைப்புச் சக்தியை விற்றாக வேண்டும். இது திரும்பத் திரும்ப நடைபெற்றாக வேண்டும். உற்பத்தி நிகழ்முறையில் உழைப்புச் சக்தி தொடர்ந்து செலவழிக்கப்பட வேண்டும். தொழிலாளியின் சொந்த நுகர்வு என்பது தொழிலாளியையே உற்பத்தியும், மறு உற்பத்தியும் செய்வதாகும். இந்த நுகர்வு மூலதனத்தின் உற்பத்திக்கும் மறு உற்பத்திக்கும் காரணியாகிறது. தொழிலாளியின் பராமரிப்புக்கும், மறு உற்பத்திக்கும் அவசிய நிபந்தனையாகிறது. அதே நேரத்தில் முதலாளி உழைப்புச் சக்தியை நுகர்வதன் மூலம், உழைப்புச் சக்தியை மறு உற்பத்தி செய்கிறார். எனவே, முதலாளித்துவ உற்பத்தி முறையில் தொழிலாளி-முதலாளி உறவு ஒன்றையொன்று சார்ந்திருக்கிற உற்பத்தி உறவாக மாறி விடுகிறது. ஒருபக்கம் முதலாளியையும், மறுபக்கம் கூலித் தொழிலாளியையும் அது உற்பத்தியும், மறு உற்பத்தியும் செய்கிறது

சாமானிய மறு உற்பத்தியில் மூலதனப் பெருக்கம் திரும்பத் திரும்ப நிகழ வேண்டுமென்றால் தொழிலாளி தனக்கு அவசியமான வாழ்வுச் சாதனங்களை மட்டுமே நுகர வேண்டும். அதற்கும் அதிகமாக நுகர ஆரம்பித்தால் அது திறனிலா நுகர்வு என்று முதலாளியால் அழைக்கப்படுகிறது. இந்தக் கூடுதல் நுகர்வு புதிய தொழிலாளர்களின் வடிவில் சந்தைக்கு வந்தால்தான் முதலாளி திருப்தியடைகிறார். உழைப்புச் சக்தியின் பெருக்கமாக எண்ணுகிறார். ஏனென்றால் அது இன்னும் அதிகமான உபரி-மதிப்பைப் பெற்றுத் தரும்.

தொழிலாளி தனது வாழ்க்கைக்குத் தேவையான அவசியப் பண்டங்கள் வாங்கத் தேவையான பணத்தைச் செலவழித்துத் தீர்ப்பதன் மூலம், உழைப்புச் சந்தையில் தொடர்ந்து திரும்பத் திரும்ப வந்து நிற்பதை உறுதி செய்கிறார். ரோமானிய அடிமை சங்கிலிகளால் பூட்டப்பட்டிருந்தான். கூலித் தொழிலாளி கண்ணுக்குப் புலப்படாத இழைகளால் பூக்களால் மறைக்கப்பட்ட நிலையில் கட்டுண்டு கிடக்கிறார். தொழிலாளி தான் விரும்பியபோது முதலாளியை மாற்றும் சுதந்திரம் என்ற தோற்றம் ஏற்பட்டாலும், இந்த மறைக்கப்பட்ட அடிமைத்தனம் மாறி விடுவதில்லை.

உழைப்புச் சாதனங்களைச் சொந்தமாக்கிய முதலாளி, தொழிலாளர்களின் உழைப்புச் சக்தியை விலைக்கு வாங்குவதன் மூலம் உழைப்பாளர்களை மறைமுகமாகச் சொந்தம் கொண்டாடுகிறார். அமெரிக்காவில் உள்நாட்டு யுத்தத்தைத் தொடர்ந்து பருத்திப் பஞ்சம் ஏற்பட்டது. எனவே லங்காஷயரில் பஞ்சாலைத் தொழிற்சாலையில் ஏராளமான தொழிலாளர்கள் வேலை இழக்கும் அபாயம் ஏற்பட்டது.

எனவே, பட்டினியால் வாடும் வேலை இழந்த தொழிலாளர்களைக் குடியேற்ற நாடுகளுக்கு புலம்பெயர அனுமதிக்க வேண்டும் என்ற கோரிக்கை எழுந்தது. ஆனால் மான்செஸ்டர் வர்த்தக சபையின் முன்னாள் தலைவர் எட்மண்ட் பாட்டர் 1863 மார்ச் 24-ல் "தி டைம்ஸ்" ஏட்டில் ஒரு கட்டுரையை வெளியிட்டார். அதில் பஞ்சாலைத் தொழிலாளர்கள்தான் லங்காஷயருக்கும், தொழிலதிபர்களுக்கும் இருக்கும் ஒரே பலம் என்றும், அந்தத் தொழிலாளர்கள் குடிபெயர அனுமதித்தால் முதலாளியின் நலன் அடியோடு தகர்க்கப்படும், முதலாளியின் மூலதனத் திரட்டல் அடியோடு பாதிக்கப்படும் என்றும் எடுத்துரைத்து, குடிப்பெயர்ச்சிக்கு எதிராகத் தன் கருத்தைப் பதிவு செய்தார். அத்துடன் தற்காலிகமாக உபரியாக்கப்பட்ட தொழிலாளர்களை அரைப் பட்டினியில் வேலையில்லத்தில் அடைத்து வைக்க வேண்டும் என்று வாதிட்டார். இறுதியில், லங்காஷயர் முதலாளி வர்க்கம், பாட்டரின் கருத்தை ஆதரித்தது. தொழிலாளர்களின் குடிப்பெயர்ச்சி தடுக்கப்பட்டது. உபரியாக்கப்பட்ட தொழிலாளர்கள் "ஒழுக்கத்தரம் காக்கும் வேலையில்லம்" என்று அழைக்கப்பட்ட பஞ்சாலைத் தொழில் இல்லங்களில் அடைத்து வைக்கப்பட்டனர்.

அத்தியாயம்-19

உபரி-மதிப்பை மூலதனமாக மாற்றுதல் (விரிதிற மறுவுற்பத்தி) (Extended form of Reproduction)

ஆரம்ப மூலதனம் எப்படி உபரி-மதிப்பைப் படைத்தது, சாமானிய மறு உற்பத்தி எப்படி நிகழ்ந்தது என்பதை இதுவரை ஆராய்ந்தோம். தற்போது உபரி-மதிப்பிலிருந்து மூலதனத் திரட்டல் *(Accumulation of Capital)* எப்படி நடைபெறுகிறது என்பதைப் பார்ப்போம். இத்தகைய மூலதனத் திரட்டலை நமக்கு விளக்கும் பொருட்டு தனியொரு முதலாளியின் கண்ணோட்டத்தில் இருந்து மார்க்ஸ் விளக்குகிறார்.

நூற்பாலை முதலாளி ரூ. 1 கோடி மூலதனத்தை முதல் ஆண்டின் ஆரம்ப முதலீடாக முன்னீடு செய்கிறார். இதில் 5-ல் 4 பங்கை மாறா-மூலதனமான பஞ்சு, இயந்திர சாதனம், எரிபொருள், மின்சாரம் போன்றவற்றிற்கும், 5-ல் 1 பங்கை மாறும்-மூலதனமான உழைப்புச் சக்தியை வாங்குவதற்கும் செலவிடுகிறார். எனவே ரூ. 80 லட்சம் மாறா-மூலதனத்திலும், ரூ. 20 லட்சம் மாறும்-மூலதனத்திலும் செலவிடப்படுகிறது. ஆண்டுதோறும் 24,000 டன் நூல் உற்பத்தி செய்யப்படுகிறது. உபரி-மதிப்பு வீதம் 100% ஆக இருக்கும் பட்சத்தில் 4000 டன் நூலில் இது முழுமையாக அடங்கி இருக்கிறது. இதன் மதிப்பு ரூ. 20 லட்சம். இதைச் சந்தையில் விற்ற பிறகுதான் அது பணமாக மாறுகிறது. ஆரம்ப மூலதனம் ரூ. 1 கோடியானது மறு உற்பத்திக்கு மாறா-மூலதன வடிவிலும், வேலையில் உள்ள தொழிலாளர்களின் கூலியான மாறும்-மூலதனத்திற்குமான செலவிற்கும் திரும்ப வந்துவிடுகிறது. ரூ. 20 லட்சமாக வரும் உபரி-மூலதனம் ஆலை முதலாளியின் சொந்த நுகர்வுக்குச் செல்லாமல் மீண்டும் இதே தொழிலில் உபரி-மூலதனமாக நுழைகிறது. முந்தைய விகிதாச்சாரத்தில் 5-ல் 4 பங்கு பஞ்சு கொள்முதல் செய்வதிலும், 1 பங்கு புதிய தொழிலாளர்களை வேலைக்கு அமர்த்துவதிலும் செலவிடப்படுகிறது. தற்போது பஞ்சு கூடுதலாக 16 லட்சத்திற்கு வாங்கப்படுகிறது. புதிய வேலையாட்கள் ரூ. 4 லட்சம் செலவில் வேலைக்கு அமர்த்தப்படுகிறார்கள். கூடுதல் வேலையாட்கள் அடுத்த ஆண்டு முடிவில் ரூ. 4 லட்சம் உபரி-மதிப்பைப் படைக்கிறார்கள். இந்த 4 லட்சம் உபரி-மதிப்பு இதே தொழிற்சாலையில் கூடுதல் மூலதனமாக நுழைந்து, மூன்றாவது ஆண்டு முடிவில் ரூ. 80,000 உபரி-மதிப்பைப் படைக்கிறது. இது தொடர்கதையாகிறது. மூலதனம் முன்னிலும் விரிவான அளவில் உற்பத்தியில் ஈடுபடுகிறது.

மேலே காட்டிய உதாரணத்தில் உபரி-மதிப்பில் *10* அல்லது *20* சதவீதத்தை முதலாளி சொந்த நுகர்வுக்குப் பயன்படுத்தினாலும், மீதியுள்ள உபரி-மதிப்பு மூலதனமாக மாற்றப்பட்டு, உபரி-மதிப்பு முன்னிலும் அதிகமாகக் கிடைப்பதற்கு வழிவகை செய்யப்படுகிறது. இந்தக் கூடுதல் மூலதனம் கூடுதல் தொழிலாளர்களை வேலைக்கு அமர்த்தினால் மட்டுமே சாத்தியம். உழைப்பின் உற்பத்தித் திறனும் மாறாமல் தொடர்கிறது என்பதை நிபந்தனையாக வைத்துக் கொள்கிறோம். கூடுதல் தொழிலாளர்கள் எங்கிருந்து கிடைப்பர்? அவர்களையும் இந்தத் தொழிலாளி வர்க்கம்தான் உற்பத்தி செய்கிறது. தன்னுடைய அத்தியாவசிய நுகர்வில் குழந்தை வளர்ப்பும் அடங்கியுள்ளதால், புதிய தொழிலாளர்களையும் உழைப்புச் சந்தைக்கு அனுப்பிக் கொண்டே இருக்கிறது. சாமானிய மறு உற்பத்தி தற்போது விரிதிற மறு உற்பத்தியாக *(Extended form of reproduction)* மாறிவிடுகிறது. வட்டப்பாதை தன் வடிவத்தை மாற்றிக் கொண்டு சுழலேணி *(Spiral Form)* வடிவத்தைப் பெறுகிறது.

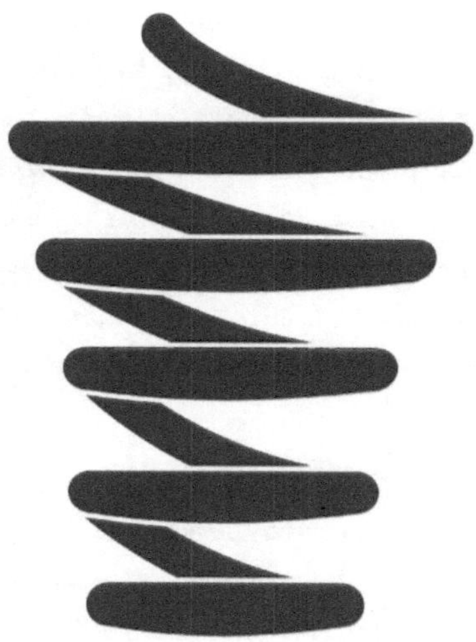

ஆரம்ப மூலதனம் *1* கோடி, அந்தக் குறிப்பிட்ட முதலாளிக்கு ஆதி உழைப்பில் அல்லது தன் மூதாதையர்களின் உழைப்பிலிருந்து கிடைத்ததாகக் கொச்சை அரசியல் பொருளாதாரவாதிகள் வாதிட்டபோதும், தற்போது கூடுதல் மூலதனத்தைப் படைத்தது உழைப்பாளியின் உபரி-உற்பத்திதான் என்பது நமக்கு நன்றாகப் புலப்படுகிறது. ஏற்கெனவே வேலையில் உள்ள தொழிலாளர்களின் ஊதியமில்லா உழைப்பைக் கொண்டு புதிதாகத் தொழிலாளர்கள் வேலைக்கு அமர்த்தப்படுகிறார்கள் என்பதுதான் உண்மை. மூலதனத்திலிருந்து மூலதனத்தைப் படைப்பதுதான் விரிதிற மறு உற்பத்தி *(Reproduction in Extended Form).*

சமதைக்கு சமதை பரிவர்த்தனை என்ற விதி மீறப்படுகிறது. சரக்குகளின் உற்பத்தியையும், சுற்றோட்டத்தையும் அடிப்படையாகக் கொண்ட விதி (மூலதனப் பொதுச் சூத்திரம்) முதலாளியின் தனதாக்கம் அல்லது தனிச் சொத்துடைமை விதிகளாக அவற்றின் உள்ளார்ந்த,

விடாப்பிடியான இயக்கவியலால் எதிர்நிலை மாற்றமடைகின்றன. தற்போது முதலாளிக்கும், தொழிலாளிக்கும் இடையிலான பரிவர்த்தனை உறவு சுற்றோட்ட நிகழ்முறையிலான பொய்த் தோற்றமாகி விடுகிறது.

ஆரம்பத்தில் சரக்கின் பரிவர்த்தனையில் சமதைக்கு சமதை பரிவர்த்தனை செய்யப்படுகின்றது என்பதைத்தான் மதிப்பின் விதியாக முன் வைத்தோம். அதுபோலவே உழைப்புச் சக்தியை விற்கும் தொழிலாளியும் பணம் என்னும் சரக்கை வைத்திருக்கிற முதலாளியும் சந்தையில் விற்பவர், வாங்குபவர் என்ற சம அந்தஸ்தில் முதன்முதலில் சந்திக்கின்றனர். உற்பத்தி முறை தொடங்குமுன் முதலாளி கையில் உள்ள பணம் எங்கிருந்து வந்தது? அது அவரது சொந்த உழைப்பின் மூலம் பெறப்பட்டிருக்கலாம். அது அவருக்குச் சமுதாயம் வழங்கிய சொத்துரிமை. ஏனென்றால், சரிசமமாக உரிமை படைத்த சரக்குடைமையாளர்கள் மட்டுமே ஒருவரை ஒருவர் எதிர்கொள்கின்றனர். ஆனால் முதலாளித்துவ உற்பத்தி முறை தொடங்கியவுடன் உபரி-மதிப்பை அபகரிக்கும் உரிமையாகச் சொத்துரிமை மாறி விடுகிறது. திருட்டு, இன்னொருவர் சொத்தைக் கொள்ளையடித்தல், வழிப்பறி ஆகியவை கடுமையான சமுதாயக் குற்றமாகக் கருதப்பட்டு, தண்டனை வழங்கப்படுகிறது. அதே நேரத்தில் இன்னொருவர் உழைப்பை அபகரித்துச் செல்வம் சேர்ப்பதும் அப்பட்டமான திருட்டுத்தான். ஆனால், இந்தத் திருட்டு புனிதமாக்கப்பட்டு, இத்தகைய உழைப்புத் திருட்டுக்கு சட்ட அங்கீகாரம் வழங்கப்பட்டுள்ளது. என்ன கொடுமை இது? இதுதான் சொத்துடைமைச் சட்டங்களின் தலைகீழ் நிலைமை *(Inversion of Property Laws)*.

இங்கே நாம் பார்ப்பது என்னவென்றால், ஒன்றுக்கொன்று பரிவர்த்தனை செய்து கொள்ளப்படும் சரக்குகள் (உழைப்புச் சக்தி உட்பட) பரிவர்த்தனை-மதிப்புகளுக்கிடையில் மட்டுமே சமத்துவத்தைக் கோருகின்றன. அவற்றின் பயன்-மதிப்பைப் பொறுத்தவரைவேறுபாடுஇருப்பதுஇந்தவிதிக்குமுன்தேவையாகிறது. தொழிலாளியின் உழைப்புச் சக்தி, அதைப் புனரமைப்பதற்குச்சமமான பயன்-மதிப்பைக் கூலி வடிவில் பெற்றுத் தருகிறது. ஆனால் உழைப்புச் சக்தியை வாங்கிய முதலாளிக்குக் கூடுதல் பயன்-மதிப்பைப் பெற்றுத் தருகிறது. இதன் இறுதி விளைவு என்னவென்றால்,

1. உற்பத்திப் பொருள் முதலாளிக்கு சொந்தம்; தொழிலாளிக்கு அல்ல.

2. உபரி-மதிப்பிற்காக தொழிலாளி கூலி ஏதுமின்றித் தன் உழைப்பைச் செலவிடுகிறார். முதலாளி கூடுதல் செலவு ஏதுமின்றி, உபரி-மதிப்பைச் சட்டப்படி சொந்தமாக்கிக் கொள்கிறார்.

3. தொழிலாளி உழைப்புச் சக்தியைச் சந்தையில் மறுபடியும் விற்பதற்குத் தயாராகிறார்.

சாமானிய மறு உற்பத்தியிலும், விரிதிற மறு உற்பத்தியிலும் பொதுவாக நடைபெறுவது உபரி-உற்பத்தியே. முந்தைய உற்பத்தி முறையில், உபரி-மதிப்பு அத்தியாவசிய மற்றும் ஆடம்பர நுகர்வு வடிவில் முதலாளியால் முழுவதும் நுகரப்பட்டுவிடுகிறது. பிந்தையதில் முதலாளியின் சொந்த நுகர்வு போக ஒரு பகுதி, கூடுதல் மூலதனமாக மீண்டும் உற்பத்தித் துறைக்குள் நுழைந்து, மூலதனத்தைத் தொடர்ச்சியாகப் பெருக்குகிறது.

உற்பத்திப் பொருளைச் சமதைக்குச் சமதை பரிவர்த்தனை செய்து சொந்த உழைப்பால் மட்டுமே செல்வந்தராகக் கூடிய தொடக்க காலமானாலும் சரி, சமுதாயச் செல்வமானது, பிறரது ஊதியமில்லா உழைப்பைத் திரும்பத் திரும்ப தனதாக்கிக் கொள்ளக் கூடியவர்களின் சொத்தாக மாறிவரும் நவீன காலமானாலும் சரி, சொத்துரிமைகள்தான் ஆள்கின்றன. இந்த மாறிய சொத்துரிமை வடிவம், உழைப்பாளி உழைப்புச் சக்தியை ஒரு சரக்காகச் சுதந்திரமாய் விற்கத் தொடங்கும் தருணம் முதற்கொண்டு தவிர்க்க முடியாததாகிறது. சரக்கு உற்பத்தி அதன் உள்ளார்ந்த விதிகளின்படி தொடர்ந்து வளர்ந்து, எந்த அளவிற்கு முதலாளித்துவப் பொருளுற்பத்தி ஆகிறதோ அந்த அளவிற்கு, சரக்கு உற்பத்தியின் சொத்து விதிகள் முதலாளித்துவத் தனதாக்க விதிகளாக மாறுகின்றன. இந்தத் தனதாக்க விதிகளுக்கு எதிராகத் தொழிலாளி வர்க்கம் போர் தொடுக்கும்போது, வர்க்கப் பகைமை முன்னுக்கு வருகிறது. உற்பத்தி உறவில் மாற்றம் கோருகிறது. இந்தப் பகை இயக்கம் முதலாளித்துவ உற்பத்தி உறவைக் காலாவதியாக்கி, முன்னிலும் உயர்வான பொதுஉடைமை உற்பத்தி முறைக்கு இட்டுச் செல்லும் என்பதுதான் இயற்கையின் இயங்கு விதி.

அத்தியாயம்-20

மறுவுற்பத்தியில் அரசியல் பொருளாதாரத்தின் தவறான கருத்து

தொடர்ந்து நடைபெறும் விரிதிற மறு உற்பத்தி மூலதனத் திரட்டலைக் கொண்டு வருகிறது என்பதைப் பார்த்தோம். இவ்வாறு திரட்டப்படும் மூலதனம் முழுவதையும் அரசியல் பொருளாதார அறிஞர்கள் வருவாய்க் கணக்கில் சேர்க்கின்றனர். இத்தகைய வருவாயில் பெரும்பகுதி திறனுடைய தொழிலாளர்களை உற்பத்தியில் ஈடுபடுத்துவதற்குப் பயன்படுத்தப்பட வேண்டும் என்றும், இதுதான் செல்வத்தின் ஆதாரம் என்றும் வாதிடுகின்றனர். இன்னொரு கருத்தும் எழுகிறது. நுகரப்படாமல் திரட்டிச் சேமித்து வைக்கப்படும் மூலதனம்தான் செல்வத்தின் ஆதாரம் என்று ஒரு கூட்டம் வாதிடுகிறது. திறனுடைத் தொழிலாளர்களின் நுகர்வில்தான் மூலதனம் உருவாகிறது என்ற அரசியல் பொருளாதாரவாதிகளின் கூற்றைச் சரி என்று ஒப்புக்கொள்ளும் மார்க்ஸ், இதிலிருந்து பிறக்கும் தப்பெண்ணங்களை அம்பலப்படுத்துகிறார்.

ஆதாம் ஸ்மித் கூறுகிறார்: "மூலதனத் திரட்டல் என்பது திறனுடைத் தொழிலாளர்கள் உபரி-உற்பத்திப் பொருட்களை நுகர்வதுதானே தவிர வேறு ஒன்றும் இல்லை." இவரைத் தொடர்ந்து ரிக்கார்டோவும் "நாட்டில் உற்பத்தியாகிறவை எல்லாம் நுகரப்படுகின்றன என்று தெரிகிறது." என்று கூறுகிறார். எனவே இவர்களின் கருத்துப்படி மூலதனமாக மாற்றப்படும் மதிப்பனைத்தும் மாறும்-மூலதனமாகி விடுகிறது என்பதுதான். ஆனால், உண்மையில் நடப்பது வேறுவிதமாக அமைகிறது. ஆரம்ப மூலதனம் போலவே உபரி-மதிப்பும் மாறா-மூலதனம் மற்றும் மாறும்-மூலதனமாகப் பிரிகிறது. மாறா-மூலதனமாக மாற்றப்படுகின்ற உற்பத்திச் சாதனங்களை நுகர்வதால்தான் உபரி மூலதனம் படைக்கப்படுகிறது. இந்த உண்மையை மூடி மறைத்து, உபரி-மதிப்பில் உருவாகிற பண்டங்களை திறனுடைய உழைப்பு, தன் கூலியின் மூலம் முழுமையாக நுகர்ந்து விடுகிறது என்கிற பொய்த் தோற்றத்தை உருவாக்குகின்றனர். அதாவது சமுதாயத்தின் மூலதனம் முழுவதும் கூலி கொடுப்பதற்கே செலவிடப்படுகிறது என்று தொடர்ந்து வாதிடுகின்றனர்.

துறவுத் தத்துவம்

மேற்கூறிய தப்பான அரசியல் பொருளாதாரவாதிகளின் எண்ணத்திலிருந்து பிறப்பதுதான் முதலாளிகளின் துறவுத் தத்துவம். திரட்டப்பட்ட மூலதனம் முதலாளியின் தனிப்பட்ட வருவாயாகவும்,

இலாபமாகவும் பிரிகிறது என்று அவர்கள் வாதிடுகின்றனர். ஆனால் அவை அனைத்தும் உழைப்பின் உபரி-மதிப்புதான். அந்த உபரி-மதிப்பின் ஒரு பகுதி வருவாய் என்ற அடிப்படையில் முதலாளியின் ஆடம்பரச் செலவில் நுகரப்படுவது உண்மைதான். ஆனால் இன்னொரு பகுதி மூலதனமாக மறு முதலீடு செய்யப்படுகிறது. முதலாளி தனது சொந்த நுகர்வை எந்த அளவிற்குத் துறக்கிறாரோ அந்த அளவிற்கு மூலதன மறு உற்பத்திக்கு உதவி செய்கிறார். எனவே, முதலாளி தன்னுடைய தனிப்பட்ட நுகர்வைத் தவிர்த்ததன் மூலம்தான் மூலதனம் மறு உற்பத்தி செய்யப்படுகிறது. செல்வப் பெருக்கத்திற்கு வழி செய்கிறது. தொழிலாளர்களுக்குத் தொடர்ந்து வேலை கொடுக்கிறது. அவர்களின் வாழ்வாதாரத்திற்கு உதவி செய்கிறது என்று ஒருசேர அரசியல் பொருளாதார வல்லுனர்கள் கூறுகின்றனர். நுகர்வை விலக்கி வைக்கும் துறவு மனப்பான்மையுடன் (abstinence) முதலாளிகள் செயல்பட்டு மூலதனம் பெருக உதவி செய்கிறார்கள் என்ற தோற்றம் உருவாக்கப்படுகிறது.

ஆனால் உண்மை இதுவல்ல. முதலாளித்துவ உற்பத்திமுறையின் நோக்கமே பொருளுற்பத்தியைக் குவிப்பதும், நுகர்வைத் தூண்டுவதுமே ஆகும். இந்த நோக்கம் அவர்களின் துறவுத் தத்துவத்துக்கு முரண்பாடாகத் தோன்றவில்லையா? உற்பத்தியைத் தொடர்ந்து பெருக்குவதற்கு முதலாளியை முதலாளித்துவ உற்பத்தி முறை தூண்டுகிறது. ஓய்வு ஒழிச்சல் இல்லாமல் மதிப்பைப் பெருகச் செய்திட வேண்டும் என்று வெறிகொண்டு அவரை ஓட விடுகிறது. இந்த ஓட்டத்தில் நின்றுவிடும் முதலாளியை அது உற்பத்தித் துறையிலிருந்து விரட்டுகிறது. உழைப்புச் சுரண்டல், உபரி-உற்பத்தி, மூலதன விரிவாக்கம்தான் விதி என்று கட்டளையிடுகிறது. எனவேதான் இத்தகைய மனிதாபிமானமற்ற உற்பத்தித் துறைக்குள், மனிதாபிமானத்தோடு உபரி-மதிப்பு முழுவதையும் அல்லது அதில் பெரும் பங்கைத் தொழிலாளிக்கே கூலியாக வழங்க முதலாளிகள் நினைத்தாலும், அவர்களால் முடியாது. அப்படியே வழங்கினாலும் அவர்களால் முதலாளித்துவ உற்பத்தி முறையில் நீடிக்க முடியாது. அவர்கள் கற்பனாவாதிகளாகத்தான் நிலவ முடியும். முதலாளித்துவ உலகம் அவரை உற்பத்தித் துறையிலிருந்து தூக்கி எறிந்துவிடும். வரதட்சணை நிலவுகிற சமுதாய அமைப்பில் ஒரு மாப்பிள்ளைவரதட்சணையே இல்லாமல் மணமுடிக்க முன்வரும்போது இந்தச் சமுதாயம் அவரைக் கேலியாகப் பார்க்கும். அவருக்கு உடம்பில் ஏதாவது ஊனம் இருக்குமோ என்றுதான் நினைக்கும். அப்படித்தான் மனிதாபிமான முதலாளியை "ஊனமுற்ற முதலாளியாக" முதலாளித்துவம் இனம் கண்டு அவரைத் தூக்கி எறியும்.

"மழித்தலும் நீட்டலும் வேண்டா உலகம்
பழித்தது ஒழித்து விடின்."

என்ற குறளுக்கு ஏற்ப முதலாளித்துவ உற்பத்தி முறையில் அவசிய வடிவம் என்று இன்றைய சமுதாயம் எதைக் காட்டுகிறதோ, அந்த வடிவத்தைக் கட்டாயமாக அணிந்து கொள்ளும்படி ஒவ்வொரு முதலாளியும் நிர்ப்பந்திக்கப்படுகிறார்.

முதலாளித்துவப் போட்டி முதலாளித்துவப் பொருளுற்பத்தியில் உள்ளார்ந்த விதிகளைப் புறத்திலிருந்து கட்டாயப்படுத்தும் விதிகளாகத் தனிப்பட்ட ஒவ்வொரு முதலாளியையும் அவற்றுக்குக் கீழ்ப்படிய வைக்கிறது. தனது மூலதனத்தைக் காப்பாற்றிக் கொள்ளும் பொருட்டு அவரைக் கட்டாயப் படுத்துகிறது. இந்த முறையில் அன்றி வேறு எந்த வழியிலும் மூலதனத்தை விரிந்து பெருகச் செய்ய முடியாது. முதலாளிகளின் ஆழமான விருப்பங்களின் வழிபடும் போக்காகப் பணத் திரட்டல் மாறிவிடுகிறது.

முதலாளித்துவப் பொருளுற்பத்தியும், மூலதனத் திரட்டலும், செல்வமும் வளர வளர முதலாளி, மூலதனத்தின் அவதாரமாக மட்டும் இருந்த நிலை முடிவிற்கு வருகிறது. முதலாளி என்கிற நவீன விஷ்ணு பக்தர், தம்மை வருத்தித் தவமிருப்பதால்தான் உலகம் அழியாமல் இருக்கிறது. இந்த வருத்தமும், முயற்சியும் தேவைப்படுவது மூலதனம் திரட்டுவதற்கு மட்டுமல்ல. மூலதனத்தை அழியாது காப்பதற்கே கூட. அதனை நுகர்ந்து தீர்க்கும் ஆசையை எதிர்த்து நின்றிடும் இடையறாத முயற்சி தேவைப்படுவதாய்த் தொல்சீர் பொருளாதாரவாதிகள் தொடர்ந்து போதிக்கின்றனர்.

முதலாளித்துவ உற்பத்தி முறையின் உள்ளார்ந்த விதிகள் மூலம் துறவுத் தத்துவத்தை முற்றாக மறுத்த மார்க்ஸ், இந்த வாதத்தைப் பொய்யாக்கும் அடிப்படையில் ஓர் இந்திய உற்பத்திச் சூழலை முன்வைக்கிறார். பெருந்திரளான இந்துக் குடிகள் தமது நிலத்தைத் தாமே சாகுபடி செய்கிற விவசாயிகளாய் இருந்த காரணத்தால் அவர்களது உற்பத்திப் பண்டங்களும், உழைப்புக் கருவிகளும், வாழ்வுச் சாதனங்களும் அவர்களின் உழைப்பிலிருந்து உருவானவை ஆகின்றன. சேமித்து வைத்ததால் மூலதனமாக உருவாகவில்லை. இவர்களின் உபரி-உற்பத்தியில் ஒரு பகுதி கப்பம் அல்லது நில வாடகை உருவில் பிரபுக்களிடம் போய்ச் சேர்ந்தது. இப்படிச் சேர்ந்த உற்பத்திப் பண்டத்தில் ஒரு பகுதியைப் பிரபுக்கள் பொருள் வடிவில் நுகர்கிறார்கள். இன்னொரு பகுதி சொகுசுப் பண்டங்களின் நுகர்வாக மாறுகிறது. எஞ்சியது அவரது பண்ணையில் வேலை செய்யும் உழைப்பாளர்களின்

கூலியாகிறது. இந்த உழைப்பாளர்கள் சொந்த உற்பத்திக் கருவிகளைப் பெற்றுள்ளனர். இங்கே மேன்மேலும் அதிகரிக்கும் அளவு வீதத்திலான உற்பத்தியும், மறுஉற்பத்தியும் முதலாளித்துவத் "துறவி" என்னும் கருமமே கண்ணாகிய தவமுனிவரின் தலையீடு இல்லாமலே நடந்தேறின.

தற்போது உபரி-மதிப்பானது மூலதனமாகவும், வருவாயாகவும் பிரிக்கப்படும் விகிதத்தைச் சாராமலே மூலதனத் திரட்டலின் அளவு எப்படி உயர்கிறது என்பதைப் பார்ப்போம்.

1. உபரி-மதிப்பின் உற்பத்தி என்ற அத்தியாயத்தில், கூலியானது உழைப்புச் சக்தியின் மதிப்பிற்குச் சமமாக இருப்பதாக அனுமானித்துக் கொண்டோம். ஆனால் இந்த மதிப்பிற்கும் குறைவாக வலுவந்தமாகக் கூலியைக் குறைப்பதை முதலாளித்துவ உற்பத்தி முறையில் போட்டி ஏற்படுத்துகிறது. இவ்வாறு, கூலிக் குறைவினால் ஏற்படும் தொழிலாளியின் அவசிய நுகர்வு நிதியம் *(Necessary Consumption Fund)* மூலதனத் திரட்டலுக்கான நிதியமாக மாறிவிடுகிறது.

2. எல்லாத் தொழில் கிளைகளிலும், மாறா-மூலதனத்தின் உழைப்புச் சாதனங்களுக்கான பகுதி, தொழிலாளர்களின் எண்ணிக்கைக்கு உகந்தபடி அதிகரிப்பதில்லை. எனவே, இப்படிப்பட்ட தொழிற்சாலையில் கூடுதல் தொழிலாளர்களைத் தொழிலில் ஈடுபடுத்துவதன் மூலம், மாறா-மூலதனத்தில் மாற்றமின்றி அல்லது சிறிதளவு மாற்றத்துடன் கூடுதல் உபரி-உற்பத்தி படைக்கப்படுகிறது. உதாரணம்: சுரங்கத் தொழிற்சாலை. கனிவளம் இயற்கையில் அபரிமிதமாகக் கிடைப்பதால் தொழிலாளர்களின் எண்ணிக்கையை மட்டும் உயர்த்தி உபரி-மதிப்பை உற்பத்தி செய்ய முடிகிறது. இயற்கை, மூலதனத் திரட்டலுக்குச் செலவின்றி உறுதுணை புரிகிறது.

3. உழைப்பின் உற்பத்தித் திறன் உயரும்போது, உண்மைக் கூலி உற்பத்தித் திறன் உயரும் விகிதத்தில் உயர்வதில்லை. ஒப்பீட்டளவில் குறைந்த விகிதத்திலேயே உயர்கிறது. எனவே முன்போல் அதே மதிப்புடைய மாறா-மூலதனம் அல்லது ஒப்பளவில் குறைவான மாறா-மூலதனம், முன்னிலும் அதிகமான உழைப்புச் சக்தியை இயங்கச் செய்து உபரி-மதிப்பைப் படைக்கிறது.

4. உற்பத்தி மற்றும் நுகர்வு நிகழ்முறைகளின் கழிவுகளை மீண்டும் சுற்றோட்டத் துறைக்குள் கொண்டு வந்து பிறிதொரு தொழிலில் கச்சாப் பொருட்களாகப் பயன்படுத்துவதால் மூலதன முன்னீடு இல்லாமலேயே புதிய மூலப்பொருளை மூலதனம் படைத்தளிக்கிறது.

மேலே குறிப்பிட்ட மூலதனத் திரட்டலின் வடிவங்களை மார்க்ஸ் குறிப்பிட்டதன் நோக்கம் விஞ்ஞானமும், தொழில்நுட்பவியலும் உள்ளபடியே இயங்கிச் செயல்படும் மூலதனத்தின் பருமனைச் சாராமலே ஒரு விரிதிற உற்பத்தித் திறனை மூலதனத்திற்கு வழங்குகிறது என்ற அடிப்படையில்தான். இயற்கை அவர்களுக்குத் தொடர்ந்து இலவசமாக மூலப் பொருளை வழங்கவில்லை என்றால், இயற்கையை மிகக் கடுமையாகத் தாக்குவதற்கு முதலாளி வர்க்கம் தயங்குவதில்லை. இதன் விளைவுதான் மண்வளம், நீர்வளம், காட்டுவளம் கொள்ளை போவது.

அத்தியாயம்-21

மூலதனத் திரட்டலின் பொது விதி
(General Law of Capitatalist Accumulation)

மூலதனத் திரட்டல் நடைபெறும்போது அதன் விளைவுகளாக என்ன நடைபெறுகிறது என்பதை அதன் பொது விதி மூலம் தெரிந்து கொள்வோம். இந்த விதியை விளக்குவதற்கு இரண்டு விதமான சொற்றொடரை மார்க்ஸ் பயன்படுத்துகிறார். அதுதான் மதிப்பு இணைப்பாக்கம் *(value composition)* மற்றும் தொழில்நுட்ப இணைப்பாக்கம் *(Technical composition)* இவ்விரண்டும் தங்களுக்குள் கறாரான இடையுறவு *(Correlation)* கொண்டவை. மதிப்பென்ற முறையில் மூலதனமானது மாறா-மூலதனமாகவும், மாறும்-மூலதனமாகவும் அதாவது உற்பத்திச் சாதனங்களின் மதிப்பாகவும், உழைப்புச் சக்தியின் மதிப்பாகிய கூலியின் மொத்தத் தொகை மதிப்பாகவும் பிரிக்கப்படுகிறது. இந்த இருவகை மதிப்புகளும் எந்த விகிதாச்சாரத்தில் பிரிக்கப்படுகின்றன என்பதை விளக்குவதுதான் மதிப்பு இணைப்பாக்கம். அதே நேரத்தில் மூலதனமானது உற்பத்திச் சாதனமாகவும், உழைப்புச் சக்தியாகவும் பௌதிக அடிப்படையில் பிரிக்கப்படுகிறது. இந்த இரண்டுக்குமுள்ள விகிதாச்சாரம்தான் தொழில்நுட்ப இணைப்பாக்கம் *(Technical composition)* மூலதனத்தின் இரண்டு விதமான இணைப்பாக்கத்துக்கும் உள்ள இடையுறவை மார்க்ஸ் அங்கக இணைப்பாக்கம் *(Organic composition)* என்று அழைக்கிறார். இதையே எளிமை கருதி மூலதனத்தின் இணைப்பாக்கம் என்று அழைக்கிறார்.

மூலதனத் திரட்டலின்போது மேற்கூறிய அங்கக இணைப்பாக்கத்தில் மாறுபாடு இல்லாமல் தொடரும்போதும் அல்லது சிறிது மாற்றம் நடைபெறும்போதும் என்ன நடைபெறுகிறது என்பதை இப்போது பார்ப்போம்.

21.1 மூலதனத்தின் இணைப்பாக்கம் மாறாதிருக்க மூலதனத் திரட்டலோடு உழைப்புச் சக்திக்கான வேண்டல் அதிகரித்தல்

ஆரம்ப மூலதனமானது *50:50* என்ற அடிப்படையில் மாறும்-மூலதனமாகவும் மாறா-மூலதனமாகவும் செலவிடப்பட்டு உற்பத்தி நிகழ்முறையில் ஈடுபடுத்தப்பட்டதாகக் கொள்வோம். உற்பத்தியின் முடிவில் உபரி-மதிப்புப் படைக்கப்பட்டு மூலதனம்

பெருக்கமடைகிறது. தற்போது பெருக்கமடைந்த இந்த மூலதனம் மீண்டும் உற்பத்தி நிகழ்முறையில் ஈடுபடுத்தப்படும்போது மூலதன இணைப்பாக்கம் மாறாமல் *50:50* என்ற விகிதாச்சாரத்திலேயே தொடர்கிறது. இப்போது மாறா-மூலதனத்தின் அளவு அதிகரிக்கிறது. அதிக உழைப்புச் சக்தி தேவைப்படுகிறது. தொழில்நுட்பத்தில் எந்த மாற்றமும் இல்லை. எனவே உழைப்புச் சக்திக்கு வேண்டல் அதிகரிப்பதால் கூலி உயர்வு ஏற்படுகிறது. அதாவது வேண்டலைவிட வழங்கல் குறைவாக இருக்கும்போது இந்தக் கூலி உயர்வு நடந்தேறுகிறது. *15*-ம் நூற்றாண்டின் முழுவதிலும், *18*-ம் நூற்றாண்டின் முற்பாதியிலும் நடைபெற்ற கூலி உயர்வை இத்தகைய நிகழ்விற்கு ஆதாரமாக மார்க்ஸ் முன்வைக்கிறார். இந்த நிலைமையானது எந்த விதத்திலும் முதலாளித்துவப் பொருளுற்பத்தியின் அடிப்படைத் தன்மையை மாற்றி விடுவதில்லை. சாமானிய மறு உற்பத்தியானது முதலாளித்துவ உறவை, அதாவது முதலாளிகள்-கூலித் தொழிலாளர்கள் என்ற உறவை மறுஉற்பத்தி செய்வது எப்படியோ, அதேபோல் மேன்மேலும் அதிகமாகிச் செல்லும் அளவு வீதத்திலான மறுஉற்பத்தி *(Extended form of re-production)*, அதாவது மூலதனத் திரட்டல் – மேன்மேலும் அதிகமாகிச் செல்லும் மூலதன உறவை மறுஉற்பத்தி செய்கிறது. ஒரு துருவத்தில் இன்னும் அதிகமான முதலாளிகளையும் அல்லது பெரிய முதலாளிகளையும், வேறொரு துருவத்தில் அதிக எண்ணிக்கையில் கூலித் தொழிலாளர்களையும் மறுஉற்பத்தி செய்கிறது.

எனவே மூலதனத் திரட்டல் என்பது உழைப்பாளி வர்க்கத்தின் பெருக்கமே ஆகும். இந்தப் பெருக்கம் வேண்டல் அளவுக்குப் பெருகாதபோது கூலி உயர்வுக்கு இட்டுச் செல்கிறது. உழைப்புச் சக்தியானது அதன் மதிப்பைவிட அதிகமான விலைக்கு விற்கப்படுகிறது. தற்போது தொழிலாளர்களின் வாழ்க்கைத் தரம் உயர்ந்து வாங்கும் சக்தி அதிகரிக்கிறது. தொழிலாளர்கள் அதிகக் கூலி பொறுவதால், தங்களது நுகர்வு வட்டத்தை விரிவாக்கிக் கொள்ள முடிகிறது. துணிமணிகள், தட்டுமுட்டுச் சாமான்களை அதிக அளவில் வாங்குகிறார்கள். பொழுதுபோக்கிற்கு அதிகம் செலவு செய்கின்றனர். ஆனாலும், இது உழைப்புச் சுரண்டலின் தன்மையை ஒழித்து விடுவதில்லை. மூலதனத் திரட்டலின் பயனாய், உழைப்பின் விலையில் *(கூலி)* ஏற்படும் உயர்வின் அர்த்தம் என்னவென்றால், தங்கத்தில் வார்த்துக் கொண்ட அடிமைச் சங்கிலியின் இறுக்கம் சற்றே தளர்கிறது என்பதுதான். இதன் விளைவு உபரி-உழைப்பின் அளவு, அதாவது

ஊதியமில்லா உழைப்பின் அளவு குறைகிறது. இந்தப் போக்குதான் ஆதாம் ஸ்மித், ரிக்கார்டோ போன்றவர்களைத் தவறான முடிவுகளுக்கு இட்டுச் சென்றது. அதாவது மூலதனத் திரட்டலின் விளைவு தொழிலாளிக்குச் சாதகமாகவும், அவர்களின் நுகர்வை அதிகரிப்பதாகவும், வாழ்க்கைத்தரம் உயர்வதாகவும் அவர்களை எண்ண வைத்தது. மார்க்ஸ் இப்போது உண்மையில் என்ன நிகழ்கிறது என்பதைத் தெளிவாகக் குறிப்பிடுவதுடன் இவர்களின் வாதங்களைத் தவிடுபொடி ஆக்குகிறார்.

மூலதனத் திரட்டலால் தொழிலாளர் நிதியம் உயர்ந்து கூலி உயர்வடைகிறது. ஆனாலும் உண்மையில் நிகழ்வது என்னவென்றால் ஒப்பீட்டு உபரி-மதிப்பு வீதம் *(Rate of Relative Surplus value)* குறைகிறது. ஒப்பீட்டு உபரி-மதிப்பு வீதம் குறைந்தபோதும் மூலதனத் திரட்டல் அதிகமாகிற காரணத்தால் இறுதியில் ஒப்பீட்டு உபரி-மதிப்பின் திரள் *(Mass of Surplus value)* என்பது உயர்கிறது. எனவே இந்த நிலை தொடரும்வரை முதலாளி வர்க்கத்திற்கு எந்தக் கவலையும் இல்லை. ஒப்பளவில் கூடுதலான எண்ணிக்கையில் தொழிலாளர்களை வேலைக்கமர்த்திக் கொள்வதால், மூலதனத்தின் அளவு தொடர்ந்து அதிகரிக்கிறது. ஓரளவு கூலி உயர்வினால், சுரண்டலின் கடுமை குறையும்போதும், ஒப்பளவில் தொழிலாளர்களின் எண்ணிக்கை அதிகரிப்பானது, உபரி-மதிப்புத் திரளைக் கணிசமாக அதிகரிக்கிறது. எனவே முதலாளி வர்க்கத்துக்கும். தொழிலாளி வர்க்கத்திற்கும் பிணக்கின்றி முதலாளித்துவ உற்பத்தி தொடர்கிறது. இதற்கு ஓர் எல்லை உண்டு. கூலி உயர்வால் அதாவது உழைப்பின் மதிப்பு உயர்வால் மூலதனத் திரட்டல் மந்தமாகும் நிலை ஏற்படுகிறது. உபரி-மதிப்பின் திரள் ஒரு கட்டத்தை அடைந்தவுடன் குறைய ஆரம்பிக்கிறது. இறுதியாக, மூலதனத் திரட்டலின் வேகமும் குறைகிறது. ஆனால், மூலதனத் திரட்டல் குறையும்போதே, அதன் காரணமாக, மூலதனத்துக்கும், சுரண்டப்படும் உழைப்புச் சக்திக்கும் இடையிலான ஒவ்வாமை மறைந்து போகிறது. முதலாளித்துவப் பொருளுற்பத்தியின் பொறியமைவே அது தற்காலிகமாகத் தோற்றுவிக்கும் தடங்கலை அகற்றி விடுகிறது. உழைப்பின் விலை மீண்டும் சரிவடைகிறது. மூலதனத்தின் தற்பெருக்கத் தேவைகளுக்கு ஏற்ற மட்டத்தை அடைகிறது.

மூலதனத் திரட்டல் வீதம் மாறுவது சார்புடையதன்று. மாறாக, கூலிவீத மாற்றம்தான், சார்புடைய தன்மையுடையது. எனவே மூலதனத் திரட்டலுக்கும், கூலி விகிதத்திற்கும் இடையிலான உறவு என்பது

மூலதனமாக மாற்றப்படும் ஊதிய உழைப்புக்கும், ஊதியமில்லா உழைப்புக்கும் இடையிலான உறவே தவிர வேறில்லை. மொத்தத்தில் ஊதியமாக வழங்கப்படும் அவசிய உழைப்புக்கும், ஊதியமில்லா உபரி-உழைப்புக்கும் இடையிலான உறவே ஆகும். மற்றெல்லா நிலைமைகளும் மாறாதிருக்க, ஊதியமில்லா உழைப்பின் விகிதாச்சாரம் குறையும்போது, எதிர்-வினை ஆரம்பமாகிறது. உபரி-மதிப்பில் முன்னிலும் குறைவான பகுதியே மூலதனமாக்கப்படுகிறது.

"ஓர் உதாரணத்தின் மூலம் கூலி உயர்வு மற்றும் வீழ்ச்சியை விளக்குவது சரியாக இருக்கும் என்று எண்ணுகிறேன். மூலதனத் திரட்டல் மாறும்-மூலதனத்திலும், மாறா-மூலதனத்திலும் ஏக காலத்தில் ஒரே அளவில் கூடுதலான அளவில் மறுஉற்பத்தியில் ஈடுபடுத்தப்படுகிறது. உழைப்பாளர்கள் அதிக அளவில் தேவைப்படுகின்றனர். இவர்களை உழைப்புச் சந்தைக்கு ஈர்ப்பது எப்படி? ஒருவர் நல்ல சம்பளத்தில் வேலை செய்வதற்காக, பட்டதாரி ஆக வேண்டும் என்ற ஆசையில் தனது படிப்பை எஸ்.எஸ்.சி *(plus two)* முடித்தபின் தொடர நினைக்கிறார். ஆனால் உழைப்புச் சந்தையில் ஆள் வேவைப்படுவதால், பட்டப்படிப்பு படித்தால் கொடுக்கும் அதே சம்பளத்தை எஸ்.எஸ்.சி படித்த நபருக்கும் வழங்க முதலாளி தயாராக இருக்கிறார். எனவே பட்டப்படிப்பு படிக்காமலேயே அதிக சம்பளத்தில் எஸ்.எஸ்.சி படித்தவர் உழைப்புச் சந்தையில் நுழைந்து விடுகிறார். முதலாளிக்குக் கூடுதல் உழைப்புச்சக்தி கிடைத்துவிடுகிறது. உழைப்பின் மதிப்பும் உயர்ந்து விடுகிறது. ஆனால் இந்தப் போக்கு உபரி-மதிப்பின் திரள் அறுதியாக உயர்ந்து செல்லும் வரைதான்.

உபரி-மதிப்பின் திரள் குறைய ஆரம்பித்தவுடன் நிலைமை மாறி விடுகிறது. அதே முதலாளி எஸ்.எஸ்.சி படித்தவரால் திறம்பட வேலை செய்ய இயலாது, எனவே உயர்ந்த உழைப்புத் திறன் உள்ள பட்டப்படிப்பு *(B.A./B.Sc.)* படித்த ஆட்கள் தேவை என்று அறிவிக்கிறார். எனவே எஸ்.எஸ்.சி படித்தாலே நல்ல வேலை என்ற எண்ணம் மாறி, கல்விச் சந்தையில் பட்டப்படிப்பு படிக்க வேண்டும் என்ற நிலை உருவாகிறது. எஸ்.எஸ்.சி படித்தவர்கள் குறைந்த சம்பளத்தில் வேலைக்கு அமர்த்தப்படும் நிலை வந்துவிடுகிறது. உழைப்பின் உற்பத்தித் திறன் உயர்கிறது. ஒப்பீட்டளவில் கூலி குறைகிறது. எனவே தொழிலாளர்களின் வேண்டல், வழங்கல் கூலியின் மாற்றத்தைத் தீர்மானிப்பது தற்காலிக நிகழ்ச்சியே. மாறாக, ஏனைய நிலைமைகள் மாறாது தொடர, மற்றைய பண்டங்கள்போல உழைப்புச் சக்தியின் மதிப்புதான் இறுதியாகக் கூலியை நிர்ணயிக்கிறது." *(ஆ.ர்)*

21.2 மூலதனத் திரட்டலோடு கூடவே, மூலதனத்தின் மாறும் பகுதி ஒப்பளவில் குறைந்து செல்லுதல்

மூலதனத் திரட்டலின்போது கூலி உயர்ந்து பின் ஒரு கட்டத்தில் குறைவதை முந்தைய பகுதியில் பார்த்தோம். எனவே மூலதனத் திரட்டலின்போது, உற்பத்தித் திறனில் வளர்ச்சியடைந்த சமூக உழைப்பானது மூலதனத் திரட்டலுக்கு மிகவும் சக்தி வாய்ந்த நெம்புகோல் ஆகிடும் நிலை ஏற்படுகிறது. இதை ஆதாம் ஸ்மித்தின் வார்த்தையில் சொல்வதானால், உழைப்பின் கூலியை உயர்த்துகிற அதே காரணம், அதாவது மூலதன அதிகரிப்பு, உழைப்பின் உற்பத்தித் திறனை அதிகமாக்கி முன்னிலும் குறைவான உழைப்பு இன்னும் அதிகமான வேலையைச் செய்யக் கூடியதாய் ஆக்குகிறது. உழைப்பின் உற்பத்தித் திறன் உயர்வதைத் தொடர்ந்து உழைப்புப் பிரிவினையும், இயந்திர சாதன உபயோகமும் மேலும் விரிவடைகின்றன. முன்னிலும் அதிகமான கச்சாப் பொருட்களும், துணைப் பொருட்களும் உழைப்பு நிகழ்முறையில் நுழைகின்றன. ஆனாலும் மாறா-மூலதனத்தின் இந்த அதிகரிப்பு அதனை இயக்கத் தேவைப்படும் உழைப்புச் சக்தியின் அதிகரிப்பைச் சம அளவில் அதிகரிப்பதில்லை.

உழைப்பின் திரள் அல்லது உழைப்பாளர்களின் எண்ணிக்கை ஒப்பளவில் குறைகிறது. மூலதனத்தின் இணைப்பாக்கத்தில் மாறுபாடு ஏற்படுகிறது. அதாவது 50:50 என்ற விகிதத்தில் இருந்த மூலதன இணைப்பாக்கம் 80:20 என்ற விகிதமாக மாறிவிடுகிறது. மூலதனத்தின் மதிப்பு இணைப்பாக்கத்தில் மாறும் பகுதி குறைந்து மாறாப் பகுதி அதிகரிக்கிறது. தற்போது விரிவடைந்த மூலதனத்தில், 80% இயந்திர சாதனம் மற்றும் கச்சாப் பொருளுக்காகவும், 20% உழைப்புச் சக்திக்காகவும் செலவிடப்படுகிறது. ஆனாலும், திரட்டலின் வளர்ச்சியைத் தொடர்ந்து மூலதனத்தின் மாறும் பகுதியின் ஒப்பீட்டு உயர்வு குறைந்த போதும், அறுதியாக உழைப்பாளர்கள் எண்ணிக்கை அதிகரிப்பது நடந்தேறுகிறது. இது எப்படி நடந்தேறுகிறது என்பதைப் பார்ப்போம். ரூ. 10000 மாறா-மூலதனமாகவும், இன்னொரு ரூ. 10000 மாறும்-மூலதனமாகவும் இருந்த மொத்த மூலதனம், உபரி-உற்பத்தியின் பயனாய் 3 மடங்கு உயர்ந்து ரூ. 60000 ஆக மாறிவிடுகிறது என்று கொள்வோம். தற்போது மாறும் பகுதி 20% ஆக மாறிவிடுவதால், உழைப்புக்கான செலவீடு ரூ. 12000-ஆக மாறிவிடுகிறது. இது முந்தைய உழைப்புக்கான செலவீட்டைவிட ரூ. 2000 அதிகமாகும். எனவே ரூ. 2000க்கு புதிதாக உழைப்பாளர்கள் வேலைக்கமர்த்தப்படுகிறார்கள்.

ஓயாமல் உபரி-மதிப்பு மூலதனமாக மாறுகிற நிகழ்வு உழைப்பின் உற்பத்தித் திறனை உயர்த்தி, உபரி-மதிப்பின் உற்பத்தியை முடுக்கிவிடுகிறது. உபரி-மதிப்பின் உற்பத்தியைத் தொடர்ந்து மூலதனப் பெருக்கம் நிகழ்வதும், மூலதனப் பெருக்கத்தைத் தொடர்ந்து முதலாளித்துவ உற்பத்தி முறை வளர்வதும் ஒன்றையொன்று சார்புடைமை ஆக்குகிறது. இந்த வகையான மூலதனத் திரட்டலானது மூலதனத்தின் தொழில்நுட்ப இணைப்பாக்கத்தில் மாறுதல் ஏற்படுத்தி, மாறாப் பகுதியுடன் ஒப்பிடுகையில் மாறும் பகுதியை மேலும் மேலும் சிறிதாக்கிச் செல்லும் மாற்றமாகும். செல்வத்திரள் மேன்மேலும் அதிகரிக்கையில் தனிப்பட்ட முதலாளியின் கையில் செல்வத் திரட்டல் குவிகிறது. இது பெருவீத விரிதிற உற்பத்திக்கு அடிகோலுகிறது. சிறு முதலாளிகள் அழிக்கப்பட்டு அல்லது அவர்களின் இணைப்பின் மூலம் மூலதனம் ஓரிடத்தில் குவிவது அவசியமாகிறது. இதுதான் முதலாளியை முதலாளியே விழுங்கும் உடைமைப் பறிப்பு *(Expropriation)*. இதன் மறுபெயர் மூலதன மையப்பாடு *(Centralization)*, இது மூலதனத் திரட்டலிலிருந்தும், மூலதனக் குவிப்பிலிருந்தும் முற்றிலும் வேறானது.

உற்பத்தி அரங்கில் கடும் போட்டி நடக்கிறது. இப்போட்டியின் விளைவாகச் சிறு முதலாளிகள் பலரும் நாசமாகிப் போகின்றனர். மூலதன மையப்பாடு மேலும் வளர்ச்சியடைகிறது. இதனைத் தொடர்ந்து புத்தம் புதிய சக்தி ஒன்று களத்தில் இறங்குகிறது. அதுதான் கடன் - செலாவணி அமைப்பு *(Credit System)*. முதலாளித்துவப் பொருளுற்பத்தியும், மூலதனத் திரட்டலும் வளர வளர, மூலதனங்களின் மையப்பாட்டுக்கான நெம்புகோலாகிய போட்டியும், கடன் செலாவணியும் அதிவேகத்தில் வளர்கின்றன.

மூலதன விரிவாக்கம் திரட்டலின் விளைவாக இருக்கலாம், அல்லது மையப்பாட்டின் விளைவாகவும் இருக்கலாம். இந்த மையப்பாடும் சில வேளைகளில் தாக்கிக் கைப்பற்றும் வன்முறையிலும் நடைபெறலாம். அல்லது இணைப்பு *(Merger)*, கையகப்படுத்தல் *(Acquisition)* என்ற இணைவான சூழ்நிலையிலும் ஏற்படலாம். பல மூலதனங்களின் கூட்டுப் பங்கு நிறுவனமாக *(Joint Stock Company)* அமைதி வழியிலும் நடந்தேறுகிறது. இந்த வகையிலான வளர்ச்சிதான் இருப்புப் பாதைகள் நிறுவுவதற்கு உந்து சக்தியாக அமைந்தது. தனித்தனி மூலதனங்கள் ஒருபோதும் இந்த வளர்ச்சியைக் கொண்டுவந்திருக்க முடியாது. மூலதனத்தின் மையப்பாடுதான் இதைச் சாத்தியமாக்கியது. ஆனால் இந்த மூலதனத்தின் மையப்பாடு, மாறும்-மூலதனப் பகுதியைக் குறைத்து, மாறா-மூலதனப் பகுதியை உயர்த்தியது. உழைப்புக்கான வேண்டல் ஒப்பளவில் குறைந்தது.

எனவே மூலதனத் திரட்டலின் போது உருவாகும் கூடுதல் மூலதனம் அதன் விரிவில் ஒப்பிடுகையில் மேலும் மேலும் குறைவான தொழிலாளர்களையே வேலைக்கமர்த்திக் கொள்கிறது. மறுபுறத்தில் மூலதன இணைப்பாக்கத்தில் *(Organic composition)* மாற்றம் பெற்று காலவட்ட முறையில் மறு உற்பத்தி செய்யப்படும் பழைய மூலதனம் முன்பு அதனிடம் வேலை பெற்ற தொழிலாளர்களில் மேலும் மேலும் அதிகமானோரை வேலையற்றோராக்கி விரட்டுகிறது.

21.3 ஒப்பீட்டு மக்கள்தொகை அல்லது தொழில்துறைச் சேமப் பட்டாளம் *(Industrial Reserve Army)* அதிகமாதல்

மூலதனத் திரட்டலானது மூலதனத்தின் விரிவாக்கமாக மாறி, உற்பத்தி நிகழ்முறையில் நுழையும்போது அதனுடைய மாறா-மூலதனம், மாறும்-மூலதனம் ஆகியவற்றின் இணைப்பாக்கம் மாறுதலுக்குள்ளாகி, இறுதியில் மாறும் பகுதி குறைகிறது என்று பார்த்தோம். மாறும்-மூலதனத்துடன் மாறா-மூலதனத்தின் விகிதம் படிப்படியாக மாறுகிறது. *1:1* என்ற விகிதம் *2:1, 3:1, 4:1, 5:1, 7:1* என்ற வரிசையில் மாறிச் செல்கிறது. அப்படி ஏற்பட்ட போதும் ஒட்டுமொத்த மூலதனத்தில், மாறும்-மூலதனம் ஒப்பளவில் குறைவான விகிதத்தில் அதிகரித்து மிகக்குறைவான எண்ணிக்கையில் தொழிலாளி வர்க்கத்தை உயர்த்துகிறது. ஆனால் அதே நேரத்தில் உபரி-மக்கள்தொகை, வேலைக்கமர்த்தப்படும் தொழிலாளர்களின் எண்ணிக்கையைவிட அதிகமாக உயர்கிறது. இவ்வாறு உபரி-மக்கள்தொகை உயர்வதை முதலாளித்துவம் திட்டமிட்டு உருவாக்குகிறது. இந்த உபரி-மக்கள்தொகை ஏற்கெனவே வேலையிலிருக்கும் தொழிலாளர்களை வேலையிழக்கச் செய்து விரட்டியதாக இருக்கலாம். அல்லது கூடுதலாகி வரும் உழைப்பாளி மக்கள் தொகையை உட்கிரகித்து வேலைவாய்ப்பு வழங்க இயலாத நிலையாக இருக்கலாம். எனவே உழைப்பாளர்கள் தங்களின் உயர்ந்த உற்பத்தித் திறனின் மூலம் மூலதனத் திரட்டலை உண்டாக்குவதோடுகூட, தாமே ஒப்பளவில் தேவைக்கு அதிகமானோராய் ஆக்கப்படுகிறார்கள். ஒப்பீட்டு உபரி-மக்கள்தொகையாக மாற்றப்படுவதற்கான சாதனங்களைப் படைக்கிறார்கள். அதோடு எப்போதும் மேன்மேலும் அதிகமாகிச் செல்லும் அளவில் இதனைச் செய்கிறார்கள். இது முதலாளித்துவப் பொருளுற்பத்தி முறைக்கே உரித்தான மக்கள்தொகை விதியாகும்.

இந்த உபரியான உழைக்கும் மக்கள், மூலதனமே அதன் சொந்தச் செலவில் வளர்த்து ஆளாக்கியதுபோல் முற்றிலும் அதன் உடைமையாகி, வேண்டும்போது பயன்படுத்திக் கொள்ளத் தயார்

நிலையில் உள்ள தொழில்துறைச் சேமப் பட்டாளமாக *(Industrial Reserve Army)* ஆகிவிடுகிறார்கள். சுரண்டப்படுவதற்கு எந்நேரமும் தயார் நிலையிலுள்ள உயிருள்ள உழைப்பை இந்த உபரியான மக்கள்தொகை வழங்குகிறது. ஒரு சேமப் பட்டாளம் தயாரான நிலையில் இருப்பதால் கூலி உயர்வு ஏற்படாமல் முதலாளித்துவ வர்க்கம் பார்த்துக் கொள்கிறது. குறைந்த கூலியில் வேலையில் சேர்வதற்கு இந்தச் சேமப் பட்டாளம் தயாராக இருப்பதால் இந்த நிலை உருவாகிறது. இது முதலாளி வர்க்கத்திற்கு ஆதாயமான நிலை. தொழிலாளர்களை அதிக எண்ணிக்கையில் அமர்த்தும் நிலை ஏற்படும்போது, சேமப் பட்டாளத்தின் ஒரு பகுதியைத் தொழிற்சாலைக்குள் இழுத்துக் கொள்கிறது.

இந்த நிலைமையை இன்றும் இந்தியாவில் பார்க்க முடிகிறது. கட்டுமானத் துறை வளர்ச்சி சென்னை, மும்பை போன்ற பெருநகரங்களில் மூலதனப் பெருக்கத்திற்கு வழிவகை செய்வதை நாம் காண்கிறோம். உள்ளூர்த் தொழிலாளர்கள் உயர்வான கூலியைக் கோரும்போது, இந்தத் துறையானது பீகார், சத்திஸ்கர், ஒடிஸ்ஸா, அஸ்ஸாம் போன்ற பின்தங்கிய மாநிலங்களில் உள்ள தொழில்துறைச் சேமப் பட்டாளத்தைப் பயன்படுத்துகிறது. மிகக் குறைந்த கூலியில் ஒப்பந்தத் தொழிலாளர்கள் அந்த மாநிலங்களிலிருந்து அழைத்து வரப்படுகிறார்கள். மிகவும் சுகாதாரமற்ற நிலைமைகளில் தங்க வைக்கப்பட்டு கடுமையான உழைப்புச் சுரண்டலுக்கு ஆளாக்கப்படுகிறார்கள். பெருநகரங்களில் சமுதாயக் குற்றங்கள் பெருகுவதற்கும் இது அடிகோலுகிறது.

தொல்சீர் பொருளாதாரவாதியான மால்தூஸ், மிகை மக்கள் தொகை நவீனத் தொழில்துறைக்கு அவசியம் என்று ஏற்றுக் கொள்கிறார். ஆனால் அதே நேரத்தில் இந்த உபரி-மக்கள்தொகைதான் வறுமைக்குக் காரணம் என்று பழியை தொழிலாளி வர்க்கத்தின்மீது போட்டு, முதலாளிகளைப் போற்றத் தக்கவர்கள் என்று துதி பாடுகிறார். உணவு உற்பத்தி சீரான அடிப்படையில் கூட்டல் விகிதாச்சாரத்தில் *(Arithmetic progression) 1,2,3,4..* என்ற அளவில் பெருகுவதாகவும், மக்கள்தொகைப் பெருக்கம் பெருக்கல் விகிதாச்சாரமான *(Geometric Progression) 2,4,8,16* என்ற அளவில் பெருகுவதாகவும் கூறுகிறார். இதுதான் மக்கள்தொகை விதி என்றும் பசப்புகிறார். தன்னுடைய அரசியல் பொருளாதாரக் கோட்பாடுகள் என்ற நூலில் முதலாளித்துவப் பொருளுற்பத்தியின் மூன்று தேவியரான மிகை-உற்பத்தி, மிகை-மக்கள்தொகை, மிகை-நுகர்வு இவைதான் முதலாளித்துவ நெருக்கடிக்குக் காரணம் என்று கூறுகிறார்.

ஆனால் மக்கள்தொகைப் பெருக்கம் என்பது இயற்கையானது. அதற்கும் நெருக்கடிக்கும் துளிக்கூடச் சம்பந்தமில்லை. இயற்கையான மக்கள்தொகைப் பெருக்கத்தின் மூலம் பயன்படத் தக்கதாய் உருவாகிற உழைப்பாளர் எண்ணிக்கையைக் கொண்டு, உற்பத்தியில் ஈடுபட முதலாளித்துவப் பொருளுற்பத்தியால் முடியவே முடியாது. அது தடையின்றிச் சுரண்டுவதற்கு, வரம்புகளுக்கெல்லாம் கட்டுப்படாத தொழில்துறைச் சேமப் பட்டாளம் அதற்குத் தேவைப்படுகிறது. தேர்ச்சி பெற்ற தொழிலாளர்களுக்குப் பதில் தேர்ச்சி குறைந்த தொழிலாளர்கள் வேலைக்கு அமர்த்தப்படுகின்றனர். இதன் விளைவுதான் இன்று இந்தியாவில் தேர்ச்சி பெற்ற கட்டிடத் தொழிலாளர்கள் கிடைப்பது அரிது என்ற நிலை. ஆண் தொழிலாளர்களுக்குப் பதில் பெண் தொழிலாளர்களும், பெண் தொழிலாளர்களுக்குப் பதில் குழந்தைத் தொழிலாளர்களும் உற்பத்தியில் ஈடுபடுத்தப்படுகிறார்கள். ஒருபுறத்தில் முன்னிலும் அதிகமான மாறும்-மூலதனம், முன்னிலும் அதிகமான தொழிலாளர்களை அமர்த்தாமலே முன்னிலும் அதிகமான உழைப்பைக் கறக்கிறது. அல்லது ஒரே அளவிலான மாறும்-மூலதனம் அதே அளவு தொழிலாளர்களைக் கொண்டு அதிக உழைப்பைக் கறக்கிறது.

மூலதனப் பெருக்கத்தால் கூலி உயர்வதும், அதன் பயனாய் உழைப்பாளர் திரள் உயர்வதும், மக்கள்தொகை பெருகுவதும், பின்பு உழைப்பின் வேண்டல் குறைந்து கூலி வீழ்ச்சியுறுவதும், மூலதனம் மீண்டும் எழுச்சி பெறுவதும் பொருளாதார விதி என்று பொருளாதார அறிஞர்கள் பறை சாற்றுகின்றனர். ஆனால், மார்க்ஸ் இவர்களின் தவறான சூத்திரத்திற்குச் சாட்டையடி கொடுக்கிறார். மூலதனம் ஒரே நேரத்தில் இரு பக்கத்திலிருந்தும் செயல்படுகிறது. மூலதனத் திரட்டல் ஒரு பக்கத்தில் உழைப்புக்கான வேண்டலை அதிகரிக்கிறது. மறுபக்கம், தொழிலாளர்களை "விடுவிப்பதன்" மூலம் உழைப்பின் வழங்கலை அதிகமாக்குகிறது. வேலையில்லாதவர்களின் நெருக்குதல் வேலையில் இருப்பவர்களை நிர்ப்பந்தித்து அதிகமாய் உழைக்கச் செய்து, உழைப்பு வழங்கலை அதிகமாக்குகிறது. ஆகவே, தொழிலாளர்களின் வழங்கலைச் சாராமலே, உழைப்பின் வழங்கல் ஓரளவுக்கு நடைபெறுமாறு செய்கிறது. உழைப்பின் வேண்டல்-வழங்கல் விதியைச் செயல்படுத்தி மூலதனத்தின் எதேச்சதிகாரத்தை முழுமையாக்குகிறது. இந்தப் பொது விதி ஏற்படுத்தும் நாசகார விளைவுகளைப் புரிந்து கொள்ளும் தொழிலாளி வர்க்கம், வேலையற்றோருக்கும், வேலையில் இருப்போருக்கும் இடையில் ஒற்றுமையை ஏற்படுத்தி, அமைப்பு ரீதியாகத் தொழிற்சங்கம் அமைத்துப் போராட ஆரம்பிக்கிறது.

21.4 ஒப்பீட்டு உபரி-மக்கள்தொகையின் பல்வேறு வழவங்கள்

மூலதனத் திரட்டலின் பொது விதி

ஒப்பீட்டு உபரி-மக்கள்தொகை எந்தெந்த வடிவில் உதயமாகிறது என்பதைத் தற்போது பரிசீலிப்போம்.

1) வேலை செய்வதற்குத் தகுதி பெற்றிருந்தும் வேலை கிடைக்காமல் அவதியுறும் கூட்டம் *(un-employed)* அல்லது தன்னுடைய தகுதியைவிடக் குறைவான தகுதியுடைய வேலையில் சேர்ந்து குறைந்த கூலிக்கு வேலை செய்யும் கூட்டம் *(under-employed);* பகுதிநேர வேலை செய்து வயிற்றைக் கழுவும் இன்னொரு பட்டாளம் *(part-time employment).* இதுதான் முதல் வடிவம்.

2) ஒரு குறிப்பிட்ட வயதுவரை மட்டுமே தொழிலாளர்களை வேலையில் சேர்ப்பது இன்னொரு வகை. குறிப்பிட்ட வயதை அடைந்தவுடன் வேலையில் இருந்து நீக்கிவிடுவது. இங்கிலாந்தில் இது நடைபெற்றதாக மார்க்ஸ் சான்று பகிர்கிறார். இதற்கு இன்றைய நேரடி உதாரணம், திருப்பூர், கோவை போன்ற நகரங்களில் பின்னலாடை மற்றும் ஆயத்த ஆடைத் தொழிலில் வேலை செய்யும் இளம் வயதுப் பெண்கள். கல்யாண வயது வரும்வரை கடுமையான உழைப்புச் சுரண்டலுக்கு ஆளாகின்றனர். கல்யாண வயது வந்தவுடன் அல்லது கல்யாணம் ஆனவுடன் வேலையிலிருந்து விரட்டப்படுகின்றனர். இந்த முறை தகவல் தொழில்நுட்பத் துறையிலும் நடந்தேறி வருகிறது. இளம் பொறியாளர்களை ஐந்தாண்டு காலம்வரை சுரண்டிவிட்டு, ஊதிய உயர்வு கொடுப்பதைத் தவிர்ப்பதற்காகக் கல்லூரியிலிருந்து வெளிவரும் புதிய மாணவர்களை வேலைக்கு அமர்த்துவது வாடிக்கையாகிவிட்டது.

21.5 வக்கற்றோர் எண்ணிக்கை உயர்தல்

உழைப்புச் சக்தியை அளவுக்கு மீறி நுகர்வது, தொழிலாளி பாதி வாழ்நாளைக் கடக்குமுன்பே சக்தியெல்லாம் இழந்து ஓய்ந்துபோகச் செய்கிறது. இதனால் உழைக்கும் தொழிலாளர்களின் ஆயுள் மற்ற வர்க்கத்தோடு ஒப்பிடுகையில் எப்போதுமே குறைவாக இருக்கிறது. நவீனத் தொழில்துறையானது, இளைஞர்களை வேலைக்கு இழுக்கும் வேகத்தில் இளம் வயதுத் திருமணத்தைச் சமுதாயத் தேவையாக மாற்றுகிறது. முதலாளித்துவ உற்பத்தி முறை, விவசாயத்திலும் புகுந்து, விவசாயத் தொழிலாளர்களை உபரியாக்கி நகரத்தை நோக்கி விரட்டுகிறது. அதே நேரத்தில் கிராமப்புறங்களில் உள்ள ஏனைய விவசாயத் தொழிலாளர்களின் கூலியை மிகவும்

தாழ்வான மட்டத்திற்குக் குறைக்கிறது. வக்கற்றோர் பட்டியலில் அவர்களைச் சேர்க்கிறது. ஊனமுற்றோர், விதவைகள், நோயாளிகள் போன்றோர்களையும் வக்கற்றோர் பட்டியலில் தள்ளிவிடுகிறது. இந்தச் சுமை வேலையில் இருக்கும் தொழிலாளியின் மீது விழுகிறது.

மூலதனம், வக்கற்றோரின் பராமரிப்புக்கான திறனிலாச் செலவுகள் தன் தலையில் விழாமல் பார்த்துக் கொள்கிறது. நலத்திட்டம் என்பதெல்லாம் வெறும் கண்துடைப்பே. தொழிலாளி வர்க்கத்தின் பஞ்சைப் பராரிப் பிரிவுகளும், தொழிற்துறைச் சேமப் பட்டாளமும் எவ்வளவு விரிவடைகிறதோ, அதே அளவிற்கு வக்கற்றோரின் எண்ணிக்கையும் விரிவடைகிறது. இதுதான் மூலதனத் திரட்டலின் அறுதியான பொது விதி. எனவே மூலதனத் திரட்டல் அதன் துணை விளைவான துன்ப துயரங்களை அதே விகிதத்தில் திரளச் செய்கிறது. செல்வமெல்லாம் ஒருமுனையில் திரள, எதிர்முனையில், அதாவது எந்த வர்க்கத்தின் உற்பத்திப் பொருள் மூலதனமாக வடிவெடுக்கிறதோ, அந்த வர்க்கத்தின் முனையில், துன்ப துயரமும், அறியாமையும், மிருகத்தனமும், ஒழுக்கக் கேடும் திரளக் காண்கிறோம். சமுதாயக் குற்றங்கள்தனிப்பட்ட மனிதனின் செயலாக அல்லாமல் முதலாளித்துவ உற்பத்தி முறையின் செயலாக வெளிப்படுகிறது. இந்தக் குற்றங்கள் முதலாளித்துவ உற்பத்தி முறை தொடரும்வரை நிகழ்ந்தே தீரும். இதற்கு விடுதலை உற்பத்தி முறையில் மாற்றம்தான்.

மூலதனத் திரட்டலின் பொது விதி இங்கிலாந்தில் ஏற்படுத்திய அவலங்களை மார்க்ஸ் சான்றுகளோடு நம் முன் வைக்கிறார். *1846*-க்கும் *1866*-க்கும் இடையில் இங்கிலாந்தில் மக்கள்தொகைப் பெருக்கம் மிகக் குறைந்த அளவிலே அதிகரித்த போதும், குவாரி, சுரங்கம், இரும்பாலை, கட்டுமானம் போன்ற தொழில்கள் *50%* முதல் *100%* வளர்ச்சியைக் கண்டுள்ளன. *1863*-ல் ஏப்ரல்-*16*-ம் நாள் இங்கிலாந்தின் காமன்ஸ் சபையில் அமைச்சர் கிளாஸ்டன் வரவு-செலவுக் கணக்கைச் சமர்ப்பித்து ஆற்றிய உரை: “*1853* முதல் *1861* வரையிலான *8* ஆண்டுகளில் நாட்டின் வருமானம் *20%* அதிகரித்தது. செல்வம் மற்றும் அதிகாரத்தின் இந்தப் போதையூட்டும் பெருக்கம் சொத்துடைத்த வர்க்கங்களின் எல்லைக்குள்ளே அடங்கியதாய் இருக்கிறது. ..இது உழைக்கும் மக்களுக்குச் சுற்றடியாய் நலம் பயப்பதாகும். ஏனென்றால், இது பொது நுகர்வுக்குறிய சரக்குகளை மலிவாக்குகிறது. பணக்காரர்கள் மேலும் பணக்காரர்களாக வர, ஏழைகள் ஏழ்மை குறைந்தவர்களாக வருகிறார்கள். ஆயினும் வறுமையின் உச்சம் குறைந்துள்ளதா என்று என்னால் சொல்ல இயலவில்லை.” செல்வத்தின் பெருக்கம் யாருடைய

கையில் சேருகிறது என்பதற்கு இதுவே சான்று. இது இட்டுக்கட்டிக் கூறிய செய்தி அல்ல. காம்ன்ஸ் சபையில் மந்திரியின் உரையாகும். முதலாளித்துவ உற்பத்தி முறை நிகழும் அனைத்து நாடுகளிலும் இதுதான் நிலை.

21.6 ஏழ்மையின் கடுமை மற்றும் மோசமான வாழ்நிலை

இங்கிலாந்தில் வக்கற்றோரின் புள்ளி விவரங்களை ஆராய்ந்த மார்க்ஸ், தனது பகுப்பாய்விலிருந்து இரு விவரங்கள் புலப்படுவதை தெரிவிக்கிறார். ஒருபுறம், வக்கற்றோர் தொகையின் ஏற்ற இறக்கம் தொழில்துறை நெருக்கடியின் காலவட்டத்தைக் குறிக்கிறது. மறுபுறத்தில், மூலதனத் திரட்டலும், உழைக்கும் வர்க்கப் போராட்டமும், எனவே வர்க்க உணர்வும் வளர வளர, அதிகாரப் பூர்வ புள்ளி விவரங்கள் வக்கற்றோரின் உள்ளபடியான அளவு தொடர்பாக மேலும் மேலும் தவறான கருத்தை அளிப்பவையாகின்றன.

மார்க்ஸின் தீர்க்கதரிசனமான ஆய்வை இன்றைய இந்தியப் புள்ளி விவரங்களோடு ஒப்பிட்டுப் பார்ப்போம். வறுமைக்கோடு பற்றிய (ஜூலை 2013) திட்டக்குழுக் கமிசன் அறிக்கை கூறுவது என்னவென்றால், இந்தியக் கிராமப் புறங்களில் ஓர் ஏழை, ஒரு நாளைக்கு ரூ. 27-லும், நகர்ப்புறங்களில் ரூ. 33-லும் உயிர்வாழ முடியும் என்பதுதான். எனவே இதற்கும் குறைவான வருமானம் உள்ளவர்கள்தான் வறுமைக் கோட்டிற்குக் கீழே வசிப்பவர்களாகத் திட்டக்குழு அறிவித்தது. இந்த அறிவிப்பின்படி இந்தியாவில் மொத்த மக்கள் தொகையில் 27 விழுக்காடுதான் வறுமைக்கோட்டுக்குக் கீழே உள்ளார்கள். எனவே ஏழ்மை இந்தியாவில் குறைந்து விட்டது என்று அரசாங்கப் புள்ளி விவரங்கள் கூசாமல் பொய் சொல்கின்றன. அன்றைய மத்திய மனிதவள மேம்பாட்டுத் துறை அமைச்சர் கபில் சிபல் இந்த அறிக்கையை வன்மையாகக் கண்டித்துள்ளார்.

நகர்ப்புறத்தில் தினமும் ஒரு நபர் ரூ. 33 செலவு செய்து வாழ்க்கை நடத்த முடியுமென்றல் ஓர் உழைப்பாளி, மனைவி, இரண்டு குழந்தைகள், ஒரு முதியவர் அடங்கிய 5 பேர் கொண்ட குடும்பத்தில் மாதம் ரூ. 5000-ல் வாழ்க்கை நடத்த முடியும் என்றாகிறது. இது பெரும் கேலிக்கூத்து. நகர்ப்புறத்தில் வீட்டு வாடகையே குறைந்தபட்சம் ரூ. 2000-த் தொட்டுவிட்டது. உணவு, உடை, குழந்தை வளர்ப்பு, கல்விச் செலவுக்கு மீதி ரூ. 3000 போதும் என்றால், இந்தப் புள்ளி விவரம் கற்பனையின் உச்சக் கட்டமே. வறுமைக் கோட்டின் அளவீட்டில் பிழை இருக்கிறது என்பது வெளிப்படை. அன்றைய மத்திய நிதியமைச்சர் ப.சிதம்பரம் கூறியுள்ளதைப் பரீசிலிப்போம். உலக அரங்கில் சீனாவுக்கு

அடுத்தபடியாக இந்தியாவின் பொருளாதர வளர்ச்சி 5 முதல் 6 சதவீதமாக உள்ளதாகப் பெருமிதம் கொண்டுள்ளார். இது எரியும் நெருப்பில் எண்ணெய் விட்ட கதை. மார்க்ஸின் ஆய்வு பொய்த்து விடவில்லை என்பதைத்தான் மேலே கூறிய இந்திய நிகழ்ச்சி நமக்குத் தெரிவிக்கிறது.

ஏழ்மையில் உழலும் தொழிலாளியின் வசிப்பிடம் மிகவும் மோசமான நிலையில் இருக்கிறது. சாக்கடை வசதியும், துப்புரவுப் பணியும் படுமோசமாக இருக்கின்றன. நீர் வழங்கல் படுகேவலமாக இருக்கிறது. காற்றும், வெளிச்சமும் வீடுகளில் அநேகமாக இல்லை என்பதுதான் உண்மை. மார்க்ஸ் இங்கிலாந்தில் அன்று கண்ட காட்சி இன்றும் இந்திய நகரங்கள் மற்றும் கிராமங்களில் அப்படியே தொடர்கிறது. கூடுதலான மட்டங்களில் இருப்பிட வசதியின்மை அதாவது மிகை நெரிசல் உச்சநிலைக்கு உயர்ந்துவிடும்போது, மனித இயல்புக்குப் பதிலாய் மிருகத்தனம் என்று சொல்லுமளவுக்குத் தவிர்க்க முடியாமலே கூச்ச உணர்ச்சியை அழித்திடுகிறது. உடலையும், பாலுணர்வையும் மூடி மறைக்க இடமில்லாமல் பகிரங்கமாக்குகிறது. இந்தக் கேடுகள் தொடர்கையில் சீரழிவு மேலும் மேலும் கடுமையாகிறது. இந்தச் சூழ்நிலையில் பிறக்கும் குழந்தைகள் இழிவான குற்ற வழியில் அடிக்கடி இழுத்துவிடப்படுகிறார்கள்.

21.7 நாடோடி மக்கள் திரள் (*Migrant Labourers*)

மூலதனம் விவசாயத் தொழிலாளர்களையும் விட்டு வைக்கவில்லை என்பதை நாம் ஏற்கெனவே பார்த்துள்ளோம். உழைக்கும் மக்களைக் குறிப்பாக விவசாயத் தொழிலாளர்களை இடம்விட்டு இடம்பெயரும் நாடோடிகளாக ஆக்கிவிட்டது. மூலதனம் அதன் தேவைக்கேற்ப நாடோடிகளை பல நகரங்களுக்கும் இடம்பெயரச் செய்து உழைக்க வைக்கிறது. இடம்பெயராதபோது வயல்வெளிகளில் அல்லது நகரங்களின் ஒதுக்குப்புறமான இடங்களில் இவர்கள் முகாமடித்துத் தங்குகின்றனர். கட்டடம் கட்டுதல், கால்வாய் தோண்டுதல், பாலம் கட்டுதல், இருப்புப்பாதை போடுதல், செங்கல் அறுத்தல், சுண்ணாம்பு சுடுதல் போன்ற பல்வேறு பணிகளிலும் இந்த நாடோடி மக்கள் அப்பட்டமான உழைப்புச் சுரண்டலுக்கு ஆளாகின்றனர். இந்தப் பட்டாளத்திற்குச் சிலசமயம் ஒப்பந்தக்காரரே தற்காலிகமாகக் குடிசைகளை அமைத்துத் தருகிறார். சென்னை, மும்பை போன்ற பெருநகரங்களில் கட்டுமானத் துறையில் பணிபுரியும் பீகாரைச் சேர்ந்த நாடோடி மக்கள் திரளின் (*Migrant Labour*) நிலை இதுதான்.

21.8 மிகை உற்பத்தியின் (*Surplus Production*) விளைவு

முதலாளித்துவப் பொருளுற்பத்தி என்னதான் செல்வப் பெருக்கைக் கொண்டு வந்தாலும், அது ஒரு காலவட்டச் சூழலில் நெருக்கடிக்கு ஆளாகிறது இங்கிலாந்தில் 1857-லும் அதன்பின் 1866-லும் ஏற்பட்ட நெருக்கடிகள் இதற்கு உதாரணம். 1866-ல் ஏற்பட்ட பருத்திப் பஞ்சம் ஏராளமான மூலதனத்தை அதற்குரிய வழக்கமான முதலீட்டுத் துறையில் இருந்து அகற்றி, பணச் சந்தையில் பாய அனுமதித்தது. எனவே, முதலாளித்துவ நெருக்கடி நிதி நெருக்கடித் தன்மையை அடைந்தது. இதன் காரணமாகப் பகாசுர லண்டன் வங்கி ஒன்று போண்டி ஆகியது. உடனடியாக எண்ணற்ற மோசடி நிறுவனங்கள் தகர்ந்து போயின. மிகை உற்பத்தியில் ஈடுபட்ட அனைத்து பெரு முதலாளிகளும் இந்தச் சிக்கலில் மாட்டிக் கொண்டு தவித்தனர்.

மேற்கூறிய முதலாளித்துவ நெருக்கடி இன்றளவும் உலக அரங்கில் தொடர்கிறது என்பதைத்தான் அமெரிக்காவில் 2008-ல் ஏற்பட்ட பொருளாதர நெருக்கடி உணர்த்துகிறது. வீட்டு மறு அடமான நெருக்கடி (Sub Prime Mortgage Crisis) என்ற பெயரில் அந்த நெருக்கடி ஏற்பட்டது. 2006-ல் வீடு கட்டுமானத் துறை மிகப் பரந்த அளவில் குடியிருப்பு வீடுகளைக் கட்டியதைத் தொடர்ந்து, வங்கிகளில் வீட்டுக் கடன் தாராளமாக வழங்கப்பட்டது. குறைந்த வருமானம் உள்ளவர்களும் வங்கிக் கடன் பெற்று வீட்டை வாங்கினர். வீட்டின் விலை தாறுமாறாக உயர்ந்தது. இரண்டு ஆண்டுகளில் தேவை குறைந்ததைத் தொடர்ந்து 2008-ல் விலை கடுமையாகச் சரிந்தது. 30% வரை வீட்டின் விலையில் வீழ்ச்சி ஏற்பட்டது. வீட்டுக் கடன் வாங்கியவர்கள் கடனை அடைக்க முடியாமல் தவித்தனர். வீட்டு மறு-அடமான வட்டி உயர்ந்ததைத் தொடர்ந்து அடமானக் கடன்கள் உலக அளவில் வீழ்ச்சி அடைந்தன. இதனைத் தொடர்ந்து லே-மென் பிரதர்ஸ் என்ற மிகப் பெரிய வங்கி திவாலாகியது. அமெரிக்கப் பங்குச் சந்தை, வரலாறு காணாத அளவிற்குச் சரிவடைந்தது. இந்த நெருக்கடி ஐரோப்பாவிலும் தாக்கத்தை ஏற்படுத்தியது. அரசு தலையிட்டு காப்பாற்ற வேண்டிய நிலை ஏற்பட்டது.

21.9 சிறைக்கைதிகளைவிடக் குறைந்த நுகர்வு

சிறைக்கைதிகளைவிட மிகவும் குறைந்த சத்துடைய உணவைத்தான் தொழிலாளி வர்க்கம் உண்டு குடும்பம் நடத்துகிறது என்பதை, பெல்ஜியத் தொழிலாளி வர்க்க வாழ்க்கை நிலைமையிலிருந்து

மார்க்ஸ் நமக்கு உணர்த்துகிறார். இதன்படி *1855*-ல் ஒரு பெல்ஜியத் தொழிலாளியின் வரவு செலவுத் திட்டம் வருமாறு:

பெல்ஜியத் தொழிலாளி குடும்பத்தின் வரவு

தந்தை *1.56* பிராங்கு வீதம் *300* வேலை-நாட்களுக்கு	*468* பிராங்கு
தாய் *0.89* பிராங்கு வீதம் *300* வேலை-நாட்களுக்கு	*267* பிராங்கு
சிறுவன் *0.56* பிராங்கு வீதம் *300* வேலை-நாட்களுக்கு	*168* பிராங்கு
சிறுமி *0.55* பிராங்கு வீதம் *300* வேலை-நாட்களுக்கு	*165* பிராங்கு
மொத்தம் ஆண்டு வருமானம்	= *1068* பிராங்கு

கீழ்க்காணும் வகைப்பிரிவினரின் வருடாந்திர நுகர்வையே இந்தக் குடும்பமும் நுகர்ந்தால் வரவு செலவில் பற்றாக்குறை எப்படி ஏற்படுகிறது என்று பார்ப்போம்.

		வருடாந்திர நுகர்வு	**பற்றாக்குறை**
கடற்படை மாலுமி	-	*1828* பிராங்கு	*760* பிராங்கு
படையாள்	-	*1473* பிராங்கு	*405* பிராங்கு
சிறைக் கைதி	-	*1112* பிராங்கு	*44* பிராங்கு

சிறைக் கைதியின் உணவிற்கான செலவுகூட தொழிலாளியின் குடும்ப உறுப்பினர் அனைவருடைய உழைப்பிற்கான கூலியாகக் கிடைப்பதில்லை என்பதைத்தான் இங்கு மார்க்ஸ் நமக்கு விளக்குகிறார். எடின்பரோ சிறையின் ஆளுநர் ஜான் ஸ்மித் நீதிமன்றத்தில் அளித்த சாட்சி, "கடின ஊழியத் தண்டனை பெற்ற சாதாரணக் கைதியிடமிருந்து கோரப்படும் உழைப்பின் அளவு சாதாரண உழைப்பாளி செய்வதில் சுமார் பாதியளவே. ஆங்கிலேயச் சிறைச்சாலைகளில் கிடைக்கும் ஆகாரம் இங்கிலாந்தில் சாதாரணத் தொழிலாளர்களுக்குக் கிடைப்பதைவிட மேலானது." இப்போது விவசாயத் தொழிலாளி சொல்லக் கூடும்: "நான் கடுமையாக உழைக்கிறேன். எனக்குப் போதுமான உணவு கிடைக்கவில்லை. சிறையிலிருந்தபோது இவ்வளவு கடுமையாக உழைக்கவில்லை. ஆனால் நிறையச் சாப்பிட முடிந்தது. ஆக, சிறையிலிருப்பதே நல்லது." இந்திய விவசாயிகளின் இன்றைய நிலை இதுவே. ஆனால் அவர்களின் முடிவில்தான் சிறிது மாற்றம். அவர்கள் பட்டினி கிடந்து சாவதை விடவும், கடன் தொல்லையில் தொடர்வதை விடவும் சாவதே மேல் என்ற முடிவிற்கு ஆளாகித் தற்கொலை செய்து கொள்கின்றனர். இவ்வாறு தற்கொலை செய்வோர் எண்ணிக்கை நாளுக்கு நாள் அதிகரித்து வருகிறது.

எனவே, கடுமையான இழப்புகளைப் பொறுமையாய்ச் சகித்துக் கொள்வதன் மூலம் உணவின் விலையேற்றமானாலும் சரி, நோயுறுவதனாலும் சரி, தொழிலாளியின் வேதனை கடுமையாகிறது. கடன்சுமை அதிகரித்துவிடுகிறது. கடன் கொடுப்போர் இனி யாரும் இல்லை. அத்திவாசியத் துணிமணிகளும், தட்டுமுட்டுச் சாமான்களும்கூட அடகுக் கடைக்குப் போய்விடுகின்றன. முடிவில் வக்கில்லாதவர் பட்டியலில் சேர்க்குமாறு விண்ணப்பிக்கின்றனர். இந்த நிலை இந்தியாவில் இன்றும் அப்பட்டமாகத் தொடர்கிறது. இவர்களின் குறையை நிறைவு செய்ய மலிவு விலை அரிசி, விலையில்லா ஆடு, மாடு, மிக்சி, கிரைண்டர், மின்விசிறி, கேஸ் அடுப்பு என்று இலவசங்களை முதலாளித்துவ அரசு அள்ளி வீசுகிறது. இதன் மூலம் ஏழ்மையை வண்ண மலர்களால் மூடி மறைக்க முயல்கிறது. உழைப்பாளர்களின் கூலியை அடிமட்டத்துக்குத் தாழ்த்துகிறது. முதலாளிகளின் கொள்ளை இலாபத்தில் ஒரு சிறு பங்கை ஏழ்மையை ஆராதிக்கச் செலவிடுகிறது.

பகுதி-8

ஆதித் திரட்டல்
(The so-called Primitive Accumulation)

அத்தியாயம்-22

ஆதித் திரட்டலின் இரகசியம்:

இதுவரை நாம் மூலதனம் எப்படி பெருக்கம் அடைந்தது, இந்தப் பெருக்கத்திற்குக் காரணமான உபரி-மதிப்பு எவ்வாறு கிடைத்தது, இந்த உபரி-மதிப்பு எவ்வாறு அபகரிக்கப்பட்டது, உபரி-மதிப்பின் படைப்பாளி எந்த அளவுக்கு மிகவும் கீழான நிலையில் வசிக்கிறார் என்றெல்லாம் பார்த்தோம். தற்போது வாசகர்களுக்கு ஒரு பிரதான கேள்வி மனதில் எழும். அதுதான் இந்த ஆரம்ப மூலதனம் அல்லது ஆதாம் ஸ்மித் வார்த்தையில் சொல்வதென்றால் ஆதித் திரட்டல் எவ்வாறு கிடைத்தது? என்பதுதான். இதற்கு விடையாக மூலதன நூலின் முதல்பாகத்தின் கடைசி பகுதியில் விளக்கமாக எடுத்துரைக்கிறார் கார்ல் மார்க்ஸ்.

மக்கள் மத்தியில் நிலவும் கதையோடு மார்க்ஸ் இங்கு தொடங்குகிறார். நீண்ட நெடுங்காலத்திற்கு முன்னர் மக்கள் இருவகைப்பட்டோராய் இருந்தனர். ஒருபுறம் நிறைந்த அறிவும், விடா முயற்சியும், சிக்கனமும் வாய்ந்த மக்கள். இன்னொரு புறம், தாம் உழைத்துச் சேமித்த பொருட்களை ஊதாரித்தனமாகச் செலவழித்துக் கெட்டொழிந்த கூட்டம். இதில் முதல் பகுதியினர் ஆதி மூலதனத்தைக் கொண்டு வந்தவர்களாகவும், ஊதாரிகள் தொழிலாளர்களாகத் தொடர்வதாகவும் கருத்து நிலவுகிறது. இதேபோல் ஆதாம் ஏவாள் கதையும் தொழிலாளர்களின் இன்னல்களுக்கு ஆதாரமாகச் சொல்லப்படுகிறது. ஆதாம் கனியைக் கடித்தான்; மனித இனத்தின் தலையில் பாவம் விழுந்தது. எனவே இன்றுவரை தொழிலாளர்கள் ஏழைகளாகவே தொடர்கின்றனர் என்று சமயத்தின் கதையை ஏழ்மைக்கு ஆதாரமாகத் துணைக்கழைக்கின்றனர். இக்கதையெல்லாம் கட்டுக் கதைகளே.

உற்பத்திச் சாதனங்களும், வாழ்வுச் சாதனங்களும் தம்மளவில் எப்படி மூலதனம் ஆவதில்லையோ அதேபோல் பணமும் சரக்குகளும் தாமாகவே மூலதனம் ஆவதில்லை. அவை மூலதனமாய்

மாற்றப்படுகின்றன. சந்தையில் இருவேறு சரக்குடைமையாளர்கள் சந்தித்துத் தங்களது சரக்குகளை அதன் மதிப்பிற்கே நேரடியாக மாற்றிக் கொண்டபோதும், அல்லது இரண்டு சரக்கு உற்பத்தியாளர்களிடையே பணம்ஊடகமாகச்செயல்பட்டபோதும், இருசரக்குடைமையாளர்களும் சம அந்தஸ்தில் இருந்து கொண்டு சுதந்திரமாகத் தங்களது சரக்குகளைப் பரிவர்த்தனை செய்கின்றனர். இருவரிடமும் உழைப்புச் சாதனங்கள் சொந்தமாக இருப்பதால் இந்தச் சம அந்தஸ்து நிலைநாட்டப்பட்டது.

ஆனால் உழைப்புச் சக்தியானது சரக்கு என்ற அடிப்படையில் சந்தையில் பண உரிமையாளரை (மூலதன அதிபதி) சந்திக்கிறபோது நிலைமை மாறிவிடுகிறது. இருவருமே வாங்குபவர், விற்பவர் என்ற சுதந்திரமான முறையில் சந்தித்துக் கொள்கின்றனர். மூலதனத்தை வைத்திருக்கும் முதலாளியிடம் உழைப்புச் சாதனம் சொந்தமாக உள்ளது. ஆனால் உழைப்புச் சக்தியை விற்கும் தொழிலாளியிடம் உழைப்புச் சக்தியைத் தவிர சொந்தம் கொண்டாடுவதற்கு எதுவும் இல்லை. இழப்பதற்கு அடிமைச் சங்கிலி தவிர வேறேதும் இல்லை. ஆக, ஏனைய சரக்குடைமையாளர்கள் போல உற்பத்திச்சாதனங்களுக்கு உரிமை இல்லாமல் தங்களின் உடைமைகள் பறிக்கப்பட்ட நிலையில் உழைப்புச் சந்தையில் உழைப்பாளிகள் நுழைகின்றனர் .இந்த உடைமைப் பறிப்பானது ஒரு வரலாற்று வழியில் நீண்ட நெடுங்காலமாக நடந்தேறி உள்ளது. இந்த உடைமைப் பறிப்பு நிறைவேறியவுடன்முதலாளித்துவ உற்பத்திமுறை தொடங்கிவிடுகிறது. மூலதனப் பெருக்கம் நடைபெறுகிறது. எனவே ஆதித் திரட்டல் என்பது உற்பத்தியாளரை உற்பத்தி சாதனங்களிலிருந்து விலக்கிடும் வரலாற்று நிகழ்முறையே தவிர வேறல்ல. மூலதனப் பெருக்கத்திற்கான உற்பத்தி முறை முந்தைய வரலாற்றுக் கட்டமாக அமைவதால், அது ஆதித் திரட்டல் எனப்படுகிறது. எனவே கடந்த கால உற்பத்தியாளர்களின் உடைமைப் பறிப்புதான் ஆதி மூலதனம். இந்த உடைமைப் பறிப்பின் வரலாறு மனித இனத்தின் சரித்திர ஏடுகளில் இரத்தமும், நெருப்புமான எழுத்துக்களால் பொறிக்கப்பட்டுள்ளது.

22.1 விவசாயக் குடிகளின் நிலவுடைமையைப் பறித்தல்

இங்கிலாந்தில் 14-ஆம் நூற்றாண்டின் இறுதியில் பண்ணையடிமை முறை (*Serfdom*) ஒழிக்கப்பட்டதைத் தொடர்ந்து, சுதந்திர நிலவுடைமை விவசாய வர்க்கம் (*Free Peasant Proprietors*) தோன்றியது. வேளாண்மைக் கூலித் தொழிலாளர்களாகப் பெரும் பண்ணைகளில் வேலை செய்தவர்கள், தங்களுக்குச் சொந்தமான காணி நிலத்தில் சொந்தமாகவும் சாகுபடி செய்து வந்தனர். இதர பெரிய

விவசாயிகளைப் போலவே கிராமப்புறங்களில் பொது நிலங்களைப் பயன்படுத்தி வந்தனர். அவர்களின் கால்நடைகளுக்குப் பொதுநிலம் மேய்ச்சல் நிலமாகப் பயன்பட்டது. வாழ்வுச் சாதனங்கள் தங்கு தடையின்றிக் கிடைத்தன. ஐரோப்பாவில் நிலப்பிரபுத்துவ அமைப்பு தகர்ந்து முதலாளித்துவ உற்பத்தி முறையின் தொடக்கமான கூட்டுவேலை ஆரம்பித்தபோது அரசியல் அதிகாரமும் மாற்றம் பெற ஆரம்பித்தது.

முதலாளி வர்க்கத்திற்குப் பெருந்திரளான உழைக்கும் மக்கள் தேவைப்பட்டது. சிறு நிலவுடைமை விவசாயிகளையும், ஆடு மாடுகளைச் சொந்தமாக வைத்திருந்த விவசாயத் தொழிலாளர்களையும் நிலத்திலிருந்து விரட்டாமல் இது சாத்தியம் இல்லை என்பதை முதலாளிகள் உணர்ந்தனர். எனவே, ஆட்சி அதிகாரத்தில் செல்வாக்குச் செலுத்திய முதலாளித்துவ வர்க்கம் நிலப்பிரபுத்துவ வர்க்கத்தோடு மோதலில் ஈடுபட்டது. இதன் காரணமாய் நிலப்பிரபுத்துவ வர்க்கம் தன்னுடைய அதிகாரத்தைத் தக்க வைத்துக்கொள்ள சிறு விவசாயிகளின் நிலத்தைப் பறிக்க ஆரம்பித்தனர். பொது நிலங்கள் அபகரிக்கப்பட்டன. விளைநிலங்கள் மேய்ச்சல் நிலங்களாக மாற்றப்பட்டன. விளைநிலங்களை இழந்த விவசாயிகள் ஆடு மாடுகளைப் பெரும் எண்ணிக்கையில் வளர்க்க ஆரம்பித்தனர். அரசர்களை கைப்பாவையாகப் பயன்படுத்திய முதலாளித்துவ வர்க்கம் சட்டங்களை இயற்ற ஆரம்பித்தது. ஒரு நேரத்தில் 2000 ஆடுகளுக்கு மேல் சொந்தமாக வைத்துக் கொள்ளச் சிறு விவசாயிகள் அனுமதி மறுக்கப்பட்டனர். 4 ஏக்கர் நிலம் இல்லாமல் குடிசை கட்ட அனுமதி இல்லை. இதுபோன்ற சட்டங்களால் சிறு விவசாயிகளும் விவசாயத் தொழிலாளர்களும் நிலத்தைவிட்டு விரட்டப்பட்டனர். அவர்களின் பிழைப்புச் சாதனமான ஆடு மாடுகளும் பறிக்கப்பட்டன.

மக்கள் திரள் பலவந்தமாய் உடைமைப் பறிப்புக்கு ஆளாகும் நிகழ்முறைக்கு 16-ம் நூற்றண்டில் சமயச் சீர்திருத்தமும் தன் பங்கைச் செலுத்தியது. கத்தோலிக்கத் திருச்சபைகளின் சொத்துகள் நிலப்பிரபுத்துவ உடைமையாய் இருந்தன. எனவே, கத்தோலிக்கத் திருச்சபை சீர்திருத்தவாதிகளால் தாக்குதலுக்கு உள்ளாகியது. மடாலயங்களில் பணிபுரிந்தோர் தொழிலாளி வர்க்கமாக மாற்றப்பட்டனர். திருச்சபைக்குச் சொந்தமான நிலங்கள் பறிக்கப்பட்டன, அல்லது விற்கப்பட்டன. நிலத்தில் உள்-குத்தகைதாரர்கள் இவ்வாறு வெளியேற்றப்பட்டனர். கைப்பற்றப்பட்ட பண்ணை நிலங்களில் குடியரசுப் புரட்சி காலத்தில் இழந்தவை போக எஞ்சியவைதான் ஆங்கிலேய ஆதிக்கக் கும்பலைச் சேர்ந்த

கோமான்களின் பெருஞ்சொத்துக்கு அடிப்படை ஆகின. இப்போது சுயேச்சைக் குடியானவர்போய் அவரிடத்தில் நிலவுடைமையாளர்களின் விருப்பஞ் சார்ந்த குத்தகையாளர்கள் வந்தார்கள். இவர்கள் முதலாளித்துவப் பெரும் பண்ணைச் சாகுபடியாளர்களாக மாறினர். இவர்கள் விவசாயக் குடிகளை விடுவித்துப் பட்டறைத் தொழிலுக்கு அனுப்பி வைத்தனர்.

நிலம் பறிக்கப்பட்ட சிறு சாகுபடியாளர்கள் தம் வசமிருந்த நிலத்தின் விளைபொருட்களையும், மேய்ச்சல் நிலத்தில் வளர்த்த ஆடு, மாடு, பன்றி, கோழிகளைக் கொண்டும் வாழ்ந்தவர்கள் தற்போது அனைத்தையும் இழந்து பிறரிடம் வேலை செய்து பிழைப்போராய் மாறினர். சிறு நிலத்திற்கு சொந்தக்காரரர்கள் என்ற நிலையிலிருந்து நாட்கூலிகள், அன்றாடங் காய்ச்சிகள் என்ற நிலைக்குத் தாழ்த்தப்பட்டார்கள்.

உடைமைப் பறிப்பின் கடைசி நிகழ்ச்சியாக பண்ணைகளின் "சுத்திகரிப்பு" நடந்தேறியது. அதாவது சிறு விவசாயிகளின் குடிசைகளும் அகற்றப்பட்டன. விவசாயத் தொழிலாளர்கள் சாகுபடி செய்யும் நிலத்தில் குடிசைகள் போடுவதற்குக்கூட இடம் கிடைக்கவில்லை. வயல்கள் அனைத்தும் மேய்ச்சல் நிலங்களாக மாற்றப்பட்டன. விவசாயக் குடிகளின் கிராமங்கள் அழிக்கப்பட்டன.

எனவே, மேலே கூறியதுபோல் திருச்சபைச் சொத்துகளைச் சூறையாடியது, அரசு நிலங்களை வன்முறை மூலமும் வஞ்சகமாகவும் சட்ட மூலமும் கைப்பற்றியது, கிராமப் பொதுநிலங்களைக் களவாடியது, பிரபுத்துவச் சொத்தை அபகரித்தது - இவற்றைத் தொடர்ந்து, கண்மூடித்தனமான பயங்கரம் நிறைந்த நிலைமைகளில் அச்சொத்து நவீனத் தனியார் சொத்தாக மாறியது. இவை அனைத்தும் ஆதித் திரட்டலே அன்றி வேறல்ல. உடைமை பறிக்கப்பட்ட சிறு விவசாயிகள் "சுதந்திரமான" பாட்டாளி வர்க்கமாக மாறினர்.

22.2 உடைமை பறிக்கப்பட்டோருக்கு எதிரான கொலைகாரச் சட்டங்கள்

நிலவுடைமை பலவந்தமாகப் பறிக்கப்பட்டதன் விளைவாய்ப் பிறந்த தொழிலாளி வர்க்கம் பட்டறைத் தொழில்களில் உடனடியாகத் தகவமைந்த முறையில் வேலையில் ஈடுபட முடியவில்லை. எனவே இவர்கள் கொள்ளையர்களாகவும் ஊர்சுற்றிகளாகவும் மாறினர். இவர்களைத் தொழிற்சாலைக்குள் நிரந்தரமாக இழுக்கும் பொருட்டு, ஐரோப்பா முழுவதும் 15-ம் நூற்றண்டின் முடிவிலும், 16-ம் நூற்றாண்டின் ஆரம்பத்திலும் வேலையற்ற ஊர்சுற்றிகளுக்கு எதிரான கொலைகாரச் சட்டங்கள் அமலுக்கு வந்தன. இதன்படி இந்த ஊர்சுற்றிகள் பிடிபட்டு

கசையடிக்கு ஆளாகினர். உழைப்பில் ஈடுபடுவதாகச் சத்தியப் பிரமாணம் வாங்கப்பட்டு உழைப்பில் கட்டாயமாக ஈடுபடுத்தப்பட்டனர். இரண்டாவது முறை பிடிபட்டால் கசையடியோடு காதும் துண்டிக்கப்படும். மூன்றாவது முறை பிடிபட்டால் மரண தண்டனை விதிக்கப்படும். இந்தச் சட்டம் இங்கிலாந்தில் எட்டாம் ஹென்றி ஆட்சிக் காலத்தில் 1530-ல் நிறைவேற்றப்பட்டது ஆகும்.

1547-ல் ஆறாம் எட்வர்ட் காலத்தில் பிறப்பிக்கப்பட்ட சட்டம் இன்னும் மோசமானது. ஒருவர் வேலை செய்ய மறுத்தால் முதலாளித்துவ எஜமானுக்கு அடிமையாகும்படி தண்டிக்கப்பட்டார். இத்தகைய அடிமை 2 வார காலம் தொடர்ந்து வேலைக்கு வராவிட்டால் நெற்றியிலோ முதுகிலோ அடிமை என்பதன் முதல் எழுத்து சூடுபோட்டுப் பொறிக்கப்படும். மூன்று முறை ஓடிப் போனால் கடுங்குற்றவாளியாகக் கருதப்பட்டு மரண தண்டனை விதிக்கப்படும்.

இவ்வாறுதான், முதலாளித்துவம் முதலில் விவசாயக் குடிகளின் நிலவுடைமையைப் பலவந்தமாய்ப் பறித்து, அவர்களை வீடு வாசலிலிருந்து விரட்டியடித்து, வேலையற்ற ஊர்சுற்றிகளாய் மாற்றிப் பின்னர் கசையால் அடித்துச் சூட்டுக் குறியிட்டு, மேலும் பயங்கரக் கொலைகாரச் சட்டங்களால் வதைத்து, கூலியுழைப்பு முறைக்குள் தள்ளி, இறுதியில் மூலதனத்திற்கு அடிமையாக்கியது. முதலாளித்துவப் பொருளுற்பத்தி நிகழ்முறை முழு அளவுக்கு செயல்படத் தொடங்கியதும், தொழிலாளியின் சகலவித எதிர்ப்பையும் மூலதனம் தகர்க்கிறது. ஒப்பீட்டு உபரி மக்கள்தொகை இடையறாமல் உருவாகச் செய்து உழைப்பின் வேண்டல்-வழங்கல் விதியைப் பயன்படுத்தி, கூலியின் விகிதத்தையும் மூலதனப் பெருக்கத்திற்கு இசைவாக நடத்திச் செல்கிறது. இதற்கு அரசின் அதிகாரத்தையும் பயன்படுத்துகிறது. அரசானது தொழில்துறை முதலாளிக்குச் சேவகம் செய்யும் உறுப்பாக மாறிவிடுகிறது. சட்டத்தால் நிர்ணயிக்கப்பட்டதைக் காட்டிலும் உயர்ந்த கூலி கொடுப்பது தடை செய்யப்பட்டது. உயர் கூலி கொடுத்தவரைவிட வாங்கிய தொழிலாளிக்கு தண்டனை கடுமையாக்கப்பட்டது. உயர்ந்த கூலி கொடுத்த முதலாளிக்கு 10 நாள் சிறைத் தண்டனையும், உயர்கூலி பெற்ற தொழிலாளிக்கு 21 நாள் சிறைத் தண்டனையும் விதிக்கப்பட்டது.

22.3 முதலாளித்துவச் சாகுபடியாளர் பிறந்த கதை

விவசாயக் குடிகளின் நிலவுடைமைப் பறிப்பு உடனடியாகத் தோற்றுவித்தது பெரும் நிலவுடைமை வர்க்கத்தைத்தான். பழைய கங்காணிகள் இடத்திற்கு நிலச் சாகுபடியாளர் வருகிறார். இத்தகைய

சாகுபடியாளர்களுக்குப் பெரும் நிலவுடைமையாளர் விதைகளையும், கால்நடைகளையும், கருவிகளையும் தருகிறார். காலப்போக்கில் இவர் பங்கு வாரதாரர் ஆகிறார். விவசாயச் செலவில் ஒருபகுதியைச் சாகுபடியாளரும், மறுபகுதியை நிலவுடைமையாளரும் முன்னீடு செய்கின்றனர். வருமானத்தைப் பகிர்ந்து கொள்கின்றனர். இந்தக் குத்தகை வடிவமும் காலப் போக்கில் மறைந்து முறையான முதலாளித்துவச் சாகுபடியாளர் வருகிறார். இவர், தன் பிழைப்பிற்கு உழைப்புச் சக்தியை மட்டும் நம்பியுள்ள கூலித் தொழிலாளர்களை வேலைக்கு அமர்த்துகிறார். உபரி-மதிப்பு நிலத்தில் படைக்கப்படுகிறது. அதன் ஒருபகுதியை நில வாடகையாக நிலவுடைமையாளருக்குச் செலுத்துகிறார். இப்படித்தான் சாகுபடியாளர் செல்வந்தராகும் நிலை ஏற்பட்டது. கூலியின் ஒரு பாகம் பண்ணையின் இலாபத்தோடும், நிலவாடகையோடும் பகிர்ந்து கொள்ளப்பட்டதால் உண்மைக் கூலியில் வீழ்ச்சி ஏற்பட்டது.

22.4 வேளாண்மைப் புரட்சியால் தொழில்துறை மூலதனத்திற்கு உள்நாட்டுச் சந்தை உருவாகுதல்

நிலமானது பெரிய உற்பத்தியாளர்கள் கைக்கு மாறியதைத் தொடர்ந்து சாகுபடி முறைகள் மாறுபட்டன. உற்பத்திச் சாதனங்கள் ஓரிடத்தில் குவிக்கப்பட்டுக் கூட்டு வேலை அதிகமாயிற்று. கூலித் தொழிலாளர்கள் வயல்களில் கடுமையாக வேலை வாங்கப்பட்டனர். முன்பெல்லாம் விவசாய உற்பத்தியாளர்கள், நூற்பையும், நெசவையும் துணைத்தொழில்களாகச் செய்து வந்தனர். எனவே உணவு உற்பத்தியோடு ஆடை உற்பத்தியும் செய்து வந்தனர். ஆனால் தற்போது அவர்களின் நிலங்கள் பலவந்தமாகப் பறிக்கப்பட்டு நிலத்திலிருந்து விரட்டப்பட்டவுடன், அவர்களின் வாழ்வாதாரங்கள் பறிக்கப்பட்டதுடன், உணவுப் பொருட்களையும் துணைப் பொருட்களையும் சந்தையில் பணம் கொடுத்து வாங்கும் நிலைக்கு ஆளாயினர். எத்தகைய நம்ப முடியாத மாற்றம்!

முன்பு கைத்தொழிலாகச் செய்யப்பட்ட நூற்பும், நெசவும் பட்டறைத் தொழிலாக மாறிவிடுகின்றன. நிலத்திலிருந்து விடுவிக்கப்பட்டவர்கள் இவற்றில் கூலிக்கு வேலை செய்கிறார்கள். விவசாயிகளின் பழைய நேரடி உற்பத்திப் பொருளான வெண்சணல் முன்பு போலவே தனது குணத்தை இழக்கவில்லை. ஆனால் புதியதொரு சமூக ஆத்மா அதனுள் புகுந்துவிட்டது. இப்போது பட்டறைத் தொழில் அதிபரின் மாறா-மூலதனமாக மாறிவிட்டது. நூற்பாளர்களும் நெசவாளர்களும் சுயேச்சையாய் வாழ்வதற்குச்

சாதனங்களாயிருந்த நூற்பு இராட்டைகளும், தறிகளும் தற்போது அவர்களின் ஊதியமில்லா உழைப்பைக் கறக்கும் சாதனங்களாக மாறிவிட்டன. முன்பு தங்கள் உழைப்பின் மூலம் சொந்தமாக உற்பத்தி செய்யப்பட்டு நுகரப்பட்ட உணவுப் பண்டங்கள், நூல், துணி போன்ற இன்னபிற கைத்தொழில் உற்பத்திப் பண்டங்கள், பட்டறைத் தொழிற்துறையில் சரக்குக்களாக மாற்றப்பட்டு மூலதனத்திற்கு உள்நாட்டுச் சந்தையை உருவாக்கின. பெருஞ் சாகுபடியாளர் வெண்சணலை விற்கிறார். பட்டறைத் தொழில், சாகுபடியாளருக்குச் சந்தையாக மாறிவிடுகிறது. கிராமப்புற வீட்டுத் தொழில் அழிவுறுகிறது. பட்டறைத் தொழிலும், வேணாண்மையும் பிரிந்து தனித்தனியாகின்றன. விரிவான உள்நாட்டுச் சந்தை மூலதனத்துக்குக் கிடைத்துவிடுகிறது.

நவீனத் தொழில்துறையாக முதலாளித்துவ உற்பத்திமுறை விரிந்தவுடன், இயந்திர சாதனங்கள் மூலம் முதலாளித்துவ வேளாண்மைக்கு நிலையான அடித்தளம் இடப்படுகிறது. விவசாயக் குடிகளில் மிகப் பெரும்பாலானவர்களின் நிலவுடைமை அடியோடு பறிக்கப்படுகிறது. வேளாண்மையும் கிராமப்புற வீட்டுத் தொழிலும் பிரிந்து தனித்தனியாவது பூர்த்தியாகிறது. வீட்டுத் தொழிலின் வேர்களான நூற்பையும் நெசவையும் கிள்ளி எறிகிறது. உள்நாட்டுச் சந்தை முழுவதையும் தொழில்துறை மூலதனம் தனதாக்கி வெற்றி பெறுகிறது.

22.5 தொழில்துறை முதலாளி பிறந்த கதை

முதலாளித்துவப் பொருளுற்பத்தி முறையின் சகாப்தம் தொடங்குவதற்கு முன்பே மத்திய காலம் இருவேறு மூலதன வடிவங்களை விட்டுச் சென்றது. அவைதான் கடுவட்டி மூலதனம் மற்றும் வணிக மூலதனம். கடுவட்டியைக் கொண்டும், வாணிபத்தின் மூலமும் கிடைத்த பண மூலதனம் தொழில்துறை மூலதனமாக மாற விடாமல் கிராமப்புறத்தில் நிலப்பிரபுத்துவ அமைப்பும், நகரங்களில் கைவினைச் சங்க அமைப்பும் தடுத்துக் கொண்டிருந்தன. பிரபுத்துவச் சமூகம் சிதைவுற்று, கிராமப்புற மக்கள்திரளின் உடைமை பறிக்கப்பட்டு அவர்களின் ஒரு பகுதியினர் வெளியேற்றப்பட்டவுடன் நிலைமை மாறிவிட்டது. அதன் பிறகே கடுவட்டி மூலதனமும், வணிக மூலதனமும் வெளியேற்றப்பட்டவர்களை வேலைக்கமர்த்தும் தொழில்துறை மூலதனமாக மாறின. ஆனாலும், பிரபுத்துவப் பொருளுற்பத்திமுறை முதலாளித்துவப் பொருளுற்பத்திமுறையாக மாறும் நிகழ்முறையைச் செயற்கையாகத் துரிதப்படுத்தவும், மாறிச் செல்லும் காலத்தைக் குறுக்கவும், ஒழுங்கமைக்கப்பட்டு

ஒருமுகப்படுத்தப்பட்ட அரசு அதிகாரத்தின் மூலம் பலப்பிரயோகம் செய்தனர். புதிய சமுதாயத்தைக் கருக்கொண்ட பழைய சமுதாயம் ஒவ்வொன்றுக்கும் பலப்பிரயோகமே மருத்துவத் தாய். அதுவே ஒரு பொருளாதாரச் சக்திதான்.

ஆதித் திரட்டலுக்கு வழிவகுத்த வணிக மூலதனம் ஐரோப்பிய நாடுகளில் வாணிகப் போரைக் கொண்டு வந்தது. அதே நேரத்தில் அடிமை வர்த்தகத்தையும் கூடவே கொண்டுவந்து சேர்த்தது. ஸ்பெயின், போர்ச்சுகல், ஹாலந்து, பிரான்ஸ், இங்கிலாந்து நாடுகள் காலவரிசைப்படி இத்தகைய போரில் இறங்கி உலக நாடுகளைக் காலனி நாடுகளாக மாற்றின. ஆங்கிலேயக் கிழக்கிந்தியக் கம்பெனி இந்தியாவில் தேயிலை வர்த்தகத்திலும், சணல், அபின் மற்றும் பருத்தி வர்த்தகத்திலும் ஏகபோக நிலையைப் பெற்றது மட்டுமின்றி அரசியல் ஆதிக்கமும் பெற்றது. கிழக்கிந்தியக் கம்பெனிக்கு சல்லிக் காசு முதலீடின்றி ஆதித் திரட்டல் நடந்தேறியது. அபினி வர்த்தகத்தில் கிடைத்த ஒப்பந்தம் மூலமாக மட்டுமே லட்சக்கணக்கான பவுண்டு பணம் கிடைத்தது. காலனியாதிக்கம் வர்த்தகத்தையும், நீர்வழிப் போக்குவரத்தையும் செழித்தோங்கச் செய்தது. ஆதித் திரட்டலைப் பயன்படுத்தி வளர ஆரம்பித்த பட்டறைத் தொழிலுக்கு காலனி நாடுகள் சந்தையாக மாறின. இந்தச் சந்தையின் ஏகபோகம் காரணமாக மூலதனத் திரட்டல் நடைபெற்றது. ஐரோப்பாவுக்கு வெளியே அப்பட்டமான கொள்ளை, அடிமைப்படுத்தல், படுகொலை ஆகியவை நிழ்ந்தன. இவற்றின்மூலம் கைப்பற்றப்பட்ட செல்வங்கள் கடல் வழியாகத் தாய்நாடு சென்று அங்கே மூலதனமாயின.

உலக வாணிபத்தையும், காலனி ஆதிக்கத்தையும் தொடர்ந்து பொதுக் கடன்கள் தேசக் கடன் செலாவணி முறையாக முன்னுக்கு வந்தன. பொதுக் கடன் செலாவணி என்பது மூலதனத்தின் தாரக மந்திரம் ஆனது. ஆதித் திரட்டலின் வலுமிக்க நெம்புகோல்களில் ஒன்றாய் ஆனது. மந்திரக் கோலை வீசியதும் நிகழும் அற்புதம்போல், இது மலட்டுப் பணத்தை இனப்பெருக்கத் திறனுடையதாக்கி, அதனை மூலதனமாக மாற்றுகிறது. அரசுக்குக் கடனளிப்போர் உண்மையில் எதையும் கொடுப்பதில்லை. அவர்கள் கடனாகத் தரும் பணம் எளிதில் மாற்றத்தக்க பொதுக் கடன் பத்திரங்களாக அவர்களிடம் திரும்புகிறது. வருடாந்திர வட்டி பெறும் சோம்பேறி வர்க்கம் இப்படித்தான் உருவாகியது. தேசக் கடனைத் தொடர்ந்து, அரசாங்கங்கள் வங்கிகளை நிறுவ ஆரம்பித்தன. இந்த வளர்ச்சி 1694-ல் இங்கிலாந்து வங்கி (*Bank of England*) நிறுவப்பட்டதிலிருந்து ஆரம்பமாகிறது. வங்கிகள் காலப்

போக்கில் உலோகங்களை, குறிப்பாகத் தங்கத்தைச் சேர்த்து வைக்கும் இருப்பிடமாகவும், வாணிபக் கடன் அனைத்தின் ஈர்ப்பு மையமாகவும் ஆகின.

வங்கியதிபர்கள், நிதியீட்டாளர்கள், தரகர்கள் மற்றும் பங்கு வியாபாரிகள் என்ற வர்க்கம் முதலாளித்துவ வர்க்கத்திற்குச் சேவை புரியும் வர்க்கமாக உதயமாயிற்று. இந்த வடிவில் பல ஐரோப்பிய நாடுகளிலும், அமெரிக்க ஐக்கிய நாடுகளிலும் உருவாகிய மூலதனம் இங்கிலாந்து தொழில்துறை முதலாளிகளுக்குக் கடன் கொடுக்கும் அமைப்புகளாக மாறின. 19-ம் நூற்றாண்டில் அமெரிக்க ஐக்கிய நாட்டில் பிறப்புச் சான்றிதழே இல்லாமல் தலைதூக்கும் ஏராளமான மூலதனம் நேற்று இங்கிலாந்தில் குழந்தைகளின் இரத்தத்திலிருந்து பிறந்த மூலதனமே. இப்படித்தான் உழைப்பாளிகளும் உழைப்புச் சாதனங்களும் பிரிந்து முதலாளித்துவ பொருளுற்பத்திக்குச் “சாசுவத இயற்கை விதிகளாக” மாறின. ஒரு துருவத்தில் சமுதாய உற்பத்திச் சாதனங்களும் வாழ்வுச் சாதனங்களும் மூலதனமாக மாற்றப்பட்டன. மறு துருவத்தில் பெருந்திரளான மக்கள் உடைமையை இழந்து “சுதந்திர உழைப்பாளி”களாய் மாற்றப்பட்டனர். மரீ ஒழியே வார்த்தையில் கூறுவதென்றால் “பணம் பிறவியிலேயே கன்னத்தில் இரத்தக் கறை படிந்ததாய் உலகில் பிரவேசிக்கிறது.”. ஆனால் மார்க்ஸின் வார்த்தையில் சொல்வதென்றால், மூலதனமானது உச்சந்தலையிலிருந்து உள்ளங்கால் வரை, உடலின் ஒவ்வொரு மயிர்க்காலிலிருந்தும் இரத்தமும் சகதியும் சொட்ட சொட்ட உலகில் பிரவேசிக்கிறது.

அத்தியாயம்-23

மூலதனத் திரட்டலின் வரலாற்று வழிப்பட்ட போக்கு

மூலதனத்தின் ஆதித் திரட்டல் குறிப்பது நேரடி உற்பத்தியாளர்களின் உடைமைப் பறிப்பே, அதாவது அவர்களின் உழைப்புச்சாதனங்கள் என்ற தனிச்சொத்தின் சிதைவே ஆகும். ஆனால் இந்த நிகழ்ச்சி மட்டும் வரலாற்று வழியில் மூலதனத் திரட்டலுக்கு வழிகோல முடியாது. முதலாளித்துவ பொருளுற்பத்தி முறைக்கு முந்தைய அமைப்பான நிலப்பிரபுத்துவ சமுதாய அமைப்பின் அடிமைகளும் பண்ணை அடிமைகளும் கூலித் தொழிலாளர்களாக மாற்றப்பட வேண்டும். உற்பத்தியாளர்களின் உடைமைப் பறிப்பு ஒரு குறிப்பிட்ட காலம்வரை சிறுவீதத் தொழிலுக்கு அடித்தளம் இடுகிறது. இந்தச் சிறுவீதத் தொழிலும், கைவினைஞர் தொழிலும் பூத்துக் குலுங்கும்போது நிலம் துண்டாடப்படுவதும், உற்பத்திச் சாதனங்கள் சிதறுண்டு கிடப்பதும் அவசியமாயின. ஆனால், மூலதன ஆதித் திரட்டல் முதலாளித்துவப் பொருளுற்பத்தியைத் துவக்குவதற்கு இந்தச் சிறுதொழில் உற்பத்தி முறையும் தடையாகிறது. எனவே, இந்த உற்பத்தி முறையும் ஒழிக்கப்பட்டாக வேண்டும். ஒழிக்கப்படுகிறது. சிதைக்கப்பட்டு சிதறுண்டு கிடக்கும் உற்பத்திச் சாதனம் சமுதாய வழியில் குவிக்கப்படுகிறது. இப்போது மூலதனத்தின் மையப்படுத்தப்படும் போக்கினால் சிறு முதலாளிகளைப் பெரும் முதலாளிகள் விழுங்கி விடுகின்றனர். இந்த நிகழ்ச்சியைத் தொடர்ந்து கூட்டு வேலையும், தொழில்நுட்ப வளர்ச்சியும், உழைப்புக் கருவியைப் பொதுவில் பயன்படுத்துவதும் நடந்தேறுகின்றன.

23.1 குடியேற்ற முறையின் நவீனத் தத்துவம் *(Colonisation)*

தனிச் சொத்துடைமை என்பது இருவகையில் ஏற்படுகிறது. உழைப்பாளரின் சொந்த உழைப்பைக் கொண்டு நிகழ்வது முதல் வகை. பிறர் உழைப்பைச் சுரண்டி உடைமையாக்குவது இரண்டாவது வகை. அரசியல் பொருளாதாரம் இந்த இரண்டு வகைகளையும் ஒன்றாக்கிக் குழப்புகிறது. மார்க்ஸ் ஒருவர்தான் இரண்டையும் வேறுபடுத்திப் பார்க்கிறார். இரண்டாம் வகை முதலாம் வகையின் நேரடி எதிர்நிலை அவதாரம். முதலாம் வகையை முற்றாக அழித்து, அதன் புதைமேட்டின் மீதுதான் இரண்டாவது வகை வளர்கிறது. ஐரோப்பிய நாடுகளில் மூலதனத் திரட்டல் முற்றாக நிறைவேறியவுடன் அரசியல் நிலைமைகளும் முதலாளித்துவ உற்பத்திக்கு இசைவான முறையில்

மாறுதல் அடைந்தன. சொத்துடைமை பற்றிய சட்டங்களும் நிறைவேற்றப்பட்டன. முதலாளித்துவ உற்பத்தி முறையைத் தாங்கிப் பிடிக்கும் சகலவிதமான அமைப்புகளும், அறிஞர்களும் உருவாகிவிட்டனர்.

உள்நாட்டில் மூலதனத் திரட்டலைத் தொடர்ந்து காலனி நாடுகளைப் பிடிப்பதில் ஐரோப்பிய முதலாளித்துவ அரசுகள் வெற்றி பெற்றன. காலனி நாடுகள் கச்சாப் பொருட்களை மலிவான விலையில் வழங்கும் சந்தையாக மாறிய போதும், மூலதனத் திரட்டலை இன்னும் விரிவாக்கும் பொருட்டு, காலனி நாடுகளுக்கு மூலதனத்தை ஏற்றுமதி செய்து, புதிய தொழிற்கிளைகளை நிறுவினர். ஆனால், காலனி நாடுகளில் மூலதனத் தற்பெருக்கத்திற்கு தொழிலாளிகள் கிடைப்பது அரிதாயிற்று. காலனி நாடுகளில் பெரும்பகுதி மக்கள் விவசாயத்தை அடிப்படையாகக் கொண்டு பிழைப்பு நடத்தி வந்தனர். விவசாய நிலங்கள் துண்டாடப்பட்டுக் கிடந்தன. விவசாய நிலங்கள் மலிவு விலைக்குக் கிடைத்தன. சொந்த நாடுகளிலிருந்து தொழிலாளர்களை இறக்குமதி செய்தாலும், கூலி அதிகமாகக் கொடுக்க வேண்டிய கட்டாயம் ஏற்பட்டது. அப்படியே கூலி உயர்வைக் கொடுத்து தொழிலாளர்களை இறக்குமதி செய்தாலும், காலப்போக்கில் நல்ல கூலி பெற்றதன் பயனாய், நிலங்களை விலைக்கு வாங்கி விவசாய உற்பத்தியில் ஈடுபடும் உடைமையாளர்களாக மாறிவிட்டால் என்ன செய்வது?

சிக்கலில் தவித்த முதலாளி வர்க்கத்திற்கு வேக்ஃபீல்டு என்ற முதலாளித்துவச் சிந்தனையாளர் "திட்டமுறைக் குடியேற்றம்" *(Systematic colonization)* என்ற திட்டத்தை வழங்கினார். மூலதனம் என்பது கடைகளில் விற்பனை செய்யப்படும் பொருளோ, பதார்த்தமோ அல்ல. மாறாகப் பொருட்களின் துணைகொண்டு மனிதர்களிடையில் நிறுவப்படும் சமூக உறவாகும் என்று கண்டு பிடித்தவரின் திட்டம் என்ன என்பதைப் பார்ப்போம்.

1) தாய்நாட்டிலிருந்து தொழிலாளர்களைக் காலனி நாடுகளுக்கு அனுப்பி வைப்பது. உயர்ந்த கூலியில் அவர்களை வேலைக்கு அமர்த்துவது.

2) காலனி நாட்டில் நிலத்தின் விலையை அதிகமாக உயர்த்துவது. இதன்மூலம் இறக்குமதி செய்யப்பட்ட தொழிலாளி நீண்ட காலத்திற்குக் கூலித் தொழிலாளியாகத் தொடர அனுமதிப்பது.

3) நிலத்தின் விலை உயர்வால் கிடைத்த நிதி ஆதாரம் ஐரோப்பாவிலிருந்து ஓட்டாண்டிகளை தொடர்ந்து இறக்குமதி செய்ய உதவும்.

4) தொழிலாளர்கள் தமக்குப் பதிலிகளாக மற்றவர்கள் வரும்வரை சுயேச்சையான நிலவுடைமையாளர் ஆகாதபடி தடுக்கப்படுகின்றனர்.

5) காலனி நாடுகளிலும் உழைப்புச் சுரண்டல் தங்கு தடையின்றி நடைபெற்று மூலதனப் பெருக்கம் நடைபெற முடிகிறது.

வேக்ஃபீல்டு வழங்கிய இந்த "ஆதித் திரட்டல்" திட்டத்தைக் காலனி நாடுகளில் ஆங்கிலேய அரசு பல்லாண்டு காலமாய்க் கடைப்பிடித்தது. ஆனால் நாளடைவில் இந்த முறை தோல்வி கண்டது. அமெரிக்க ஐக்கியக் குடியரசுக்கு ஆங்கிலேயத் தொழிலாளர்களின் குடிப்பெயர்ச்சியால் மற்ற காலனி நாடுகளில் வேக்ஃபீல்டின் முறை தோல்வியடைந்தது. அமெரிக்க ஐக்கியக் குடியரசின் நிலைமை வேறுவிதமாக முதலாளித்துவத்தை இழுத்து வந்தது. அமெரிக்க உள்நாட்டுப் போரின் விளைவாகத் தேசக் கடன் பெருகியது. வரிச்சுமை அதிகரித்தது. மூலதன மையப்பாடு துரிதமாக நடைபெற்று கூலிக் குறைப்புக்கு வழிசெய்தது. குடியேற்றத் தொழிலாளர்களின் சொர்க்க பூமியாக இருந்த அமெரிக்க ஐக்கியக் குடியரசு வெகுவாக மாறிவிட்டது. குடியேற்ற நாடுகளில் நிலவிய பிரத்தியேக நிலைமைகளை மார்க்ஸ் கூறியதன் நோக்கம் முதலாளித்துவ உற்பத்தி முறைக்கு அடிப்படையாக அமைந்த "ஆதித் திரட்டல்" இரகசியத்தை அம்பலப்படுத்துவதுதான்.

23.2 அமைதியான நிர்ப்பந்தம் *(Silent Compulsion)*

இப்படி நடைபோடும் முதலாளித்துவ உற்பத்தி கல்வியிலும், கலாச்சார மட்டத்திலும், பழக்க வழக்கத்திலும் உயர்ந்த நிலையில் உள்ள ஒரு குறிப்பிட்ட படித்த வர்க்கத் தொழிலாளர்களை இத்தகைய உற்பத்தி முறையைத் தன்னிறைவு பெற்ற இயற்கை விதிகளுக்கு உட்பட்ட வளர்ச்சியாகப் பார்க்க வைக்கிறது. இப்படித்தான் ஒரு உயர் தரத்துத் தொழிலாளி வர்க்கம் *(Higher grade White collar employees)* உருவாகிறது. இந்த அமைதிவழிப் பொருளாதார உறவின் வழிப்பட்ட முதலாளித்துவம் இத்தகைய உழைப்பாளர்கள் மீது ஒரு நிரந்தர கட்டுப்பாட்டை வைத்துத் தனக்கு கீழ்ப்படிய வைக்கிறது. இன்னும் பிற அனைத்து வழியிலும் நேரடியான பலவந்தமும் பயன்படுத்தப்படுகிறது, சில நேரங்களில். இந்தச்சூழலில், உழைப்பாளி "இயற்கை உற்பத்தி விதிக்கு" கட்டுப்பட்டவன் ஆக்கப்படுகிறான்.

இதன்மூலம் இவர்கள் முதலாளித்துவ உற்பத்தி முறைக்கு ஆதரவாளர்களாக மாறிவிடுகின்றனர். இதன்மூலம் இதற்கான சார்பு இலக்கியங்களும் உருவாகின்றன. இவர்களைச் சோசலிச சமுதாய மாற்றத்திற்கு எதிரான கருவியாக முதலாளித்துவம் முனைப்புடன் பயன்படுத்துகிறது.

மார்க்ஸின் பிரகடனம்

முதலாளித்துவ ஆளுகையின் சர்தேசத் தன்மை மேலும் மேலும் அதிக அளவில் வளர்கிறது. ஏகபோகம் வளர்வதைத் தொடர்ந்து துன்பமும், துயரமும், ஒடுக்குமுறையும், அடிமைத்தனமும் தொழிலாளர்களுக்குப் பரிசாகக் கிடைக்கின்றன. இந்த இழிநிலை தொழிலாளி வர்க்கத்தைக் கட்டுப்பாடு மிக்க புரட்சிகர வர்க்கமாக காலப் போக்கில் மாற்றுகிறது. முதலாளியும், தொழிலாளியும் சேர்ந்து இருக்கும் முதலாளித்துவ உற்பத்திமுறை வர்க்கப் பகையையும் வளர்த்திடுகிறது. மூலதனத்தின் ஏகபோகம் முதலாளித்துவ பொருளுற்பத்தி முறைக்கே பூட்டிய விலங்காகி விடுகிறது. முதலாளித்துவ மேலோடு அதற்கு ஒவ்வாததாகி விடுகிறது. அந்த மேலோடு உடைத்தெறியப்படுகிறது. முதலாளித்துவத் தனியுடைமையின் சாவு மணி ஒலிக்கிறது. உடைமை பறித்தோரின் உடைமை பறிக்கப்படுகிறது. சோசலிச உற்பத்தி முறை வரலாற்று வழிப்பட்ட போக்காக நடந்தேறுகிறது. முதலாளித்துவத் தனியுடைமைக்கு அடிப்படை முன்தேவையாய் அமைவது தனியாள் சுயமாய்ச் சம்பாதித்த தனிச்சொத்தை ஒழிப்பதே ஆகும். அதாவது உழைப்பாளியின் உடைமையைப் பறிப்பது என்ற இரகசியமே ஆகும். ஆனால் சோசலிச உற்பத்தி முறையில் தனியாள் சுயமாய்ச் சம்பாதிக்கும் தனிச்சொத்து பாதுகாக்கப்படும். மாறாக, உடைமை பறித்தோரின் உடைமை பறிக்கப்படும் என்பதை மார்க்ஸ் உரத்த குரலில் உலகிற்குப் பிரகடனம் செய்கிறார்.

மூலதனம் இரண்டாம் பாகம்

மூலதனத்தின் சுற்றோட்ட நிகழ்முறை

பகுதி-1

மூலதனத்தின் உருமாற்றங்களும், அவற்றின் சுற்றுகளும்

அத்தியாயம்-1

மூலதனத்தின் சுழல் இயக்கம்

முதலாளித்துவ உற்பத்தி முறையின் இயக்கம் பற்றியும், அந்த இயக்கத்திலான உழைப்பு நிகழ்முறையில் மதிப்பு உருவாக்கம் நிகழ்வதையும், அதன் தொடர்பாக உபரி-மதிப்பு படைக்கப்படுவதையும், மூலதனத் தற்பெருக்கத் திரள் தடையின்றி கிடைப்பதற்கு முதலாளித்துவம் மேற்கொள்ளும் உத்திகளையும், அதனால் எழும் முரண்பாடுகளையும் மூலதனம் முதல் பாகத்தில் பார்த்தோம். உற்பத்தி நிகழ்முறையில் படைக்கப்பட்ட, மதிப்புக் கூட்டப்பட்ட சரக்குகள் சுற்றோட்டத் துறையில் என்ன பங்கை ஆற்றுகின்றன? அவற்றின் தடை மதில்கள் எவை? சரக்கு மூலதனமாக மாறிய அந்த மூலதனம் அடையும் உருமாற்றங்கள் எவை? என்பதை விளக்குவதே இரண்டாம் பாகத்தில் இடம் பெறுகிறது. மூலதனத்தின் சுழல் இயக்கம் மூன்று கட்டங்களில் நடைபெறுகிறது:

முதல் கட்டம்:

பணவடிவில் இருக்கும் மூலதனம் சரக்குகளாக மாற்றப்படும் கட்டம். அதாவது உற்பத்தியின் அடிக்கூறுகளான உற்பத்திச்சாதனங்கள் (கச்சாப்பொருள், துணைப்பொருள்), மற்றும் உற்பத்திச் சக்தியை விலைக்கு வாங்குவது. இது உற்பத்தித்துறைக்கு வெளியே சுற்றோட்டத் துறையில் நிகழ்கிறது. ஆக, முதலாளி சரக்குகளை வாங்குகிறவராகச் செயல்படுகிறார்.

அதாவது, பணம் – சரக்கு (M – C) சரக்குச் சுற்றோட்டத்தில் வாங்கல் நிகழ்முறை.

இரண்டாம் கட்டம் :

வாங்கிய சரக்குகளைத் திறனுள்ள முறையில் உற்பத்தி நிகழ்முறையில் நுகர்வது. முதலாளி தற்போது சரக்கு உற்பத்தியாளராகச் செயல்படுகிறார். இதன் விளைவாக இறுதியில் உற்பத்திக்கான இடுபொருளைத் திறனுடை நுகர்வு மூலம், உழைப்பாளி மதிப்புக்

கூட்டப்பட்ட சரக்காக உருவாக்குகிறார். இந்த உற்பத்தி நிகழ்முறையில் உள்ள மூலதனத்தை *P* (திறனுடை மூலதனம்) என்கிறோம்.

மூன்றாவது கட்டம்:

உற்பத்தி செய்யப்பட்ட சரக்கு, பணமாக மாறுவதற்காகச் சந்தையில் நுழைகிறது. தற்போது முதலாளி சரக்கை விற்பவராகச் செயல்படுகிறார். அதாவது, சரக்கு – பணம் (*C – M*) என்கிற சுற்றோட்டத்தின் இரண்டாவது செயல்.

இப்படி மூன்று கட்டங்களாக நடைபெறும் மூலதனத்தின் உருமாற்றத்தைக் கீழ்க்கண்ட சூத்திரத்தின் மூலமாகக் குறிக்கிறோம்:

பணம் – சரக்கு – உற்பத்தி நிகழ்முறை – மதிப்புக்கூடிய சரக்கு – பெருக்கமடைந்த பணம்.

(*M – C – P – C' – M'*)

முதல் நிகழ்வில் பண மூலதனம் திறனுடை மூலதனமாக மாறுகிறது. அதாவது,

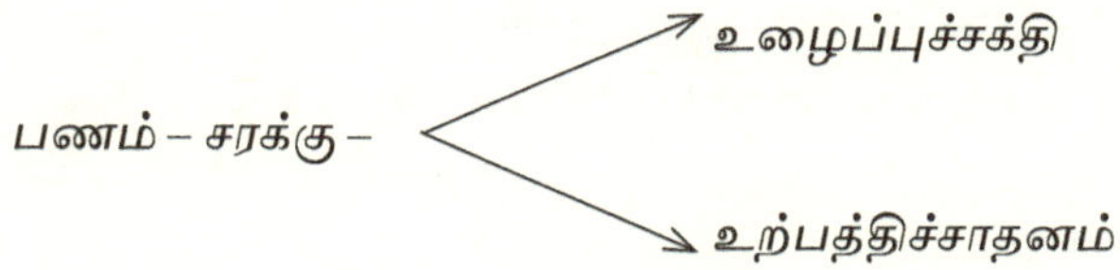

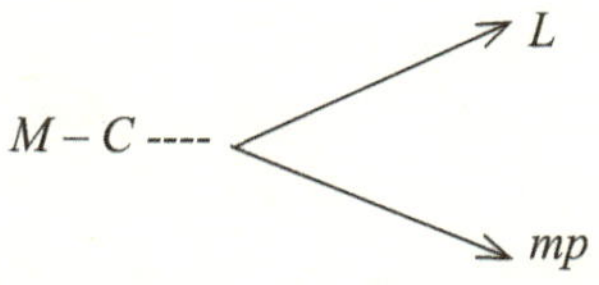

இந்த நிகழ்முறை நிகழ்வதற்குத் தொழிலாளி, வரலாற்று வழியில் உழைப்புச் சாதனம் (உழைப்புக் கருவிகள்) மற்றும் உடைமைகள் பறிக்கப்பட்டு, உழைப்புச் சக்தியை விற்பனைச் சரக்காக மாற்றும் நிலைக்குத் தள்ளப்பட்டிருக்க வேண்டும். எனவேதான், முதலாளி சந்தையில் கச்சாப் பொருட்களையும், உழைப்புச் சக்தியையும் விலை கொடுத்து வாங்குகிறார்.

இரண்டாவது கட்டத்தில் சரக்காக மாற்றப்பட்ட மூலதனம் தன்னுடைய தொடர் ஓட்டத்தில், மதிப்பு உருவாக்கக் களத்தில் ஒரு இடைநிறுத்தத்தைச் சந்திக்கிறது. இந்த இயக்கத்தை,

$$M - C -- \begin{cases} \nearrow L \\ \searrow mp \end{cases} \ldots\ldots P$$

என்று குறித்துக் கொள்கிறோம் (சூத்திரத்தில் உள்ள புள்ளிகள் இடைமறிக்கப்படும் காலத்தைக் குறிக்கின்றன). மூலதனத்தின் ஓட்டம் இடைமறிக்கப்பட்டாலும், அதன் சுழல் இயக்கம் வேறு ஒரு வடிவத்தில் நடைபெறுகிறது. மூலதனத்தின் ஒருபகுதி மாறுவேடம் பூண்ட பண வடிவமாக கூலித் தொழிலாளிக்குக் கூலியாகக் கிடைக்கிறது. ஒரு நாளைக்கான உழைப்புச் சக்தியின் விலை, அந்த உழைப்புச் சக்தி ஒருநாளில் இயக்குகிற உழைப்பின் விலையாக வேடம் பூண்டு வெளிப்படுகிறது. ஆக, மூலதனத்தின் ஒருபகுதி உழைப்புச் சக்தி என்கிற சரக்கைப் பயன்படுத்துவதற்காகக் கூலி வடிவில் தொழிலாளிக்கு முன்னீடு செய்யப்படுகிறது. இப்படி முன்னீடு செய்யப்பட்ட சரக்கு மூலதனமான உழைப்புச் சக்தி, உற்பத்திப் பொருளின் மதிப்பு உருவாக்கத்தில் இடுபொருள் மீது உயிருள்ள உழைப்பாகச் செயலாற்றி, புதிய பொருளில் தன் மதிப்பை ஈடேற்றிக் கூடுதல் மதிப்பையும் படைக்கிறது. இறுதியில் மதிப்புக் கூட்டப்பட்ட புதிய சரக்காக *C'* ஆக உற்பத்தித் துறையிலிருந்து வெளியேறி மீண்டும் சுற்றோட்டத் துறைக்குள் நுழைவதற்குத் தயார் நிலையில் உள்ளது. இந்தச் சரக்கின் மதிப்பு *P+s*. அதாவது, திறனுடை மூலதனத்தின் மதிப்பாகிய *P*–உடன் உபரி-மதிப்பாகிய *s*–ன் கூட்டுத்தொகை.

தற்போது இந்த மதிப்புக் கூட்டப்பட்ட மூலதனம் *(C')* சுற்றோட்டத் துறைக்குள் மூலதனச் சுற்றோட்டத்தின் தொடர்ச்சியாக ஒரு இடைமறிப்பைச் சந்தித்தபின், மீண்டும் சரக்கு மூலதனமாக உருமாறி அடியெடுத்து வைக்கிறது. எனவே, இந்தச்சரக்கு, சுற்றோட்டத் துறைக்குள் விற்கப்பட வேண்டும். அதாவது *C' – M'* என்கிற மூலதனச் சுற்றோட்டத்தின் இரண்டாம் செயலை நிறைவேற்ற வேண்டும். சரக்கை விற்றுச் சரக்கு மூலதனத்தை மீண்டும் பண மூலதனமாக மாற்ற வேண்டும். இந்தச் சரக்குகளின் மதிப்பு ஆரம்ப மூலதன மதிப்பாலும் உபரி-மதிப்பாலும் ஆனது. ஆரம்ப மூலதன மதிப்பு மீட்டுருவாக்கமாக *(Retransformation)* அமைகிற அதே நேரத்தில், உபரி-மதிப்பு சரக்கு வடிவத்திலிருந்து பண வடிவத்திற்கு முதல் உருமாற்றமாக அமைகிறது.

மூலதனச் சுற்றோட்டத்தில் இடுபொருள், அதாவது கச்சாப்பொருள், துணைப்பொருள் இன்னபிற சரக்காக சந்தையில் வாங்கப்படுகின்றன. கச்சாப்பொருளை பஞ்சு என்று கொள்வோம்.

அதன் விலை துணைப்பொருளையும் சேர்த்து ரூ.4000 என்றும் உழைப்புச் சக்தியின் விலை (கூலி) ரூ. 1000 என்றும், உபரி-மதிப்பு ரூ.1000 (100%) என்றும் கொள்வோம். இதில் உற்பத்திப் பொருளின் அடக்கவிலை ரூ.5000; புதிய சரக்காகிய நூலின் மதிப்பு (விற்பனை விலை) ரூ.6000. இது 100 கிலோ நூல் என்று கொள்வோம். தற்போது C' ஆன நூலின் $83\,^{1}/_{3}$ கிலோவானது பஞ்சு, துணைப்பொருள் மற்றும் உழைப்புச் சக்தியின் மதிப்பாகவும் – மீதி $16\,^{2}/_{3}$ கிலோ நூல் உபரி-மதிப்பாகவும் மொத்தச் சரக்கு வடிவில் காட்சி அளிக்கிறது. இது மீண்டும் பணமாக, கூடுதல் பணமாக பரிவர்த்தனையில் உருவெடுக்கிறது. அதாவது M+m ரூ.5000 + ரூ.1000 = ரூ. 6000 ஆக, பண மூலதனமாக மாறுகிறது. நமது மூலதனச் சுற்றோட்டத்தை சிறிது மாற்றிப் போடுகிறோம்.

$$M - C <^{L}_{mp} \;.....P\; ....\; C'\,(C + c) - M'\,(M+m)$$

மேற்கண்ட சூத்திரத்தில் M = ஆரம்பப் பண மூலதனம், C = ஆரம்பச் சரக்கு மூலதனம், C' = மதிப்புக் கூட்டப்பட்ட சரக்கு மூலதனம், c = உபரி-உற்பத்தி, m = கூடுதல் பணம்.

பணவடிவம், இங்கே இரட்டைப் பாத்திரம் வகிக்கிறது. ஆரம்பத்தில் பணமாக முன்னீடு செய்யப்படும் மதிப்பு திரும்பி வந்து சேரும் வடிவமாகிறது.

இந்த மூலதனச் சுற்றோட்ட வடிவம், சேவைத் தொழிலுக்கும் பொருந்தும். உதாரணம்: போக்குவரத்துத் தொழில். இங்கு உற்பத்தி நிகழ்முறையின் விளைவு புதியதொரு பண்டமாவதில்லை. ஆட்களையும் பண்டங்களையும் இடமாற்றம் செய்கிற போக்குவரத்துத் தொழிலில் உற்பத்தி மற்றும் நுகர்வு என்கிற மூலதன சுற்றோட்டத்தின் இரண்டு அடுத்தடுத்த வெவ்வேறு செயல்களும் ஒருங்கே நிகழ்கின்றன. இத்தொழில் ஆற்றும் சேவை (இடமாற்றம்) உற்பத்தி செய்யும்போதே நுகரப்படுகிறது.

மூலதனச் சுற்றை அதன் முழு வடிவில் கூற வேண்டுமென்றால் --- மூலதன மதிப்பு அதன் சுற்றோட்டத்தின் வெவ்வேறு கட்டங்களில் பண மூலதனம், சரக்கு மூலதனம் ஆகிய இரு வடிவங்களை ஏற்கிறது. திறனுடை மூலதனமே உற்பத்திக் கட்டத்திற்கு உரித்தான வடிவம். அந்தந்த வடிவத்திற்குரிய இந்தப் பணியைப் புரிவதுமாகிய இந்த மூலதனம் தொழில்துறை மூலதனம் *(Industrial Capital)* ஆகும். ஆகவே பண மூலதனமும், சரக்கு மூலதனமும், திறனுடை மூலதனமும் வெவ்வேறு வகைப்பட்ட மூலதனத்தைக் குறிப்பது அல்ல.

தொழில்துறை ஏற்கும் வடிவங்களையே இங்கே குறிக்கின்றன. இந்த நிலவல் வடிவங்கள் சமுதாய உழைப்புப் பிரிவினை காரணமாக, சுயேச்சையாய் நிலவும் தன்மையுடையனவாகி ஒருதலைச் சார்பான வளர்ச்சி பெற்றிருக்கக் காண்கிறோம். இந்த நிலவல் வடிவத்தை பிரதிநிதித்துவப்படுத்துகிற வட்டி மூலதனமும் (பண மூலதனம்), வணிக மூலதனமும் (சரக்கு மூலதனம்), முதலாளித்துவத்துக்கு முந்தைய காலகட்டங்களில் சுயேச்சையான ஆதிக்க நிலை வகித்தன. ஆனால், முதலாளித்துவ உற்பத்திக் காலகட்டத்தில் அவை தொழில்துறை மூலதனத்துக்குக் கீழ்ப்படுத்தப்படுகின்றன.

1.1 பண மூலதனத்தின் சுற்று

M – C .... P .... C' – M'

பணமூலதனம்தான் முதலாளித்துவ உற்பத்தி முறையில் தொடக்க நிலையாகவும், மீள்வு நிலையாகவும் இருக்கிறது. மேலே குறிப்பிட்ட சூத்திரம் இதனைத் தெரிவிக்கிறது. இந்தச் சுழல் இயக்கத்தின் அறுதிக் குறிக்கோள் பரிவர்த்தனை-மதிப்பே தவிர பயன்-மதிப்பல்ல என்பதையும் தெரிவிக்கிறது. இந்தச் சூத்திரத்தின் வடிவம் இறுதியில் *M – M'* ஆகக் குறுகிவிடுகிறது. அதாவது, பணம் பண்ணுவதே நோக்கம் என்பது பட்டவர்த்தனமாக வெளிப்படுகிறது. பணமானது இரண்டு கட்டத்தை இங்கே சந்திக்கிறது. முதலில் *M – C* என்கிற முதல் வடிவில் உற்பத்திச் சாதனங்களையும் உழைப்புச் சக்தியையும் வாங்குகிறது. பின்பு திறனுடை மூலதனப் பணியாகி உற்பத்தி நிகழ்முறையில் மதிப்புக்கூட்டப்பட்ட சரக்கு மூலதனமாக வெளிவருகிறது. இப்போது தன்னுடைய இரண்டாவது பணியாகிய, *C' – M'* ஆகச் சரக்கை விற்றுப் பணமாக மாறும் பணியைச் செய்கிறது.

1.2 திறனுடை மூலதனத்தின் சுற்று

இதற்கான பொதுச் சூத்திரம், *P ...... C' – M' – C ..... P*

இந்தச் சுற்று திரும்பத் திரும்பத் தடங்கலின்றி நடைபெறுகிறது. இப்படி நடைபெறுவதில் நமது பகுப்பாய்வு, சாமானிய மறுவுற்பத்தியில் தொடங்குகிறது. சாமானிய மறுவுற்பத்திக்கான சூத்திரம்.

$$C' \left\{ \frac{C}{c} \right. M' \qquad \left\{ \begin{array}{l} M\text{-}\ C \begin{array}{l} \nearrow \mathbf{L} \\ \searrow \mathbf{mp} \end{array} \\ m\text{-}\ c \end{array} \right.$$

மதிப்புக் கூட்டப்பட்ட சரக்கான C' ஆனது சுற்றோட்டத்தில் விற்கப்பட்டுப் பணமாக (M+m) மாற்றப்பட்டவுடன், ஆரம்ப மூலதனமான M தொழில்துறை மூலதனத்தின் சுற்றில் தொடர்ந்து ஓடுகிறது. அது மீண்டும் உற்பத்திச் சாதனங்களை (mp) வாங்குவதற்கும், உழைப்பாளர்களை வேலைக்கு அமர்த்துவதில் கூலியாகவும் (L) செலவிடப்படுகிறது. உபரி-மதிப்பான கூடுதல் பணம் m பொதுவான சரக்குச் சுற்றோட்டத்தில் நுழைகிறது. இந்தப் பணத்தைக் கொண்டு முதலாளி தனக்கும் தன் குடும்பத்தாருக்கும் தேவையான அத்தியாவசிய மற்றும் ஆடம்பரப் பொருள்களை நுகர்வதற்குச் செலவிடுகிறார். இவை சரக்குகளாகவும் இருக்கலாம், சேவையாகவும் இருக்கலாம். அதேபோல் கூலியாக முன்னீடு செய்யப்பட்ட பண மூலதனமும், தொழிலாளியின் கைக்கு வந்தவுடன் அவசியப் பண்டங்களின் நுகர்வுக்காக ஏற்கெனவே செலவிடப்பட்டுவிட்டது என்பது வேறு விசயம். ஆனால் ஒன்றை நாம் இங்கே கவனத்தில் கொள்ள வேண்டும். கூலியைப் பெற்ற தொழிலாளி தனது உழைப்புச் சக்தியைத் திறனுள்ள முறையில் உழைப்பு நிகழ்முறையில் செலுத்தி, தன்னுடைய உழைப்புச் சக்தியின் மதிப்பை மீட்டு, புதிய சரக்கில் ஈடேற்றுகிறார். அத்தகைய சரக்கு மீண்டும் பண மூலதனமாக முதலாளி கைக்குத் திரும்புகிறது. ஆனால் உபரி-மதிப்பான கூடுதல் பணத்தின் கதை வேறு. அது முதலாளியின் தனிப்பட்ட நுகர்வாக முற்றிலும் நுகரப்பட்டுவிடுகிறது. அது மீண்டும் மூலதனமாகத் திரும்புவதில்லை (சாமானிய மறுவுற்பத்தியில்).

எனவே, மதிப்புக் கூடிய சரக்கான C' ஆனது பணப் பெருக்கமாக M' ஆக உருமாற்றம் அடைந்த பிறகு, ஆரம்ப மூலதன மதிப்பும், உபரி-மதிப்புமான C, c ஆகியவற்றின் சுற்றோட்டம் பிளவுண்டு விடுகிறது. இவை தனித்தனியான சுயேச்சை வடிவம் பெறுகின்றன. M ஆனது ஆரம்ப மூலதன மதிப்பின் பண வடிவமாகத் திரும்புகிறது. m ஆனது முதலாளியின் வருவாயாகச் செலவிடப் படுகிறது. எனவே, C – M – C, மற்றும் c–m–c என்ற இருவேறு சரக்கின் சுற்றோட்டம் நடைபெறுகிறது.

சாமானிய மறுவுற்பத்தி நடைபெற வேண்டுமென்றால், உற்பத்தி அடிக்கூறுகள் மீண்டும் உற்பத்தி நிகழ்முறைக்கு உள்ளாக்கப்பட வேண்டும். அதேபோது இவைகளுக்கிடையில் ஆரம்பத்தில் இருந்த மதிப்புறவுகள் மாறாமல் அப்படியே இருப்பதும் அவசியமாகும். ஆகவே, உழைப்புச் சக்தியாகிய L-ம், உழைப்புச் சாதனமான mp–ம் அதன் மதிப்புக்குச் சமமான விலைக்கு வாங்கப்படுகிறது என்று மட்டுமல்லாமல், சுழல் இயக்கத்தின்போது இந்த மதிப்பில் எந்த

மாற்றமும் ஏற்படுவதில்லை என்றும் மார்க்ஸ் அனுமானம் செய்து கொள்கிறார். இல்லையேல், இயல்பான முறையில் சாமானிய மறுவுற்பத்தி நிகழ முடியாது. இந்த சாமானிய மறுவுற்பத்திச் சுற்றோட்டத்தில், *C'* ஆனது *M'* ஆனதுமே, திரும்பவும் தன்னைத் திறனுடை மூலதனமாக மாற்றும் பொருட்டு, அந்தப் பண வடிவத்தைக் களையத் துடிக்கிறது. மூலதனமானது பணத்தின் வேடத்தில் இருக்கும்வரை மூலதனமாகச் செயல்படுவதில்லை.

இந்தத் திறனுடை மூலதனத்தின் சுற்றில், சாமானிய மறுவுற்பத்தியில் $C - M - C$ என்கிற மூலதனச் சுற்றோட்டமும், $c - m - c$ என்கிற உபரி-மதிப்புச் சுற்றோட்டமும் தடைபெற வாய்ப்பிருக்கிறது. மூலதனச் சுற்றோட்டம் என்பது நமது உடலின் இரத்த ஓட்டத்தைப் போன்றது. இந்த ஓட்டத்தில் எங்காவது அடைப்பு ஏற்பட்டால் உடல் வெகுவாகப் பாதிப்புக்குள்ளாகிறது. மாரடைப்பு ஏற்பட்டு மரணம் கூட ஏற்படலாம். அதுபோலவே, சரக்குச் சுற்றோட்டம் தடைப்பட்டால், முதலாளித்துவ உற்பத்தியில் (சாமானிய மறுவுற்பத்தி) நெருக்கடி ஏற்பட வாய்ப்புள்ளது.

சரக்குகளில் ஒரு பகுதி விற்காமல் தேங்கிவிடுவதால், வியாபாரி மேற்கொண்டு புதிய சரக்குகளை வாங்குவதைத் தள்ளிப் போடுகிறார். சந்தையில் சரக்கு விற்பனையில் ஏற்படும் போட்டி காரணமாக, சிலர் விலையைக் குறைத்தும் விற்கலாம். சரக்கைப் பணமாக மாற்ற வேண்டியதன் அவசியத் தேவை காரணமாக இப்படி நேர வாய்ப்புண்டு. தொழில்துறை முதலாளிக்கோ, வட்டிக்குப் பணம் கொடுத்த முதலாளிக்கோ பணம் கொடுக்க வேண்டிய நிர்ப்பந்தம் காரணமாக இப்படி நிகழ்கிறது. இதனால் மூலதனத்தின் மறுவுற்பத்தி தடைப்படுகிறது. முந்தைய சரக்கே சந்தையில் விற்காமல் தேங்கி நிற்கும்போது, மறுவுற்பத்தியில் ஒரு சுணக்கம் ஏற்படுகிறது. எனவே தொழில்துறை முதலாளியின் கையிலுள்ள பண மூலதனம் திறனுடை மூலதனமாக மாறுவதில் இடைஞ்சல் ஏற்படுகிறது, $M - C$ என்னும் வாங்கல் நிகழ்வில், முதலாளி கச்சாப் பொருள்களையும், உழைப்புச் சக்தியையும் வாங்குகிற அதன் செயலைத் தற்காலிகமாக நிறுத்த நேரிடுகிறது. பணம் சோம்பலாகத் தேங்கி நிற்கும் நிலை உருவாகிறது. செயலற்ற உள்ளுறை நிலையில் *(Latent Savings)* பண மூலதன வடிவில் தேங்கி நிற்கிறது. இது சாமானிய மறுவுற்பத்திக்கு மட்டுமின்றி விரிதிற உற்பத்திக்கும் பொருந்தும்.

திறனுடை மூலதனத்தில் விரிதிற மறுவுற்பத்தியை ஆராய்கிறபோது, உபரி-மதிப்பு முழுவதும் மீண்டும் மறுவுற்பத்தியில் கூடுதல் மூலதனமாக மாறுவதாக அனுமானித்துக் கொள்கிறோம்.

விரிதிற மறுவுற்பத்தியில், அங்கக இணைப்பாக்கத்தில் *(Organic Composition)* மாற்றம் நிகழ்வதால், அதாவது மாறும்-மூலதனத்தை விட மாறா-மூலதனம் அதிகரிப்பதால், புதிய இயந்திரக் கருவிகள் வாங்க கால அவகாசம் தேவைப்படுகிறது. அதன் காரணமாக, மாறா-மூலதனமாக மாற வேண்டிய பண மூலதனம் உள்ளுறைப் பணமாக, உபரி-மதிப்புச் சேர்ப்பாகத் தேங்குகிறது. இது முதலாளித்துவத் திரட்டலுக்கான காரணியாகிறது. இந்தச் சேமிப்பு முதலாளி கையில் சோம்பி இருப்பதற்குப் பதில், கடன் பத்திரமாகவோ வங்கிச் சேமிப்பாகவோ மாறலாம். அல்லது சரக்கை வாங்கிய வணிக முதலாளி, சரக்குக்கான விலையை ஒரு குறிப்பிட்ட காலக் கெடுவில் பணம் கொடுத்தால் போதும் என்ற அடிப்படையில் கொடுப்புச்சாதனமாக *(Means of Payment)* அல்லது உண்டியல்களாக *(Bills of Exchange)* மாற்றலாம்.

மேற்கூறிய இத்தகைய பணம் ஏனைய தொழில்துறை மூலதனங்களின் சுற்றுகளில் சேரலாமே தவிர, உடனடியாகக் குறிப்பிட்ட மூலதனதச் சுற்றின் மறுவுற்பத்தியில் சேர்வதில்லை. எனவே இப்படித் தேங்கிவிடும் சேமிப்புப் பணம் சில நேரங்களில் மூலதனச் சுற்றில் ஏற்படக்கூடிய இன்னல்களைச் சமாளிப்பதற்கான சேமிப்பு நிதியாக *(Reserve Fund)* பயன்படுகிறது. அதாவது *C' – M'* நிகழ்வில், கால தாமதம் ஏற்படும்போதோ (சரக்கு விற்று பணமாக மாறுவதில் கூடுதல் தாமதம்), அல்லது உற்பத்தி அடிக்கூறுகளின் விலையில் உயர்வு ஏற்படும்போதோ, உற்பத்திக்குத் தேவைப்படும் பண மூலதனம் அதிகரிக்கிறது. அப்போது இந்தச் சேமநிதிப் பணம் திறனுடை மூலதனமாக மாறுவது தவிர்க்க முடியாததாகிவிடுகிறது. அது மூலதனத்தின்சுழல் இயக்கத்தில்தற்காலிகமாகச்சேர்ந்துவிடுகிறது. ஆனாலும் இந்தச் செயலால், மறுவுற்பத்தியின் அளவு வீதம் விரிவடைவதில்லை.

1.3 சரக்கு மூலதனச் சுற்று

திறனுடைய மூலதனச் சுற்றைப் பார்த்த நாம் தற்போது சரக்கு மூலதனச் சுற்றைப் பார்ப்போம். சரக்கு மூலதனச் சூத்திரம்:-

C' – M' – C …… P ….. C'

இதையே சிறிது மாற்றிப் போட்டால் வருவது:

$$C'\left\{\frac{C}{c}\right.\text{—}M' \quad \left\{\begin{array}{l} M\text{-}C \begin{array}{l}\nearrow \mathbf{L} \\ \searrow \mathbf{mp}\end{array} \text{....P....C'} \\ m\text{-}c \end{array}\right.$$

பண மூலதனச் சுற்றில் சரக்கை வாங்கும் நிகழ்வு முதலாவதாகவும், சரக்கை விற்கும் நிகழ்வு இறுதி நிகழ்வாகவும் ஏற்பட்டு, சரக்கு இரண்டு முறை கைமாறுகிறது. ஆனால் சரக்கு மூலதனச் சுற்றில் சரக்கை விற்கும் நிகழ்வு முதலாவதாகவும், வேறொரு சரக்கை வாங்கும் நிகழ்வு இறுதி நிகழ்வாகவும் நடைபெறுகிறது. இங்கு பணம் இருமுறை கைமாறுகிறது. சரக்குகள் விற்கப்பட்டதன் மூலம் கிடைக்கப்பெறும் பண மூலதனப் பெருக்கம், பண வடிவில் மாறியவுடன் *M'* ஆனது *M* மற்றும் *m* ஆகப் பிரிக்கக் கூடியதாகிவிடுகிறது. இதில் *C'* என்பது முன்கூறிய இருவகைச் சுற்றுகளால் விளையும் பயனாக மட்டுமல்லாமல், அவற்றின் முக்கியமான குறிக்கோளாகவும் இருக்கிறது. உற்பத்திச் சாதனங்களின் *(mp)* ஒருபகுதி எப்படியும் தனிப்பட்ட பிற மூலதனங்களால் அவற்றின் சுற்றின்போது உற்பத்தி செய்யப்பட்ட சரக்கு மூலதனம் ஆகும்.

உ.ம்: நிலக்கரி, சுரங்க முதலாளியின் சரக்கு மூலதனம். இந்தச் சரக்கே மின்சாரம் உற்பத்தி செய்யும் முதலாளிக்கு உற்பத்தி அடிக்கூறு ஆகிறது. அதேபோல் உபரி-மதிப்பாக இருக்கும் *C'*-ன் ஒருபகுதியான *C* என்பது *m* ஆக மாற்றப்பட்டு முதலாளியின் நுகர்வுக்கு விளைபொருளாகிறது. இவரின் தனி நுகர்வு என்பது இன்னொரு முதலாளியின் சரக்கு மூலதனம். எனவே சரக்கு மூலதனச் சுற்று என்பது $C-M-C$ மற்றும் $c-m-c$ என்ற இரண்டு சரக்கு மூலதனத்தின் சுற்றாகக் காட்சியளிக்கிறது. அதாவது *C* ஆனது சுற்றுக்கு வெளியிலிருந்து இரு முறை வருவது அவசியமாகிறது. $C'-M'-C < {}^{L}_{mp}$ –ல் முதல் முறை உற்பத்தி அடிக்கூறாக மாறுவதில் தேவைப்படுகிறது. இங்கு *C* ஆனது *mp* ஆக இருக்கும்வரை, விற்பவரின் கையிலுள்ள சரக்காகும். அல்லது வியாபாரியின் கையில் சரக்கு மூலதனமாகக் காட்சியளிக்கிறது. *c-m-c* –ல் வரும் இரண்டாவது *c*–ன் உருவில் *C* இரண்டாம் முறை தேவைப்படுகிறது. முன்போலவே இதுவும் விலைக்கு வாங்கக் கூடிய சரக்காக முதலாளியின் நுகர்வுக்கு தேவைப்படுகிறது. உழைப்புச் சக்தியும் *(L)*, உற்பத்திச் சாதனமும் *(mp)* சரக்கு மூலதனமாக இருந்தாலும், இல்லாவிட்டாலும், அவையும் உற்பத்தி நிகழ்முறையில் மதிப்புக் கூட்டப்பட்டு வெளிவந்த *C'* போலவே சரக்குகள்தாம். ஒன்றுக்கொன்று சரக்குகளாக உறவு கொள்பவைதாம். *c-m-c* –ல் வரும் இரண்டாவது *c* –க்கும் இது பொருந்தும். எனவே சரக்குகளே உற்பத்தி அடிக்கூறுகளும் ஆகின்றன. சுற்றோட்டத்தின்போது அந்தச் சரக்குகளே அதனை மாற்றீடு செய்யவேண்டும். *c–m–c* –என்பதில் வரும் இரண்டாவது *c* –ம் சுற்றோட்டத்தின்போது இவ்வாறே மாற்றீடு செய்யப்படவேண்டும்.

உதாரணத்திற்கு *1000* கிலோ நூல் என்னும் சரக்கு உற்பத்தியாகி உள்ளது என்று கொள்வோம். அதன் மதிப்பு ரூ. *10000/-*. இந்த *1000*கி லோ

நூலில், 800 கிலோ நூலானது உற்பத்தியில் ஈடுபடுத்தப்பட்ட பஞ்சு மற்றும் துணைப்பொருளான கச்சாப்பொருளின் மதிப்பை மாற்றீடு செய்யவேண்டிய சரக்கு என்று கொள்வோம். 100 கிலோ நூலானது உழைப்புச் சக்திக்காக கொடுக்கப்பட்ட கூலியை மாற்றீடு செய்ய வேண்டும். மீதி 100 கிலோ நூல் விற்கப்பட்டு ஈடேற்றம் செய்யும் பணம் முதலாளி கைக்கு உபரி-மதிப்பாகக் கிடைக்கிறது. 800 கிலோ நூல் விற்று கிடைக்கப்பெற்ற ரூ.8000/- பணமானது மீண்டும் கச்சாப்பொருளான பஞ்சு மற்றும் துணைப்பொருள் என்னும் சரக்குகளை வாங்கப் பயன்படுகிறது. இந்தச் சரக்கு மறுவுற்பத்தியில் நுழைகிறது. அதேபோல் 100 கிலோ நூலை விற்றுக் கிடைத்த ரூ.1000/- பணத்தை வைத்து மீண்டும் உழைப்புச்சக்தி என்னும் சரக்கிற்காக முதலாளி கூலி வடிவில் முன்னீடு செய்கிறார். இது ஒரு சரக்குச் சுற்றோட்டம்தான். இதேபோல் 100 கிலோ நூலை விற்றுக் கிடைத்த ரூ.1000/-ஐ முதலாளி தன்னுடைய சொந்த நுகர்வுக்குப் பண்டங்களை வாங்குகிறார். ஆகவே இதுவும் ஒரு சரக்குச் சுற்றோட்டம்தான். $c-m-c$. இதைத்தான் ஒட்டுமொத்தச் சரக்குச் சுற்றோட்ட சூத்திரமாக பார்க்கிறோம்.

சுற்றின் மூன்று வகைகளையும் சேர்த்துப் பார்க்கும்போது ஒவ்வொரு உறுப்பும் தொடக்க நிலையாகவும், இடை நிலையாகவும், மீள்வு நிலையாகவும் தெரிகிறது. நிகழ்முறை முழுவதும் உற்பத்தி நிகழ்முறை, சுற்றோட்ட நிகழ்முறை ஆகியவற்றின் ஒன்றிணைப்பாகத் தெரிகிறது. மதிப்பின் தற்பெருக்கமே தீர்மானமான நோக்கம். அதாவது இலாபம் ஈட்டுவதே பிரதானக் குறி *(Compelling Motive)* என்பது மூன்று வகைச் சுற்றுக்கும் பொதுவானது. தற்பெருக்கம் அதாவது மூலதனப் பெருக்கம் என்பது ஒரு இயக்கம். இங்கு பிரதானமாய் நமது கவனத்திற்குரியது இந்த இயக்கத்தின் வடிவம்தான் என்பதால் மூலதன மதிப்பு அதன் சுற்றை நிகழ்த்துகையில் ஆட்படக்கூடிய திடீர் மாற்றங்களை மார்க்ஸ் பரிசீலனைக்கு எடுத்துக் கொள்ளவில்லை. இந்த மதிப்பில் ஏற்படக்கூடிய திடீர் மாற்றங்களையெல்லாம் மீறி, அதைச் சமாளித்து உபரி-மதிப்பைப் படைக்கக்கூடிய வரைதான் முதலாளித்துவப் பொருளுற்பத்தி சாத்தியமாகிறது. சமுதாய மூலதனத்தின் மதிப்பில் திடீர் மாற்றம் ஏற்படுமானால், இந்த மதிப்பு மாற்ற நிலைமைகளுக்கு ஏற்பத் தகவமைய முடியாமல் தனிப்பட்ட முதலாளியின் மூலதனம் அதற்குப் பலியாகி மடிந்து போக நேரிடலாம். இந்தத் திடீர் மாற்றங்கள் அதன் கடுமையைப் பொறுத்து, அதே அளவுக்கு மூர்க்கத்துடன் செயல்பட்டு, தனிப்பட்ட முதலாளியின் முன் யோசனைகளையும், கணக்கீடுகளையும் தகர்த்துவிடுகிறது. இயல்பான உற்பத்தி, இயல்பு

மீறிய ஊக (Speculative) வாணிபத்திற்கு அடிபணிந்துவிடுகிறது. எனவே, மதிப்பு சுயேச்சை நிலை பெறுவது முதலாளித்துவப் பொருளுற்பத்தி முறைக்கே உரிய தனி இயல்பு. வெடிக்கும் எரிமலை மீது அமர்ந்திருக்கும் நிலைக்கு முதலாளித்துவ உற்பத்திமுறையை இந்த மதிப்பின் சுயேச்சை நிலை நிறுத்தி வைத்துள்ளது.

மூலதனத்தின் சுற்றோட்ட நிகழ்முறை சாதரணச் சுற்றோட்டத்தின் தொடராய் அமையும் போதுதான், பொதுவான சரக்குச்சுற்றோட்டத்தின் விதிகள் அதனை ஆளுகின்றன. அதாவது அதன் மதிப்பு வெளிச் செயல்களால் மாறாமல் இருக்கும்வரைதான். எனவே இந்த விதியை விளக்குவதற்காக மார்க்ஸ் சில அனுமானங்களை முன்வைக்கிறார். அவை:

1. சரக்குகள் அவற்றின் மதிப்பிற்கே விற்கப்படுகின்றன.
2. மூலதனத்தின் மதிப்பைக் குறைக்கும் தொழில்நுட்பப் புரட்சி கணக்கில் எடுத்துக் கொள்ளப்படவில்லை.
3. திறனுடை மூலதனத்தில் மதிப்புக்கூறுகளில் ஏற்படும் மாற்றமும் கவனியாது ஒதுக்கப்படுகிறது.

அத்தியாயம்-2

உற்பத்திக் காலம், சுற்றோட்டக் காலம், புரள்வுக் காலம்

சரக்கு உற்பத்தி நிகழ்முறைக்குத் தேவைப்படும் காலம் உற்பத்திக்காலம் ஆகும். உற்பத்தி செய்யப்பட்ட சரக்கானது சுற்றோட்டத்திற்கு வருவது கட்டாயம் நிகழ வேண்டிய செயலாகும். சுற்றோட்டத்தில்தான் சரக்குகள் விற்கப்பட்டு பணமாக மாறுவதும், மீண்டும் உற்பத்திக்குத் தேவையான சரக்குகள் விலைக்கு வாங்கப்படுவதும் நிகழ்கிறது. உற்பத்திக் காலமும் சுற்றோட்டக் காலமும் இணைந்த காலம்தான் சரக்கின் புரள்வுக் காலம் *(Turn-over Period)* ஆகும்.

ஒட்டுமொத்த உற்பத்தி நிகழ்முறையில், அதாவது சரக்குகள் உற்பத்தியில் இருக்கும்போது சில தவிர்க்கமுடியாத இயல்பான இடைநிறுத்தங்கள் ஏற்பட வாய்ப்புள்ளது. உதாரணமாக விவசாய உற்பத்தியில் அதாவது நெல் உற்பத்தியில் மண்ணைச் சீர்படுத்தி விதைப்பதற்கான பக்குவ நிலைக்குக் கொண்டுவரும்போது அதன் தொடர் உழைப்பு நிகழ்முறையில் ஒரு குறுகிய காலம் ஓய்ந்திருக்கும் காலமாகும். அதேபோல் விதைநெல் விதைக்கப்பட்டு, நாற்று வளரும்வரை மீண்டும் ஒரு இடைக்காலம் ஓய்ந்திருக்கும் காலமாகிறது. இதுபோல், நெல் கதிராக விளையும்வரை இடையிடையில் சிலகாலம் விட்டுவிட்டு ஓய்ந்திருக்கும் காலமும் ஒரு கட்டாய நிகழ்வாகும். இந்த இடைநிறுத்தம் நெல் உற்பத்தி அவசியம் கடந்தே தீர வேண்டிய காலம் ஆகும். இதேபோல் தோல் பதனீட்டுத் தொழிலிலும் தோல் பதப்படுத்தப்படும்போது உழைப்பு நிகழ்முறையில் ஒரு இடைநிறுத்தம் ஏற்படுகிறது. அதேபோல் மதுபான உற்பத்தியிலும் மது நொதிக்கும்போது ஒரு இடைநிறுத்தம் ஏற்படுகிறது. இத்தகைய இடைநிறுத்தங்கள் மதிப்பையோ, உபரி-மதிப்பையோ படைப்பதில்லை. ஏனென்றால் இந்த இடைநிறுத்தக் காலங்களில் மனித உழைப்பு உற்பத்தி நிகழ்முறையில் செலுத்தப்படுவதில்லை. ஆக, சிறிது காலம் திறனுடை மூலதனம் உற்பத்தி நிகழ்முறையில் செயல்படாமல் உள்ளுறை நிலையில் இருந்து வருகிறது. ஆனாலும் மதிப்பைச் சேமித்து வைப்பதற்கான பொறியமைவு, அதாவது மாறா-மூலதன மதிப்பு (கட்டடங்கள், இரசாயனப் பொருட்கள் போன்றவை) விகிதாச்சார அடிப்படையில் உற்பத்திப் பொருளுக்கு பெயர்த்தளிக்கப்படுகிறது. எனவேதான், உழைப்புக் காலத்திற்கும் உற்பத்திக் காலத்திற்கும் ஒரு வேறுபாடு எழுகிறது. உற்பத்திக்

காலத்தில் ஓய்ந்திருக்கும் காலத்தைக் கழித்து வருவதுதான் உழைப்புக் காலம். திறனுடை மூலதனம் கூடுமானவரை உழைப்புக் காலத்தைவிட உற்பத்திக் காலத்திற்கான மிகைப்பாட்டை (ஓய்வுக் காலத்தை) முடிந்தவரை குறைக்க முற்படுகிறது.

இதற்கு அடுத்தபடியாகச் சுற்றோட்டக் காலத்தில் *(Circulatiuon Time)* சுற்றோட்டத் துறையில் மூலதனம் சரக்கு மூலதனமாகவும் பண மூலதனமாகவும் மாறி மாறி தன்னுடைய வடிவத்தை மாற்றுகிறது. உற்பத்திப் பொருள் நுகர்வோரைச் சென்றடையச் சிறிது காலம் பிடிக்கும். இது பொருளுக்குப் பொருள் மாறுபடும். அதுவரை சரக்குகள் சிறிது காலம் ஓய்ந்திருக்கும். சுற்றோட்ட காலத்தில்தான் சரக்குகளில் பொதிந்துள்ள உபரி-மதிப்பு (இலாபம்) ஈடேற்றம் ஆகிறது. ஆனால் புதிய மதிப்பு எதுவும் படைக்கப்படுவதில்லை. உற்பத்திக் காலத்தில் உள்ளுறை மூலதனமாக ஓய்ந்திருக்கும் காலத்தை முதலாளிகள் முடிந்தவரை குறைக்க முற்படுவது போல் சரக்கு மூலதனம் அவசியம் கடக்க வேண்டிய சுற்றோட்டக் காலத்தையும் முடிந்தவரை குறைக்க முற்படுகின்றனர். ஏனென்றால், சுற்றோட்டக் காலம் மூலதனப் புரள்வுக் காலத்தை நீட்டிக்கிறது. ஆக, புரள்வுக் காலம் எவ்வளவுக்கு எவ்வளவு குறைகிறதோ, அவ்வளவுக்கு அவ்வளவு வருடாந்திர உபரி-மதிப்புத் திரள் அதிகரிக்கிறது.

அத்தியாயம்-3

சுற்றோட்டச் செலவுகள்

சரக்கின் சுற்றோட்டக் காலம் என்பது சரக்குகளின் வாங்கல் விற்றலுக்கு ஆகும் காலம் என்பதைப் பார்த்தோம். அதாவது *C – M* மற்றும் *M – C* ஆகிய விற்றல் மற்றும் வாங்கல் நிகழ்வுகள் இரண்டிலுமே உற்பத்தி முதலாளியே தனது உழைப்பு நேரத்தைச் செலவிடுகிறார். தனது சரக்குகளின் வரவு, செலவு, இருப்பு ஆகியவற்றைக் கணக்கு *(Book keeping)* வைத்துக் கொள்ள வேண்டும். அதற்காக அவர் சிலரை வேலைக்கு வைத்துக் கொள்ள நேரிடுகிறது. அத்தோடு கணக்கு வைத்திருப்பதற்கான காகிதம், பேனா, மை போன்ற எழுதுபொருள் *(Stationary Items)* ஆகியவற்றிற்கும் செலவிட வேண்டியிருக்கிறது. அதற்கான கட்டடப் பயன்பாடு உட்பட அலுவலக நிர்வாகச் செலவும் ஏற்படுகிறது. உற்பத்தி முதலாளி போலவே விற்பதற்காகச் சரக்கை வாங்கும் வணிக முதலாளியும் மேற்கூறிய செலவினங்களுக்காகப் பணத்தையும் நேரத்தையும் செலவிடுகிறார்.

இரண்டாவதாக, தங்கம் பணமாகச் செயல்படும்போது அது தேய்மானம் ஆவது நிகழ்கிறது. இந்தத் தேய்மானத்தை மாற்றீடு செய்வதற்கான செலவு அல்லது தங்கத்தை இருப்பாக வைத்துவிட்டு, காகித் நோட்டாக அச்சிடும்போது அதற்கான செலவு, அதற்கான போக்குவரத்துச் செலவு ஆகியவையும் சமூக மூலதனத்தின் சுற்றோட்டச் செலவாகும். வங்கிகள் வாடிக்கையாளர்களிடம் தங்களின் சேமிப்புப் பணப் பரிவர்த்தனைக்கு சேவைச் செலவு என்ற பெயரில் வங்கிக் கணக்கிலிருந்து எடுத்துக் கொள்வதையும் உதாரணமாகக் கொள்ளலாம். இச் செலவுகள் முழுக்க முழுக்க பொருளுற்பத்தியின் சமூக வடிவத்திலிருந்து எழுபவை. சுற்றோட்ட நிகழ்முறைக்காகச் சமுதாயச் செல்வத்திலிருந்து தண்டமாய் செலுத்த வேண்டியிருக்கும் பகுதியான இவை அனைத்துமே திறனிலாச் செலவினமே.

மூன்றாவதாக, சரக்கின் சேமிப்புச் செலவுகள், சரக்குகள் விற்கும் வரை சரக்கிருப்பாய், சேமிப்புக் கிடங்குகளில் தேங்கியிருப்பது அவசியமாகிறது. அதற்கான கட்டடங்கள், பண்டக சாலைகள் தேவைப்படுகின்றன. இதற்கான செலவுகள் கருத்தியல் அடிப்படையில் பார்க்கும்போது சரக்குகளின் மதிப்பில் சேர்வதில்லை. இத்தகைய சுற்றோட்டச் செலவுகள் முதல் இரண்டு சுற்றோட்ட வகைச் செலவினத்திலிருந்து வேறுபடுபவை. குறிப்பிட்ட பயன்விளைவைப்

பெறுவதற்குத் தேவையான மூலதனமும் உழைப்பும் அதிகமாகிவிடுகின்றன. எனவே கருத்தியல் ரீதிக்கு மாறாக இத்தகைய சுற்றோட்டச் செலவுகள் சரக்கின் மதிப்பில் ஓரளவு சேர்ந்து சரக்குகளின் விலையை அதிகரிக்கச் செய்பவை. எனவே, இவையும் திறனிலாச் செலவுகளே *(Unproductive Costs).*

மேலே குறிப்பிட்ட சுற்றோட்டச் செலவுகளுடன் வேறு சில செலவுகள் தவிர்க்க முடியாமல் ஏற்படுகின்றன. உற்பத்தி நடைபெறும் இடத்தில் கச்சாப்பொருள், துணைப்பொருள் முதலானவை நாள்தோறும், வாரந்தோறும் தீர்ந்து போவதால், எப்போதுமே அதிக அளவில் சேமிப்பில் இருக்க வேண்டும். உற்பத்தி நிகழ்முறை தங்கு தடையின்றி நடைபெற வேண்டுமானால் இந்தச் சேமிப்பு தேவைப்படுகிறது. இதற்கான சேமிப்புச் செலவும் சுற்றொட்டச் செலவின் அங்கமாகிறது.

இப்போது நம்முன் ஒரு கேள்வி எழுகிறது. சரக்கை வாங்குபவர் சேமிப்புச் செலவுகளைத் தான் வாங்கும் விலையில் சேர்த்துக் கொடுப்பாரா? மிகவும் யோசிக்க வேண்டிய விசயம். சந்தையில் போட்டி இப்படி யோசிக்க வைக்கிறது. ஒரு முதலாளி வாடிக்கையாளரைப் பார்த்து "உனக்கு விற்பதற்காக இந்தச் சரக்கை இத்தனை காலம் பாதுகாத்து வைத்திருந்தேன். அதற்காக எனக்குக் கூடுதல் செலவு ஆகிவிட்டது. எனவே அதற்கான விலையையும் சேர்த்துக் கொடு" என்றால் வாடிக்கையாளர் சிரிக்கிறார். வாடிக்கையாளர் கூறுகிறார், "இன்னொரு முதலாளி உற்பத்தி செய்த அதே வகைப் பொருள் உற்பத்தியான அடுத்த கணமே சந்தைக்கு வந்து விட்டது. எத்தகைய கூடுதல் செலவும் இல்லை. அப்படியிருக்க அந்தச் சரக்கை வாங்கினால், நான் கூடுதலான விலை கொடுக்க வேண்டிய அவசியமில்லை. என் முடிவு இதுதான்." சரக்கை வாங்குகிறவர் சுற்றோட்டத் துறையில் அதன் சேமிப்புக் காலத்துக்காக விலை ஏதும் கொடுப்பதில்லை.

ஆனாலும் சமுதாயத்தின் கண்ணோட்டத்தில் மூலதனத்தின் ஒரு பகுதி, அது உற்பத்தி முதலாளியின் கையில் இருந்தாலும் சரி, அவரின் முகவரான வணிக முதலாளியின் கையில் இருந்து செயல்பட்டாலும் சரி, சரக்கிருப்பின் வடிவில் இருந்தே ஆக வேண்டும். அதற்காகக் கூடுதல் மூலதனம் தேவைப்படுகிறது. எனவே, இதற்கான செலவுகள் சுற்றடியாக உற்பத்தி நிகழ்முறையில் கிடைக்கப் பெறும் உபரி-மதிப்பிலிருந்து கழிக்கப்படும் செலவினமாகிறது. நேரடியாக வணிக மூலதனத்திற்கு, அவரின் மூலதனத்திற்கான வருவாய் சராசரி

இலாபமாக கிடைக்கப் பெறுகிறது. இதுபற்றி மூலதன நூலின் மூன்றாவது பகுதியில் மார்க்ஸ் விரிவாக ஆய்வு செய்துள்ளார்.

போக்குவரத்துச் செலவுகள்

சரக்குப் பரிவர்த்தனையில் நுகர்விற்கான இடப்பெயர்ச்சி அவசியமாகிறது. உற்பத்தி செய்த இடத்திலிருந்து பரவலாக உள்ள நுகர்வுச் சந்தையை அடைவதற்கு போக்குவரத்துச் செலவுகள் மிகவும் அவசியமாகின்றன. உற்பத்தித் துறை போன்றே, திறனுடை மூலதனம் இத்துறையிலும் முதலீடு செய்யப்பட்டு, போக்குவரத்துச் செய்யும் பண்டங்களின் மதிப்பை உயர்த்துகிறது. போக்குவரத்துத் தொழில் தனியொரு சேவைத் தொழிலாக நடைபெறுவதால், இதிலும் மதிப்புருவாக்கம் ஏற்பட்டு, இத்தொழிலில் ஈடுபடுத்தப்படும் தொழிலாளர்களால் உபரி-மதிப்பு படைக்கப்படுகிறது. எனவே இங்கும் சந்தையின் சமுதாய மதிப்பு விதி ஆளுகிறது. எனவே போக்குவரத்துத் தொழிலில் உற்பத்தித் திறன் உயரும்போது போக்குவரத்துச் செலவு குறைகிறது. பயணம் செய்யும் தூரத்திற்கேற்ப அதிகரிக்கிறது. எனவே சரக்குகளில் சேரும் மதிப்பின் அறுதிப் பருமன் போக்குவரத்துச் செலவுகளை உள்ளடக்கியதாகிறது.

பகுதி-2

மூலதனப் புரள்வு

அத்தியாயம்-4

புரள்வுக் காலமும் புரள்வுகளின் எண்ணிக்கையும்

குறிப்பிட்ட மூலதனத்தின் முழுப் புரள்வுக் காலம் என்பது அதன் சுற்றோட்டக் காலத்தையும் அதன் உற்பத்திக் காலத்தையும் கூட்டி வருவதாகும் என்பதைப் பார்த்தோம். எளிதாக விளக்கும் பொருட்டு கீழ்க்கண்டவாறு குறித்துக் கொள்வோம்:

T – புரள்வுக் காலத்தை அளவிடும் அலகாகிய காலம். எளிமையின் பொருட்டு இது ஒரு வருடமாக வைத்துக் கொள்ளப்படுகிறது.

t என்பது குறிப்பிட்ட மூலதனத்தின் புரள்வுக் காலம்

n என்பது குறிப்பிட்ட மூலதனப் புரள்வுகளின் எண்ணிக்கை உதாரணத்திற்கு, புரள்வுக் காலம் $t = 3$ மாதம் என்றால், புரள்வுகளின் எண்ணிக்கை,

$n = 12/3 = 4$; மூலதனம் ஆண்டுக்கு 4 முறை புரள்கிறது.

4.1 நிலை-மூலதனமும், சுழல்-மூலதனமும் *(Fixed Capital and Circulating Capital)*

மூலதனம் முதல் பகுதியில் நாம் மாறா-மூலதனம் மற்றும் மாறும்-மூலதனம் பற்றி விரிவாகப் பார்த்தோம். இந்தப் பகுதியில் நிலை-மூலதனம், சுழல்-மூலதனம் என்றால் என்ன? இவை எப்படி மாறா-மூலதனத்திலிருந்தும், மாறும்-மூலதனத்திலிருந்தும் வடிவ அடிப்படையில் வேறுபடுகிறது என்பதைப் பார்க்கப் போகிறோம். மாறா-மூலதனத்தைப் பொதுவாக விளக்கும் போது அது உழைப்பின் அடிக்கூறான கச்சாப்பொருள், துணைப்பொருள் போன்ற உற்பத்தியின் போது முழுவதும் நுகரப்படும் பொருள்களை வாங்கத் தேவைப்படும் மூலதனமாகப் பார்த்தோம். அதேபோல் கட்டடங்கள், இயந்திரங்கள் தமது மதிப்பின் ஒரு பகுதியை உற்பத்தியின் போது தேய்மான வடிவில் உற்பத்திப் பண்டங்களுக்குப் பெயர்த்திடுகின்றன என்றும் பார்த்தோம். இந்தத் தேய்மானத்துக்குச் சமமான மதிப்பைமட்டும் மாறா மூலனத்தில் சேர்த்தோம். இப்போது இதையே சிறிது வேறுபடுத்திப் பார்க்க இருக்கிறோம்.

நீண்ட காலம் உற்பத்தியில் நீடித்து இருக்கக்கூடிய கட்டடங்கள், இயந்திர சாதனங்கள், உற்பத்திக் கருவிகள் போன்றவற்றை நாம் நிலை-

மூலதனம் என்று கூறுகிறோம். ஏனென்றால் இவை உற்பத்தியில் ஈடுபட்டாலும், அவற்றின் மதிப்பை ஒரு குறிப்பிட்ட மூலதனப் புரள்வுக் காலத்தில் மட்டும் இழந்து விடுவதில்லை. சன்னம் சன்னமாகத் தமது மதிப்பை உற்பத்திப் பண்டங்களுக்குப் பெயர்த்திடுகின்றன. ஆனாலும் மீண்டும், மீண்டும் அவற்றின் மதிப்பைத் தொடர்ந்து இழந்து வந்தாலும் அவற்றின் ஆயுட்காலம் வரை உற்பத்தியில் பங்காற்றுகின்றன. எனவேதான் நீண்ட காலம் உற்பத்தியில் ஈடுபடும் இத்தகைய கட்டடங்கள், இயந்திரசாதனங்களின் மதிப்பு அதிகமாக உள்ளது. அதாவது கூடுதல் மூலதனம் முன்னீடு செய்ய வேண்டிய அவசியம் எழுகிறது. இவற்றை நாம் உழைப்புச் சாதனம் *(Instruments of Labour)* என்று அழைக்கிறோம். எப்போதுமே அவற்றின் மதிப்பின் ஒருபகுதி அதில் நிலைத்திருக்கிறது. இந்தச் சிறப்புத் தன்மைதான் மாறா-மூலதனத்தின் இந்தப் பகுதியை நிலை-மூலதனம் என்னும் வடிவம் பெறச்செய்கிறது. உற்பத்தி நிகழ்முறையில் முன்னீடு செய்யப்படும் மூலதனத்தின் அடிக்கூறுகள் எல்லாம் சுற்றியோடும் மூலதனம் அல்லது சுழல்-மூலதனம் என்று அழைக்கப்படுகின்றன. அதாவது கச்சாப்பொருள், துணைப்பொருள்களான உற்பத்திச் சாதனங்களுக்கும், உழைப்புச் சக்திக்காக முன்னீடு செய்யப்படும் கூலிக்குமான மூலதனம் சுழல்-மூலதனம் என்று அழைக்கப்படுகிறது. இவை உழைப்பு நிகழ்முறையில் முழுவதும் நுகரப்பட்டு புதிய பொருளின் மதிப்பில் வெளியாகின்றன. ஆனால், கூலி எப்படிச் சுழல்-மூலதனம் ஆகும் என்று கேட்கலாம். அது எப்படியென்றால், திறனுடை மூலதனத்தில் உழைப்புச் சக்திக்காக முன்னீடு செய்யப்படும் பகுதி புதிய மதிப்பாக உற்பத்திப் பொருளுக்கு முழுமையாகப் பெயர்க்கப்படுகிறது. (இப்போது உபரி-மதிப்பை பரிசீலிக்காமல் விட்டுவிடுகிறோம்)

உற்பத்திக் கருவிகள் அவையே ஒரு சரக்காக உற்பத்திச் செய்யப்படும் போதும், உற்பத்தி செய்யப்பட்டபின் சரக்கு மூலதனமாக சந்தையில் சுற்றியோடும் போதும் நிலை-மூலதனமாகி விடுவதில்லை. இந்த இயந்திர சாதனங்களை உற்பத்தி செய்த முதலாளிக்கு இது ஒரு விற்பனைச் சரக்கே. அது வேறு ஒரு முதலாளியால் வாங்கப்பட்டு முற்றிலும் வேறான புதியதொரு சரக்கை உற்பத்தி செய்யும் நிகழ்முறையில் பங்கேற்கும் போதுதான் நிலை-மூலதன வடிவை எடுக்கிறது. அதேபோல இழுவைக்கால்நடைகள் விவசாய உற்பத்தியில் ஈடுபடும்போது நிலை-மூலதனம் ஆகும். அதுவே அடித்துச் சாப்பிடுவதற்காகப் பயன்பட்டால், அது முன்போல் நிலை-மூலதனமாகவோ, உழைப்புச் சாதனமாகவோ

செயல்படுவதில்லை. அதேபோல் வியாபார நோக்கில் இறைச்சிக்காக வளர்க்கப்படுகையில் கச்சாப்பொருளாகிக் கடைசியில் உற்பத்தியில் சேருகின்றன. எனவே பொருள்களின் பயன்பாட்டைப் பொறுத்து வேறுபடுத்திப் பார்க்கத் தெரிய வேண்டும். அதேபோல் பொத்தாம் பொதுவாக ஒரே இடத்தில் நிலைத்திருக்கும் அசையாப் பொருள்கள்தாம் நிலை-மூலதனம் என்று பார்ப்பதும் பிழையாகிப் போகிறது. போக்குவரத்துத் துறையில் செயல்படும் இரயில், கப்பல், பேருந்து இதற்கு உதாரணம். இடம் பெயர்தல் இதன் பௌதிகப் பண்பாகும். இப்படி வேறுபடுத்திப் பார்க்கத் தெரியாமல்தான் அரசியல் பொருளாதாரவாதிகள் மாறா-மூலதனத்துக்கும் நிலை-மூலதனத்துக்கும் இடையே இருக்கும் வேறுபாட்டைக் காணத் தவறுகிறார்கள்.

திறனுடை மூலதனம்தான் நிலை-மூலதனமாகவும், சுழல்-மூலதனமாகவும் பிரிக்கப்படுகிறது. வாசகர்களுக்குச் சுழல்-மூலதனத்தைப் புரிந்து கொள்வதிலும் சிறிது குழப்பம் ஏற்பட வாய்ப்புள்ளது, ஏனென்றால், நாம் சுற்றோட்ட மூலதனத்தைப் பற்றி சற்று முந்தைய பகுதியில்தான் பார்த்தோம். ஆக, இந்தச் சுற்றோட்ட மூலதனமும், சுழல்-மூலதனமும் ஒன்றா என்ற சந்தேகம் எழலாம். சுழல்-மூலதனத்திற்கும் *(Circulating Capital)*, சுற்றோட்ட மூலதனத்திற்கும் *(Circulation Capital)* உள்ள வேறுபாட்டை மறந்து விடக்கூடாது. சரக்கு மூலதனமும், பண மூலதனமும் சுற்றோட்ட மூலதனம் எடுக்கும் வடிவங்கள். இவை சுழல்-மூலதனம் அல்ல.

நிலை-மூலதனத்தின் அடக்கக் கூறுகள், அதாவது அதன் மதிப்பு தொடர்ந்து மாறாமல் இருப்பதில்லை என்பதைப் பார்த்தோம். அது உற்பத்தியில் ஈடுபட்டாலும், ஈடுபடவில்லையென்றாலும் தொடர்ந்து மதிப்பை இழந்து வருகிறது. அதாவது தேய்மானம் ஏற்படுகிறது. அதேபோல, அதன் பௌதிகத் தேய்மானத்தோடு சேர்ந்து, கௌரவ மதிப்பிறக்கமும் ஏற்படுகிறது. இது உற்பத்தி நிகழ்முறையில் ஏற்படும் தேய்மானமாக இல்லாமல், இயற்கைப் பேரிடரால் ஏற்படும் மதிப்பிறக்கம் ஆகும். உதாரணம். ஓராண்டு காலப் போக்குவரத்தைக் காட்டிலும் ஒரு மாத காலக் கடும்பனி இருப்புப் பாதைக்கு கூடுதலான பாதிப்பை ஏற்படுத்துகிறது. போட்டி காரணமாகவும், இயந்திரங்களின் ஆயுள் காலத்திற்கு முன்பே புதிய இயந்திரங்களின் வரவால், பழைய இயந்திரங்கள் மாற்றீடு செய்யப்படும் நிலை உருவாகிறது. ஆக இவையும் மதிப்பிறக்கத்திற்கு வழி செய்கின்றன. நிலை-மூலதனம் படிப்படியாக ஆண்டு தோறும் மாற்றீடு செய்யப்படுவதில்லை. மாறாக அதன் ஆயுள்கால முடிவில்தான் மொத்தமாக மாற்றீடு செய்யப்படுகிறது.

அதேபோல் ஒவ்வொரு இயந்திரமும் அதன் ஆயுளைப் பொறுத்து வெவ்வேறு காலங்களில் மாற்றீடு செய்யப்பட வேண்டியுள்ளது. இந்த நிலை-மூலதனம் உற்பத்தியில் தொடர்ந்து ஈடுபட்டு, தேய்மானத்தின் பகுதியானது உற்பத்திப் பொருளில் மதிப்புப் பெயர்ப்பாகச் சேர்ந்து, பின்பு சரக்கு விற்பனையில் மாற்றீடு செய்யப்பட்டு, சேம நிதியில் சேர்ந்து தங்கி விடுகிறது என்றும் ஏற்கெனவே பார்த்தோம். இந்தச் சேம நிதிதான் கட்டடங்கள், இயந்திரங்களை மாற்றீடு செய்வதற்கும், இயந்திரங்களின் திறனை உயர்த்துவதற்கும் பயன்பட்டு விரிதிற உற்பத்திக்கும் வழி செய்கிறது.

நிலை-மூலதன மாற்றீட்டைப் பார்த்தோம். நிலை-மூலதனம் உற்பத்தியில் நீடித்திருக்கும் காலத்தில் சில மராமத்துச் செலவுகளும் அவசியமாகின்றன. நிலை-மூலதனத்தைப் பழுதின்றி பராமரிப்பதற்கென்றே குறிப்பிட்ட அளவு உழைப்புச் செலுத்தப்பட வேண்டும். இயந்திரத்தை அவ்வப்போது சுத்தம் செய்ய வேண்டும். கிரீஸ் இட வேண்டும். உடைந்த சில பகுதிக் கூறுகளை மாற்ற வேண்டும். ஆக இதுபோன்ற உழைப்பு வகையில் செலவிடப்படும் மூலதனம், உழைப்பு நிகழ்முறையில் சேராத போதும், அதனைச் சுழல்-மூலதனமாகவே வகைப்படுத்த வேண்டும். இந்த உழைப்பின் மதிப்பு தொடர்ந்து உற்பத்திப் பொருளின் மதிப்பால் மாற்றீடு செய்யப்பட வேண்டும். எனவே, இதற்கான செலவினம் திறனிலாச் செலவுகளுக்கான சுழல்-மூலதனப் பகுதியைச் சேர்ந்தது. மராமத்து வேலைகளுக்கான செலவுகள் முற்றிலும் தற்செயலானவையே. ஒரு குறிப்பிட்ட முதலாளி ஒரு குறிப்பிட்ட வருடத்தில் இவ்வாறு மராமத்துச் செலவுகள் அதிகமாகி விட்டன என்று கூறி உற்பத்திச் சரக்கின் விலையை தன்னிச்சையாக ஏற்றிட முடியாது. நாம் ஏற்கெனவே பார்த்த சரக்கின் மதிப்பு நிர்ணயத்தில் எப்படிச் சமூக அவசிய சராசரி உழைப்பே தீர்மானிக்கிறதோ, அதேபோலச் சமூக அவசிய சராசரி மராமத்து செலவினங்களே சரக்கின் மதிப்பில் சேருகின்றன. தேய்மானத்தையும், மராமத்தையும் சமுதாயத்தின் சராசரி அடிப்படையில் நிர்ணயிக்கும்போது தவிர்க்க முடியாமலே பெருத்த ஏற்றத் தாழ்வு ஏற்படுகிறது. மராமத்துச் செலவுகளை வருவாய்க் கணக்கில் சேர்க்காமல், மூலதனக் கணக்குக்கு மாற்றுவது, இலாபத்தைச் செயற்கையாக உயர்த்திக் கொண்டு, இயக்குநர்கள் தங்களுக்குள் பிரித்துக் கொண்டு கொள்ளையடிப்பதற்கு வழி செய்கிறது. இது பல தொழில் நிறுவனங்களிலும் நடைபெற்று ஊக வாணிகத்தில், பங்குச் சந்தையில், பங்கின் மதிப்பைச் செயற்கையான முறையில் உயர்த்த வழி செய்கிறது. சரக்கு மூலதனத்திலிருந்து பண மூலதனமாக மாற்றப்படும்

பணமானது நிலை-மூலதனத்தை ஒரு குறிப்பிட்ட காலக்கெடுவில் மாற்றீடு செய்ய வேண்டியதன் காரணமாக, அந்தப் பண மூலதனத்தின் ஒரு பகுதி சேமிப்பு நிதியாகவும், இன்னொரு பகுதி சுற்றோட்டத்திலும் தொடர்ந்து சுற்றி வருகிறது.

4.2 முன்னீடு செய்யப்படும் மூலதனத்தின் ஒட்டுமொத்தப் புரள்வு புரள்வுச் சகடங்கள் *(Turn over Cycles)*

மொத்த மூலதனத்தில் ரூ. *80,000* நிலை-மூலதனம் என்றும் ரூ. *20,000* சுழல்-மூலதனம் என்றும் கொள்வோம். நிலை-மூலதனமான ரூ. *80,000* பத்து ஆண்டுகளில் அதன் மதிப்பை இழக்கிறது என்று கொள்வோம். அப்படி என்றால் வருடத்திற்கு ரூ. *8,000* பண வடிவத்திற்குத் திரும்புகிறது. சுழல்-மூலதனமான ரூ. *20000* ஆண்டுக்கு *5* முறை புரள்கிறது. அப்படியென்றால் ஓராண்டில் புரள்கிற மூலதனம் ரூ. *1,08,000*. ஆகவே மதிப்புப் புரள்வதற்கான காலம் வேறு. நிலை-மூலதனத்தின் மறு உற்பத்திக்கு உள்ளபடியே ஆகும் காலம் என்பது வேறு. நமது உதாரணத்தில், முன்னீடு செய்யப்படும் மூலதன மதிப்பு, பல புரள்வுகளான ஒரு சகடத்தை நிகழ்த்தியாக வேண்டும். இந்தச் சகடம் *10* வருடாந்திரப் புரள்வுகளால் ஆனது. இந்தச் சகடம் காலவட்ட முறையிலான நெருக்கடிக்கான பொருளாயத அடித்தளமாகிறது.

4.3 நிலை-மூலதனம், சுழல்-மூலதனம் குறித்துச் தொல்சீர் பொருளாதாரவாதிகளின் தவறான கொள்கைகள்

தொல்சீர்ப் பொருளாதாரவாதிகள் நிலை-மூலதனத்தையும், சுழல்-மூலதனத்தையும் மாறா-மூலதனம் மற்றும் மாறும்-மூலதனத்தோடு குழப்பி வந்தனர். இவர்களுள் முதன்மையானவர்கள் கெனே, ஆதாம் ஸ்மித் மற்றும் ரிக்கார்டோ முதலானோர். நிலை-மூலதனத்துக்கும் சுழல்-மூலதனத்துக்கும் இடையே இருக்கும் வேறுபாட்டை, கெனே ஆரம்ப முன்னீடுகள் மற்றும் வருடாந்திர முன்னீடுகளுக்கு இடையில் இருக்கும் வேறுபாடாகக் கருதுகிறார். வேளாண்மை மூலதனத்தை மனதில் வைத்துத்தான் இந்த முடிவுக்கு அவர் வந்தார். ஆனால் இந்தக் கருத்தினத்தை அனைத்து விதமான மூலதன முன்னீடுகளுக்கும் அதாவது திறனுடை மூலதனம் ஒவ்வொன்றுக்கும் பொதுவான கருத்தாக வளர்தெடுத்துச் சென்றது ஆதாம் ஸ்மித் செய்த தவறாகும். மேலும் ஆதாம் ஸ்மித் அடுத்தடுத்து நடைபெறும் பரிவர்த்தனை மூலம்தான் இலாபம் கிடைக்கும் என்று கூறுவதன் மூலம், வணிக மூலதனத்தை சுழல் மூனதனத்தோடு சேர்த்துக் குழப்புகிறார். ஆனால் மார்க்ஸ், ஆதாம் ஸ்மித் எதைச் சுழல்-மூலதனம் என்று கூறுகிறாரோ, அதைச் சுற்றோட்ட மூலதனம் *(Capital of Circulation)* என்று தெளிவாக

வரையறை செய்கிறார். ஸ்மித் செய்யும் அடுத்த தவறு என்னவென்றால், பொருட்களை அவற்றின் உள்ளார்ந்த தன்மையை வைத்து, நிலை-மூலதனமாகவோ சுழல்-மூலதனமாகவோ வகைப்படுத்துவது. ஆனால் மார்க்ஸ் இதையே மாற்றி நிலை-மூலதனம், நிலையில்லாத மூலதனம் என்ற நிர்ணயிப்புகளும்கூட உழைப்பு நிகழ்முறையிலும், மதிப்பைப் படைக்கும் நிகழ்முறையிலும் இந்த மூலதனக் கூறுகள் வகிக்கும் பாத்திரங்களை அடிப்படையாகக் கொண்டது என்று கூறுகிறார். ஏனென்றால் ஒரே உழைப்புச் சாதனம் ஒரு நேரத்தில் உற்பத்திச் சாதனமாகவும், இன்னொரு நேரத்தில் நுகர்வுச் சாதனமாகவும் பயன்படுவதுண்டு. உதாரணம்:- கட்டடங்கள், கால்நடைகள்.

ரிக்கார்டோ செய்யும் தவறு என்னவென்றால், நிலை-மூலதனம் உழைப்புக் கருவிகளுக்கு ஈடானது, சுழல்-மூலதனம் உழைப்புக்காக முதலீடாகும் மூலதனத்துக்கு ஈடானது என்று வகைப்படுத்தியதே ஆகும். உழைப்பைப் பராமரிக்க வேண்டிய மூலதனம் எதை உற்பத்தி செய்கிறது? அது உழைப்பாளர்களின் நுகர்வுப் பண்டத்தை உற்பத்தி செய்கிறது. எனவே இந்த நுகர்வுப் பண்ட உற்பத்திக்கான மூலதனமே ரிக்கார்டோ பார்வையில் சுழல்-மூலதனமாக வகைப்படுத்தப்படுகிறது. இங்கே சுழல்-மூலதனம் மாறும்-மூலதனத்தோடு சேர்த்துக் குழப்பப்படுகிறது.

அத்தியாயம்-5

வேலைக் காலம்

இது நாம் ஏற்கெனவே பார்த்த உழைப்புக் காலம், உற்பத்திக் காலத்தோடு தொடர்புடையதுதான். இந்த வேலைக் காலம் என்பது ஒவ்வொரு உற்பத்தித் துறையிலும் வேலை-நாளின் கால அளவு 8 மணி நேர அளவு என்பதிலிருந்து எழுவதாகும். ஆனால் வேலைக் காலம் ஒன்றாக இருந்தாலும், உற்பத்தி செய்யக் கூடிய பொருள்கள் அதன் தன்மை அடிப்படையில் மாறக் கூடியது. உதாரணத்திற்கு நூல் உற்பத்தி செய்யும் துறையையும், கார் உற்பத்தி செய்யும் துறையையும் எடுத்துக் கொள்வோம். இரண்டு துறையிலுமே உழைப்பாளர்களின் வேலை நேரம் ஒரு நாளைக்கு 8 மணி நேரம்தான். நூல் உற்பத்தித் துறையில் உற்பத்தி செய்யப்படும் நூல் ஒவ்வொரு நாளும், ஒவ்வொரு வாரமும் குறிப்பிட்ட அளவு உற்பத்தியாகிறது. அது அளவிடக் கூடியது. அதாவது நூலானது ஒவ்வொரு நாள் உற்பத்தியிலும் துண்டு துண்டாகப் பகுபடும் தன்மை *(discrete)* உடையது. ஆனால், கார் உற்பத்தி, அடிப்படையில் வேறானது. அது ஒரு தொடர் நிகழ்முறை *(Continuous process)*. மூன்று மாத முடிவில்தான் ஒரு கார் முழுமையாக உற்பத்தியாகி வெளிவருகிறது. எனவே இரு துறைகளிலும் அன்றாட உழைப்பின் கால அளவு ஒன்றாக இருந்தாலும், சரக்கு மூலதனமாக மாறுவதில் கால அளவு வேறுபடுகிறது. இதுதான் ஒரு குறிப்பிட்ட சரக்கு உற்பத்தியின் வேலைக் காலம் என்பது.

மூலதனம் ஒன்றாக இருந்தாலும், ஒவ்வொரு சரக்கின் உற்பத்தியிலும் புரள்வு வேகம் மாறுபடுகிறது. புரள்வு வேகம் எவ்வளவுக்கு எவ்வளவு குறைவாக இருக்கிறதோ, அவ்வளவுக்கு அவ்வளவு, உற்பத்தியில் ஈடுபத்தப்படும் திறனுடை மூலதனத்தின் அளவு குறைகிறது. ஆனால் புரள்வுக் காலம் அதிகமாக இருக்கும்போது முன்னீடு செய்யப்பட வேண்டிய மூலதனத்தின் அளவு அதிகரிக்கிறது. எனவேதான் வேலைக் காலம் அதிகம் பிடிக்கும் துறைகளான பாலம் கட்டுதல், நெடுஞ்சாலை போடுதல், இரயில் தண்டவாளம் அமைத்தல் போன்றவை அரசின் வசம் ஒப்படைக்கப்படுகின்றன.. நீண்ட காலம் பிடிக்கும் என்பதால் தனிப்பட்ட முதலாளிகள் இதில் முன்னீடு செய்ய வருவதில்லை. முதலாளித்துவ உற்பத்திக்கு முந்தைய காலகட்டங்களில் இவை கட்டாய வேலை கொண்டு செய்யப்பட்டன.

நீண்ட காலம் பயன்-மதிப்பைத் தரக்கூடிய கட்டடங்கள் கட்டும் துறையை எடுத்துக் கொண்டோமென்றால், ஒரு குறிப்பிட்ட

வாடிக்கையாளருக்காக வீடு கட்ட ஒப்பந்தம் செய்யும் ஒப்பந்தக்காரர், வீட்டின் கட்டுமானச் செலவை, வீடு கட்டி முடிக்கப்படும் அளவைப் பொறுத்து *(Stages)*, தவணையில்தான் பயனாளியிடமிருந்து பெறுகிறார். இது அவருக்குப் பெரிய அளவில் இலாபத்தைக் கொடுத்துவிடுவதில்லை. ஆனால் இன்று வீடு கட்டும் நிறுவனங்கள், பெரிய பகாசுர நிறுவனமாக வளர்ந்து, நூற்றுக் கணக்கான அடுக்கு மாடிக் குடியிருப்புகளைக் கட்டி, வீடு கட்டும் தொழிலை மிகப் பெரிய சந்தையாக மாற்றி விட்டன. வீடு கட்டுவதற்கான முதலீடுகள் பெற்றுத் தரும் இலாபத்தைவிட நிலங்களுக்கான மதிப்பு ஏற்றம், இந்தத் துறையில் மிகப்பெரிய பாதிப்பை ஏற்படுத்தி, அசுர வேகத்தில் வளரும் நிலைக்கு உயர்த்தியுள்ளது. அடமானம், மறு அடமானம் வைத்து மூலதனத்தைத் திரட்டுகின்றனர். ஆனாலும் இந்தத் தொழிலில் நெருக்கடி வருவதற்கு வாய்ப்பு மிகமிக அதிகம். முன்பணத் தவணைகள் தரப்படாமல் தடை பெற்றால், இந்தத் தொழிலில் சுணக்கம் ஏற்படுகிறது. நல்ல விலை வரும்வரை காத்திருக்க வேண்டும். இது சாத்தியமில்லை. எனவே ஒன்றுக்குப் பாதி அடக்க விலைக்கு ஏலத்துக்கு விட வேண்டியதுதான். அல்லது அடமானம் பெற்றுக் கடன் கொடுத்த வங்கியைத் திவாலாக்கும் நிலைக்கு இந்த நெருக்கடி தள்ளி விடுவதும் உண்டு. இந்த நெருக்கடிக்கான ஒரு சமீபத்திய உதாரணம், *2008*-ல் அமெரிக்காவில் வீட்டு அடமானக் கடன் நெருக்கடியில் பல்வேறு வங்கிகள் திவாலாகிப் போயின. இதனைத் தொடர்ந்து ஐரோப்பிய நாடுகளும் சிக்கலில் மாட்டிக் கொண்டன. அமெரிக்க அரசு தலையிட்டு வங்கிகளைக் காப்பற்ற வேண்டிய நிர்ப்பந்த நிலை உருவாகியது. மிகை உற்பத்தியின் விளைவு, பொருளாதார நெருக்கடியைக் கொண்டுவரும் என்பதற்கான அண்மைய ஆதாரமாக இதனை எடுத்துக் கொள்ளலாம்.

பண்ணைத் தொழிலிலும் இதே நிலைமைகள்தாம் நெருக்கடியைத் தோற்றுவிக்கின்றன. ஏனென்றால் அனைத்துத் துறைகளுமே முதலாளித்துவ உற்பத்தி நிகழ்முறைக்கு உட்படுத்தப்பட்டுச் சராசரி இலாபமே ஆளும் விதியாகி விடுகிறது என்பதால், பண்ணைகளில் கால்நடைகள் நுகர்வுக்காகவே வளர்க்கப்படுவதால், நில வாடகை, வரி ஆகியவை செலுத்தும் பொருட்டு, இந்தக் கால்நடைகள் அதன் உற்பத்திக் காலத்துக்கு முன்பாகவே அதாவது *5* அல்லது *6* மாதங்கள் அதன் முழு வளர்ச்சிவரை காத்திருப்பதற்குப் பதில் *3* மாதங்களிலேயே கசாப்புக் கடைக்குச் சென்று விடுகின்றன.

இந்தியாவில் கிராமப் பொருளாதார சூழலில் மாடு வளர்ப்பதை மார்க்ஸ் விதிவிலக்காக, பொதுவான முதலாளித்துவப்

பொருளுற்பத்திக்கு மாறான உதாரணமாக இங்கு பதிவிட்டுள்ளார். அதாவது, ”இந்தியாவில், உழுது பயிரிடும் விவசாயி பசியால் வாடுகிறார். அவரது மாடுகள் குறை ஏதுமின்றி கொழுத்திருக்கின்றன. பருத்த காளை பக்கத்திலிருக்க, இந்து விவசாயி பட்டினியால் மடியவும் தயாராக இருக்கிறார். மூட நம்பிக்கையின் விதிமுறைகள் தனியாளுக்கு வேண்டுமானால் கொடுமை மிக்கனவாய் தெரியலாம். ஆனால் சமுதாயத்தை அவை பேணிக் காப்பவை. உழைக்கும் கால்நடைகளின் பராமரிப்பு, பயிர்த்தொழிலின் சக்தியையும், வருங்கால வாழ்வையும், வளமைக்குமான ஆதாரங்களையும் பாதுகாக்கிறது. இது இரக்கமற்றதாகவும், துயரம் வாய்ந்ததாகவும் தொனிக்கலாம். ஆயினும் இந்தியாவில் ஒரு மனிதனை இழந்தால் ஓரளவு எளிதாய் ஈடுசெய்ய முடிகிறது. ஒரு காளையை இழந்தால் அவ்வளவு எளிதாய் ஈடு செய்ய முடிவதில்லை” – (தகவலறிக்கை, கிழக்கிந்தியா, சென்னை-ஒரிசாப் பஞ்சம். எண்-4, பக்கம் 44). இதைக் கூறும்போது மார்க்ஸ் மனுதர்ம சாஸ்திரம், அத்தியாயம் X, விதி 62-ல் கூறப்படுவதுடன் மேற்கொண்ட தகவலறிக்கையை ஒப்பிட்டு, பின்வருமாறு கூறுகிறார்: “அந்தணனையோ பசுவையோ காப்பாற்றும் பொருட்டு கைம்மாறு கருதாமலே உயிரைத் துறப்பதால், இழிகுலத்தில் பிறந்தோரும் சொர்க்கம் அடையலாம்.” இதுதான் இன்றளவும் இந்தியக் கிராமப்புற விவசாய மக்கள் மீது தாக்கம் செலுத்தி வருகிறது. இதைத்தான் இந்து மதவாத சக்திகளும் அரசியல் ஆதிக்கத்திற்கான காரணியாகப் பயன்படுத்தி, மக்களையும் நாட்டையும் துண்டாடி வருகின்றன.

உழைப்புக் காலமும், ஓய்ந்திருக்கும் காலமும் சேர்ந்ததுதான் உற்பத்திக் காலம் என்பது நாம் ஏற்கெனவே முந்தைய பகுதியில் பார்த்தோம். இப்படி ஓய்ந்திருக்கும் காலத்தில் திறனிலாச் செலவுகள் ஏற்பட வாய்ப்பு உள்ளது. எனவே முடிந்தவரை அத்தகைய செலவினங்களைக் குறைப்பதில் திறனுடை மூலதனம் பெரும் முயற்சி செய்கிறது. இத்தகைய முயற்சியின் ஒரு வெளிப்பாடுதான் வேளாண் துறையில் நடைபெறும் பயிர்ச்சுழற்சி முறை. ஆனாலும் உற்பத்தித் துறையில், கச்சாப்பொருள் தட்டுப்பாடு இல்லாமல் கிடைக்கும் பொருட்டு, அவசிய முன்கூட்டிய மூலதன முன்னீடு - உள்ளுறைத் திறனுடை மூலதனம் (Potential productive capital) மிகவும் அவசியமாகி விடுகிறது. இந்தத் தவிர்க்க முடியாத செலவினங்களோடு சரக்கின் சுற்றோட்டத்திலும் சில தவிர்க்க முடியாத செலவினங்கள் ஏற்படுகின்றன. விற்பனைக் காலம் என்பது சரக்கு மூலதனம் அவசியம் சந்திக்க வேண்டிய, கடந்து செல்ல வேண்டிய காலமாகும். இந்தக் காலத்தில் சேமித்தல், சிப்பங்கட்டுதல், போக்குவரத்து

ஆகியவற்றிற்கான செலவினங்களைச் சரக்கு மூலதனம் சந்திக்கிக்கிறது. அதேபோல் சந்தைக்குக் கொண்டு செல்வதில் தூரம் ஒரு காரணியாகிறது. கடல் போக்குவரத்து என்பது ஒரு தனி நிறுவனமாக உருவாகிறது. சரக்குகள் தொலைதூர தேசங்களில் விற்றுத் தீர்ப்பதற்கு ஒரு கால அவகாசம் தேவைப்படுவதால் சரக்கு மூலதனம் திறனுடை மூலதனமாக உடனடியாக மாறி, உற்பத்தி நிகழ்முறை தொடர்ந்து நடைபெற கடன் செலாவணி முறை வகை செய்கிறது. உற்பத்தி தொடர்ந்து நடைபெற வேண்டுமென்றால் மூலதனம் பண மூலதன வடிவில் இருப்பது அவசியம். எனவே சேமிப்பு நிதி *(Reserve fund)* நீண்ட காலத்திற்குத் திரட்டப்பட வேண்டும் என்பது விதியாகி விடுகிறது.

புரள்வுக் காலத்தை நாம் ஏற்கெனவே பார்த்தோம். ஒரு வருடத்தில் ஒரு குறிப்பிட்ட மூலதனம் எத்தனை முறை புரள்கிறது என்பதைப் பொறுத்து முன்னீடு செய்யப்படும் மூலதனத்தின் அளவு கூடவோ குறையவோ செய்கிறது. ஒரு குறிப்பிட்ட உற்பத்திக் கிளையில் புரள்வுக் காலம் நீடிப்பதற்கு ஏற்ப மூலதனம் அதிக அளவில் தேவைப்படுவதால், அந்தக் கிளையில் உற்பத்தியில் ஈடுபடும் முதலாளி மூலதன அளவைக் குறைக்க முயலலாம். ஆனால் இது அவர் தொடர்ந்து உற்பத்தியில் ஈடுபடுவதற்கு உகந்த செயலாக இருக்க முடியாது. போட்டி அவரை அப்படிச் செய்ய விடுவதில்லை. மாறாக, அவர் தன்னுடைய சரக்குச் சுற்றோட்டத்தில் விற்கப்பட்டு பண மூலதனமாக திரும்பி வரும்வரை உற்பத்தியை நிறுத்தவும் முடியாது. உற்பத்தி தொடர்ந்து நடைபெற வேண்டுமென்றால், கூடுதல் மூலதனத்தை கைவசம் வைத்துக் கொண்டுதான் உற்பத்தியைத் தொடர்ந்து நடத்திவர வேண்டும்.

உதாரணமாக ஒரு குறிப்பிட்ட சரக்கான தையல் இயந்திர உற்பத்திக்கு 5 வாரம் ஆகும் என்று வைத்துக் கொள்வோம். அது சுற்றோட்டத்தில் சென்று விற்றுப் பண மூலதனமாக மாற அடுத்து ஒரு 5 வாரம் ஆகிறது என்று வைத்துக் கொள்வோம். ஆகமொத்தப் புரள்வுக் காலம் 10 வாரம். 5 வார உற்பத்திக் காலத்தில் 100 தையல் இயந்திரம் உற்பத்தியாவதாக வைத்துக் கொள்வோம். அதற்குத் தேவைப்படும் ஆரம்ப மூலதன அளவு ரூ. 1 லட்சம் என்றால், தற்போது 5 வார முடிவிலும் உற்பத்தி தொடர்ந்து நடைபெற வேண்டுமென்றால் ரூ. 2 லட்சம் கையிருப்பில் இருக்க வேண்டும். ஓராண்டின் காலம் 50 வாரம் என்று வைத்துக் கொண்டோம் என்றால், ஓராண்டில் உற்பத்தியான தையல் இயந்திரங்களின் அடக்க விலை 10 லட்சம் ரூ.பாய் மதிப்புடையது. இவ்வாறு வேலைக் காலங்களையும், புரள்வுக் காலங்களையும் பின்வருமாறு குறிக்கலாம்:

வேலைக் காலம்	வாரம்	சரக்கின் மதிப்பு ரூபாயில்	மீள்வு
1	*1-5*	*1,00,000*	*10* வது வார முடிவில்
2	*6-10*	*1,00,000*	*15* வது வார முடிவில்
3	*11-15*	*1,00,000*	*20* வது வார முடிவில்
4	*15-20*	*1,00,000*	*25* வது வார முடிவில்
5	*21-25*	*1,00,000*	*30* வது வார முடிவில்

இவ்வாறு மேலும் *50* வாரம் வரை....

ஆரம்ப மூலதனம் ரூ. *2,00,000* முதல் சரக்கின் சுற்று முடிவதற்குள் முதல் இரண்டு வேலைக்காலமான *10* வாரத்திற்குத் தேவைப்பட்டாலும், முதல் மீள்வுக் காலமான *10*-வது வார முடிவில் சரக்கு விற்றுப் பண மூலதனம் திரும்பிவிடுவதால், இந்த ரூ. *1,00,000* லட்சம் விடுவிக்கப்படுகிறது. எனவே தொடர்ந்து உற்பத்தி நடைபெற, மேற்கொண்டு கூடுதல் மூலதனம் தேவையின்றி உற்பத்தி தொடர்ந்து நடைபெற உதவுகிறது.

இப்போது நாம் மொத்த சமுதாய மூலதனத்தை எடுத்துக் கொள்கிறோம். ஒவ்வொரு தொழில் கிளையிலும் வெவ்வேறு வேலைக் காலமும் புரள்வுக் காலமும் இருப்பது தவிர்க்க முடியாதது. ஆகவே, சமுதாய மூலதனம் புரளும் ஒவ்வோர் ஆண்டும் பல தடவை புரள்கிற சமுதாயச் சுழல்-மூலதனத்தில் மிகக் கணிசமான பகுதி, வருடாந்திரப் புரள்வுச் சகடத்தில் குறிப்பிட்ட காலத்துக்கொரு முறை விடுவிக்கப்படும் மூலதனமாக இருந்துவரும். மேலும், அனைத்துக் காரணிகளும் சமமாய் இருக்க விடுவிக்கப்படும் மூலதனத்தின் பருமனானது உழைப்பு நிகழ்முறையின் பரிமாணம், உற்பத்தியின் அளவு வீதம் கூடுதலாகும் போது, அதாவது முதலாளித்துவப் பொருளுற்பத்தியின் வளர்ச்சியைத் தொடர்ந்து அதிகரித்துச் செல்கிறது என்பது தெளிவு. ஆனால் சுற்றோட்டக் காலமும், புரள்வுக் காலமும், சரக்குகளின் விலையும் மாறும் தன்மையுடையவை.

எனவே, உற்பத்தியின் அளவு வீதமும், உற்பத்தி அடிக்கூறுகளின் விலையும், உற்பத்திப் பொருள்களின் விலையும் மாறாதிருக்க, சுற்றோட்டக் காலமும், புரள்வுக் காலமும் அதிகரிப்பதால், முன்னீடு செய்யப்படும் மூலதனத்தின் அளவு அதிகமாகிறது. சுற்றோட்டக் காலம் குறுகிவிடுவதைத் தொடர்ந்து சமுதாய மொத்த மூலதனம் குறைய

வாய்ப்புள்ளது. இரண்டாவதாக, மற்றெல்லா நிலைமைகளும் மாறாதிருக்க, உற்பத்திக்கான மூலப் பொருளின் விலை மட்டும் மாறுவதால், அதற்கு ஏற்றபடி சமுதாய மொத்த மூலதனமும் மாற்றம் பெறுகிறது. அதாவது மூலப் பொருள்களின் விலை குறையும் போது, அதற்கு ஏற்ற விகிதத்தில் சமுதாய மூலதனம் குறைகிறது. ஆனால் உற்பத்திப் பொருளின் சந்தை விலையில் வீழ்ச்சி ஏற்படுமாயின், மூலதனத்தின் ஒருபகுதி பறிபோகிறது. இதனைப் பண மூலதனத்தின் புதிய முன்னீட்டைக் கொண்டு மாற்றீடு செய்தாக வேண்டும். ஆனால் விற்பவரின் இழப்பு, வாங்குகிறவருக்கு ஆதாயமாகிவிடுகிறது. ஆகவே இழப்பும் ஆதாயமும் நேர் செய்துவிடுகின்றன. இதனால் மொத்தச் சமுதாய மூலதனத்தின் அளவில் மாற்றமின்றித் தொடர்கிறது. அதாவது, மூலதனத்தின் விடுப்பும், கூடுதல் தேவையும் சமன் செய்து கொள்கின்றன.

மாறும்-மூலதனத்தைக் கொண்டு புரள்வுக் காலத்தைக் கணக்கிடும்போது, முதலாளிக்கு புரள்வுக் காலத்தின் அளவு குறைவது மிகவும் பயனுள்ளதாக இருக்கிறது. உதாரணமாக *A, B* ஆகிய இரண்டு முதலாளிகளை கணக்கில் எடுத்துக் கொள்வோம். இருவருமே ஒரே அளவு வேலையாட்களைத்தாம் ஒவ்வொரு வாரமும் வேலைக்கு அமர்த்துகின்றனர். கூலியின் வீதமும் ஒன்றேதான். அதாவது 5 வார காலத்திற்கு கூலிக்கு ஆகும் செலவு ரூ. 5000 தான். *A* முதலாளி உற்பத்தி செய்கிற சரக்கு 5 வாரத்திற்கு ஒரு முறை புரள்கிறது. ஆனால் *B* முதலாளி உற்பத்தி செய்யும் சரக்கு வருடத்திற்கு ஒரு முறைதான் புரள்கிறது. உபரி-மதிப்பு வீதம் இரண்டு துறையிலும் 100% தான். இப்போது *A* முதலாளி, ரூ. 5000 மாறும்-மூலதனத்தை வைத்து, 5 வார முடிவில் ரூ. 5000 மதிப்பிலான உபரி-மதிப்பைப் பெற்றுவிடுகிறார். வருட முடிவில் அவர் ரூ. 5000 X 10 = ரூ. 50000 உபரி-மதிப்பைப் பெற்றுவிடுகிறார். ஆனால் அவர் முன்னீடு செய்த மாறும்-மூலதனம் ரூ. 5000 மட்டும்தான். எனவே அவரின் உபரி-மதிப்பு வீதம் ஒரு ஆண்டுக்கு 50000/5000 x 100 = 1000%. ஆனால் *B* முதலாளியைப் பொறுத்தவரை அவர் ஆண்டு முடிவில்தான் சரக்கை விற்றுப் பண மூலதனமாக மாற்றுகிறார். ஒவ்வொரு 5 வாரத்திற்கும் ரூ. 5000 -ஐ முதலீடு செய்வதால் ஆண்டு முடிவில் அவரின் மாறும்-மூலதன மதிப்பு ரூ. 50000 ஆகும். அவர் உற்பத்தியில் ஈடுபடுத்திய தொழிலாளர்கள் (100% உபரி-மதிப்பு) ரூ. 50000 உபரி-மதிப்பை ஆண்டு முடிவில் *B* முதலாளிக்குப் பெற்றுத் தருகின்றனர். எனவே ஓராண்டில் அவர் ஈடுபடுத்திய மொத்த மாறும்-மூலதனம் ரூ. 50000. உபரி-மதிப்பு ரூ. 50000. ஆனால் ஆண்டு முடிவில் அவரின் உபரி-மதிப்பு வீதம் 50000/50000 X 100 = 100%. ஆக இரண்டு

முதலாளிக்கும் வருட முடிவில் உபரி-மதிப்புத் திரள் அதாவது ரூ. 50000 ஒன்றாக இருந்தாலும், *A* முதலாளி ஆரம்ப முன்னீடாக ரூ. 5000 -ஐ மாறும்-மூலதனமாக வைத்து உற்பத்தியைத் தொடங்குகிறார். ஆனால் *B* முதலாளியைப் பொறுத்தவரை ரூ. 50000 -ஐ மாறும்-மூலதனத்திற்காக முன்னீடு செய்வது அவசியமாகிறது. எனவே *A* முதலாளிதான் அதிக இலாபம் அடைகிறார். எனவே புரள்வுக் காலத்தைக் கூடுமானவரை குறைப்பதுதான் சமுதாய மூலதனத்தின் விருப்பமாக இருக்கிறது.

ஓராண்டுக் காலத்தில் உற்பத்தி செய்யப்படும் உபரி-மதிப்பின் திரள் மாறாதிருப்பதாயினும், புரள்வுக் காலத்திலான வேறுபாடு வருடாந்திர உபரி-மதிப்பு வீதத்தில் வேறுபாட்டைத் தோற்றுவிக்கிறது என்பதைத் தெரிந்து கொண்டோம். ஆனாலும், உபரி-மதிப்பை மூலதனமாக மாற்றுவதான திரட்டலிலும், ஓராண்டுக் காலத்தில் உற்பத்தி செய்யப்படும் உபரி-மதிப்பின் அளவிலும் வேறுபாடுகள் தவிர்க்க முடியாதபடி எழுகின்றன. உபரி-மதிப்பு முழுவதும் *A* மற்றும் *B* முதலாளி இருவரின் சொந்த நுகர்வுக்கே சென்றுவிட்டால் உபரி-மதிப்பு, மூலதனமாக மாறுவதில்லை. இது சாமானிய மறுவுற்பத்தியில் நிகழ்வது. ஆனால் விரிதிற மறுவுற்பத்தியில் கதை வேறு. இரண்டு முதலாளிகளும் வருடாந்திரச் சொந்த நுகர்வில் 50% குறைத்துக் கொள்கிறார்கள் என்று வைத்துக் கொள்வோம். *A* முதலாளியைப் பொறுத்தவரை ரூ. 2500 கூடுதல் மூலதனம் ஒவ்வொரு 5 வாரத்திலும் மூலதனத் திரட்டலில் சேர்ந்து வருட முடிவில் ஒப்பளவில் இன்னும் கூடுதலான, அதாவது 10 முறை புரள்வதால் இந்தத் திரட்டல் மூலதனம் ரூ. 25000-க்கும் கூடுதலாக இருக்கக் காண்கிறோம். ஆனால் *B* முதலாளியைப் பொறுத்தவரை வருட முடிவில் அவர் ரூ. 25000 -ஐ மட்டுமே மூலதனத் திரட்டலில் செலுத்த முடியும். அதேபோல *A* முதலாளி தனது உபரி-மதிப்பு வருவாயிலிருந்தே ஒவ்வொரு 5 வார முடிவில் சொந்த நுகர்வைச் செய்ய முடிகிறது, ஆனால் *B* முதலாளியைப் பொறுத்தவரை அவர் சொந்த நுகர்வுக்காகக் கூடுதல் பணத்தைக் கையில் இருப்பு வைத்துச் செலவளிப்பது, தவிர்க்க முடியாதது ஆகிவிடுகிறது. உபரி-மதிப்பு வருட முடிவில் கைவரப் போவதை எதிர்பார்த்து அது முன்கூட்டியே செலவிடப்படுகிறது. பணம் இதற்காக முன்னீடு செய்யப்பட்டாக வேண்டும்.

பகுதி-3

மொத்த சமுதாய மூலதனத்தின் மறுவுற்பத்தியும் சுற்றோட்டமும்

மூலதனம் முதல் பாகத்தில் மூலதனத்தின் மறுவுற்பத்தியை மார்க்ஸ் ஆய்வு செய்தபோது சாமானிய மறுவுற்பத்தியை ஒரு குறிப்பிட்ட கிளையில் ஒரு தனி முதலாளியை மையாக வைத்து ஆய்வு செய்தார். இங்கு மொத்த சமுதாய மூலதனத்தின் மறுவுற்பத்தியை சாமானிய மறுவுற்பத்தி அடிப்படையில் ஆய்வு செய்கிறார். தன்னுடைய ஆய்வைத் தொடங்கும்போது இதுகுறித்துப் பல்வேறு தொல்சீர்ப் பொருளாதாரவாதிகளின் கருத்துக்களையும் விளக்கங்களையும் விமர்சனத்துக்கு உட்படுத்துகிறார். கெனே, உபரி-மதிப்பு விவசாயத்துறையில்தான் படைக்கப்படுகிறது என்கிற தனது கருத்தை ஒட்டி மொத்த சமுதாய மூலதனத்தின் மறுவுற்பத்தியை விளக்குகிறார். விளையும் பொருள் முழுவதுமே பயன்பாட்டுக்குரிய பொருள் என்ற முறையில் கடந்த வருட உழைப்பின் புதிய விளைவே என்றாலும், அதன் ஒருபகுதி அதேபோது பழைய மூலதன மதிப்பின் சேமிப்பகமாகி, பழைய தசையுருவிலேயே மீண்டும் காட்சியளிக்கிறது. மதிப்பும், உபரி-மதிப்பும் விவசாயக் கூலி உழைப்பாளர்களால்தான் படைக்கப்படுகிறது என்பதைக் கூறி அது நுகர்வுக்காகச் சுற்றோட்டத்தில் சுற்றியோடுகிறது என்று கூறிவிட்டு, அதில் ஒருபகுதி சுற்றியோடுவதற்குப் பதில் அதன் உற்பத்தியாளர்களாகிய சாகுபாடியாளர்களின் கையிலேயே தங்கி, மூலதனமாகத் திரும்பவும் தன் சேவையைத் தொடர்ந்து மேற்கொள்கிறது என்கிறார். அதாவது மாறா-மூலதனத்தின் பகுதியாக மறுவுற்பத்திக்குத் திரும்புகிறது என்று கூறுகிறார். அதாவது விதைநெல் போன்ற பொருள் வடிவத்தில் மாறா-மூலதனமாகத் திரும்புகிறது என்று கெனே வாதிடுகிறார். பிசியோக்கிராட்டுகளின் கருத்தமைவில் விவசாயத் துறையில் முதலாளித்துவப் பொருளுற்பத்தியின் தன்மை இருப்பதை அவர்கள் மறைமுகமாக ஒத்துக் கொள்வதை மார்க்ஸ் அங்கீகரிக்கிறார்.

ஆனால் ஆதாம் ஸ்மித் மறுவுற்பத்தி நிகழ்முறையைக் கெனேயைத் தொடர்ந்து ஆராயும் போது தவறுமேல் தவறுகளைப் புரிகிறார். ஆதாம் ஸ்மித்தின் பொதுவான கண்ணோட்டம் கீழ்க்கண்டவாறு அமைந்திடுகிறது: “ஒவ்வொரு சமுதாயத்திலும் ஒவ்வொரு சரக்கின் விலையும், அந்த மூன்று பகுதிகளில் *(கூலி, இலாபம், வாடகை)* ஏதேனும் ஒன்றாகவோ, அல்லது மூன்றுமாகவோ முடிவில்

பகுக்கப்பட்டுவிடுகிறது. வளர்ச்சியடைந்த ஒவ்வொரு சமுதாயத்திலும் மிகப் பெரும்பாலான சரக்குகளின் விலையில் இம்மூன்றுமே அடக்கக் கூறுகளாகச் சேருகின்றன .... கூலி, இலாபம், வாடகை எல்லாவிதமான வருவாய்க்கும், அதேபோல் பரிவர்த்தனை செய்துகொள்ளத் தக்க மதிப்பு அனைத்துக்குமான மூன்று மூலத் தோற்றுவாய்கள் ஆகும்''.

அதாவது ஆதாம் ஸ்மித்தின் பார்வையில், வருடாந்த்திரச் சமுதாய உற்பத்தி முழுவதுமே மேற்கூறிய வருவாயின் மூன்று கூறுகளின் ஆதாரமாக விளங்குவதாகும். அவை முழுவதும் அந்த வருவாயைப் பிரித்துக் கொள்ளும் அந்த மூன்று வர்க்கத்தாரால் முழுவதும் நுகரப்பட்டு விடுவதாகவும் முடிவுக்கு வருகிறார். சமுதாயத்தின் மறுவுற்பத்திக்கு வரும் மூலதனத்தைப் பற்றி விவரிக்கும்போது அதை நேரடியாக விளக்காமல் கள்ளத்தனமாக சுற்றி வளைத்துக் கூற முற்படுகிறார். நிகர வருவாய் என்ற பதத்தை உபயோகித்து, இது வருடாந்திர மொத்த உற்பத்தியிலிருந்து பராமரிப்புச் செலவைக் கழித்த பின்னர் வருவதாகும் என்று வாதிடுகிறார். ஆதாம் ஸ்மித்தின் கருத்துப்படி இந்த பராமரிப்புச் செலவு என்பது நிலை-மூலதனத்தையும், சுழல்-மூலதனத்தையும் குறிப்பது ஆகும். இதுதான் அவர் கருத்துப்படி சமுதாய மறுவுற்பத்திக்கு மீண்டும் மூலதனமாக வருவதாகும். இதிலிருந்து நாம் தெரிந்து கொள்வது என்னவென்றால், ஆதாம் ஸ்மித் சாமானிய மறுவுற்பத்தி பற்றி மட்டுமே இங்கு கூறுகிறார் என்பதாகும். ''உழைப்புக்கான விலையாகிய கூலியானது, தொழிலாளர்களின் இருப்புக்கும், உற்பத்திப் பண்டமானது, யாருடைய ஜீவிதமும், வசதியும், கேளிக்கையும் அந்தத் தொழிலாளர்களின் உழைப்பால் கூடுதலாக்கப்படுகின்றனவோ அந்த ஏனையோரின் இருப்புக்கும் போய்ச் சேருகின்றன'' என்கிறார் ஆதாம் ஸ்மித். ஆனால் உழைப்பாளி கூலியாகத் தரப்படும் பணத்தை உண்டு வாழ முடியாது. அவர் சமுதாய உற்பத்திப் பண்டத்தின் ஒரு பகுதியாகிய நுகர்வுப் பண்டத்தை நுகர்ந்துதான் உயிர் வாழ முடியும்.

உற்பத்தி செய்யப்பட்ட சரக்கின் மதிப்புத்தான் நுகர்வுப் பண்டங்களின் மதிப்பாகவும், உற்பத்திச் சாதனங்களின் மதிப்பாகவும் இருப்பதை ஆதாம் ஸ்மித் மறந்து விடுகிறார். இதில்தான் உழைப்புக்கான கூலியின் மறுவுற்பத்தி மதிப்பும், மாறா-மூலதன மதிப்பும் அடங்கியிருக்கிறது என்பதையும் சரக்கு மதிப்பிலிருந்து மாயமாய் மறைய வைக்கப் பார்க்கிறார். இது அவர் செய்யும் அடிப்படைத் தவறு. அடுத்ததாக, வருடாந்திர உற்பத்திப் பண்டங்களின் மதிப்பைப் புதிதாய் உற்பத்தி செய்யப்பட்ட வருடாந்திர மதிப்புக்குச்

சமமாக்குவதில் அவர் அடுத்த தவற்றைச் செய்கிறார். புதிதாய் உற்பத்தி செய்யப்பட்ட வருடாந்திர மதிப்பு என்பது அந்தக் குறிப்பிட்ட வருட சமுதாய உழைப்பின் உற்பத்தி மட்டுமே ஆகும். ஆனால் வருடாந்திர மொத்த உற்பத்திப் பண்டங்களின் மதிப்பு என்பது முந்தைய ஆண்டிலும் அதற்கும் முற்பட்ட ஆண்டுகளிலும்கூட உற்பத்தியான மதிப்புக் கூறுகளும் அடங்கியதாகும். உதாரணத்திற்கு, வருட ஆரம்பத்தில் கச்சாப்பொருளாக முன்னீடு செய்யப்படும் மூலதனம் என்பது கடந்த ஆண்டு உழைப்பின் உற்பத்தியாகும். அதாவது பழைய உழைப்பின் உறைந்த மதிப்புப் பகுதியாகும் *(Dead labour)*. இந்த உற்பத்தியின் அடிக்கூறோடு இந்த வருட உயிரோட்டமான உழைப்பு *(Living Labour)* புதிய மதிப்பை உற்பத்திப் பண்டத்தில் சேர்க்கிறது. எனவே ஆண்டு முடிவில் உற்பத்தியான உற்பத்திப் பண்டங்களின் மொத்த விலை என்பது கச்சாப்பொருளின் அதாவது மாறா-மூலதனத்தின் மதிப்பையும், இந்த ஆண்டின் உழைப்பின் அதாவது மாறும்-மூலதனத்தின் மதிப்புச் சேர்ப்பையும் கூட்டி வருவதாகும். ஆனால் குறிப்பிட்ட வருடாந்திர மதிப்பு *(GDP – Gross Domestic Product)* என்பது ஓராண்டு காலத்தில் செலவாகிய பயனுள்ள உழைப்பின் விளைவாகும். இவ்வாறு வேறுபடுத்திப் பார்க்க அவர்கள் தவறி விடுகின்றனர்.

அடுத்ததாக வருவாயையும், மூலதனத்தையும் ஒன்றாகச் சேர்த்து குழப்புகிறார் ஆதாம் ஸ்மித். அதாவது, "திறனுடைத் தொழிலாளர்களின் பராமரிப்புக்காக முன்னீடு செய்யப்படும் மூலதனப் பகுதி ... அவருக்கு (முதலாளிக்கு) மூலதனமாகப் பயன்பட்டபின் ... அவர்களுக்கு (உழைப்பாளர்களுக்கு) மூலதன வருவாயாகிறது" என்கிறார். இது முற்றிலும் தவறாகும். முதலாளி தான் வாங்குகிற உழைப்புச் சக்திக்குத் தரும் பணமானது, முதலாளிக்கு மூலதனமாகப் பயன்படுவது எப்படியென்றால், முதலாளி உழைப்புச் சக்தியை மூலதனத்தின் பொருட்கூறுகளில் சேர்த்துவிடுவதால்தான். ஆனால் வேறுபாடு என்னவென்றால், உழைப்புச் சக்தி உழைப்பாளர்களின் கையில் ஒரு சரக்கே தவிர, மூலதனமன்று; தாம் உயிர் வாழ்வதற்காகத் தொடர்ந்து அதை விற்றுக் கொண்டிருக்கும்வரை மட்டும்தான் அது அவருக்கு வருவாயாகிறது. விற்கப்பட்ட பிறகு முதலாளி கையில் அது மூலதனமாகக் காட்சியளிக்கிறது. எனவேதான் சரக்கின் மதிப்பை இலாபம், வாடகை மற்றும் கூலியின் கூறுகளாகப் பிரிக்கும் தவற்றைச் செய்கிறார் ஆதாம் ஸ்மித். இங்கு இருமுறை பணியாற்றுவது உழைப்புச் சக்திதான். உழைப்புச் சக்தியின் பயனை, முதலாளிக்குக் கிடைக்கச்செய்த பிறகே, உழைப்பின் உற்பத்திப் பொருளின் மதிப்பில்

அது ஈடேற்றம் பெற்ற பிறகே, முதலாளியிடமிருந்து அவருக்குப் பணம் (கூலி) கிடைக்கிறது என்பதுதான் உண்மை. கூலியை மொத்தச் சரக்கு மதிப்பின் அடக்கக் கூறாக்கியதுதான் ஸ்மித் செய்த அடிப்படைத் தவறு. உழைப்பாளி ஓயாமல் மறுவுற்பத்தி செய்திடும் இந்தப் புதிய மதிப்பு, அவருக்கு வருவாய் ஆதாரமாகிறது. ஆனால், மறுதலையாக, அவர் உற்பத்தி செய்யும் புதிய மதிப்பின் அடக்கக் கூறாவது இல்லை.

ஆதாம் ஸ்மித்தின் பிழையற்ற பகுதியாய் இருப்பது ஒன்றே ஒன்றுதான். அதாவது வருடாந்திர உழைப்பினால் புதிதாய்ப் படைக்கப்படும் மதிப்பு, அதாவது வருடாந்திரச் சரக்கு உற்பத்தியில் அடங்கியிருப்பதான இந்த மதிப்பு, மாறும்-மூலதனத்தின் மதிப்பையும், உபரி-மதிப்பையும் கூட்டி வருவதற்குச் சமம் என்பதை மட்டும் ஏற்றுக் கொள்ளலாம். உபரி-மதிப்பு முழுவதும் முதலாளியின் தனி நுகர்வில் சேர்கிறது. சாமானிய மறுவுற்பத்தியில் இதுதான் நடைபெறுகிறது. ஆக, இந்த அடிப்படையில் கிடைக்கும் உழைப்பாளியின் நுகர்வு நிதியமும், முதலாளியின் நுகர்வு நிதியமும் நுகர்வுப் பண்டங்களின் நுகர்வுக்குச் செலவாகிறது.

ஆதாம் ஸ்மித்தின் தவற்றையே ரிக்கார்டோவும் தொடர்ந்து செய்கிறார். "நாட்டின் உற்பத்திப் பொருட்கள் எல்லாம் நுகரப்பட்டு விடுகின்றன என்றே கொள்ள வேண்டும்..." என்று ரிக்கார்டோ வாதிடுகிறார். ஆனால் ஒரு விசயத்தில் ரிக்கார்டோ, ஆதாம் ஸ்மித்தின் கருத்திலிருந்து வேறுபடுகிறார். உபரி-மதிப்பின் அடக்கக் கூறாகிய நில-வாடகையை உபரி-மதிப்பின் ஓர் அடக்கக் கூறு அல்ல என்று சொல்லி நீக்கி விடுகிறார். இவ்வாறு மூலதனத்துக்கும் வருவாய்க்கும் இடையில் உள்ள வேறுபாட்டில் குளறுபடி செய்யும் தொல்சீர்ப் பொருளாதாரவாதிகளின் போக்கை அம்பலப்படுத்தி சாமானிய மறுவுற்பத்தியை அதன்தூய வடிவில் மார்க்ஸ் ஆய்வுக்குட்படுத்துகிறார்.

அத்தியாயம்-6

சாமானிய மறுவுற்பத்தி

இப்பகுதியில் சமுதாயம் முழுமைக்குமான சரக்கு உற்பத்தியையும், அதன் மறுவுற்பத்தி நிகழ்முறையையும் விளக்குவதே நோக்கமாகும். சமுதாய மூலதனத்தின் மறுவுற்பத்தி நிகழ்முறை எப்படி நடைபெறுகிறது, தனிப்பட்ட மூலதனத்திலிருந்து வேறுபடுத்திக் காட்டும் சிறப்பியல்புகள் யாவை, இரண்டுக்கும் இடையிலான பொதுவான சிறப்பியல்புகள் யாவை என்பதை மார்க்ஸ் தன் ஆய்வுக்கு உட்படுத்தி வெளிக்கொணர்ந்துள்ளார்.

மார்க்ஸ் ஆராய்ச்சிக்கு உட்படுத்தும் சுற்றோட்ட வடிவம்:

$$C' - \begin{cases} M - C \;.....P\; .....C' \\ m - c \end{cases}$$

சமுதாயத்தின் மொத்த உற்பத்தி இரு பெரும் துறைகளாகப் பிரிக்கப்படுகிறது:

I. உற்பத்திச் சாதனங்களின் (*Means of Production*) உற்பத்தி: திறனுடை நுகர்வுக்காகப் பயன்படும் சரக்கு உற்பத்தித் துறை. உதாரணம்: பஞ்சு, நூல், நிலக்கரி, உற்பத்திக் கருவிகள், இயந்திர சாதனம் போன்ற சரக்கு உற்பத்தித் துறை.

II. நுகர்வுப் பண்டங்களின் (*Articles of Consumption*) உற்பத்தி: முதலாளி வர்க்கம் மற்றும் உழைப்பாளி வர்க்கம் ஆகியோரின் சொந்த நுகர்வுக்கான பண்டங்கள். உதாரணம்: அரிசி, கோதுமை, சட்டை, சைக்கிள், இரண்டு சக்கர வாகனம், வீடு போன்ற சரக்குகளின் உற்பத்தித் துறை.

இந்த இருபெரும் துறைகளைச் சார்ந்த மூலதனம் இரு பகுதிகளாகப் பிரிக்கப்படக் கூடியதாகும். அவை மாறும்-மூலதனம் மற்றும் மாறா-மூலதனம். உழைப்புச் சக்திக்காகச் செலவிடப்படும் மூலதனம் மாறும்-மூலதனம். இதை மாறும் சுழல்-மூலதனம் என்றும் அழைக்கலாம். மாறா-மூலதனம் மீண்டும் இருவேறு மூலதனமாகப் பிரிக்கப்படுகிறது. ஒன்று, நிலை-மூலதனம். கட்டடங்கள், இயந்திர சாதனங்கள் வடிவில் உற்பத்தியில் நீண்ட காலம் நிலைத்து நின்று பங்கேற்கும் மூலதனம். இன்னொன்று, ஒரு குறிப்பிட்ட மூலதனப் புரள்வில் உற்பத்தியில் முழுவதுமாக நுகரப்படும் கச்சாப்பொருள்கள் மற்றும் துணைப்பொருள்கள்.

I. உற்பத்திப் பண்டங்களின் உற்பத்தி
மூலதன மூன்னீடு
4000C + 1000V = 5000
சரக்கு உற்பத்தியில் நிகழ்வது
4000C + 1000V + 1000S = 6000

II. நுகர்வுப் பண்டங்களின் உற்பத்தி
மூலதன முன்னீடு
2000C + 500V = 2500
சரக்கு உற்பத்தியில் நிகழ்வது
2000C + 500V + 500S = 3000

இரண்டிலும் மொத்தச் சரக்கு உற்பத்தி மதிப்பு 6000 + 3000 = 9000. நிலை-மூலதனம் இரண்டிலுமே அதன் இயல்பான வடிவில் இருந்து வருவதாகவும், மொத்த மதிப்பில் இது சேரவில்லை என்றும் அனுமானித்துக் கொள்கிறோம்.

துறை-2 -ஐச் சேர்ந்த 500 ஆகிய கூலியும், உபரி-மதிப்பாக முதலாளிக்குக் கிடைக்கும் 500-ம் இந்தத் துறையிலேயே உற்பத்தி ஆகிய வாழ்வுச்சாதனப் பண்டங்களின் நுகர்வுக்காகச் செலவிடப்பட்டு விடுகிறது. இது 500V + 500S -ன் மதிப்பு அடங்கிய உற்பத்திப் பண்டத்தின் நுகர்வுக்குச் சமம். ஆக 1000 மதிப்புடைய நுகர்வுப் பண்டம் இவ்வாறு நுகரப்பட்டுவிடுகிறது. இதேபோல் துறை-1 -ஐச் சேர்ந்த உழைப்பாளர்களின் கூலியாகிய 1000-ம் அதேபோல் முதலாளி கைக்குச் செல்லும் உபரி-மதிப்பாகிய 1000-ம் துறை-2 -ஐச் சேர்ந்த நுகர்வுப் பண்டத்திற்காகச் செலவிடப்பட்டுவிடுகிறது. இது துறை-2 -ல் உற்பத்தியாகிய மாறா-மூலதன மதிப்புக்குச் சமமான 2000 மதிப்புள்ள நுகர்வுப் பண்டத்தை நுகர்வதால் நடைபெறுகிறது. இப்போது துறை-2 -ஐச் சேர்ந்த முதலாளிகள் தங்களுடைய 3000 மதிப்புள்ள மொத்த நுகர்வுப் பண்டத்தில் தன்னுடைய சொந்த நுகர்வாகிய 500 -ஐக் கழித்தபின் மீதி 2500-ல், 500-ஐ மீண்டும் மறுவுற்பத்திக்காகக் கூலியின் முன்னீடாகவும் (மாறும்-மூலதன முன்னீடு), ரூ. 2000 -ஐ வைத்துத் துறை-1 -ன் உற்பத்திச் சாதனப் பண்டத்தை வாங்கித் தன்னுடைய மாறா-மூலதனமாகவும் மாற்றிக் கொள்கிறார். இவ்வாறு துறை-1 -க்கும் துறை-2 -க்கும் இடையில் பொருள்கள் மாற்றீடு செய்யப்பட்டு நுகரப்பட்டபின் தற்போது மிஞ்சி இருப்பது துறை-1 -ல் இருக்கக் கூடிய 4000C -க்குச் சமமான உற்பத்திச் சாதன பண்டங்களின் வடிவில் உள்ள சரக்குகளே ஆகும். இவை துறை-1 -ஐச் சேர்ந்த முதலாளிகளிடையே பரஸ்வரம் பரிவர்த்தனை செய்து கொள்ளப்படுகின்றன.

துறை-1 -க்கும் துறை-2 -க்கும் இடையில் சாமானிய மறுவுற்பத்தியும், நுகர்வும் அதைத் தொடர்ந்து ஒட்டுமொத்த மூலதனத்தின்

சுற்றோட்டமும் முதலாளித்துவ சமுதாய முழுமைக்கும் எப்படி நடைபெறுகிறது என்பதைக் கீழ்க்கண்ட தொகுதி வரைபடம் விளக்குகிறது:

சாமானிய மறு உற்பத்தி நடைபெறும் ஒரு முதலாளித்துவ சமூகத்தில் ஒட்டுமொத்த மூலதனத்தின் சுற்றோட்டம்

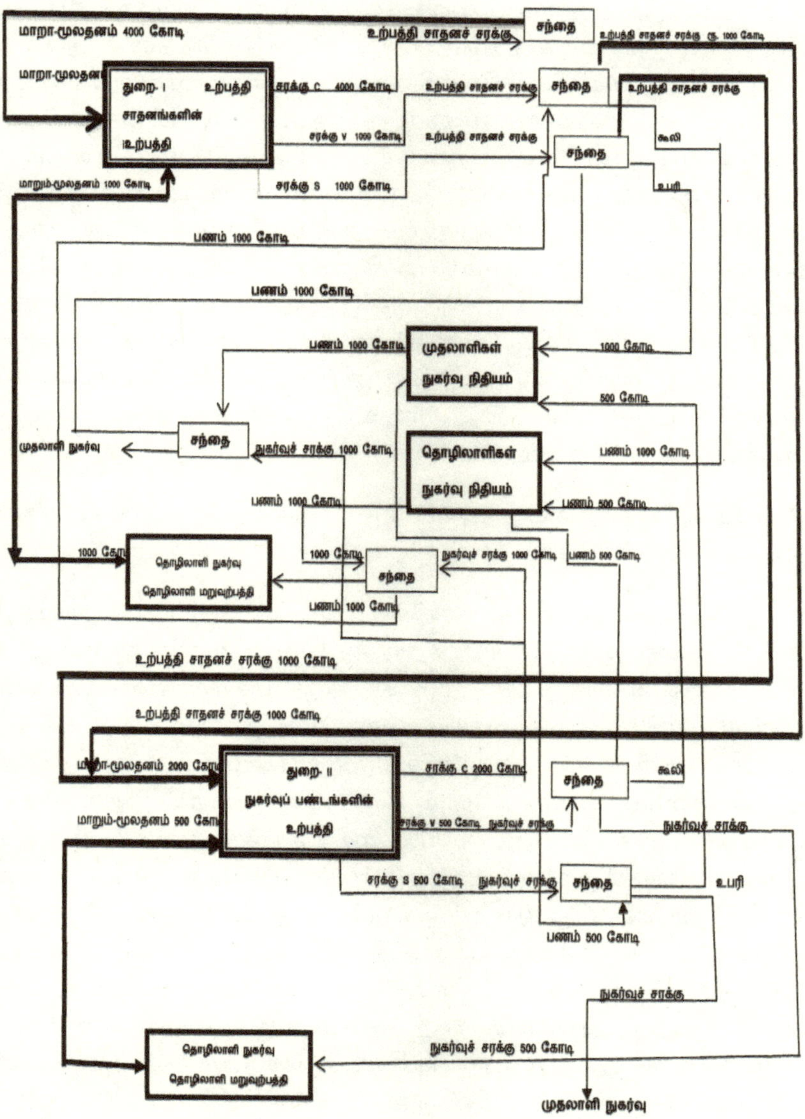

(நன்றி: மூலதனம் கற்றல் சைதைக்குழு, சென்னை)

தற்போது இரு துறைகளுக்கிடையிலான பரிவர்த்தனை எப்படி நடைபெறுகிறது என்று பார்ப்போம். முதலில் துறை-1 -ல் 1000V + 1000S வடிவில் இருக்கும் உற்பத்திச் சாதனப் பண்டம், துறை-2 -ல் 2000C மதிப்புடைய நுகர்வுப் பண்டப் பொருள்களுக்குப் பரிவர்த்தனை செய்யப்பட்டுவிடுகிறது. இதன்படி, துறை-2 -ஐச் சேர்ந்த முதலாளி வர்க்கம், அதன் மாறா-மூலதனமான 2000 -ஐ நுகர்வுப் பண்ட வடிவத்திலிருந்து, நுகர்வுப் பண்டத்தை உற்பத்தி செய்யும் உற்பத்திச் சாதனங்களின் வடிவத்துக்கு (அது இயந்திர சாதனமாகவோ, பஞ்சாகவோ, நிலக்கரியாகவோ இருக்கலாம் அல்லது விவசாயத்திற்குத் தேவையான இரசாயன உரமாக இருக்கலாம்) மாற்றிக் கொள்கிறது. இப்படி வடிவ மாற்றம் பெற்றபின் அது உழைப்பு நிகழ்முறையின் காரணியாகி, மாறா-மூலதன மதிப்பாக நுகர்வுப் பண்ட மறுவுற்பத்தியில் பங்காற்றுகிறது. இதைச் சிறிது மாற்றியும் விளக்கலாம். அதாவது, துறை-1 -ஐச் சேர்ந்த உழைப்பாளர்களின் 1000V ஆகிய கூலியும் அத்துறையைச் சார்ந்த முதலாளிகளுக்கு வருவாயாகப் போய்ச்சேரும் 1000S ஆகிய உபரி-மதிப்பும் இவ்வாறு துறை-2 -ஐச் சார்ந்த நுகர்வுப் பண்டத்திற்கு மாற்றீடு செய்யப்படுகிறது. இது நிகழ வேண்டுமென்றால், 1000V + 1000S வடிவிலுள்ள உற்பத்திச் சாதனப் பண்டம் விற்கப்பட்டிருக்க வேண்டும்.

மேற்கூறிய நிகழ்வை நாம், $IIc = I(v + s)$ என்கிற பரிவர்த்தனையாகக் குறித்துக் கொள்கிறோம்.

முதலில், துறை-1 -ன் முதலாளிகள் தங்களின் உழைப்பாளர்களுக்கு ரூ. 1000 -ஐக் கூலியாகக் கொடுக்கிறார்கள். இந்த உழைப்பாளர்கள் இந்த ரூ. 1000 -ஐக் கொண்டு துறை-2 -ஐச் சேர்ந்த முதலாளிகளிடம் உள்ள நுகர்வுப் பண்டத்தை விலைகொடுத்து வாங்குகின்றனர். இவ்வாறு அவர்கள் துறை-2 -ன் மாறா-மூலதன மதிப்பு அடங்கியுள்ள சரக்கில் ஒரு பாதியைப் பணமாக மாற்றுகிறார்கள். துறை-2 முதலாளிகள் இப்படி விற்றுக் கிடைத்த ரூ. 1000 -ஐக் கொண்டு துறை-1 -ல் உள்ள முதலாளிகளிடமிருந்து ரூ. 1000 மதிப்புள்ள உற்பத்திச் சாதனங்களை வாங்குகிறார்கள். இது துறை-1 -ஐச் சார்ந்த மாறும்-மூலதன மதிப்பைச் சார்ந்த 1000V -க்குச் சமதையான உற்பத்திச் சாதனப் பண்டம் ஆகும். இதன் மூலம் துறை-1 முதலாளிக்கு சரக்கு விற்பனை மூலம் ரூ. 1000 கிடைக்கிறது. இந்தப் பணமானது தற்போது இந்தத் துறையில் உள்ள முதலாளிகளுக்கு, உழைப்பாளர்களைக் கூலிக்கு அமர்த்தி அவர்களின் உழைப்புச் சக்தியை, மீண்டும் மறுவுற்பத்தியை நிகழ்த்தச் செய்வதற்கான பண மூலதனமாக (மாறும்-மூலதனமாக)

செயல்படுகிறது. முதலாளிகள் தங்கள் கைவசம் பண மூலதன வடிவில் ஒரு குறிப்பிட்ட பணத்தை வைத்திருப்பது உற்பத்தித்துறையில் நடைபெறுகிற ஒன்றுதான். இதை அவர்கள் மூலதன முன்னீட்டுக்கோ, அல்லது வருவாயாகச் செலவிடுவதற்கோ பயன்படுத்துவதாக நாம் அனுமானித்துக் கொள்கிறோம். இப்படி உள்ள முதலாளிகளின் நுகர்வு நிதியான ரூ. 1000-ல் இருந்து ஒரு பாதியை அதாவது ரூ. 500 -ஐ துறை-2 -ஐச் சார்ந்த முதலாளி துறை-1 முதலாளியிடமிருந்து உற்பத்திச் சாதனப் பண்டத்தை வாங்கி அதைத் தன்னுடைய மாறா-மூலதனமாக மாற்றுகிறார். இதன்மூலம் துறை-2 முதலாளி தன்னுடைய மாறா-மூலதனத்தின் முக்கால் பங்கை (துறை-1 -ன் உழைப்பாளர்களிடமிருந்து பெற்ற ரூ. 1000 -ஐயும் சேர்த்து) பொருள் வடிவில் மாற்றீடு செய்துவிடுகிறார். துறை-1 முதலாளி ரூ. 500-ஐ வைத்து நுகர்வுப் பண்டத்தை வாங்குவதன் மூலம் தன்னுடைய சரக்கு மூலதனத்தின் ஒரு பகுதியாகிய *S* என்பதில் ஒரு பாதியை துறை-2 முதலாளி மூலமாக $c-m-c$ என்கிற சுற்றோட்டம் பூர்த்தியாகும்படி செய்து தனது உற்பத்திப் பண்டத்தை நுகர்வுப் பண நிதியமாக ஈடேற்றம் பெறச் செய்கிறார். இந்த இரண்டாவது நிகழ்முறை மூலமாக ரூ. 500 துறை-2 முதலாளிக்குத் திரும்புகிறது. இது அவருடைய நுகர்வு நிதியப் பண மூலதனம் ஆகும். துறை-1 முதலாளி தனக்கு உபரியாகக் கிடைத்த *S*-ல் பாதியை ஏற்கெனவே துறை-2 முதலாளிக்கு விற்றுவிட்டார். தற்போது கிடங்கில் இருக்கும் *S*-ன் மீதிப் பண்டமான 500 எப்படியும் விற்றுவிடும் என்ற நம்பிக்கையில் முதலாளி, நிதியத்தில் உள்ள ரூ. 500-ஐச் செலவிட்டு துறை-2 முதலாளியிடம் நுகர்வுப் பண்டத்தை விலை கொடுத்து வாங்குகிறார். இவ்வாறு கிடைத்த ரூ. 500 -ஐக் கொண்டு துறை-2 முதலாளி, துறை-1 முதலாளியிடமிருந்து உற்பத்திச் சாதனங்கள் வாங்கி தனது மாறா-மூலதனம் முழுவதையும் (1000 + 500 + 500) பொருள் வடிவில் மாற்றீடு செய்து கொள்கிறார். இவ்வாறு ரூ. 4000 மதிப்புள்ள சரக்குகளின் பரிவர்த்தனை ரூ. 2000 ஆன பணச் சுற்றோட்டத்தின் துணைகொண்டு நடைபெறுகிறது. தற்போது துறை-2 முதலாளி தனது மாறா-மூலதனத்தைத் திரும்பவும் உற்பத்திச்சாதன வடிவத்தில் மாற்றிக் கொள்வதோடு முன்னீடு செய்யப்பட்ட ரூ. 500 -ஐயும் மீட்டுக் கொண்டுவிடுகிறார். இதேபோல் துறை-1 முதலாளி தனது மாறும்-மூலதனத்தைப் பண வடிவில் தனக்குத் திரும்பக் கிடைக்கப் பெறுவதுடன், தன்னிடமுள்ள சரக்கு மூலதனத்தின் உபரி-மதிப்பான *S* சரக்கு விற்றுவிடும் என்ற நம்பிக்கையில் தனது நுகர்வு நிதியத்தில் இருந்து செலவு செய்த ரூ. 500-ம் திரும்பக் கிடைக்கப் பெறுகிறார்.

மேற்கூறிய சுற்றோட்டம் நடைபெறுவதற்குக் காரணம், ஒரு தொகுதி முதலாளிகள் சரக்கு வடிவில் துறை-2 -ல் இருக்கிற மாறா-மூலதனத்தைக் காட்டிலும் கூடுதலாய் ரூ. 500 -ஐச் சுற்றோட்டத்துக்குள் செலுத்துவதும், அதே நேரத்தில் மறு தொகுதி முதலாளிகள் சரக்கு வடிவில் துறை-1 -ல் இருக்கிற உபரி-மதிப்பைக் காட்டிலும் கூடுதலாக ரூ. 500 -ஐச் சுற்றோட்டத்துக்குள் செலுத்துவதும்தான் காரணமாகும். இவ்வாறு செலுத்தும் பங்குக்கு ஏற்பத் திரும்பவும் அவர்களிடம் திரும்பி வந்துவிடுகிறது. இதனால் சல்லிக் காசும் கூடிவிடவில்லை.

துறை-1 -ஐச் சேர்ந்த முதலாளிகள் கூலிக்காக முன்னீடு செய்த மூலதனம் தற்போது அவர்கள் கையில் சரக்கு வடிவில்தான் உள்ளது. ஆனால் இதை உழைப்பாளர்கள் நுகர்வுப் பண்டமாக நுகர முடியாது. இந்த உழைப்பாளர்கள் துறை-2 -ன் முதலாளிகளிடமிருந்துதான் பணத்தைக் கொடுத்து நுகர்வுப் பண்டத்தை வாங்கி நுகர முடியும். ஆகவே உழைப்பு நிகழ்முறையில் துறை-1 முதலாளி கூலியாக முன்னீடு செய்த மாறும்-மூலதனம் நேரடியாக அவர்களிடம் மீண்டும் பணமாகத் திரும்புவதில்லை. மாறாக, சுற்றடியாக, துறை-2 முதலாளி தன்னுடைய நுகர்வுப் பண்டச் சரக்கைத் துறை-1 முதலாளியிடம் விற்பதால், அவர்களிடம் பணமாகச் சென்று, பின் துறை-2 முதலாளி அதே பணத்தை வைத்துத் துறை-1 முதலாளியிடம் சரக்கை வாங்குவதால், அவருக்கு இது பண மூலதனமாக அதாவது மாறும்-மூலதனமாகத் திரும்புகிறது.

இப்போது துறை-2 -க்குள் எப்படிப் பரிவர்த்தனை ஆகிறது என்று பார்ப்போம். இத்துறையின் உற்பத்தியில் ஈடுபடும் உழைப்பாளர்கள் தங்களுக்குக் கூலியாகக் கொடுக்கப்படும் ரூ. 500 -ஐ இதே துறையில் அவர்களால் உற்பத்தி செய்யப்பட்ட நுகர்வுப் பண்டத்துக்கே முழுவதும் செலவிட்டு விடுகின்றனர். இந்தப் பணம் இந்த வழியில் மீண்டும் இந்தத் துறையின் முதலாளிக்கே பண மூலதனமாகத் திரும்பிவிடுகிறது. இத்துறையில் உற்பத்தி செய்யப்படும் நுகர்வுப் பண்டம் பல்வேறு உற்பத்திக் கிளைகளில் உற்பத்தி செய்யப்படுகிறது. இத்தகைய உற்பத்தியில் இரு வேறுபட்ட நுகர்வுப் பண்டமாக உற்பத்தி செய்யப்படுகிறது. ஒன்று, அவசியப் பண்டங்களின் *(Consumer necessities)* உற்பத்தி (உதாரணம் நெல், பருப்பு, சட்டை, இரு சக்கர வாகனம் போன்றவை. தற்போது கைபேசியும் அவசியப் பண்ட உற்பத்தியில் சேர்ந்துவிட்டது). மற்றது சொகுசுப் பண்டங்களின் *(Articles of Luxury)* உற்பத்தி. இவை முதலாளி வர்க்கத்தின் நுகர்வுக்கு மட்டுமே செல்பவை. உதாரணம் ஆடம்பரக் கார், பங்களா வீடு, விலை உயர்ந்த வைர நகைகள், சொந்தப் பயன்பாட்டுக்காக வாங்கப்படும் கப்பல், விமானம்

போன்றவை. உபரி-மதிப்பைச் செலவிட்டு மட்டுமே இத்தகைய சொகுசுப் பண்டங்களை முதலாளிகள் வாங்க முடியும். இந்த உபரி-மதிப்பில் ஒரு போதும் உழைப்பாளர்களுக்குப் பங்கு கிடைப்பதில்லை. முதல் பிரிவாகிய அத்தியாவாசியப் பண்ட உற்பத்தித் துறை முதலாளிகள் (*II-a* முதலாளிகள்) இத்தகைய சரக்குகளின் உற்பத்திக்காக முன்னீடு செய்யும் மாறும்-மூலதனமானது அவர்களுக்குப் பண வடிவில் திரும்பி வந்தாக வேண்டும். இத்துறையில் பல்வேறுபட்ட நுகர்வுப் பண்ட உற்பத்திக் கிளைகளில் உற்பத்தியாகும் மாறும்-மூலதனப் பகுதிக்குச் சமமான பண்டங்கள், இத்துறையின் பல்வேறுபட்ட கிளைகளில் வேலை செய்யும் உழைப்பாளர்களாலேயே விலைக்கு வாங்கப்பட்டு, மொத்த மாறும்-மூலதனமாக அந்தத் துறை முதலாளிக்கே திரும்பிவிடுகிறது. இந்த மீட்சி நேரடியாகவே நடந்தேறிவிடுகிறது. இப்படி மீண்டுவரும் மூலதனம் உரிய விகிதத்தில் வினியோகமாகும் பொருட்டு, சம்பந்தப்பட்ட மிகப் பல்வேறுபட்ட தொழில்கிளைகளைச் சேர்ந்த முதலாளிகளிடத்தே நடைபெறுகிற விற்றலும் வாங்கலுமான நடவடிக்கைகள் எவ்வளவுதான் எண்ணற்றனவாய் இருப்பினும் நேரடியான முறையில்தான் இந்த மீட்சி நடந்தேறுகிறது. உழைப்பாளர்கள் செலவிடும் பணம்தான் இத்துறையில் சுற்றோட்ட ஊடகமாகிறது. ஆனால் *II-b* -ல் (சொகுசுப் பண்ட உற்பத்தியில்) வேலை செய்யும் உழைப்பாளர்களால் சொகுசுப் பண்டம் நுகரப்படுவதில்லை. துறை-*2* -ன் முழுமைக்கும் மாறும்-மூலதனமாக முன்னீடு செய்யப்படும் *500V* அதன் மதிப்பையும் *500S* உபரி-மதிப்பையும் கீழ்க்கண்ட அடிப்படையில் உற்பத்தி செய்வதாகக் கொள்வோம்:

பிரிவு *a* அவசியப் பண்ட உற்பத்தி *V = 400; S = 400;* மொத்தம் *= 800*

பிரிவு *b* சொகுசுப் பண்ட உற்பத்தி *V = 100; S = 100 ;* மொத்தம் *= 200*

II-b -ஐச் சேர்ந்த உழைப்பாளர்கள் கூலியாகப் பெற்ற ரூ. *100* -ஐ *II-a* -ஐச் சேர்ந்த முதலாளிகளிடம் நேரடியாகப் பணத்தைச் செலுத்தி நுகர்வுப் பண்டத்தை வாங்கி விடுகிறார்கள். இந்த *II-a* முதலாளிகள் இப்படி விற்றுவரும் பணம் மூலம் *II-b* பிரிவைச் சேர்ந்த சொகுசுப் பண்டத்தை வாங்குவதற்குச் செலவிட்டுவிடுகிறார்கள். *II-a* பிரிவைச் சேர்ந்த முதலாளிகள் தங்களுடைய உழைப்பாளர்களிடம் செய்து கொள்ளும் பரிவர்த்தனை மூலம் கிடைக்கும் ரூ. *400* தற்போது அவர்கள் கைவசம் இருக்கிறது. இந்தப் பகுதியின் கால் பங்கைக் குறிக்கும் உபரி-மதிப்பாகிய *100*, *II-b* பிரிவைச் சேர்ந்த உழைப்பாளர்களுக்கு விற்கப்பட்டுவிடுகிறது.

அதேபோல் இரு பிரிவுகளிலும் கிடைக்கும் உபரி-மதிப்பை முதலாளிகள் 5-ல் 3 பங்கை அத்தியாவசியப் பண்ட நுகர்வுக்கும் 5-ல் 2 பங்கைச் சொகுசுப் பண்ட நுகர்வுக்கும் செலவிடுவதாகக் கொள்வோம். கீழ்க்கண்டவாறு *a* பிரிவிற்கும் *b* பிரிவிற்கும் இடையில் ஈடேற்றம் நடைபெறுகிறது:

a) $400V(a) + 240S(a) + 100V(b) + 60S(b) = 800$

b) $100S(a) + 60S(a) + 40S(b) = 200$

II-a -ன் *400V* அதே துறையில் அந்த உழைப்பாளர்களின் அத்தியாவசிய நுகர்வுக்கு முற்றிலும் செலவாகி விடுகிறது. உபரி-மதிப்பில் 5-ல் 3 பங்கு அதாவது *240S* அதேபோல அந்தத் துறையைச் சேர்ந்த முதலாளியால் நுகரப்பட்டுவிடுகிறது. இந்த உபரி-மதிப்பில் கால் பங்கு, அதாவது *100S II-b* பிரிவைச் சேர்ந்த தொழிலாளர்களால் விலைக்கு வாங்கப்பட்டு நுகரப்பட்டுவிடுகிறது. மீதியுள்ள *60S* மதிப்பான அத்தியாவசியப் பொருள்கள் பிரிவு *II-b* -ன் முதலாளிகளின் உபரி-மதிப்பில் 5-ல் 3 பங்குக்குக்குச் சமமான ஆடம்பரப் பொருள் உற்பத்தியின் உபரி-மதிப்பிலிருந்து அவருக்குக் கிடைக்கும் ரூ. 60 -ஐக் கொண்டு பரிவர்த்தனை மூலம் நுகரப்பட்டுவிடுகிறது. ஆக, மீதி இருப்பது *II-b* -ன் உபரி-மதிப்பில் 5-ல் 2 பங்கான 40 மதிப்புள்ள ஆடம்பரப் பொருளாகும். இது அந்தப் பிரிவு முதலாளியின் சொந்த நுகர்வுக்குச் சென்று விடுகிறது. எளிமையாக்கும் பொருட்டு இரு பிரிவிலும் மாறும்- மூலதனமும், மாறா-மூலதனமும் ஒரே விகிதாச்சாரத்தில் இருப்பதாகக் கொள்வோமாயின், துறை-2 உற்பத்திப் பண்டம் கீழ்க்கண்டவாறு அமைகிறது:

II-a) $1600C + 400V + 400S = 2400$

II-b) $400V + 100C + 100S = 600$

இரண்டையும் கூட்டினால் கிடைக்கும் மொத்த நுகர்வுப் பண்டம் = 3000; ஆக, இந்தத் துறைக்குள்ளே தொழிலாளர்களின் நுகர்வும் முதலாளிகளின் நுகர்வும் இவ்வாறு அவசியப் பண்டமாகவும், ஆடம்பரப் பண்டமாகவும் நுகரப்பட்டு மாற்றீடு செய்து கொள்ளப்படுகின்றன. ஆக, துறை-2 -ல் முழுவதும் அத்தியாவசியப் பொருள் உற்பத்தியாக இருந்தாலும் சரி, அல்லது அத்தியாவசியப் பொருள் மற்றும் ஆடம்பரப் பொருள் இவற்றின் கலவையாக இருந்தாலும் சரி, இவை ஒரு குறிப்பிட்ட வருடத்தின் உற்பத்தி மதிப்பு என்கிற அடிப்படையில், துறை-1 மற்றும் துறை-2 -ஐச் சேர்ந்த தொழிலாளர்கள் மற்றும் முதலாளிகள் ஆகிய இரண்டு வர்க்கத்தினரால் நுகரப்பட்டு விடுகிறது.

இப்போது நமக்கு மிஞ்சி இருப்பது துறை-1 –ன் மாறா-மூலதனம். அது எப்படி மாற்றீடு செய்யப்படுகிறது என்பதை தற்போது பார்ப்போம். 4000C எப்படி மாற்றீடு செய்யப்பட்டு மீண்டும் மூலதனமாக திரும்புகிறது என்பதுதான் நமது ஆய்வின் இறுதிப் பகுதி. இங்கே துறை-1 -ன் விவகாரத்தில் உற்பத்திப் பண்டம் முழுவதும் உற்பத்திச் சாதனங்களாய் கச்சாப்பொருள்கள், துணைப்பொருள்கள், இயந்திர சாதனங்கள், கட்டடங்கள் வடிவில் உள்ளன. இதில் ஒருபகுதி இந்தத் துறையிலேயே மீண்டும் திறனுடை மூலதனத்தின் அடக்கக் கூறாகத் திரும்புகிறது. அதாவது துறை-1 -க்குள்ளேயே சுற்றியோடித் திறனுடை மூலதனமாக மாற்றப்படுகிறது. இந்தத் துறையின் 6000 மதிப்புள்ள உற்பத்திப் பண்டத்தின் மூன்றில் ஒரு பங்கான 2000 துறை-2 -ன் மாறா-மூலதனத்தை மாற்றீடு செய்கிறது என்று ஏற்கெனவே பார்த்தோம். ஆகவே 4000C என்பதில் ஒரு பகுதி அதே தொழில் கிளைகளிலேயே இருக்க, மற்றொரு பகுதி ஏனைய கிளைகளுக்குப் பெயர்ந்து செல்லும். இப்படி அதே தொழில் கிளைகளுக்குள் உற்பத்திப் பொருள்கள் போவதும் வருவதுமான சுற்றோட்டம் தொடர்ந்து நடைபெறுகிறது.

இரு துறைகளிலும் மாறும்-மூலதனமும் உபரி-மதிப்பும்

ஒரு குறிப்பிட்ட ஓராண்டில் உற்பத்தி செய்யப்படும் நுகர்வுப் பண்டங்களின் மொத்த மதிப்பு = II(V+S) + I(V+S). ஆக, இரண்டு துறைகளின் மாறும்-மூலதன மதிப்பும், அவற்றில் புதிதாக உற்பத்தியாகும் உபரி-மதிப்பும் சேர்ந்ததுதான் நுகர்வுப் பண்டங்களின் மொத்த மதிப்பு. அதாவது நமது உதாரணத்தில் 3000 மதிப்புக்குச் சமம். மொத்தச் சமுதாய வேலைநாள் இரு பகுதிகளாகப் பிரிகிறது.

1. அவசிய உழைப்பு – இது படைக்கும் ஓராண்டு மதிப்பு 1500
2. உபரி-மதிப்பு - இது படைக்கும் கூடுதல் மதிப்பு 1500

ஓராண்டில் மொத்த சமுதாய வேலைநாளில் உற்பத்தியாகும் மொத்த மதிப்பு என்பது மாறும்-மூலதனத்தின் மதிப்பு, சமுதாய உபரி-மதிப்பு இவற்றின் கூட்டுத்தொகைக்குச் சமமாகும். துறை-2 -ன் முதலாளிகளைப் பொறுத்தவரை அவர்களது உற்பத்திப் பண்டத்தின் மதிப்பு = C + V + S = 3000. இதுதான் சமுதாயக் கண்ணோட்டத்தில் அனைத்துத்துறைகளிலுமான V + S = 3000 -க்குச் சமம். அதாவது, II(C+V+S) = II(V+S) + I(V+S) என்பது, IIC = I(V+S) என்பதாகவும் பெறப்படுவதால்தான் இந்தச் சமுதாயப் பார்வை உண்மையாகிறது. இதில்தான் ஆதாம் ஸ்மித் மற்றும் ஏனைய அரசியல் பொருளாதாரவாதிகள் குழப்பத்தில் ஆழ்ந்து விடுகின்றனர்.

சமுதாய உற்பத்திப் பண்டத்தின் மொத்த மதிப்பு *6000C + 1500V + 1500S = 9000;* தொழிலாளர்கள் ஆனாலும் முதலாளிகள் ஆனாலும் நுகர்வாளர்கள் என்ற முறையில், சமுதாயத்தின் மொத்த உற்பத்திப் பண்டத்திலிருந்து மூன்றிலொரு பங்கின் மதிப்பு அளவுக்கு மட்டுமே சரக்குகளை, உற்பத்திப் பண்டங்களை எடுத்துத் தங்கள் நுகர்வு நிதியத்தில் சேர்த்துக் கொள்ளலாம். மறுபுறம், உற்பத்திப் பண்டத்தின் மொத்த மதிப்பின் *6000,* அதாவது மூன்றிலிரு பங்கானது பண்டமாக மாற்றீடு செய்யப்பட வேண்டிய மாறா-மூலதனத்தின் மதிப்பாகும். ஆகவே, இந்த அளவுள்ள உற்பத்திச் சாதனங்கள் மீண்டும் உற்பத்தி நிதியத்தில் சேர்க்கப்பட வேண்டும். இந்த உண்மையைச் சில அரசியல் பொருளாதாரவாதிகள், குறிப்பாக, ஸ்டோர்ஹ் ஒத்துக் கொள்கிறார். ஆனால், இதை அவரால் நிரூபிக்க முடியவில்லை. ஆனால் மார்க்ஸ்தான் இதை நிரூபித்துள்ளார். வருடாந்திர உற்பத்திப் பண்டம் முழுவதும் நுகரப்பட்டுவிடுகிறது என்கிற ஆதாம் ஸ்மித் மற்றும் ரிக்கார்டோ இவர்களின் கூற்றானது இருவகைப்பட்ட நுகர்வாளர்களையும் – தனிப்பட்ட சொந்த நுகர்வாளரையும், திறனுடை நுகர்வாளரையும் - குறிக்கும்போதுதான் சரியாக இருக்கும். ஆயினும், உற்பத்திப் பண்டத்தின் ஒருபகுதி உற்பத்தித் திறனுள்ள முறையில் நுகரப்பட வேண்டும் என்றால், அது மூலதனமாகச் செயல்பட வேண்டும். வருவாயாக நுகரப்படக் கூடாது என்பதே அதன் பொருளாகும்.

அத்தியாயம்-7

மூலதனமும் வருவாயும்: மாறும்-மூலதனமும் கூலியும்

நாம் ஏற்கெனவே விளக்கியபடி மூலதனம், வருவாய் ஆகிய இரண்டு பதங்களிலும் ஏனைய அரசியல் பொருளாதாரவாதிகள் ஏகப்பட்ட குழப்பங்களைச் செய்துள்ளனர். ஆனால் மார்க்ஸ் அதைச் சரியான முறையில் ஆய்வுக்குள்ளாக்கி அரசியல் பொருளாதாரத்தை அதன் மெய்யான உருவில் நம் கண்முன்னே நிறுத்துகிறார். இவற்றுக்கிடையில் உண்மையான வேறுபாடு என்னவென்றால், முதலாளித்துவ சமுதாயம் தனக்குக் கிடைக்கும் வருடாந்திர உழைப்பில் பெரும்பகுதியை உற்பத்திச் சாதன உற்பத்திக்காகச் செலவிடுகிறது. உற்பத்திச் சாதனங்களால் மூலதனமாகச் செயல்பட முடியுமே ஒழிய, கூலியின் வடிவிலோ, உபரி-மதிப்பின் வடிவிலோ வருவாயாகப் பகுபட முடியாது. அரசியல் பொருளாதார அறிஞர்களில் சிலர் தத்துவார்த்த இக்கட்டிலிருந்து, அதாவது மெய்யான உறவுகளைப் புரிந்து கொள்வதிலுள்ள சிரமத்திலிருந்து விடுபட விரும்பி, தற்போது சகஜமாகிவிட்ட ஒரு கருத்தை, அதாவது ஒருவருக்கு மூலதனமாக இருப்பது இன்னொருவருக்கு வருவாயாக இருக்கிறது என்பதான கருத்தை, இதன்பொருட்டு கையில் எடுத்துக் கொள்கிறார்கள். ஆனால் இக்கருத்து ஓரளவுக்கே உண்மையானது. பொதுவிதியாக வைக்கப்பட்டதும் அது முழு அளவிற்குப் பொய்யாகிவிடுகிறது. இந்தக் கருத்து அவர்களின் கையில் ஓரளவு சரியாக இருப்பதற்கான மெய்யான அடிப்படை உறவுகளைப் பார்ப்போம்:

1) மாறும்-மூலதனம் முதலாளியின் கையில் மூலதனமாகவும், கூலித் தொழிலாளியின் கையில் வருவாயாகவும் செயல்படுகிறது. இது மாறும்-மூலதனத்தின் இரட்டைச் செயல்பாடு. அவ்வளவே. இது உண்மையில் மற்ற மூலதனம் போல முதலாளிக்கு மூலதனமாகவும், தொழிலாளிக்கு வருவாயாகவும் ஆகிவிடுவதில்லை. முதலாளி தனது பண மூலதனத்தை வைத்து உழைப்புச்சக்தியை விலைக்கு வாங்குகிறார் என்பது உண்மையாயினும், இப்படி வாங்கப்பட்ட உழைப்புச் சக்தியானது, ஓயாமல் தன்னைப் புதுப்பித்துக் கொண்டும், மறுவுற்பத்தி செய்து கொண்டும் இருக்கிற ஆற்றல்தான் அவரது வருவாயின் ஆதாரமாகுமே தவிர, முதலாளி கூலியின் வடிவில் முன்னீடு செய்யும் பண மூலதனம் அல்ல. இதுதான் அடிப்படை வேறுபாடு.

2) நமது உதாரணத்தில் $1000\ I\ v + 1000\ I\ s$ என்பது $2000\ II\ c$ என்பதற்குப் பரிவர்த்தனை செய்யப்படுகையில் சிலருக்கு

மாறா-மூலதனமாக இருப்பது, வேறு சிலருக்கு மாறும்-மூலதனமும் உபரி-மதிப்புமாகிய வருவாய் ஆகிறது. இதிலுள்ள உறவைப் பார்ப்போம். முதலில் தொழிலாளியின் கோணத்திலிருந்து பார்ப்போம். இங்கு தொழிலாளியின் சரக்கான உழைப்புச் சக்தி நிகழ்த்துகிற சுற்றோட்ட வடிவம், தேவைகளை நிறைவு செய்கிற நுகர்வுக்கான சாமானிய சரக்குச் சுற்றோட்ட வடிவமாகும். அதாவது $C-M-C$. இதில் முதல் C உழைப்புச் சக்தி என்கிற சரக்கு. இரண்டாவது C நுகர்வுப் பண்டமாகிய சரக்கு. இதன் விளைவு என்னவென்றால், தனக்குக் கூலியாக முதலாளியால் முன்னீடு செய்யப்பட்ட பணத்தை வைத்துத் துறை-*1* -ன் முதலாளிக்கு வேண்டிய உழைப்புச் சக்தியாக தன்னைப் பராமரித்துக் கொள்கிறார். அதற்காக இந்தச் சரக்குச் சுற்றோட்ட முறை ஓயாமல் தொடர்ந்து நடைபெற்று வர வேண்டும். தொழிலாளி வர்க்கம் முழுவதையும் எடுத்துக் கொண்டால், இந்த சரக்குச் சுற்றோட்டத்தில் இவ்வாறு அவர்களின் கூலி வடிவிலான வருவாய் முற்றிலும் நுகர்வுப் பண்டத்திற்காகச் செலவிடப்படுகிறது.

இப்போது முதலாளியின் கோணத்திலிருந்து பார்ப்போம். துறை-*2* -ன் முதலாளிக்கு நுகர்வுப் பண்ட வடிவில் உள்ள *2000C* சரக்கானது விற்கப்பட்டு, மீண்டும் அதன் பழைய மாறா-மூலதன வடிவில் திறனுடை மூலதனமாக மாற்றப்பட வேண்டும். நாம் ஏற்கெனவே பார்த்தபடி மாறா-மூலதன மதிப்பின் ஒரு பாதியை *(1000)* துறை-*1* -ல் உள்ள தொழிலாளர்களுக்கு விற்றுப் பணமாக மாற்றிக் கொண்டு விட்டார். ஆக, மாறா-மூலதன மதிப்பு *IIC* -ன் இந்த முதல் பாதியாக மாற்றப்பட்டிருப்பது, துறை-*1* உழைப்புச் சக்தியை வாங்கிக் கொள்வதற்குப் பண மூலதனமாகப் பயன்பட்ட பணம்தானே தவிர வேறு அல்ல. துறை-*1* -ன் தொழிலாளர்களிடமிருந்து துறை-*2* -ன் முதலாளி கைக்கு வருகிற இந்தப் பணம் *(1000)* துறை-*2* -ன் திறனுடை மூலதனத்தின் மாறாக் கூறாகச் செயல்பட முடியாது. அது இன்னும் சரக்கு மூலதனத்தின் பணமாகவே இருந்து வருகிறது. எனவே துறை-*1* -ன் தொழிலாளர்களிடமிருந்து பெற்ற பணத்தைக் கொண்டு *1000* மதிப்புள்ள உற்பத்திச் சாதனப் பண்டங்களை துறை-*1* முதலாளிகளிடமிருந்து வாங்குகிறது. அதன் பிறகுதான் திறனுடை மூலதனத்தின் கூறாகச் செயல்படுகிறது. இங்கும் சரக்குச் சுற்றோட்டத்தின் பாதை இதுதான். $C-M-C$. ஆனால் இங்கு இந்தச் சரக்குச் சுற்றோட்டம் மூலதனத்தின் அசைவியக்கத்தைக் குறிக்கிறது.

மாறும்-மூலதனமாகச் செயல்படும் பொருட்டு, துறை-*1* ஆனது ஒரு குறிப்பிட்ட அளவு பணத்தை *(1000)* ஆரம்பத்தில் வைத்திருந்தது. நாம் ஏற்கெனவே கூறியதுதான். இந்த *1000* -ஐ வைத்துத்தான் உழைப்புச்

சக்தி விலைக்கு வாங்கப்படுகிறது. இப்போதுதான் இது மாறும்-மூலதனம். இந்த மாறும்-மூலதனமான உழைப்புச் சக்தி உற்பத்தி நிகழ்முறையில் பங்கேற்று *6000* மதிப்புள்ள சரக்குகளை உற்பத்தி செய்கிறது. ஆக, இப்போது சரக்காக மாற்றப்பட்ட பின்பும் அந்த *1000* மாறும்-மூலதனமாகச் செயல்படவில்லை. உயிருள்ள உழைப்புச் சக்தியாக மாற்றப்பட்ட பின்னரே, மேலும் இந்த உழைப்புச் சக்தி உற்பத்தி நிகழ்முறையில் ஈடுபட்டு வரும்வரைதான், இம்மதிப்பு மாறும்-மூலதனமாகச் செயல்பட முடியும். இந்தச் சுற்றோட்ட அசைவியக்கத்தில், தொழிலாளர்கள் சரக்குகளை வாங்கி நுகர்வோராக மட்டுமே இருக்க, முதலாளி மாறி மாறி சரக்கை வாங்குவோராகவும், விற்போராகவும் விளங்குகின்றார். ஆக, உண்மை இதுதான். மாறும்-மூலதனமானது ஏதேனும் ஒரு வடிவில் எப்போதும் முதலாளியின் கைவசம் இருந்து வருவதால், எவருக்குமான வருவாயாக இது தன்னை மாற்றிக் கொள்வதாக எவ்விதத்திலும் சொல்வதற்கில்லை. வருடாந்திர உற்பத்திப் பண்டம் பரிவர்த்தனை ஆவதில் பிரதான உண்மை என்னவென்றால், கூலியானது வருவாயாகச் செலவிடப்படுவதால், *1000 IIc* திரும்பவும் பண மூலதன வடிவம் பெறுகிறது; அதே சுற்று வழியில் *1000 Iv* -யும் இவ்வடிவைப் பெறுகிறது. அதேபோல் *500 IIv* -யும். அதாவது மாறா-மூலதனமும் மாறும்-மூலதனமும் திரும்பவும் பண மூலதன வடிவைப் பெறுகின்றன. (மாறும்-மூலதனம் ஓரளவுக்கு நேரடியாகவும், மாறா-மூலதனம் ஓரளவுக்கு சுற்றடியாகவும் இவ்வடிவினைப் பெறுகிறது).

அத்தியாயம்-8

மூலதனத் திரட்டலும் விரிதிற மறுவுற்பத்தியும்:

முதல் பாகத்தில் மூலதனத் திரட்டல் தனிப்பட்ட முதலாளி தொடர்பாய் எவ்வாறு நடைபெறுகிறது என்று பார்த்தோம். அதையே விரிவாக சமுதாய முழுமைக்கும் எவ்வாறு நடைபெறுகிறது என்பதை இப்போது பார்க்கலாம். சாமானிய மறுவுற்பத்தியைப் பொறுத்தவரை, சரக்குற்பத்தியில் உபரி-மதிப்பு முழுவதும் முதலாளிகளின் நுகர்வு நிதியத்திற்குச் சென்று, அது முழுமையாக அவர்களின் சொந்த நுகர்வில் செலவாகிவிடுகிறது என்று பார்த்தோம். ஆனால் இதனால் மூலதனத் திரட்டல் ஏற்பட வாய்ப்பில்லை. ஆனால் முதலாளிகளின் நோக்கமும் செயலும் மூலதனத் திரட்டலும் இன்னும் கூடுதலான உபரி-மதிப்பை உற்பத்தி செய்வதுமே ஆகும். ஆகையால் உபரி-மதிப்பில் ஒரு பகுதி மூலதனத் திரட்டலாக மறுவுற்பத்தியில் பங்கு பெறுகிறது. எனவே, உபரி-உற்பத்திப் பண்டங்களின் விற்பனை மூலம் கிடைக்கும் பணத்தின் ஒரு பகுதி நுகர்வுக்குச் செலவாகி விடுகிறது. இன்னொரு பகுதி பணச் சுற்றோட்டத்திலிருந்து எடுக்கப்பட்டு சேமிப்பாக முதலாளிகளின் கையில் உள்ளுறைப் பண மூலதனமாகத் தங்கிவிடுகிறது. இது ஒரு குறிப்பிட்ட காலம்வரை இந்த வடிவில் நீடித்திருப்பது அவசியமாகிவிடுகிறது. ஏனென்றால், விரிதிற உற்பத்தியில் ஈடுபட வேண்டுமென்றால், புதிய இயந்திரங்கள் வாங்கப்பட வேண்டும். இவற்றை வாங்குவதற்குக் கூடுதல் பணம் தேவைப்படுவதால், ஒவ்வொரு ஆண்டும் உபரி-மதிப்பின் ஒரு பகுதி பணச் சேமிப்பாக மாறி ஒரு குறிப்பிட்ட காலம் உள்ளுறை பணமூலதனமாக ஓய்ந்திருப்பது அவசியமாகிவிடுகிறது. அதன் பின்புதான் இப்படி உள்ளுறைப் பண மூலதனமாக இருந்த மூலதனம், நிலை-மூலதனமாக மாறி உற்பத்தியில் பங்கு பெற்று, திறனுடை மூலதனமாக மாறுகிறது.

நம் முன் தற்போது ஒரு கேள்வி எழுகிறது. இப்படி வருடா வருடம் பணச் சேமிப்பாக மாறும் பணம் சுற்றோட்டத்திலிருந்துதான் எடுக்கப்பட்டாக வேண்டும். இது ஒருபோதும் சமுதாயக் கூடுதல் செல்வமாவதில்லை. சுற்றோட்டத்தில் இவ்வாறு எடுக்கப்படும் பணம் இதற்கு முன்பு வேறொரு சேமிப்பின் பகுதியாக இருந்திருக்கலாம், அல்லது சரக்கு மூலதனம் பண மூலதனமாக மாற்றப்பட்டதாக இருக்கலாம். ஆக, விரிதிற மறுவுற்பத்தியில் சமுதாயச் செல்வம் அதிகமாகிறது என்பது உண்மையானால், கூடுதல் பணம் கிடைப்பது

எப்படி?. இது சாத்தியப்பட வேண்டுமென்றால், பணச்சரக்காகிய தங்க உற்பத்தியில் உபரி-உற்பத்தி நிகழ வேண்டும். இப்படி நிகழும்போதுதான் இப்படி உபரி-உற்பத்தியாகிய தங்கத்தின் அளவுக்குப் பணமானது உள்ளுறைப் பண மூலதனமாக ஓய்ந்திருக்க முடியும். இதுதான் சமுதாயத்தின் கூடுதல் செல்வமாகவும் ஏற்றுக் கொள்ளப்படும். இப்படி ஒரு அபத்தமான முடிவுக்கு நாம் வரவேண்டியிருக்கும். இப்போதைக்கு இதை ஒதுக்கிவிட்டுப் பணம் எப்படிச் சேர்ப்பாக மாறுகிறது என்பதைப் பார்ப்போம்.

ஒரு குறிப்பிட்ட துறை முதலாளிகள் தங்களது சரக்குகளை விற்று வருவதில் கிடைக்கும் பணத்தில் ஒரு பகுதியை மீண்டும் அதற்கு ஈடான வேறு எந்தப் பொருளையும் வாங்காமல் இருக்க வேண்டும். இது நடைபெற வேண்டுமென்றால், இன்னொரு துறை முதலாளிகள் தங்களது சரக்குகளின் ஒரு பகுதியை விற்காமலே வாங்குபர்களாக இருக்க வேண்டிய நிலை எழுகிறது. உதாரணமாக, *A* முதலாளி தனது சரக்கு உற்பத்தியில் ரூ. *6000* மதிப்புடைய சரக்கை *(4000C + 1000V + 1000S) B* முதலாளிக்கு விற்பதாகக் கொள்வோம். இப்படி விற்று வாங்கிய பணத்தில் உபரியாக வரும் ரூ. *1000* -ஐ அவர் வேறு எந்தப் பொருளும் வாங்காமல் கையில் நிறுத்தி வைத்துக் கொள்கிறார். *A1, A2, A3* முதலாளிகளும் இவ்வாறே செய்கின்றனர். இப்படி உள்ளுறைப் பண மூலதனமாகத் திரளும் பணமானது ஓய்ந்திருப்பதற்குப் பதில் அது கடன் செலாவணியாக மாறுவது தவிர்க்க முடியாததாகி விடுகிறது. சன்னம் சன்னமாகப் பண இருப்பாக இருக்கும் உள்ளுறை மூலதனம் உற்பத்தித் திறனற்ற முறையில் சிறிது காலம் இருந்துவர வேண்டியதானது, இயல்பாகவே முதலாளிகளுக்கு அந்த இடைக்காலத்தில் அது ஒரு இலாபம் ஈட்டும் மூலதனமாக மாறாதா என்ற ஏக்கத்தை உண்டுபண்ணுகிறது. இங்குதான் வங்கியின் செயல்பாடு தவிர்க்க முடியாததாகிவிடுகிறது. இப்படி வங்கியில் சேர்ப்பாகப் பயன்படும் பண மூலதனம் வட்டி மூலம் இந்த முதலாளிகளுக்கு ஒரு குறிப்பிட்ட காலத்திற்கு வருவாயைப் பெற்றுத் தருகிறது என்பது கூறாமலே விளங்கும்.

இப்போது மேற்குறிப்பிட்ட *A, A1, A2, A3* முதலாளிகளிடம் சரக்கை வாங்கிய முதலாளிகளான *B, B1, B2, B3* ஆகிய முதலாளிகள் தங்களுடைய பணத்தை மட்டும் சுற்றோட்டத்திற்குள் செலுத்தி, சரக்குகளை மட்டும் வெளியில் எடுப்பது நடைபெறுகிறது. ஆனால், விற்றலும் அதைத் தொடர்ந்து வாங்கலும் நடைபெற்றால்தான் சாமானிய மறுவுற்பத்தி தொடர்ந்து நடைபெறும். ஆனால் இதில் ஒரு தடை ஏற்படும்போது

சாமானிய மறுவுற்பத்தி குலைந்துவிடுகிறது. அப்படியென்றால் இதற்குத் தீர்வுதான் என்ன? விற்றலின்றி ஒரு முனையில் நடைபெறும் வாங்கலானது, வாங்கலின்றி இன்னொரு முனையில் நடைபெறும் விற்றலால் ஈடுசெய்யப்பட வேண்டும். அப்படி நடைபெறுவதாக அனுமானித்துக் கொள்கிறோம். இந்த அனுமானத்தில்தான் சமநிலை நிகழ முடியும். முதலாளித்துவப் பொருளுற்பத்திக்குரிய பரிவர்த்தனையும், ஆகவே மறுவுற்பத்தியும் இயல்பான முறையில் நடைபெறுவதற்குக் குறிப்பிட்ட சில நிலைமைகள் இப்படி அத்தியாவசியமாகிவிடுகின்றன. ஆனால் முதலாளித்துவப் பொருளுற்பத்தி இவ்வாறு இயற்கையிலேயே தன்னியல்பாய் நடைபெறும் தன்மை பெற்றிருப்பதால், சமநிலை என்பதே தற்செயலான நிகழ்வாகி, நிலைமைகள் யாவும் இயல்பற்ற முறைகேட்டுக்கான நிலைமைகளாக மாறி, நெருக்கடி தோன்றுவது தவிர்க்க முடியாததாகிவிடுகிறது.

துறை-*1* ன் *A, A1, A2, A3* முதலாளிகள் இப்படிப் பணத்தை சுற்றோட்டத்திலிருந்து எடுத்து நிறுத்தி வைத்துவிட்டாலும், இந்தப் பணத்தை வைத்துக் கொண்டு அது மொத்தமாகச் சேர்ந்தபின், அதாவது அப்படித் திரட்டி வைக்கப்பட்ட பணமானது *B, B1, B2, B3* முதலாளிகளுடைய பொருட்களை வாங்கும் செயல்பாட்டின் மூலமாகத்தான் அது கூடுதல் மாறா-மூலதனமாக மாறி, அந்த முதலாளிகளுக்கு உற்பத்தியில் பங்காற்றி அந்த வகையில் விரிவடைந்த திறனுடை மூலதனமாக மாறுகிறது. அதுவரை அது கூடுதல் மூலதனமாக மாறுவதில்லை. இப்போது துறை-*1* -ல் இருக்கக்கூடிய *B* தொகுதி முதலாளிகளின் உபரி-உற்பத்தியானது பண்ட வடிவில் அந்த முதலாளிகளுக்கே கூடுதல் மாறா-மூலதனமாக மாறுமாயின், தற்போது இத்தொகுதி முதலாளிகள், *A* தொகுதி முதலாளிகளிடம் மாறா-மூலதனக் கூறாக இருக்கும் சரக்குகளை வாங்குவது தடைப்படுகிறது. ஆகவே, இந்த அளவுக்கு *A* தொகுதி முதலாளிகள் தங்கள் உபரி-உற்பத்திப் பண்டத்தை பணமாக மாற்ற முடியாமல் போகும் நிலை உருவாகிறது. ஆனாலும், இந்த நிலை இல்லாமல், *B* தொகுதி முதலாளிகள், தங்கள் பொருட்களை விற்காமல், *A* தொகுதி முதலாளிகளிடம் வாங்க மட்டும் முடிகிறது என்றால் இந்தப் பணம் எங்கிருந்து வருகிறது?

இப்போதுதான் இதற்கான தீர்வுக்கு வருகிறோம். ஏற்கெனவே சாமானிய மறுவுற்பத்தியை விளக்கும்போது, ஒரு குறிப்பிட்ட தொகைப் பணமானது ஆரம்ப இருப்பாக இந்த முதலாளிகளிடம் இருப்பதாகவும், அந்த இருப்பை வைத்துத்தான் பின்னால் தங்களது

பொருட்களை விற்றுப் பணம் வரும் என்ற நம்பிக்கையில் இவர்கள் வாங்கலில் மட்டும் ஈடுபடுவதாகவும் நமது ஆய்வின் முடிவில் தெரிந்து கொண்டோம். பின்னர் அவர்களின் சரக்குகளின் பரிவர்த்தனையில் பணம் அவர்கள் கைக்கு அதே அளவுக்குத் திரும்பிவிடுகிறது. இவ்வாறுதான் *A* தொகுதி முதலாளிகளும், *B* தொகுதி முதலாளிகளும் தங்கள் துறை-*1* -ல் உபரி-உற்பத்தியைக் கூடுதல் உள்ளுறைப் பண மூலதனமாக மாற்றுவதற்குத் தேவையான பணத்தை ஒருவருக்கொருவர் அளித்துக் கொள்கிறார்கள். அதன்பிறகு இப்படி உருவாகிய உள்ளுறைப் பண மூலதனத்தைக் காலவட்ட முறையில் சுற்றோட்டத்தில் செலுத்தி சரக்குகளை வாங்கி அதைக் கூடுதல் மாறா-மூலதனமாக மாற்றுகிறார்கள். இப்போது முன்பு சுற்றோட்டத்தை விட்டு விலகிய இந்த உள்ளுறைப் பண மூலதனமே மீண்டும் சுற்றோட்டத்தில் பங்குபெற்று வாங்கற் சாதனமாக பயன்படுகிறது. பணத்தின் அளவில் மாற்றமில்லை என்பது புரிந்து கொள்ளக் கூடியதாய் இருக்கிறது.

ஆனால், முதலாளித்துவப் பொருளுற்பத்தியைப் பொறுத்தவரையில், அனைத்து உற்பத்தியுமே சரக்கு உற்பத்தியே என்பதாலும், அவை தொடர்ந்து அதிகரிப்பாதாலும், மேலும் மேலும் அதிகரித்துச் செல்லும் மாறும்-மூலதனம் (கூலி) பணமாகத் தொழிலாளர்கள் கையில் கிடைக்கப் பெற வேண்டும் என்பதாலும், அதே வேகத்தில் பண மூலதனம் உருவாகியே தீர வேண்டும். நாம் ஏற்கெனவே முதல் பாகத்தில், ஒரு குறிப்பிட்ட சமுதாயத்தில் சுற்றியோடும் பணத்தின் அளவைத் தீர்மானிப்பது எது என்பதை ஆராய்ந்தோம். மொத்தச் சமுதாயச் சரக்கின் உற்பத்தி விலையும், சுற்றோட்ட வேகமும் பணத்தின் அளவைத் தீர்மானிக்கின்றன என்ற முடிவுக்கு வந்தோம். எனவே அந்தச் சூத்திரத்தின் அடிப்படையில் இங்குச் சரக்கு உற்பத்தியின் அதிகரிப்புக்கு உகந்த அடிப்படையில் மொத்த சரக்கின் உற்பத்தி விலை அதிகரிக்கும்போது, பணத்தின் சுற்றோட்டத்தில் மாற்றமில்லாமல் இருக்கும்போது பணத்தின் தேவை அதிகரிக்கிறது. அந்த அளவுக்குப் பணப் பொருள் கிடைத்தாக வேண்டும். அதாவது தங்க உற்பத்தி பெருக வேண்டும். ஆக, இந்தத் தேவைக்கு சுற்றோட்டம்தான் வரம்பிடுகிறது. சுற்றோட்ட வேகம் கூடும்போது இந்தத் தேவை தற்காலிகமாக தேவையற்றதாகிவிடுகிறது. மேலும், கடன் செலாவணிப் பொறியமைவு இந்த உலோகப் பணச் சுற்றோட்டத்தைக் குறைந்தபட்ச எல்லைக்குக் குறுகிவிடச் செய்வதில் ஓயாமல் ஈடுபடுகிறது. எனவே, இந்தக் கடன் செலாவணி பொறியமைவே முறையான போக்கு சீர்குலைவதற்கு வழிவகை செய்து நெருக்கடி ஏற்படும் சாத்தியப்பாட்டை அதிகமாக்குகிறது.

இதுவரை துறை-*1* -ல் மூலதனத் திரட்டலைப் பார்த்தோம். இப்போது துறை-*2* -ல் மூலதனத் திரட்டலைப் பார்ப்போம். இப்போது துறை-*1* -ஐச் சேர்ந்த முதலாளிகளை *A* முதலாளிகள் என்றும் நுகர்வுப் பண்ட உற்பத்தித் துறையைச் சேர்ந்த முதலாளிகளை *B* முதலாளிகள் என்றும் வைத்துக் கொள்வோம். *A* முதலாளிகள் தங்களது துறையில் உற்பத்தியான உபரி-உற்பத்திப் பண்டத்தை *B* முதலாளிகளிடம் முழுவதும் விற்றுவிடுகின்றனர். விற்றுவந்த பணத்தைக் கொண்டு *B*-யிடம் நுகர்வுப் பண்டத்தை வாங்காமல் இருந்துவிடுகின்றனர். பணம் உள்ளுறை மூலதனமாகத் தங்கிவிடுகிறது. இப்போது *B*-யிடம் சரக்கு வடிவில் உள்ள மாறா-மூலதனப் பகுதி சரக்கு மூலதன வடிவில் முடங்கிவிடுகிறது. ஆகவே, இது நுகர்வுக்குப் போக முடியாமல் முடங்கி இருப்பதால் மிகை உற்பத்தி ஏற்பட்டு, மறுவுற்பத்திக்கும் தடங்கல் ஏற்பட்டுவிடுகிறது. ஆகவே, துறை-*1* முதலாளிகளைப் பொறுத்தவரை குறை நுகர்வும், துறை-*2* முதலாளிகளைப் பொறுத்தவரை ஒப்பளவில் மிகை உற்பத்தியும் ஏற்படுகிறது. நம்முடைய அனுமானப்படி, துறை-*1* -லும் துறை-*2* -லும் உபரி-மதிப்பு அனைத்துமே வருவாயாகக் கணக்கிடப்பட்டு நுகர்வுக்குச் சென்றுவிடுகிறது என்று கூறினோம். ஆனால் உண்மையில் நடப்பது என்னவென்றால், உபரி-மதிப்பின் ஒரு பகுதி முதலாளிகளின் சொந்த நுகர்வுக்குச் சென்றபின் மீதி இருப்பது மூலதனத் திரட்டலாக மறுவுற்பத்தியில் பங்கு பெறுவதே விரிதிற மறுவுற்பத்தியில் நடைபெறுகிறது. நுகர்வைக் குறைத்தே மூலதனத் திரட்டல் நடைபெறுபெறுவதாக தொல்சீர் அரசியல் பொருளாதாரவாதிகள் கூறுவது இதனை வைத்துத்தான். ஆனால், இது முதலாளித்துவப் பொருளுற்பத்தி முறைக்கே நேர் முரணானது. இது ஒரு மாயையே தவிர வேறல்ல. ஏனென்றால், முதலாளித்துவப் பொருளுற்பத்தி முறை என்பதே நுகர்வைத் தூண்டி பொருளுற்பத்தியைப் பெருக்கி இலாபம் சம்பாதிப்பதையே நோக்கமாகக் கொண்டது ஆகும்.

துறை-*2* -ல் மூலதனத் திரட்டலை நமது முந்தைய உதாரணத்தை வைத்தே விளக்கலாம். துறை-*1* -ன் *1000v + 1000s* ஆனது துறை-*2* -ன் *2000c* -க்காகப் பரிவர்த்தனை செய்யப்படுகிறது. துறை-*1* தொழிலாளர்களைப் பொறுத்தவரை தங்களது கூலியான *1000v* -யைக் கொண்டு துறை-*2* முதலாளிகளிடம் நுகர்வுப் பண்டத்தை வாங்கிவிடுகின்றனர். நமது அனுமானப்படி முதலாளிகளிடம் உள்ள *1000s*-ல் ஒரு பாதி *500s* மட்டுமே நுகர்வுப் பண்டத்தை வாங்கப் பயன்படுகிறது. ஆக துறை-*2* முதலாளிகளின் *2000c* –க்குப் பதிலாக துறை-*1* -ன் *1500* மட்டுமே பரிவர்த்தனை செய்யக்கூடியதாய் இருக்கிறது. இவ்விதம் துறை-*2* இடம்

500c நுகர்வுப் பண்டத்தைச் சரக்கு வடிவிலிருந்து திறனுடை மூலதனமாக மாற்ற முடியாமல் போய்விடுகிறது. இதனால் துறை-*2* -ல் மிகை உற்பத்தி ஏற்பட்டுவிடுவதாகத் தோன்றுகிறது. ஆனால், உண்மையில் நடப்பது அதுவல்ல. துறை-*1* முதலாளிகளிடம் தற்காலிகமாகப் பணச் சேர்ப்பாக நிறுத்திவைக்கப்படும் பணத்தைப் போலவே துறை-*2* முதலாளிகளிடம் சரக்கு இருப்பாகத் தேக்கி வைக்கப்படுகிறது. இந்த நுகர்வுப் பண்டம் அடுத்த ஆண்டுக்கு இருப்பாக மாறி, பொருளுற்பத்தி தடங்கலின்றி நடைபெறுகிறது. இதனை மனதில் வைத்துத்தான் ஒவ்வொரு துறை முதலாளிகளும் ஓரளவு பண மூலதனத்தை இருப்பாக வைத்திருப்பதாக நாம் ஏற்கெனவே நமது ஆய்வில் கூறியுள்ளோம். அதுவேதான் துறை-*2* முதலாளி வசமும் நடைபெறுகிறது. இந்த முதலாளிகள் பொருளுற்பத்தியோடு வாணிக நடவடிக்கைகளிலும் தாங்களே ஈடுபடுவதாக அனுமானித்துக் கொள்கிறோம்.

கீழ்வரும் எடுத்துக்காட்டு மூலம் விரிதிற மறுவுற்பத்தியை நம் ஆய்வுக்கு எடுத்துக் கொள்வோம்:

A. சாமானிய மறுவுற்பத்திக்கான குறிவரை

(Scheme of Simple Reproduction)

I. *4000c + 1000v + 1000s = 6000*

II. *2000c + 500c + 500s = 3000 ;* ஆக மொத்தம் *9000*

B. விரிதிற மற்வுற்பத்திக்கான தொடக்கக் குறிவரை

(Initial Scheme for reproduction on extended scale)

I. *4000c + 1000v + 1000s = 6000*

II. *1500c + 750v + 750s = 3000;* ஆக மொத்தம் *9000*

குறிவரை *B* -ல் துறை-*1* -ன் உபரி-மதிப்பில் ஒரு பாதி, அதாவது *500* மூலதனமாகத் திரட்டப்படுகிறது. *1500 I(v+s)* -ஐ *1500 IIc* -ஆல் மாற்றீடு செய்ய வேண்டும். தற்போது துறை-*1* -ல் எஞ்சுவது *4000c + 500s*. இதில் *500s* -ஐ மூலதனமாகத் திரட்ட வேண்டும். இதில் *400* மாறா-மூலதனமாகவும், *100* மாறும்-மூலதனமாகவும் மாற்றப்பட வேண்டும் எனக் கொள்வோம். இது துறை-*1* -க்குள்ளேயே மாறா-மூலதனக் கூறாக மாறிவிடுகிறது. இப்போது துறை-*1* -க்கான குறிவரை கீழ்க்கண்டவாறு மாறிவிடுகிறது:

I. 4400c + 1000v + 100s

இங்கே *100s* ஆனது *100v* ஆக மாறும்-மூலதனமாக மாற்றப்பட வேண்டியது ஆகும். துறை-*2* ஆனது துறை-*1* இடமிருந்து உற்பத்திச்

சாதனமாக இருக்கும் *100s* -ஐ மூலதனத் திரட்டலுக்காக வாங்குகிறது. இப்போது துறை-*2* -க்கு இது கூடுதல் மாறா-மூலதனம் ஆகிறது. இப்படி வாங்குவதன் மூலம் துறை-*2* துறை-*1* -க்குக் கொடுக்கும் விலையாகிய *100* பணமானது துறை-*1* -ன் மாறும்-மூலதனத்தின் பண வடிவமாகிறது. *4400c* -யுடன் கூடவே பண வடிவில் *1100v* -யும் சேர்த்து *5500* மூலதனமாக இருக்கிறது. துறை-*2* இப்போது *1600c* மாறா-மூலதனத்தைப் பெற்றுள்ளது. இந்த மாறா-மூலதனத்தை இயங்கவைக்கும் பொருட்டு அங்கக இணைப்பாக்கம் மாறாமல் இருப்பதாக நாம் கருதுவோமானால், *50v* -ஐக் கூடுதலாக முன்னீடு செய்து புதிய உழைப்புச் சக்தியை வாங்க வேண்டும். எனவே *750v* ஆனது தற்போது *800v* ஆக மாறிவிடுகிறது. எனவே, துறை-*2* -ன் மாறா-மூலதனமும் மாறும்-மூலதனமும் இவ்வாறு கூடுதல் *150* ஆகிவிடுகிறது. இந்தக் கூடுதல் மூலதனம் இத்துறையின் உபரி-உற்பத்தியிலிருந்துதான் பெறப்படுகிறது. இப்போது *750s* -ல் *600s* மட்டுமே முதலாளிகளுக்கான நுகர்வுப் பண்ட நிதியமாக எஞ்சுகிறது. துறை-*2* -ன் உற்பத்திப் பண்டம் கீழ்க்கண்டவாறு வினியோகமாகிறது:

II. 1600c + 800v + 600s (நுகர்வுப் பண்ட நிதியம்) = 3000

நுகர்வுப் பண்டமாய் உற்பத்தியாகிற *150s* ஆனது துறை-*1* தொழிலாளர்களின் கூடுதல் *100v* -யாலும் துறை-*2* தொழிலாளர்களின் கூடுதல் *50v* -யாலும் முழுவதுமாக நுகரப்பட்டுவிடுகிறது. மூலதனத் திரட்டலுக்காக மாற்றியமைக்கப்பட்ட பின் மாறிய நிலவரம் வருமாறு:

I. 4400c + 1100v + 500 (நுகர்வுப் பண்ட நிதியம்) = 6000

II. 1600c + 800v + 600 (நுகர்வுப் பண்ட நிதியம்) = 3000

மொத்தம் முன்பிருந்த அதே *9000*. இதில் மூலதனமாகும் பகுதியைப் பார்ப்போம்:

I. 4400c + 1100v (பணம்) = 5500

II. 1600c + 800v (பணம்) = 2400; மொத்தம் = 7900

இந்த *7900* ஆனது, உற்பத்தி தொடங்கியபோது இருந்த மொத்த மூலதனமான *7250* -ஐவிடக் கூடுதல் மூலதனமாகும். இந்தக் கூடுதல் மூலதனத்தைக் கொண்டு உற்பத்தி தொடருமானால், அடுத்த ஆண்டு முடிவில் இருக்கும் நிலவரம் வருமாறு:

I. 4400c + 1100v + 1100s = 6600

II. 1600c + 800v + 800s = 3200; ஆக மொத்தம் 9800

இதே வீதத்தில் இரண்டு துறைகளிலும் மூலதனத் திரட்டல் தொடர்ந்து நடைபெறுகிறது.

மூலதனம் மூன்றாம் பாகம்

முழுமையான முதலாளித்துவ உற்பத்தி நிகழ்முறை

பகுதி-1

உபரி-மதிப்பு இலாபமாகவும் உபரி-மதிப்பு வீதம் இலாப வீதமாகவும் மாறுதல்

அத்தியாயம்-1

இலாப வீதம்

முதல் பாகத்தில் முதலாளித்துவ உற்பத்தி நிகழ்முறையையும், இரண்டாவது பாகத்தில் சுற்றோட்ட நிகழ்முறையையும் விரிவாக ஆராய்ந்தோம். ஆனால் முதலாளித்துவப் பொருளுற்பத்தியை ஒட்டு மொத்தமாகப் பார்க்கும்போது அது உற்பத்தி நிகழ்முறையும், சுற்றோட்ட நிகழ்முறையும் சேர்ந்ததுதான் என்பது கண்கூடு. முழுமொத்த மூலதன அசைவியக்கங்களிலிருந்து உதித்தெழும் ஸ்தூலமான வடிவங்களை இனங்கண்டு ஆராய்வதுதான் மூன்றாம் பாகத்தின் நோக்கமாக உள்ளது.

மார்க்ஸ் உபரி-மதிப்பை ஆய்வு செய்தபோது, அது முழுக்க முழுக்க உற்பத்தி நிகழ்முறையில், தொழிலாளர்களுடைய ஊதியமளிக்கப்படாத உழைப்பின் மதிப்புத்தான் என்பதைப் பட்டவர்த்தனமாகத் தெரிவித்தார். மார்க்ஸின் ஆய்வுப்படி ஒரு பண்டத்தின் உற்பத்திக்கு ரூ. 500 மூலதன முன்னீடு தேவையென்றால், இது கச்சாப்பொருளுக்கும், இயந்திரம், கட்டடம் போன்ற நிலை-மூலதன தேய்மானத்துக்கும், உழைப்புச்சக்திச் செலவுக்கும் ஆகும் செலவை உள்ளடக்கியதாகும். உதாரணத்திற்கு, ரூ. 500-ல் ரூ. 380 கச்சாப்பொருளுக்கும், ரூ. 20 இயந்திரம் மற்றும் கட்டடங்களின் தேய்மானத்துக்கும், ரூ. 100 உழைப்புச் சக்தியை வாங்குவதற்கான கூலிக்கும் செலவிடப்படுகிறது என்று கொள்வோம். உபரி-மதிப்பு 100%. ஆக, உற்பத்திப் பண்டத்தின் மதிப்பு ரூ. 600.

முதலாளியின் பார்வையில், ரூ. 500 என்பது உற்பத்திப் பண்டங்களின் அடக்க விலையாக இருக்கிறது. ஆனால், சரக்கிற்காக முதலாளிக்கு ஆகும் செலவும், உள்ளபடியே (உற்பத்திப் பண்டத்தில் அடங்கியுள்ள உழைப்பின் முழு மதிப்புக்குச் சமதையாக கூலி கிடைத்தால்) ஆகும் செலவும் ஒன்றல்ல. உற்பத்தி செய்யப்படும் மதிப்பின் ஒரு பகுதி தொழிலாளர்களின் ஊதியமில்லா உழைப்பின் பகுதியாகும். ஆனால் முதலாளித்துவ உற்பத்தி நிகழ்முறையில் தொழிலாளர்களின்

உழைப்புச் சக்தி முதலாளியின் திறனுடை மூலதனத்தின் அடக்கக் கூறாகிவிடுவதால், அவர்தான் சரக்கை உற்பத்தி செய்பவராகக் காட்சி அளிக்கிறார். எனவே, இந்த ரூ. 500 அடக்க விலைதான் மெய்யாகவே அவரது சரக்கு உற்பத்திக்காகும் செலவு என்று கருத இடமளிக்கிறது. இவ்வாறு அடக்க விலையை K எனக் கொண்டால், நமது ஆய்வின் அடிப்படையான உற்பத்திப் பண்ட மதிப்பு $C = c + v + s$ என்கிற சூத்திரமே, $C = K + s$ ஆகி விடுகிறது. அதாவது நமது உதாரணத்தில் 500 (K) + 100 (S) = 600 (C) ஆகும். இதன்படி முதலாளிகளின் அடக்கச் செலவை மூலதனத்தின் செலவீட்டால் அளக்கிறோம். ஆனால், நமது மார்க்ஸிய பார்வையில் சரக்கின் மெய்யான அடக்கச் செலவை உழைப்பின் செலவீட்டால் அளக்கிறோம்.

முதலாளித்துவப் பொருளுற்பத்தி முறையில், உழைப்புச் சக்தியின் மதிப்பு அல்லது விலையானது உழைப்பின் மதிப்பு அல்லது விலையாக, அதாவது கூலியாகத் தோற்றமளிக்கிறது. இந்த உழைப்புச் சக்தியின் மதிப்பாகிய மாறும்-மூலதனம் v -இன் மதிப்பில் ஏற்படும் மாற்றத்திலிருந்தே உபரி-மதிப்பாகிய s பிறக்கிறது என்றாலும், அதாவது மாறும்-மூலதனத்தின் கூடுதலே தவிர வேறல்ல என்றாலும், உற்பத்தி நிகழ்முறை முடிந்த பிறகு, மூலதன மதிப்பாகிய v -ஐ அலைவுறும் பருமனாக - அதாவது மாறாப் பருமனை மாறும் பருமனாக – மாற்றுவதன் மூலம்தான் S உற்பத்தி செய்யப்படுவதைக் காட்டுகிறது. எனவேதான் இதற்கு மாறும்-மூலதனம் என்ற பெயர். முதலாளிக்கு இந்தக் கூடுதல் மதிப்பானது அவர் தனது மூலதனத்தைக் கொண்டு மேற்கொள்ளும் உற்பத்தி நடவடிக்கைகளிலிருந்து, அதாவது அவரது மூலதனத்திலிருந்தே பிறப்பதாகத் தெரிகிறது. முதலாளி வேறுவிதமாகவும் யோசிக்கிறார். மாறும்-மூலதனத்திலிருந்து இலாபம் பெறுவதற்காவவே மாறா-மூலதனத்தில் முன்னீடு செய்ததாகவும் வாதிடுகிறார். உற்பத்திச்சாதனங்களையும், உழைப்புச்சாதனங்களையும் (இவற்றைச் சொந்தமாக்கிக் கொள்வதிலிருந்து தொழிலாளி ஏற்கெனவே விலக்கப்பட்டுவிட்டார்) உற்பத்தியில் செலுத்துவதால்தான் தொழிலாளி தன்னுடைய திறனுடை நுகர்வின் மூலம் மதிப்பைப் படைக்கிறார். எனவேதான் முதாலாளிகளின் பார்வையில் மாறா-மூலதனமும் மாறும்-மூலதனமும் ஒன்றாகப் பார்க்கப்படுகிறது. இதையே மால்தூஸ் பாணியில் கூறுவதாக இருந்தால், "முதலாளி... தான் முன்னீடு செய்யும் மூலதனத்தின் எல்லாப் பகுதிகளிலிருந்தும் சம அளவில் இலாபம் எதிர்பார்க்கிறார்." எனவேதான் நமது ஆய்வுப்படி தொழிலாளர்களால் படைக்கப்பட்ட உபரி-மதிப்பானது, முன்னீடு செய்யப்படும் மொத்த மூலதனத்திலிருந்து பெறப்படுகிற

ஒன்றாகக் கொள்ளும்போது, அது உருமாறி இலாபம் ஆகிறது. இப்போது $C = c + v + s = K + s$ என்னும் சூத்திரமே $C = K + p$ (சரக்கின் மதிப்பு = அடக்கவிலை + இலாபம்) என்னும் சூத்திரமாக மாறிப் போகிறது. இப்படி உபரி-மதிப்பானது இலாபமாக மாறியது முதலாளித்துவ உற்பத்திமுறையின் தவிர்க்க முடியாத விளைவு.

இங்கே ஒன்றை நாம் புரிந்து கொள்ள வேண்டும். சரக்கு அதன் மதிப்புக்கே விற்கப்பட்டால் கிடைக்கும் இலாபமானது உபரி-மதிப்பின் மதிப்புக்குச் சமமாகிறது. ஆனால் நாம் சந்தையில் இயல்பாகப் பார்ப்பது என்ன? சரக்குகள் அதன் மதிப்பிற்குக் கீழாகவும், சில சமயம் அதற்கு மேலாகவும் விற்பதைப் பார்க்கிறோம். இதன் அடிப்படையில் முதலாளிக்கு கிடைக்கும் இலாபத்தின் அளவில் மாற்றம் இருந்தபோதும், சரக்கின் மதிப்பில் உபரி-மதிப்பின் அளவுதான் இந்த விலைகளுக்கு வரம்பிடுகிறது. முதலாளித்துவ உற்பத்தி முறையில் S என்பது பூஜ்யமாக இருக்க வாய்ப்பில்லை.

இலாபம் என்பது சரக்கின் அடக்கவிலைக்கு மேலாகக் கிடைக்கும் பகுதி என்ற முதலாளித்துவக் கருத்தானது, இன்னுமொரு தவறான முடிவுக்கு இட்டுச் செல்கிறது. இந்த இலாபம் என்பதே சரக்கை விற்பதால் கிடைக்கும் மிகையினால்தான் என்ற முடிவுக்கு அவர்களை இட்டுச் செல்கிறது. இது சில அரசியல் பொருளாதார அறிஞர்களின் கூற்றுப்படி, இலாபம் என்பது உற்பத்தி நிகழ்முறையில் அல்லாமல், அதற்கு மாறாக சுற்றோட்டத்தில்தான் படைக்கப்படுகிறது என்கிற கருத்தோடு ஒட்டிப் போகிறது. தொல்சீர்ப் பொருளாதாரவாதியான டாரென்ஸ் இப்படித்தான் ஒரு தவறான முடிவுக்கு வருகிறார். அவரின் கருத்துப்படி இலாபம் என்பது, நுகர்வோர் நேரடியான அல்லது சுற்றடியான பண்டமாற்றத்தின் மூலம் மூலதனப் பகுதியைவிட அதிகமாக அளிப்பதின் விளைவே. ஆனால், பூஜ்யத்திலிருந்து எதுவுமே படைக்கப்படுவதில்லை. எனவேதான் இந்த மாயையை மறைப்பதற்காகச் சரக்கு உற்பத்தித் துறையிலிருந்து, சரக்குச் சுற்றோட்டத் துறைக்கு இந்த இலாப உற்பத்தியை மாற்றி விடுகிறார். ஆனால் மற்றொரு தொல்சீர்ப் பொருளாதாரவாதியான ராம்சே இதற்குச் சரியான பதிலைக் கொடுத்து விடுகிறார். அவர் சொல்கிறார்: ''இலாபம் என்பது சரக்குப் பரிவர்த்தனைக்கு முன்பே இல்லை என்றால், அது பரிவர்த்தனையிலிருந்தும் வரமுடியாது''. எனவே சரக்கின் அடக்க விலையே அதன் மெய்யான மதிப்பு என்றும், சரக்கை அதன் மதிப்பைக் காட்டிலும் அதிக விலைக்கு விறபதால்தான் உபரி-மதிப்பு பிறக்கிறது என்பதும் ஆராயாமால் சொல்லும் கருத்தாகும்.

உபரி-மதிப்புத்தான் இலாபமாக மாற்றமடைகிறது. அதேபோல் உபரி-மதிப்பு வீதம் இலாப வீதமாக மாற்றமடைகிறது. இதற்கு மறுதலையாக மாற்றமடைவதில்லை. ஆனாலும் இலாப வீதம்தான் வரலாற்று வழிப்பட்ட தொடக்க முனை ஆகும். வணிக மூலதனம்தான் இலாபத்திற்குத் தோற்றுவாயாக இருந்தது. ஆனால் முதலாளித்துவ உற்பத்தி முறையில் மாறிவிடுகிறது. இவை கண்ணுக்குத் தெரியாமல் மறைக்கப்பட்டுவிடுகிறது. சந்தையில் தனிப்பட்ட முதலாளியைப் பொறுத்தவரை, போட்டியின் காரணமாக விலையைச் சரக்கின் மதிப்பைக் காட்டிலும் குறைவான விலைக்கு விற்றலும் வாங்கலும் நடைபெறுகிறது. எனவே அந்த தனிப்பட்ட முதலாளியைப் பொறுத்தவரை உழைப்புச் சுரண்டலை கடுமையாக ஆக்குவதில் அவருக்கு உள்ள திறமையைப் போலவே, சந்தையில் விற்றல் வாங்கலிலும் தனது சாமர்த்தியத்தைப் பயன்படுத்துகிறார். எனவே இதுதான் அவரின் இலாபத்தை தீர்மானிப்பதாக நம்புகிறார். சரக்கில் அடங்கியுள்ள சமுதாய அவசிய சராசரி உழைப்புத்தான் சரக்குகளின் விலையைத் தீர்மானிக்கிறது என்னும் போதும், இது அவருடைய கண்ணுக்குத் தெரியாமல் நிகழும் போதும் இந்தத் தனிப்பட்ட இலாப வீதங்கள் எல்லாம் அடிபட்டுப் போகின்றன.

மூலதனமானது உற்பத்தித் துறையில் செயல்பட்டு அதன் உருமாற்றத்திற்கான சுற்றினை நிகழ்த்தும்போது, அதன் அங்கக உருவாக்க அக வாழ்விலிருந்து விடுபட்டுப் புற வாழ்வுடன் உறவுகளை நிறுவிக்கொள்ள முயல்கிறது. இப்போது இந்த உறவுகளில் எதிரும் புதிருமாய் ஒன்றையொன்று நோக்குவது மூலதனமும் உழைப்பும் அல்ல. மூலதனமும் கூலியுழைப்பும் ஒன்றையொன்று எதிரும் புதிருமாய் நோக்கும் அந்த ஆதி வடிவமானது, இந்த எதிர்நிலையைச் சாராமல் சுயேச்சையாய் இருப்பதுபோல் தோன்றுகிற உறவுமுறைகளின் குறிக்கீட்டால் மூடி மறைக்கப்படுகிறது. எனவேதான் இலாபம் என்பது இருவகைப்பட்ட மூலதனங்களின் (தொழில்துறை மூலதனம், வணிக மூலதனம்) சுயேச்சையான செயல்பாட்டால் நிகழ்வதாக முதலாளிக்குத் தெரிகிறது.

உபரி-மதிப்பானது இலாப வீதத்தின் மூலம் இலாபமாக உருமாற்றமடையும் நிகழ்வானது, செயலின் கர்த்தாவான தொழிலாளிக்கும், இலக்குப் பொருளுக்கும் இடையில் நடைபெறும் மாறாட்டத்தின் *(Subject-object inversion)* வளர்ச்சியே ஆகும். ஆனால் இது தலைகீழ் நிலையாகத் தோற்றமளிக்கிறது. ஒருபுறத்தில் உயிருள்ள உழைப்பின் மீது ஆதிக்கம் செலுத்தும் மதிப்பு, அல்லது கடந்த கால

உழைப்பு முதலாளியாக ஆளுருவம் பெறுகிறது. மறுபுறத்தில் தொழிலாளியானவர், வெறும் பொருள் வடிவிலான உழைப்புச் சக்தியாக, வெறும் சரக்காகத் தோற்றமளிக்கிறார். இந்தத் தலைகீழ் உறவு முறையானது சாமனிய உற்பத்தி உறவுகளிலும்கூட (Relations of Production) இதற்கு இணையான தலைகீழ்க் கருத்தோட்டங்களைத் தோற்றுவிக்கிறது. மூலதனத்தின் தற்பெருக்க நிகழ்முறையை மேலும் மேலும் ஆராயும்போது, மூலதன உறவுகள் மேற்கூறியதுபோல் மேலும் மேலும் மர்மமாவதையும் நாம் வரும் பகுதியில் பார்க்க இருக்கிறோம்.

1.1 இலாப வீதத்துக்கும் உபரி-மதிப்பு வீதத்துக்குமான உறவு

மாறும்-மூலதனத்தை v என்றும், மாறா-மூலதனத்தை c என்றும், உபரி-மதிப்பை s என்றும், மொத்த மூலதனத்தை C என்றும், உபரி-மதிப்பு வீதத்தை s' என்றும், இலாபத்தை p என்றும், இலாப வீதத்தை p' என்றும் கொள்வோம்.

உபரி-மதிப்பு வீதம் $= s/v = s'$

அப்படியென்றால், $s = s'v$

மொத்த மூலதனத்தோடு ஒப்பிடும்போது இலாபம் $= p$

இலாப வீதம் $= p'$

$p' = s/C = {}^{s}/_{c+v}$

s க்குப் பதில் அதன் முந்தைய சமன்பாட்டில் கண்டபடி அதன் சமதையான $s'v$ -ஐ நுழைக்கிறோம்

அப்படியென்றால், $p' = s'v/C = {}^{s'v}/_{c+v}$

இச்சமன்பாட்டை $p' : s' = v : C$ என்றும் குறிப்பிட முடியும். இந்தச் சமன்பாட்டை தற்போது சரிபார்த்துக் கொள்வோம். மாறா-மூலதனம் 100, மாறும்-மூலதனம் 400. ஆக மொத்த மூலதனம் 500. உபரி-மதிப்பு வீதம் 100% என்றால், இலாப வீதம் 20%. நமது சமன்பாட்டின்படி,

20% : 100% = 100 : 500 அதாவது 1 : 5 -க்குச் சமம்

இங்கு ஒன்றை நாம் கவனத்தில் கொள்ள வேண்டும். இலாப வீதத்தின் விதிகளையும், உபரி-மதிப்பு விதிகளையும் ஒன்றுக்கொன்று முழுதொத்தவையாகக் காட்ட முயல்வது முற்றிலும் தவறு என்பதைப் புரிந்து கொள்ள வேண்டும். ரிக்கார்டிய மரபினை ஆய்வு செய்யும்போது இது தெரியவரும். இவ்விரு வீதங்களையும் முதலாளி வேறுபடுத்திப் பார்க்காதது வியப்பில்லை. s/C என்னும் சூத்திரத்தில் உபரி-மதிப்பை

அதன் உற்பத்திக்காக முன்னீடு செய்யப்படும் மொத்த மூலதனத்தின் மதிப்போடு ஒப்பிட்டு அளக்கிறோம். மொத்த மூலதனத்தின் ஒருபகுதி (மாறா சுழல்-மூலதனம் + மாறும்-மூலதனம்) இந்த உற்பத்திக்காக முற்றிலும் நுகரப்பட்டு விடுகிறது. மற்றொரு பகுதி (நிலை-மூலதனம்) இந்த உற்பத்திக்காக ஈடுபடுத்தப் படுகிறதே தவிர முற்றிலும் நுகரப்படுவதில்லை. *s/C* என்னும் சூத்திரம் உண்மையில் தெரிவிப்பது என்னவென்றால், முன்னீடு செய்யப்படும் மொத்த மூலதனத்தின் தற்பெருக்கப் படித்தரமே *(Degree of Self expansion)* ஆகும்.

இலாப வீதத்துக்கும் உபரி-மதிப்புக்குமான விகித உறவும் மாறும்-மூலதனத்துக்கும் மொத்த மூலதனத்துக்கான மொத்த விகித உறவும் ஒன்றே. இந்த விகித உறவிலிருந்து பெறப்படுவது என்னவென்றால், இலாப வீதம் *p'* ஆனது எப்போதுமே உபரி-மதிப்பு வீதம் *s'* -ஐவிடச் சிறியதே. ஏனென்றால் மாறும்-மூலதனம் *v* என்பது மொத்த மூலதனம் *C (c + v)* -ஐவிடச் சிறியது ஆகும். உபரி-மதிப்பு வீதம் மாறாமல் இருக்கும்போதே, மற்ற காரணிகளான மாறும்-மூலதனம், மாறா-மூலதனத்தில் மாற்றம் ஏற்படும்போது இலாப வீதத்தில் மாற்றம் ஏற்படுகிறது. அதேபோல் உபரி-மதிப்பு வீதம் உயர்ந்து போகும் நேரத்திலும்கூட, அதற்கு நேர்மாறாக இலாப வீதம் குறைந்து போவது நிகழ்கிறது. அல்லது உபரி-மதிப்பு வீதம் உயரும் அதே விகிதத்தில் உயராமல், ஒப்பளவில் இலாப வீதம் உயர்வதும் நடைபெறுகிறது.

எனவே, இலாப வீதம் என்பது உபரி-மதிப்பு வீதம், மூலதனத்தின் மதிப்பு ஆகிய இரு பிரதானக் காரணிகளைப் பொறுத்ததாகும். இரு வேறுபட்ட மூலதனத்தின் அங்கக இயைபும், உபரி-மதிப்பு வீதமும் ஒன்றாக இருந்தாலும், அல்லது ஒரே மூலதனம் இரு வேறுபட்ட நிலைகளில் ஒரே உபரி-மதிப்பைக் கொண்டிருந்தாலும், இலாப வீதம் என்பது மாறுபடக் கூடியது. இலாப வீதத்தின் மீது மூலதனப் புரள்வும் கணிசமான அளவுக்குத் தாக்கத்தைச் செலுத்துகிறது. புரள்வுக் காலம் அதிகமானால் இலாப வீதம் குறையும். உபரி-மதிப்பு வீதம் குறையாமல் இருந்தபோதும்கூட இப்படி நடைபெறுவது சாத்தியமாகிறது.

உதாரணத்திற்கு மூலதனம்-1 -ஐ எடுத்துக் கொள்வோம்:

நிலை-மூலதனம் 10000. வருடத்திற்கு 10% தேய்மானம் ஏற்படுகிறது. மாறாச் சுழல்-மூலதனம் 500; மாறும்-மூலதனம் 500. உபரி-மதிப்பு வீதம் 100%. இந்த மூலதனம் வருடத்திற்கு 10 முறை புரள்கிறது என்று கொள்வோம். இந்த ஆய்வில் மார்க்ஸ் ஆரம்ப முன்னீடான நிலை-மூலதனத்தையும், ஒரு புரள்வுக்கு ஆகும் மாறா-மூலதனத்தையும்

மாறும்-மூலதனத்தையும் வருடத்திற்கு ஆகும் மொத்த மூலதனம் (C) என்று முதலாளித்துவ நோக்கில் கணக்கில் கொள்கிறார்.

இப்போது ஒரு புரள்வுக் காலத்தில் உற்பத்தி –

100C (தேய்மானம்) + 500C + 500v + 500v = 1600;

பத்து புரள்வு ஏற்படுத்தும் மொத்த உற்பத்தி -

1000C (தேய்மானம்) + 5000C + 5000C + 5000C = 16000;

நமது சூத்திரத்தின்படி, $C = 11000; s = 5000$; ஃ $p' = 5000/11000 = 45^{5}/_{11}\%$

மூலதனம்-2 ஐ எடுத்துக் கொள்வோம்:

நிலை-மூலதனம் 9000. வருடாந்திரத் தேய்மானம் 1000; மாறாச் சுழல்-மூலதனம் 1000. மாறும்-மூலதனம் 1000. உபரி-மதிப்பு வீதம் 100%. இந்த மூலதனமானது வருடத்திற்கு 5 முறை புரள்வதாகக் கொள்வோம்.

ஒரு புரள்வுக் காலத்தில் உற்பத்தி -

200C (தேய்மானம்) + 1000C + 1000v + 1000s = 3200;

5 புரள்வுகளில் அதாவது ஓராண்டு முடிவில் உற்பத்தி -

1000C (தேய்மானம்) + 5000C + 5000v + 5000s = 16000;

நமது சூத்திரத்தின்படி, $C = 11000; s = 5000$; ஃ $p' = 5000/11000 = 45^{5}/_{11}\%$

மேற்கூறிய இரண்டு மூலதனத்திலும் வருடாந்திர மொத்த மூலதனம் ஒன்றுதான். வருடாந்திர உபரி-மதிப்புத் திரளும் ஒன்றுதான். எனவே இலாப வீதமும் ஒன்றாகவே இருக்கிறது. ஆனால் மூலதனம்-1 ஆண்டுக்கு 10 முறை புரள்வதற்குப் பதில் 5 முறை மட்டுமே புரள்கிறது. முதல் மூலதனமும் இரண்டாவது மூலதனம் போல் 5 முறையே புரள்வதாகக் கொள்வோம். இப்போது நிலைமை மாறி விடுகிறது.

முதல் புரள்வின் முடிவில் உற்பத்தி -

200C (தேய்மானம்) + 500C + 500v + 500s = 1700;

5 புரள்வுகள் ஏற்படுத்தும் மொத்த உற்பத்தி -

1000C (தேய்மானம்) + 2500C + 2500v + 2500s = 8500;

நமது சூத்திரத்தின்படி, $C = 11000; s = 2500$; ஃ $p' = 2500/11000 = 22^{8}/_{11}\%$

புரள்வுக் காலம் இருமடங்காகி விட்டதால், இலாப வீதம் சரிபாதியாகக் குறைந்து விட்டது. எனவே, புரள்வுக் காலம் குறைந்துவிடும்போது இலாப வீதம் அதிகரிக்கிறது. முதலாளித்துவ முறையில் புதிய தொழில்நுட்பப் பயன்பாடும், புதிய புதிய

கண்டுபிடிப்புகளும், போக்குவரத்துத் துறை மேம்பாடுகளும் வெகுவான முன்னேற்றத்தைக் கொண்டு வந்துள்ளன. இதனால் சரக்கின் சுற்றோட்டம் வெகுவாகக் குறைந்துவிடுகிறது. ஆரம்ப காலத்தில் புதிய கடல்வழிக் கண்டுபிடிப்புகள் புரள்வுக் காலத்தை வெகுவாகக் குறைத்துவிட்டன. அதுபோல கண்டங்களுக்கிடையில் கால்வாய் வெட்டப்பட்டதன் விளைவாகக் கடல் பயண தூரம் வெகுவாகக் குறைந்தது. உதாரணம்: சூயஸ் கால்வாய், பனாமா கால்வாய் வெட்டப்பட்டதால், சரக்குகளை ஒரு கண்டத்திலிருந்து வேறொரு கண்டத்திற்குக் கொண்டுபோய்ச் சேர்ப்பதில் நேரம் வெகுவாகக் குறைந்துவிட்டது. அதேபோல் பதப்படுத்துவதில் தற்போது ஏற்பட்டுள்ள முன்னேற்றமும் பிரமிக்கத்தக்க அளவில் உற்பத்திக் காலத்தை வெகுவாகக் குறைத்துவிட்டது. அதேபோல் தானியங்கி இயந்திரங்களின் கண்டுபிடிப்புகளும் புரள்வுக் காலத்தை வெகுவாகக் குறைத்துவிட்டன. எனவே இலாப வீதங்கள் அவற்றின் புரள்வுக் காலத்திற்கு எதிர்விகிதத்தில் மாறும்.

1.2 மாறா-மூலதனத்தைப் பயன்படுத்துவதில் சிக்கனம்

முதலாளிகளின் நோக்கம் இலாப வீதத்தை எப்படியாவது அதிகமாக்குவது என்கிற அடிப்படையில் தங்களுக்குக் கிடைக்கும் ஒவ்வொரு வாய்ப்பையும் பயன்படுத்திக் கொள்கின்றனர். அதில் ஒன்றுதான் மாறா-மூலதனத்தைப் பயன்படுத்துவதில் ஏற்படும் சிக்கன நடவடிக்கையாகும்.

1. இயந்திர சாதனங்களின் மராமத்துச் செலவில் ஏற்படும் குறைவு. உற்பத்தி நிகழ்முறையில் தரமான இயந்திர சாதனங்களைப் பயன்படுத்துவதால் அதன் வருடாந்திர மராமத்துச் செலவு வெகுவாகக் குறைகிறது. அதேபோல் முறையான மராமத்துக்களை ஒரு குறிப்பிட்ட கால அடிப்படையில், அது பழுது ஆவதற்கு முன்பே முன்னெச்சரிக்கை நடவடிக்கை மூலம் *(Preventive maintenance)* பழுது ஏற்படாமல் பார்த்துக் கொள்வதோடு மட்டுமல்லாமல், உற்பத்தி தடங்கலின்றி நடைபெற உதவி செய்வது.

2. புதிய விஞ்ஞானக் கண்டுபிடிப்புகள் மூலம் உற்பத்தியில் ஈடுபடுத்தப்படும் இயந்திரங்கள் முன்னிலும் அதிக வேகத்தில் இயக்கப்படுவதற்கு வழிவகை செய்தல். நீராவிக் கொதிகலன்களில் ஏற்படும் மேம்பாடு, நீராவி இயந்திரத்திற்குப் பதிலாக மின் இயக்கி இயந்திரங்களின் கண்டுபிடிப்பு.

3. நிலை-மூலதனத்தில் ஏற்படும் சிக்கனம். இரயில் தண்டவாளத்தில் மரக்கட்டைகளுக்குப் பதில் கான்கிரீட் கட்டை *(Concrete Slab)* பயன்படுத்துவது.

4. இயந்திர சாதனத்தை முன்னிலும் அதிகமாக ஓய்வின்றிப் பயன்படுத்துவது. இது தொழிலாளர்களைத் தொடர்ந்து ஷிப்டு முறையில் இயந்திரங்களை இயக்கச் செய்வதால் ஏற்படும் சிக்கனம்.

5. இயந்திர சாதனங்களையும், உழைப்புக் கருவிகளையும் தொழிலாளர்கள் பொதுவாகப் பயன்படுத்துவதால் ஏற்படும் சிக்கனம். அதாவது தொழிலாளர்களின் கூட்டுழைப்பு இயந்திர சாதனத்தில் ஏற்படுத்தும் விழைவு.

6. மாறா-மூலதனமான கச்சாப்பொருட்களை உற்பத்தியில் ஈடுபடுத்தும்போது ஏற்படும் கழிவுகளை கூடுமானவரை குறைப்பதால் ஏற்படும் சிக்கனம். அப்படியும் உற்பத்தி நிகழ்முறையில் ஏற்படும் கழிவுகளை வேறொரு சரக்கு உற்பத்திக்கு கச்சாப்பொருளாகப் பயன்படுத்துவது. உதாரணம்: பருத்திக் கழிவு. மலிவு விலை ஆடையுற்பத்திக்குப் பயன்படுதல். அதேபோல் இயந்திர சாதன உற்பத்தியில் குவியல் குவியலாக ஏற்படும் இரும்புச் சீவல்கள் இரும்பு உற்பத்திக்கான கச்சாப்பொருளாகப் பயன்படுகின்றன.

சரக்குகளை முடிந்தவரை மலிவாக உற்பத்தி செய்வதற்கு நிர்ப்பந்திக்கிற இலாப வேட்டையும் போட்டோ போட்டியும் மாறா-மூலதனத்தைப் பயன்படுத்துவதில் சிக்கனத்தை உருவாக்குகின்றன. முதலாளித்துப் பொருளுற்பத்தி முறையானது, யாவற்றிலும் கருமித்தனமாக நடந்து கொண்டாலும், மானுடப் பொருளை மட்டும் ஊதாரித்தனமாகச் செலவிடுகின்றது. ஒரு சரக்கின் உற்பத்திக்கு அவசியமாகும் உழைப்பை ஓயாமல் குறுக்குவதன் மூலம் உழைப்புச் சக்தியை முன்னிலும் தாராளமாக நீண்ட நேரத்திற்கு உறிஞ்சுவதற்கான வாய்ப்புக் கிடைக்கிறது. தொழிலாளர்களின் நலனைப் பலியிட்டு வேலை நிலைமைகளில் சிக்கனத்தை ஏற்படுத்துகிறது. உதாரணம் நிலக்கரிச் சுரங்கங்களில் வேலை செய்யும் தொழிலாளர்களின் நிலை. உரிய பாதுகாப்புக் கருவிகள் கொடுப்பதில் முதலாளி வர்க்கம் எந்தவித அக்கறையும் எடுத்துக் கொள்வதில்லை. சுரங்கக் குழிகளில் எந்தவிதமான காற்றோட்ட வசதியும் கழிவு நீர் வசதியும் ஏற்படுத்திக் கொடுப்பதில்லை. கட்டடப்பணிகளில் பணிபுரியும் தொழிலாளர்களின் நிலையும் இதுதான்.

1.3 விலையில் ஏற்ற இறக்கங்கள் இலாப வீதத்தில் ஏற்படுத்தும் விளைவு

கச்சாப்பொருள்களின் விலை குறையும்போது இலாப வீதம் வெகுவாக அதிகரிக்கிறது. எனவே முதலாளித்துவ உற்பத்தி முறையில் கச்சாப்பொருள்களின் விலையை கூடுமான மட்டும் குறைந்த விலையில் கிடைக்குமாறு முதலாளித்துவம் பார்த்துக் கொள்கிறது. உலகச் சந்தை இங்கு ஆதிக்கம் செலுத்துகிறது. உள்நாட்டில் விவசாய உற்பத்திப் பொருள்கள் மலிவாக இருக்கும்வரை முதலாளித்துவ வர்க்கம் உள்நாட்டுச் சந்தையில் கச்சாப்பொருளான பருத்தி, சணல் போன்றவற்றை வாங்கிப் பயன்படுத்துகிறது. இத்தகைய கச்சாப்பொருள்கள் உலகச் சந்தையில் மலிவாகக் கிடைக்கும்போது அதை இறக்குமதி செய்வதில் முனைகிறது. அல்லது உள்நாட்டு விவசாயப் பொருள்களைப் பாதுகாக்கப் போடப்பட்ட இறக்குமதிச் சட்டங்களை இரத்து செய்யக் கோருகிறது. எப்படியும் அதற்கு மலிவு விலையில் கச்சாப்பொருள்கள் கிடைக்க வேண்டும். உள்நாட்டு விவசாயி அழிந்தாலும் பரவாயில்லை.

1.4 மூலதனத்தின் மதிப்பேற்றமும் மதிப்பிறக்கமும் - விடுவிப்பும் முடக்கமும்

நூல் உற்பத்தியில் கச்சாப்பொருளான பருத்தியின் விலை ஒரு குறிப்பிட்ட பருவத்தில் விளைச்சல் குறைவால் சந்தையில் உயர்கிறது என்று வைத்துக் கொள்வோம். இதனால் ஏற்கெனவே இருப்பில் வைக்கப்பட்டுள்ள பருத்திப் பஞ்சின் மதிப்பில் எதிர்பாராத ஏற்றம் ஏற்படுகிறது. அத்துடன் ஏற்கெனவே சரக்காகி சந்தையில் விற்பனைக்குக் காத்திருக்கும் நூலின் மதிப்பிலும் ஒருசேர ஒரு உயர்வு ஏற்படுகிறது. கச்சாப்பொருளின் விலை உயர்வால் பொதுவாக உபரி-மதிப்பு வீதம் குறைந்து செல்லும்போது, தனிப்பட்ட முதலாளிகளின் அல்லது அந்தத் துறை சார்ந்த முதலாளிகளின் தனிப்பட்ட இலாபம் இப்படிக் குறைந்து செல்லும் இலாப வீதத்தை சரிக்கட்ட முயல்கிறது. மதிப்பேற்றத்தால் கிடைக்கும் பண மூலதன உயர்வு கச்சாப்பொருள்களின் விலையேற்றத்தால் ஏற்படும் இழப்பைவிடக் கூடுதலாக இருக்கும்போது அத்தகைய கூடுதல் மூலதனம் திறனுடை மூலதனமாக மாறுவதிலிருந்து விடுவிக்கப்படுகிறது. அதேபோல் கச்சாப்பொருளான பருத்தியின் விலை குறையும்போது இதற்கு நேர்மாறான நிலை உருவாகிறது. இப்போது இருப்பில் இருக்கும் கச்சாப்பொருள்களின் மதிப்பில் இறக்கம் ஏற்படுகிறது. சரக்காக உருமாறி விற்பனைக்குத் தயாராய் இருக்கும் நூலின் விலையிலும் மதிப்பிறக்கம் ஏற்படுகிறது. கச்சாப்பொருளின் விலை மலிவால் அந்த

உற்பத்தித் துறையில் பொதுவான இலாப வீதம் உயரும்போது தனிப்பட்ட முதலாளிகளின் இருப்பில் இருக்கும் சரக்கின் மதிப்பில் ஏற்படும் இழப்பு, பொது இலாப வீத உயர்வில் சரிக்கட்டப்படுகிறது. ஆனாலும் தனிப்பட்ட முதலாளிக்கு ஏற்படும் இந்த இழப்பானது பண மூலதனப் பற்றாக்குறைக்கு உள்ளாகி, விரிதிற மறுவுற்பத்தியில் உள்ளுறை மூலதனமாக இருப்பில் இருக்கும் மூலதனம் வெளியில் எடுக்கப்பட்டு இந்த இழப்பைச் சரிக்கட்ட உதவுகிறது. அதுபோல மதிப்பிலான ஏற்ற இறக்கங்களின் விளைவாக அல்லாமல், கடன்-செலாவணி அமைப்பு, சந்தைப் போட்டி முதலானவற்றின் தாக்கத்தாலேயே விலைகள் ஏறினாலும் அல்லது இறங்கினாலும்கூட அப்போதும் மேற்கூறிய விளைவுகள் ஏற்படும்.

உழைப்பாளர்கள் நுகரும் அத்தியாவசியப் பண்டங்களுடைய விலையின் ஏற்ற இறக்கத்துக்கு உகந்தபடி, கூலியிலும் மாற்றம் ஏற்படுகிறது. வேலை நேரத்தில் மாற்றம் இல்லாமல் தொடரும்போது இவ்வாறு அத்தியாவசியப் பண்டங்களின் மதிப்பிறக்கத்தால் கூலி குறைந்து, அதன் விளைவாய் மாறும்-மூலதன முன்னீடு குறைந்து, ஒரு குறிப்பிட்ட மூலதனம் விடுவிக்கப்படுகிறது. இலாப வீதம் உயர்கிறது. அத்தியாவசியப் பண்டங்களின் விலை உயரும்போது இதற்கு நேர்மாறான நிலை உருவாகி, கூலி உயர்வின் காரணமாய், கூடுதல் மூலதனம் மாறும்-மூலதனத்துக்காக முடக்கப்படுகிறது. இலாப வீதம் குறைகிறது.

பகுதி-2

இலாபம் சராசரி இலாபமாக மாற்றமடைதல்

அத்தியாயம்-2

இலாப வீதத்தில் மாற்றம்

வெவ்வேறு உற்பத்திக் கிளைகளில் வெவ்வேறு மூலதன இணைப்பாக்கமும் அதனால் இலாப வீதங்களில் ஏற்படும் வேறுபாடுகளும்:

மூலதனம் மூன்றாம் பகுதியில் மார்க்ஸ் சமுதாய மொத்த மூலதனத்தையும், சமுதாயத்தின் சராசரி இலாப வீதத்தையுமே ஆய்வுக்கு அடிப்படையாக முன்வைக்கிறார். எனவே, ஒட்டுமொத்தச் சமுதாய மூலதனத்தைப் பரிசீலிக்கையில் வெவ்வேறு உற்பத்திக் கிளைகளைத் தனித்தனியாக ஆய்வுக்கு உட்படுத்தும்போது அவற்றின் மூலதன இணைப்பாக்கத்தில் உள்ள வேறுபாடுகள், பொதுவான இலாப வீதத்தில் எப்படி தாக்கம் செலுத்துகின்றன என்பதை நாம் பார்க்க வேண்டியுள்ளது. மொத்த உபரி-மதிப்பு வீதம் மாறாதிருக்கும்போதே, குறிப்பிட்ட மூலதனத்திலிருந்து பெறப்படும் இலாப வீதம் உயரலாம், அல்லது குறையலாம். மாறா-மூலதனத்தில் ஏற்படும் மாற்றம், மதிப்பிறக்கம் அல்லது மதிப்புயர்வு மாறும்-மூலதனத்துக்கும் மாறும்-மூலதனத்துக்கும் உள்ள விகித உறவை மாற்றுகிறது. எனவே இந்த அடிப்படையில் இலாப வீதத்தில் மாற்றம் ஏற்படலாம் என்று சென்ற பகுதியில் பார்த்தோம். இதைக் கீழ்வரும் உதாரணத்தின் மூலம் இன்னும் தெளிவாகப் பார்ப்போம். மாறும்-மூலதனம் மாறாததாக இருக்க மாறா-மூலதனம் மட்டும் மாறுகிறது. உபரி-மதிப்பு வீதம் 100%. மாற்றமில்லை. இது வெவ்வேறு உற்பத்திக் கிளையில் முதலீடாகியிருக்கிறது என்றும் கொள்வோம்.

$50C + 100v + 100s = 250C'$; இலாப வீதம் $= 100/150 = 66^{2}/_{3}\%$

$100C + 100v + 100s = 300C'$; இலாப வீதம் $= 100/200 = 50\%$

$200C + 100v + 100s = 400C'$; இலாப வீதம் $= 100/300 = 33\ ^{1}/_{3}\%$

$300C + 100v + 100s = 500C'$; இலாப வீதம் $= 100/400 = 25\%$

$400C + 100v + 100s = 600C'$; இலாப வீதம் $= 100/500 = 20\%$

ஆக, மூலதன இணைப்பாக்கத்தில் வேறுபாடு ஏற்பட்டு தொழிலாளர்களின் எண்ணிக்கை அல்லது கூலிக்கான முதலீட்டில் மாறுபாடு இல்லையென்றாலும் உபரி-மதிப்பு வீதம் மாறவில்லை. ஆனால் மாறா-மூலதனத்தின் உயர்வைப் பொறுத்து இலாப வீதம் குறைகிறது. அதேபோல் மாறும்-மூலதனம் அதிகரித்து மாறா-மூலதனம் குறையும் போது என்ன நடக்கிறது என்பதைப் பார்ப்போம்.

100C + 400v + 400s = 900C'; இலாபம் = *400/500 = 80%*

எனவே, மூலதன அங்கக இணைப்பாக்கத்தில் மாறா-மூலதனம் குறைந்து, மாறும்-மூலதனம் அதிகரிக்கும்போது இலாப வீதம் உயர்ந்து செல்கிறது.

இதேபோல் சரக்குகளின் புரள்வுக் காலம் அதிகரிக்கும்போது வருடாந்திர இலாப வீதம் குறைகிறது. இது நாம் சென்ற பகுதியில் விரிவாக பார்த்த ஒன்றுதான்.

இணைப்பாக்கத்தில் மாறும்-மூலதனம் மாறா-மூலதனம் இரண்டும் மாறுபாடு அடைதல்:

A, B, C ஆகிய ஒவ்வொரு தொழில்துறையிலும் மொத்த மூலதனம் ரூ. *500* என்று கொள்வோம்.

1 வது மூலதனம் *A = 250C + 250v + 250s = 750C';* இலாபம் = *250/500 = 50%*

2 வது மூலதனம் *B = 300C + 200v + 200s = 700C';* இலாபம் = *200/500 = 40%*

3 வது மூலதனம் *C = 400C + 100v + 100s = 600C';* இலாபம் = *100/500 = 20%*

இப்போது அங்கக இணைப்பாக்கத்தில் மாறா-மூலதனம் மற்றும் மாறும்-மூலதனம் இரண்டுமே மாற்றத்துக்கு உள்ளாகிறது. ஆனால் மொத்த மூலதன மதிப்பில் மாற்றம் இல்லாமல் தொடர்கிறது. இலாப வீதத்திலும் மாறுபாடு ஏற்படுகிறது. இலாப வீதம் குறைவதால் ஏற்படும் இழப்பினை உழைப்புச் சக்தியின் சுரண்டலை அதிகரிப்பதால் முதலாளி ஈடு செய்ய முயல்கிறார். மூன்று நிலைகளிலுமே முதலாளிக்கு ஆகும் செலவு ரூ. *500* தான். ஆனால் உற்பத்தியான மதிப்புகளும், உபரி-மதிப்புகளும் எவ்வளவுதான் வேறுபட்டாலும் சரி, வெவ்வேறு கிளைகளில் முதலீடாகிற சம மூலதனங்களுக்கு அடக்க விலைகள் ஒன்றே. அடக்க விலைகளின் சமத்துவமே மூலதன முதலீடுகளுக்கு போட்டா போட்டிக்கு அடிப்படை.

பொது இலாப வீதம் உருவாதலும், சரக்குகளின் மதிப்புகள் உற்பத்தி-விலைகளாக மாறுதலும்:

மேற்கூறிய உதாரணத்தையே சிறிது மாற்றி நமது ஆய்வுக்கு உட்படுத்துகிறோம்.

மூலதனங்கள்	உபரி-மதிப்பு வீதம்	உபரி-மதிப்பு	உற்பத்திப் பொருளின் மதிப்பு	இலாப வீதம்
1. 80C + 20v	100%	20	120	20 %
2. 70C + 30v	100%	30	130	30 %
3. 60C + 40v	100%	40	140	40 %
4. 85C + 15v	100%	15	115	15 %
5. 95C + 5v	100%	5	105	5 %

மொத்த மூலதனம் = 500; உபரி-மதிப்பின் மொத்தத் தொகை = 110; உற்பத்தி செய்யப்பட்ட சரக்குகளின் மொத்த மதிப்பு = 610 ; மூலதனத்தின் சராசரி இணைப்பாக்கம் = 390C + 110v; சதவீதக் கணக்கில் = 78C + 22v = 100; ஒவ்வொரு மூலதனத்திற்கும் சராசரி உபரி-மதிப்பு 22 போய்ச் சேரும். மொத்த முலதனத்தின் ஒவ்வொரு 5-ல் ஒரு 1 பங்கும் ரூ. 122-க்கு விற்கப்படும்.

ஆனால், அடக்கவிலை ஒவ்வொரு மூலதனத்துக்கும் ரூ. 100 என்று வைத்துக் கொண்டோமானால் அது நம்மைத் தவறான முடிவுக்கு இட்டுச்செல்லும். மாறா-மூலதனத்தில் ஒரு பகுதி எப்போதுமே நிலை-மூலதனமாக இருக்கும். எனவே அது சில காலங்களுக்கு மதிப்பு இருப்பாக தொடர்ந்து உற்பத்தியில் பங்கு பெற்றுவரும். பகுதி தேய்மானம் ஒவ்வொரு ஆண்டும் மதிப்பில் சேருகிறது. எனவே கீழ்க்கண்ட விளைவு ஏற்படுகிறது:

மூல தனங்கள்	உபரி-மதிப்பு வீதம்	உபரி -மதிப்பு	இலாப வீதம்	பயன் படுத்தப்பட்ட மாறா-மூலதனம்	சரக்குகளின் மதிப்பு	அடக்க விலை
1. 80C + 20V	100%	20	20%	50	90	70
2. 70C + 30V	100%	30	30%	51	111	81
3. 60C + 40V	100%	40	40%	51	131	91
4. 85C + 15V	100%	15	15%	40	70	55
5. 95C + 5V	100%	5	5%	10	20	15
390C + 110V	-	110	110%	மொத்தம்		
78C + 22V	-	22	22%	சராசரி		

மேலே உள்ள அட்டவணையில் நாம் நிலை-மூலதனத்தையும் கணக்கில் எடுத்துக் கொள்கிறோம். ஒவ்வொரு மூதலதனத்திலும் நிலை-மூலதனத்துக்கும் சுழல்-மூலதனத்துக்கும் உள்ள விகிதம் மாறுகிறது. முதல் மூலதனத்தில் மொத்த மாறா-மூலதனம் *80*-ல் நிலை-மூலதனம் *40;* கச்சாப்பொருளுக்கான மாறா-மூலதனம் *40* என்றால் நிலை-மூலதனம் தனது தேய்மானமான *10*-ஐ (ஆண்டுக்கு *20%* தேய்மானம்) ஏனைய மாறா-மூலதனமான கச்சாப்பொருளோடு சேர்த்து, *50 (10 + 40)* -ஐ உற்பத்திப் பண்டத்திற்கு பெயர்க்கிறது என்று அர்த்தம். நிலை-மூலதனம் *40* மதிப்பிலிருந்து *30* ஆகக் குறைந்து அடுத்த ஆண்டில் உற்பத்தியில் ஈடுபடுகிறது என்றும் அர்த்தப்படுத்திக் கொள்கிறோம். இவ்வாறே மற்ற மூலதனத்திலும் நிலை-மூலதனத்தின் தேய்மானம் மட்டுமே மாறா-மூலதனத்தில் சேர்கிறது. நிலை-மூலதனத்தின் மதிப்பையும் தேய்மானத்தையும் பொறுத்து ஒவ்வொரு மூலதனத்திலும் சரக்கு உற்பத்திக்குப் பெயர்க்கப்படும் மாறும்-மூலதன மதிப்பு மாறுபடுகிறது. அவ்வளவே.

மொத்த மூலதனம் = *500;* உபரி-மதிப்பின் மொத்தத் தொகை = *110;* உற்பத்தி செய்யப்பட்ட சரக்குகளின் மொத்த மதிப்பு = *610;* மூலதனத்தின் சராசரி இணைப்பாக்கம் = *390C + 110v;* சதவீதக் கணக்கில் = *78C + 22v = 100;* ஒவ்வொரு மூலதனத்திற்கும் சராசரி உபரி-மதிப்பு *22* போய்ச் சேரும். மொத்த மூலதனத்தின் ஒவ்வொரு *5*-ல் ஒரு *1* பங்கும் ரூ. *122*-க்கு விற்கப்படும். அடக்க விலை ஒவ்வொரு மூலதனத்துக்கும் மாறுகிறது. இவ்வாறே சரக்குகளின் மதிப்பும் மாறுகிறது. சராசரி உபரி-மதிப்பு *22* ஒவ்வொரு மூலதனத்திற்கும் சீராகப் பிரிவதாகக் கொள்வோம். இப்போது சரக்கின் விலையில் எப்படி மாற்றம் ஏற்படுகிறது என்று பார்ப்போம்.

மூல-தனங்கள்	உபரி-மதிப்பு	சரக்குகளின் மதிப்பு	சரக்குகளின் அடக்க விலை	சரக்குகளின் விலை	சராசரி இலாப வீதம்	மதிப்பிலிருந்து விலையின் மாறுதல்
1. 80C + 20v	20	90	70	92	22%	+2
2. 70C + 30v	30	111	81	103	22%	-8
3. 60C + 40v	40	131	91	113	22%	-18
4. 85C + 15v	15	70	55	77	22%	+7
5. 95C + 5v	5	20	15	37	22%	+17

சில சரக்குகள் அவற்றின் மதிப்பைக் காட்டிலும் கூடுதலாக விற்பதால் 2 + 7 + 17 = 26 கூடுதலாகக் கிடைக்கிறது. அதேபோல சில சரக்குகள் அவற்றின் மதிப்பைக் காட்டிலும் குறைவாக விற்று 8 + 18 = 26 குறைகிறது. இவ்வாறு உபரி-மதிப்பைச் சீராக வினியோகிப்பதன் மூலம், மதிப்பிலிருந்து விலையின் வேறுபாடுகள் ஒன்றையொன்று சரிக்கட்டிவிடுகின்றன. இப்படித்தான் பொது இலாப வீதம் உருவாகிறது. ஆக, பொது இலாப வீதம் இரு காரணிகளால் நிர்ணயிக்கப்படுகிறது:

1) பல்வேறு உற்பத்திக் கிளைகளிலும் மூலதனங்களின் அங்கக இணைப்பாக்கம்.

2) தனிப்பட்ட கிளைகளில் பெறப்படும் வெவ்வேறு இலாப வீதம்.

2.1 போட்டி மூலமாக பொது இலாப வீதம் சமனமாதல்

உற்பத்தியின் அளவு அதன் மறு உற்பத்தியின் வழக்கமான அளவுக்கு ஏற்றதாய் இருந்து, வேண்டலும் மாறாதிருக்குமானால், அப்பண்டம் அதன் சந்தை-மதிப்புக்கே விற்கப்படும். இது சம நிலையின் இயற்கை விதி ஆகும். இந்த விதியைக் கொண்டுதான் விலகலுக்கு விளக்கம் சொல்ல முடியும். விலகல்களைக் கொண்டு விதிக்கு விளக்கம் சொல்ல முடியாது. சந்தை மதிப்பிலிருந்து விலகிச் செல்லும் சந்தை விலைகள் சராசரி விலையில் சரிக்கட்டப்பட்டு மொத்தத்தில் சந்தை மதிப்புக்கே சமமாகி விடுகின்றன. அதாவது, வேண்டலுக்கும் வழங்கலுக்குமான விகிதம் சந்தை-மதிப்புக்கு விளக்கமாகாது. சந்தை-மதிப்புதான் வேண்டல் வழங்கலினான ஏற்ற இறக்கங்களுக்கு விளக்கமாகும்.

சரக்குகள் அவற்றின் மதிப்புக்குச் சமமான விலைக்கு விற்கப்பட்டால், பல்வேறு உற்பத்திக்கிளைகளில் முதலீடாகிற மூலதனத் திரள்களின் அங்கக இணைப்பாக்கத்திலான வேறுபாட்டைப் பொறுத்து, இலாப வீதங்களும் பெரிதும் வேறுபடுகின்றன என்று நாம் ஏற்கெனவே பார்த்துள்ளோம். ஆனால், மூலதனமானது குறைந்த இலாப வீதம் தரும் கிளைகளிலிருந்து விலகி, உயர்ந்த இலாப வீதம் தரும் கிளைக்குப் படையெடுக்கிறது. இந்த ஓயாத பெயர்ச்சியின் மூலமாய் இலாப வீதம் எங்கே உயர்கிறது, எங்கே சரிகிறது என்பதற்கு ஏற்ப பல்வேறு கிளைகளிலும் மூலதனம் வினியோகமாவதன் மூலமாய் உருவாகிற வேண்டல்-வழங்கல் விகிதத்தின் செயல்பாட்டால் பல்வேறு கிளைகளிலும் வேண்டல்- வழங்கல் விதியினால், சராசரி

இலாபம் ஒன்றாகி, மதிப்புகள் இப்படி உற்பத்தி விலைகளாக மாறுகின்றன. இந்தச் சமனமாக்கத்தில் மூலதனம் எவ்வளவு தூரம் வெற்றி பெறுகிறது என்பது குறிப்பிட்ட நாட்டில் முதலாளித்துவம் எந்தளவுக்கு வளர்ந்துள்ளது என்பதைப் பொறுத்தது. ஓயாமல் திரும்பத் திரும்ப எழும் வேறுபாடுகள் ஓயாமல் இப்படி சமனாக்கப்படும் நிகழ்வு எவ்வளவு தூரம் துரிதமாய் நடைபெறுகிறது என்பதையும், மூலதனம் எவ்வளவுக்கு எவ்வளவு ஒரு கிளையிலிருந்து இன்னொரு கிளைக்கு மாற்றப்படுகிறது என்பதையும், உழைப்புச் சக்தியை ஒரு கிளையிலிருந்து இன்னொரு கிளைக்கு எவ்வளவு துரிதமாய் மாற்ற முடிகிறது என்பதையும் பொறுத்தது.

2.2 கூலியில் ஏற்படும் பொதுவான ஏற்ற இறக்கங்கள், உற்பத்தி விலைகள் மீது ஏற்படுத்தும் விளைவுகள்

நமது ஆய்வில் மூலதனத்தின் சராசரி அங்கக இணைப்பாக்கம் *80C : 20v* என்று வைத்துக் கொள்வோம். முதல் நேர்வில் நிகழ்வது என்னவென்றால்-

80 மாறா-மூலதனம் *+ 20* மாறும்-மூலதனத்தில் உபரி-மதிப்பு வீதம் *= 100%;*

உற்பத்தி விலை = பண்டங்களின் மதிப்பு *= 120;* இலாப வீதம் *20%.*

தற்போது கூலி குறைகிறது. மாறும்-மூலதனம் *15* ஆகக் குறைகிறது. மாறா-மூலதனத்தில் மாற்றமில்லை, அதாவது குறைந்த உழைப்பைக்கொண்டு அதே அளவு உபரி-மதிப்பைத் திரட்ட முடிகிறது,

அப்படியென்றால் *80C + 15v + 25s = 120C'*

மதிப்பு உருவாக்கத்தில் மாற்றமில்லாமல் தொடர்கிறது. அதாவது உபரி-மதிப்பு *25* ஆகிவிடுகிறது. உபரி-மதிப்பு வீதம் $166^{2}/_{3}\%$ ஆக உயர்கிறது. இலாப வீதமும் $26^{6}/_{19}\%$ ஆக உயர்கிறது. உற்பத்தி விலையில் மாற்றமில்லை.

இரண்டாவது மூலதனத்தில் அங்கக இணைப்பாக்கம் *50C : 50v* ஆக முதலில் இருந்ததாக வைத்துக் கொள்வோம். ஆனால் முதல் மூலதனத்தில் மாறும்-மூலதனம் குறைந்தது போலவே, இங்கும் கூலியானது மாறும்-மூலதனத்தில் கால் பங்கு குறைகிறது என்று வைத்துக் கொள்வோம். அதாவது *37½* ஆகிறது. முந்தைய இலாப வீதத்தை $(26^{6}/_{19}\%)$ இங்கு பிரயோகித்தால் *120* விலையான அதே சரக்கு, $87\frac{1}{2} + 23\,^{1}/_{38} = 110\,^{10}/_{19}$ ஆகி விடுகிறது. விலை கிட்டத்தட்ட *10* குறைகிறது.

இப்போது மூன்றாவது மூலதனம் சராசரி அங்கக இணைப்பாக்கத்தைவிட உயர்ந்த இணைப்பாக்கமுடைய மூலதனம் என்று வைத்துக் கொள்வோம். ஆரம்பத்தில் அது $92C + 8v = 100$ என்று இருந்தது. ஆனால் தற்போது அதுவும் முந்தைய மூலதனம் போலவே மாற்றத்துக்கு உட்படுகிறது. 8 மாறும்-மூலதனம் என்பது கூலியில் கால் பங்கு குறைவதால், 6 ஆகிறது. மொத்த மூலதனம் 98 ஆகக் குறைகிறது. அதே இலாப வீதத்தில் சரக்கின் உற்பத்தி விலை = $98 + 25^{15}/_{19} = 123\,^{15}/_{19}$ ஆகிறது. அதாவது விலை 4 உயர்கிறது.

இப்போது மேலை உள்ள மூன்று மூலதனத்திலும் அங்கக இணைப்பாக்கத்தில் மாற்றமில்லை. ஆனால் கூலியானது குறைவதற்குப் பதில், தற்போது கால் பங்கு உயர்வதாக வைத்துக் கொள்வோம். இப்போது இதற்கு நேர்மாறான விளைவு ஏற்படுகிறது. அதாவது,

1. சராசரி சமுதாய அங்கக இணைப்பாக்க மூலதனத்திற்கு சரக்கின் உற்பத்தி விலை மாறுவதில்லை.

2. தாழ்ந்த அங்கக இணைப்பாக்க மூலதனத்திற்கு, சரக்கின் உற்பத்தி விலை உயர்கிறது. ஆனால் இலாபம் குறைகிற அதே விகிதத்தில் உயர்வதில்லை.

3. உயர்ந்த அங்கக இணைப்பாக்க மூலதனத்திற்கு சரக்கின் உற்பத்தி விலை குறைகிறது. ஆனால் இலாபம் குறைகிற அதே விகிதத்தில் குறைவதில்லை.

கூலி உயர்வோ அல்லது கூலிக் குறைவோ அவசிய வாழ்வுச் சாதனங்களின் மதிப்பிலான மாற்றத்தால் ஏற்படுமானால், ஒரு சந்தர்ப்பத்தில் மட்டும் மேற்கண்ட முடிவில் திருத்தம் அவசியமாகிறது. அதாவது மாறும்-மூலதனம் கூடுவதற்கோ, குறைவதற்கோ வழிசெய்யும் விலை மாற்றத்திற்கு உள்ளாகிற சரக்குகள் மாறா-மூலதனத்திலும் அதன் அடக்கக் கூறுகளாகச் சேர்ந்து, அதனால் கூலியை மட்டுமன்றி ஏனையவற்றையும் பாதிக்கிற சந்தர்ப்பத்தில் மட்டும் நமது முடிவை மாற்றித் திருத்திக் கொள்ள வேண்டும்.

பகுதி-3

இலாப வீதம் குறைந்து செல்லும் போக்கு பற்றிய விதி

மொத்த சமுதாய மூலதனத்தில் பொதுவான இலாப வீதம் எப்படி உருவாகிறது, அதற்கான காரணிகள் என்ன என்பதைப் பார்த்தோம். இப்போது இப்படி உருவாகும் பொது இலாப வீதம் தொடர்ந்து குறைவது எவ்வாறு என்பதைப் பார்க்க இருக்கிறோம். ஏனென்றால் அதுதான் முதலாளித்துவ பொருளுற்பத்தி முறையின் விதி. எனவே இந்த விதியை அதன் தூய வடிவில் நாம் ஆராய வேண்டியுள்ளது. இதற்கு நாம் பொதுவான இலாப வீதம் உருவாவதற்கான அடிப்படையை விளக்குவதற்காகப் பயன்படுத்திய உதாரணத்தையே எடுத்துக் கொள்வோம்:

50C + 100v + 100s = 250C'; இலாப வீதம் = $100/150 = 66\,^{2}/_{3}\%$

100C + 100v + 100s = 300C'; இலாப வீதம் = $100/200 = 50\%$

200C + 100v + 100s = 400C'; இலாப வீதம் = $100/300 = 33\,^{1}/_{3}\%$

300C + 100v + 100s = 500C'; இலாப வீதம் = $100/400 = 25\%$

400C + 100v + 100s = 600C'; இலாப வீதம் = $100/500 = 20\%$

உழைப்பின் சுரண்டல் கடுமை மாறாமல் இருக்க, ஒரே உபரி-மதிப்பு வீதம் இங்கே சரிந்து செல்லும் இலாப வீதத்தைக் குறிக்கிறது. ஆனால் உள்ளபடியான மூலதனத் திரட்டலில் என்ன நிகழ்கிறது என்று பார்ப்போம். விரிதிற மறுவுற்பத்தியில் மூலதனத் திரட்டல் மாறா-மூலதனத்தை அதிகரிக்கச் செய்து, அதனால் ஒட்டு மொத்தத் திறனுடை மூலதனத்தை அதிகரிக்கச் செய்கிறது. அங்கக இணைப்பாக்கத்தில் ஓயாமல் மாறுதலைக் கொண்டு வருகிறது. இப்படி மாறுதலைக் கொண்டு வரும்போது கூடவே குறைந்த உழைப்பைக் கொண்டு கூடுதல் மாறா-மூலதனத்தை திறனுடை முறையில் இயங்க வைக்க ஒட்டுமொத்தச் சமுதாய மூலதனம் முயல்கிறது. அதாவது சமுதாய உழைப்பின் உற்பத்தித் திறன் இவ்வாறு ஓயாமல் உயர்ந்து செல்கிறது. இப்போது தொல்சீர்ப் பொருளாதாரவாதிகளுக்கு இந்த விதியை விளக்குவதில் சிக்கல் வந்துவிடுகிறது. ஏனென்றால் அவர்கள் உபரி-மதிப்பை இலாபத்திலிருந்து வேறுபடுத்தியதே கிடையாது. இலாபத்தைப் பல்வேறு மூலதனங்களின் வருவாயாகப் பகுத்தாய்ந்ததே அரசியல் பொருளாதாரத்தின் மிகப்பெரிய தவறு. இதை நாம் பின்னால் விரிவாகப் பார்க்க இருக்கிறோம்.

நம்முன் உள்ள கேள்வி இதுதான்: மேற்கூறிய உதாரணத்தின் மூலம் மாறாதிருக்கும் உபரி-மதிப்பு வீதம் அல்லது உயர்ந்து செல்லும் உபரி-மதிப்பு வீதம்கூட குறைந்து செல்லும் இலாப வீதமாக மாறுவது எப்படி? என்பதுதான். உயர்ந்து செல்லும் மொத்த மூலதனமானது, மேன்மேலும் குறைந்து செல்லும் உழைப்பையே உறிஞ்சுகிறது. ஆனால் நாம் உள்ளார்ந்து பார்க்கும்போது உழைப்பாளர்களின் எண்ணிக்கையும், உற்பத்தியில் ஈடுபடுத்தப்படும் உழைப்புச் சக்தியின் அளவும் ஒப்பளவில் குறைந்து செல்வதே ஆகும். அறுதியாகக் குறைவது அல்ல. இதை நாம் ஏற்கெனவே மூலதனம் முதல் தொகுதியில் விரிவாகப் பார்த்தோம். உழைக்கும் மக்கள்தொகை 2 இலட்சம் என்று கொள்வோம். மேலும் சராசரி வேலைநாளும், உழைப்பின் மும்முரமும், கூலி விகிதமும் மாற்றமின்றித் தொடர்வதாகவும், அவசிய உழைப்புக்கும் உபரி-உழைப்புக்கும் இடையிலான விகிதமும் மாற்றமின்றித் தொடர்வதாகவும் கொள்வோம். ஆனால் இந்த உழைப்பால் இயங்க வைக்கப்படும் மாறா-மூலதனத்தின் திரள் வளர்ந்து செல்லும்போது, மதிப்பு உற்பத்தியின் அளவு இந்த மொத்த மூலதனத்தோடு ஒப்பிடுகையில் குறையவே செய்கிறது. அதாவது உயிருள்ள உழைப்பால் இயங்க வைக்கப்படும் பொருள் வடிவாக்கப்பட்ட உழைப்புத்திரள் கூடுதலாவதுதானே தவிர உயிருள்ள உழைப்புத் திரள் குறைந்துவிட்டது அல்ல. ஆனால் நமது பிரச்சனைக்குத் தீர்வு இன்னும் கிடைக்கவில்லை.

மூலதனத் திரட்டலில் என்ன நடக்கிறது என்றால், மூலதனம் விரிவடைகிறபோது மூலதன இணைப்பாக்கமும் உயர்ந்த விகிதத்திற்கு மாறுகிறது. அதாவது 4 : 2 என்பது 15 : 3 என்ற விகிதத்தில் மாறலாம். எனவே இந்த உயர்ந்த மூலதன இணைப்பாக்கத்தின்படி உழைக்கும் மக்கள்தொகை 2 லட்சத்திலிருந்து 3 லட்சமாக உயர்கிறது. உழைப்பு நேரம் 8 மணி; உழைப்பாளியின் கூலி ரூ. 100. இந்த இரண்டிலும் மாற்றமில்லை. தற்போது மாறும்-மூலதனம் 2 கோடியிலிருந்து 3 கோடியாக மாறுகிறது. மாறா-மூலதனம் 4 கோடியிலிருந்து, 15 கோடியாக மாறிவிடுகிறது. சமுதாய மூலதனம் சில புரள்வுச் சகடங்களுக்குப்பின் (Turn over Cycles) இப்படி நடைபெற வாய்ப்புள்ளது. அதாவது ஆரம்ப மூலதனம் தொடர்ந்த விரிதிற மறுபத்தியின் பயனாய் மூன்று மடங்கு உயர்ந்து விடுகிறது.

ஆரம்ப மூலதனத்தில் சரக்கு உற்பத்தி மதிப்பு $4C + 2V + 2S$; $P' = 33\,^{1}/_{3}\,\%$

(மதிப்பு கோடியில் என்றால், இலாபம் = 2 கோடி)

விரிதிற மறுவுற்பத்தியில் சரக்கு உற்பத்தி மதிப்பு 15C + 3V + 3S; P' = $16\,^2/_3$% (இப்போது இலாபம் 3 கோடி)

உபரி-மதிப்பு வீதத்தில் மாற்றமில்லை. ஆனால் உபரி-மதிப்புத் திரள் 50% அதிகமாகியுள்ளது. ஆனால், இலாப வீதம் 50% குறைந்துவிட்டது. உபரி-மதிப்புத் திரளும், எனவே இலாபத்தின் மொத்த மதிப்பும் இரண்டு கோடியிலிருந்து மூன்று கோடியாக உயர்ந்துவிட்டது. எனவே மூலதனத் திரட்டலால், அதாவது விரிதிற மறுவுற்பத்தியால் இயங்க வைக்கப்படும் உழைப்புச் சக்தி ஒப்பீட்டளவில் மாறா-மூலதனத்தோடு ஒப்பிடுகையில் குறைந்த அளவே என்றாலும், அறுதியாக உழைப்பாளர்களின் எண்ணிக்கை உயரவே செய்கிறது. எனவே, இதன் இறுதி விளைவாக இயங்க வைக்கப்படும் உழைப்பு, உற்பத்தி செய்யப்படும் உபரி-உழைப்பு, ஈட்டப்படும் இலாபம் ஆகிய அனைத்திலுமே அறுதியான உயர்வே ஏற்படுகிறது. முதலாளித்துவ உற்பத்தி முறையில் இப்படி அதிகரித்தே ஆக வேண்டும். மூலதனத் திரட்டல் என்பதே இதுதான்.

மூலதனத் திரட்டலின் விளைவாக உழைப்பாளர்களுக்கான வேண்டல் அதிகரிக்கும்போது, கூலி உயர வாய்ப்பிருக்கிறது. ஆனால் நாம் ஏற்கெனவே முதல் பகுதியில் பார்த்தபடி, மூலதனத் திரட்டலின் பொது விதியை ஆராய்ந்த போது, முதலாளி வர்க்கம் ஒப்பீட்டு உபரி-மதிப்பு கிடைக்கும் வழிகளைக் கையாண்டு, அதாவது புதிய இயந்திர சாதனங்களைப் புகுத்துவதன் மூலம் சமுதாய உழைப்பின் உற்பத்தித் திறனை உயர்த்துகிறது என்றும் அதன் விளைவாக சரக்குகளின் விலை குறைவதையும் பார்த்தோம். இதன்மூலம் முன்னிலும் குறைந்த அளவு உழைப்புச் சக்தியைப் பயன்படுத்துவதன் மூலம் செயற்கையாக உபரி மக்கள்தொகைப் பெருக்கத்தை உண்டுபண்ணுகிறது. தொழில்துறை சேமப் பட்டாளத்தை *(Industrial Reserve Army)* உருவாக்குகிறது. இது கூலிக் குறைப்புக்கு இட்டுச் செல்லும் என்றும் நாம் பார்த்ததே. விதி இப்படித்தான் அதன் தூய வடிவில் நிறுவிக் கொள்கிறது. அதாவது, உற்பத்தித் திறன் வளர்வதால் இலாப வீதம் குறையும்போதே, இலாபத் திரள் அதிகமாகிறது என்கிற விதியானது, மூலதனம் உற்பத்தி செய்கிற சரக்குகளின் விலை குறையும்போதே அவற்றில் அடங்கியிருக்கக் கூடிய இலாபத் திரள் ஒப்பளவில் அதிகரிக்கிறது என்கிற உண்மையிலும் தன்னை வெளிப்படுத்திக் கொள்கிறது.

மூலதனம் பெரும் அளவில் திரளத் திரள, மாறா-மூலதனத்தின் வளர்ச்சி அசுர வேகத்தில் வளர்கிறது. அத்துடன் இப்படி உயர்ந்து செல்லும் திறனுடை மூலதனத்தைக் கூடுதல் திறனுடன் உற்பத்தியில்

நுகர்வதற்கு ஏற்பச் சமுதாய உழைப்பின் உற்பத்தித் திறன் உயர்கிறது. இதனால் சரிந்து செல்லும் இலாப வீதம் கட்டுப்படுத்தப்படுகிறது. எனவே, இதுபோன்ற காரணிகள் நாம் மேலே விவரித்த விதியான பொதுவாக இலாபம் சரிந்து செல்லும் போக்கை கட்டுப்படுத்துகிறது. அதாவது, அந்த விதிக்கு எதிராக இயங்கும் காரணிகள் ஆகின்றன.

இப்படி எதிர்த்து இயங்கும் காரணிகள் என்னவென்று பார்ப்போம்.

1) சுரண்டல் கடுமை அதிகரித்தல்: மாறா-மூலதனம் உயர்ந்து செல்லச் செல்ல, உழைப்பாளர்களின் எண்ணிக்கையில் உயர்வு ஏற்படாமல், வேலைநாளை நீட்டுவதன் மூலமும், உழைப்பின் மும்முரத்தை அதிகப்படுத்துவதன் மூலமும் சுரண்டல் கடுமை அதிகரிக்கிறது. உபரி-மதிப்புத் திரள் அதிகரிக்கிறது.

2) கூலியை உழைப்புச்சக்தியின் மதிப்புக்குக் கீழாகக் குறைத்தல்: பெரும்பாலான நேரங்களில் இதுதான் நடைபெறுகிறது. போட்டியின்கடுமை அதிகரிக்க அதிகரிக்க, உழைப்பாளர்களின் கூலியில்தான் முதலாளித்துவம் கைவைக்கிறது.

3) மாறா-மூலதனக் கூறுகள் மலிவாதல்: உற்பத்தி பெருகப் பெருக, புதிய புதிய இயந்திரங்களின் வருகையைத் தொடர்ந்து, தானியங்கி இயந்திரங்கள் உழைப்பாளர்களைப் பெருமளவில் விடுவிப்பதைத் தொடர்ந்து, உற்பத்தி செய்யப்படும் சரக்குகளில் அடங்கியுள்ள சமுதாய உழைப்பு குறைந்து செல்வதைத் தொடர்ந்து, சரக்குகள் முன்னிலும் மலிவாகி விடுகின்றன. இதன் விளைவாக கச்சாப்பொருட்களின் விலையிலும் தாக்கத்தை ஏற்படுத்தி மாறா-மூலதனக் கூறுகளின் விலை மலிவாகி விடுகிறது.

4) ஒப்பீட்டு மிகை-மக்கள்தொகை: மாறா-மூலதனத்தின் உயர்வுக்கு ஏற்ப மாறும்-மூலதனத்தில் உயர்வு ஏற்படாமல் தொழிலாளர்களின் எண்ணிக்கை அதே அளவிலேயே நீடிப்பது அல்லது இன்னும் குறைந்த அளவிலேயே வேலைக்கமர்த்தப்படுவதால் இத்தகைய துறைகளில் தொழிலாளர்கள் வெளியேற்றப்படுகின்றனர். உபரி மக்கள்தொகை ஏற்படுகிறது. இது ஒருபுறம், கூலியில் குறைவை ஏற்படுத்துகிறது. மறுபுறம், மாறும்-மூலதனக் குறைவால் விடுவிக்கப்பட்ட மூலதனம் வேறு உற்பத்திக் கிளையில், குறிப்பாக ஆடம்பர பொருள் உற்பத்தியில் இறங்குகிறது. எனவே இந்தத் துறையில்

உழைப்பாளர்களுக்கான தேவை ஏற்படுகிறது. ஆகவே, ஒட்டுமொத்தத்தில் உபரி-உற்பத்தித் திரள் உயர்கிறது.

5) அயல் வர்த்தகம்: உள் நாட்டில் சரக்குகளுக்குக் கிடைக்கும் விலையைவிட வெளி நாட்டில் சரக்குகளுக்கு நல்ல விலை கிடைக்கும்போது சரக்குகள் சர்வதேசியச் சந்தையில் பெரும் எண்ணிக்கையில் நல்ல விலைக்கு விற்கப்படுகின்றன.

6) வட்டி மூலதனம் அதிகமாதல்:- வட்டி மூலதனம் பெரும் எண்ணிக்கையில் திறனுடை மூலதனமாகத் தொழில்துறை முதலாளிகள் கைகளில் குவிவதால், இலாபத்தில் ஒரு பங்கை இது விழுங்கி விடுவதால், தொழில்துறை முதலாளிகள் உபரி-மதிப்பை அதிகரிக்கும் பொருட்டு சகலவிதமான உத்திகளையும் கையாள்கின்றனர். ஆனால் வட்டி வீதம் அதிகமாகி விடுவதால் அதன் பொருட்டு உபரி-மதிப்பு உயர்ந்து, இலாப வீதமும் உயர்ந்து விடுவதில்லை. உபரி-மதிப்பின் ஒரு பகுதிதான் வட்டியாகப் பிரிகிறது. உபரி-மதிப்பு வீதம்தான், எனவே இலாப வீதம்தான் வட்டிக்கு வரம்பிடுகிறது. மறுதலையாக வட்டி உபரி-மதிப்புக்கோ இலாப வீதத்துக்கோ வரம்பிடுவதில்லை. இதை நாம் பின்வரும் பகுதியில் விரிவாக பார்க்க இருக்கிறோம்.

எனவே, மேற்கூறிய காரணிகள் பொதுவாக இலாப வீதம் குறைந்து செல்லும் போக்குக்கு எதிராக இயங்கி இலாப வீதம் குறைவதை மட்டுப்படுத்துகின்றன.

அத்தியாயம்-3

விதியின் உள்-முரண்பாடு — நெருக்கடிகள் உருவாதல்

மூலதனத் திரட்டலைத் தொடர்ந்து, மூலதன அங்கக இணைப்பாக்கம் உயர்ந்து, மாறா-மூலதன முன்னீடு அதிகரித்துச் செல்வதானது பொதுவான இலாப வீதம் குறைந்து செல்லும் போக்காக மாறுகிறது என்பதைப் பார்த்தோம். ஆனால், இந்த விரிவாக்கச் சூழ்நிலையே உள் முரண்பாட்டையும் கொண்டுவந்து சேர்க்கிறது. அதனைத் தொடர்ந்து முதலாளித்துவ உற்பத்திமுறை நெருக்கடிக்கு உள்ளாகிறது. இலாப வீதம் குறைவதானது, மூலதனக் குவிப்பையும் மூலதன மையப்பாட்டையும் *(Concentration)* துரிதமாக்குகிறது. சிறு முதலாளிகளைப் போட்டியிலுருந்து முற்றாக விலக்கிவிடுகிறது. மிச்சம் மீதி இருக்கும் நேரடி உற்பத்தியாளர்களை உடைமைப் பறிப்புக்கு ஆளாக்குவதன் மூலம் அது தன் கடமையை முற்றாகச் செய்து முடித்து மூலதனத்தை ஒருசிலர் கையில் குவிய வைக்கிறது. மூலதனத் திரட்டல் முன்னிலும் அதிக வேகத்தில் முடுக்கிவிடப்படுகிறது. குறைந்து செல்லும் இலாப வீதம் சுயேச்சையான புதிய மூலதனங்கள் உருவாவதை மட்டுப்படுத்துகிறது. இதுவே முதலாளித்துவப் பொருளுற்பத்தி முறைக்கு அச்சுறுத்தலாக மாறிவிடுகிறது. அது மிகை உற்பத்தியைப் படைக்கிறது. அதன் விளைவாக ஊக வாணிபம் பெருகுகிறது. இதனைத் தொடர்ந்து ஒப்பீட்டு உபரி மக்கள்தொகை உருவாகி, கூடவே உபரி மூலதனத்தையும் விளைவிக்கிறது.

உற்பத்திச் சக்திகளின் வளர்ச்சியைத் தொடர்ந்து, செல்வ உற்பத்தியோடு தொடர்பில்லாத ஒரு தடையை வந்தடைகிறது என்பதுதான் இதன் விசேசமான நிலைமை. செல்வ உற்பத்தி தொடர்ந்து வளர்வதற்கு எதிராக முரண்பட்டு அதனுடன் மோதுகிறது. இது எப்படி நடைபெறுகிறது என்பதைப் பார்ப்போம். உற்பத்தியில் உபரி-மதிப்புப் படைக்கப்பட்டாலும் அது சுற்றோட்டத்தில்தான் அந்த மதிப்பை மீட்டெடுக்கிறது. அதாவது உபரி-மதிப்பு அடங்கிய மொத்தச் சரக்கு விற்கப்பட வேண்டும். எனவே சரக்குகள் விற்பனையாகாத போது அல்லது பகுதி அளவு சரக்குகளே விற்கப்படும்போது அல்லது சரக்குகள் அதன் மதிப்புக்கும் குறைவாக விற்கப்படும்போது, சுரண்டலின் மூலம் திரட்டப்பட்ட உபரி-மதிப்பு ஈடேற்றம் பெற முடியாமல் போய்விடுகிறது. இதனால் மூலதனத் திரட்டலே மட்டுப்படுத்தப்பட்டு மேலும் முழு அளவுக்கோ பகுதி அளவுக்கோ மூலதனத்தை இழக்கவும் நேரிடலாம். இந்த நிலைமை இடத்தாலும்

காலத்தாலும் மட்டும் வேறுபடுபவை அல்ல, மாறாக, தர்க்க வழியிலும் மாறுபடுபவை. முதல் வேறுபாட்டிற்கு சமுதாயத்தின் உற்பத்தித் திறன் மட்டுமே வரம்பிடுகிறது. இரண்டாவது வேறுபாட்டுக்குப் பல்வேறு உற்பத்திக் கிளைகளுக்கு இடையிலான அங்கக இணைப்பாக்க விகித உறவும், சமுதாயத்தின் நுகர்வுத் திறனும் வரம்பிடுகின்றன. ஒருபுறம் செல்வத் திரட்டலும் மறுபுறம் வறுமையின் கடுமையும், அல்லது சமுதாயத்தில் உயர் வருவாய் பெறும் முதலாளிகளின் வருவாய்க்கும் உபரி-மதிப்பை உற்பத்தி செய்யும் உழைப்பாளர்களின் கூலி வருவாய்க்கும் இடையிலான இடைவெளி மேலும் மேலும் விரிவடைந்து செல்லும் போக்கின் விளைவும், சமுதாயத்தின் நுகர்வுத் திறனும் வரம்பிடுகின்றன. பகைத்தன்மை வாய்ந்த வினியோக நிலை அடிப்படையிலான நுகர்வுத் திறனே இதன் முதன்மைக் காரணமாகும். எனவே அறுதி உற்பத்தித் திறன் சமுதாயத்தில் உயர்ந்தால், அதுவே தானாக நுகர்வுத் திறனை அதிகரித்துவிடுவதில்லை. இதுதான் முரண்பட்ட நிலை. அதேபோல் உபரி-மதிப்பை உற்பத்தி செய்ய வேண்டும் என்கிற முதலாளிகளின் முயற்சியும், நுகர்வுத் திறனைக் கட்டுப்படுத்தும் மற்றொரு காரணியாகும். இந்த நெருக்கடியோடு தொடர்ந்து ஓயாமல் விரிவாக்க உற்பத்தியில் ஈடுபடும் மூலதனம் சந்தையை ஓயாமல் விரிவாக்கும் முயற்சியில் இறங்குகிறது. ஆனால், உற்பத்தி, மூலதனத்தின் கட்டுப்பாட்டில் இருப்பதுபோல் சந்தைகள் மூலதனத்தின் கட்டுப்பாட்டில் இருப்பதில்லை. சந்தையை ஆளும் நிலைமைகள், உற்பத்தியாளர்களின் கட்டுப்பாட்டில் இல்லாமல், தன்னிச்சையாய் இயங்கும் இயற்கை விதியாக மேன்மேலும் கட்டுக்கடங்காதவாய் ஆகிவிடுகின்றன. எனவே, சமுதாய உற்பத்தித் திறன் எவ்வளவுக்கு எவ்வளவு உயர்கிறதோ, அந்த அளவுக்கு நுகர்வுநிலை சார்ந்த குறுகலான அடித்தளத்தோடு முரண்பட்டு மோதுகிறது. அதுவே தவிர்க்க முடியாத நெருக்கடியைக் கொண்டு வருகிறது.

முதலாளித்துவப் பொருளுற்பத்திக்கு உண்மைத் தடையாய் இருப்பது மூலதனமேதான். மூலதனமும், அதன் விரிவாக்கமும் பொருளுற்பத்திக்குத் தொடக்க முனையாகவும் இறுதி முனையாகவும், இயக்கு விசையாகவும், குறிக்கோளாகவும் விளங்குகிறது. உற்பத்திக்காக மூலதனம் என்றில்லாமல், மூலதனத்திற்காக மூலதனம் என்றாகிறது. இந்த வளர்ச்சிப் போக்கானது உழைப்பினது சமுதாய உற்பத்தித் திறனை வரைமுறையற்ற வளர்ச்சியை நோக்கி உந்தித் தள்ளுகிறது. இந்த வரைமுறையற்ற நிபந்தனையற்ற வளர்ச்சி மூலதனத்தின் தற்பெருக்கத்தோடு ஓயாது ஒழியாது முரண்பட்டு மோதுகிறது.

ஒருபுறம், முதலாளித்துவம் வளர்ச்சி நிலைமைகளைக் கொண்டு வருகிறது. மக்களின் தேவைகளைப் பெருகச் செய்து உற்பத்திப் பொருளை மலிவாக்குகிறது. அது தன் வரலாற்றுக் கடமையை நிறைவேற்றும் போக்கோடு செல்லுகையில் அது தோற்றுவித்த சமுதாய உறவுகளோடு மோதுகிறது. இது தவிர்க்க முடியாத நெருக்கடியைத் தோற்றுவிக்கிறது. மறுபுறம், வளர்ச்சியடைந்த உற்பத்தி உறவுகள் உற்பத்தி முறையிலும், அதனைத் தொடர்ந்த வினியோகத்திலும் மாற்றத்தைக் கோருகின்றன. இது தீர்க்க முடியாத வர்க்கப் பகையாக உருவெடுத்து, உழைப்பாளர்களின் அரசியல் போராட்டமாக வெடிக்கிறது.

உற்பத்தி விரிவாக்கத்துக்கும் உபரி-மதிப்பு உற்பத்திக்கும் இடையிலான மோதல் இலாப வீதத்தின் வீழ்ச்சியைத் தொடர்ந்து, முதலாளிகளிடையே போட்டிப் போராட்டம் ஏற்படுகிறதே தவிர, முதலாளிகளின் போட்டிப் போராட்டத்தால் இலாப வீதம் குறைவதாகக் கூறுவதற்கில்லை. தொலைதொடர்புத் துறையில் இலாப வீதம் வெகுவாகக் குறைந்து செல்வது நாம் உணரக் கூடியதே. இதனைத் தொடர்ந்து எண்ணற்ற சிறு முதலாளிகள் தொலைதொடர்புத் துறையிலிருந்து முற்றாக விலகிவிட்டனர். அல்லது பெரு நிறுவனங்களோடு இணைந்துவிட்டனர். ஏர்செல்லை மேக்ஸிஸ் நிறுவனம் வாங்கியது, ஐடியா- வோடாஃபோன் இணைப்பு ஆகியவற்றை இதற்கு உதாரணமாகச் சொல்லலாம். இப்போது மிகப்பெரிய நிறுவனமான ஏர்டெல், வோடாஃபோன், ரிலையன்ஸ் ஆகியவையே சந்தையைத் தங்களுக்குள் பங்கு போட்டுக் கொண்டுள்ளன. ஒரு காலத்தில் தொலைதொடர்புத் துறையில் கோலோச்சிய பி.எஸ்.என்.எல். மிகச் சிறிய பங்களிப்பை மட்டுமே செலுத்திப் போட்டியில் எந்தத் தாக்கத்தையும் செலுத்தாமல் தொடர்ந்து நஷ்டத்தில் இயங்கும் நிறுவனமாக மாறிவிட்டது. ரிலையன்ஸ் ஜியோவின் வருகை இந்தச் சந்தைப் பகிர்மானத்தையே புரட்டிப் போட்டுவிட்டது. ஆறு மாதம் வரை வரம்பற்ற டேட்டா பயன்பாடு, முற்றிலும் இலவச அழைப்புகள் என்ற அதன் வர்த்தக உத்தி என்பது, தொலைதொடர்புத் துறையில் தொடர்ந்து குறைந்து செல்லும் இலாப வீதத்தின் அடிப்படையில் ஏற்பட்ட போட்டியின் விளைவே அன்றி, இந்தப் போட்டி அந்தத் துறையில் இலாப மதிப்பின் வீழ்ச்சியைக் கொண்டு வரவில்லை என்பது தெளிவு.

இப்போது இந்தியாவில் தொலைதொடர்புத் துறையில் ஏற்பட்டுவரும் தொடர் இலாப வீதத்தின் வீழ்ச்சியானது,

தொலைதொடர்பு நிறுவனங்கள், வங்கிக்குச் செலுத்த வேண்டிய வட்டியை முறைப்படி செலுத்த முடியாத நிலையை உருவாக்கியுள்ளது. தொலைதொடர்பு நிறுவனங்கள் வாங்கிய கடன் வாயிலாக நிர்மாணிக்கப்பட்ட மின் கோபுரம், கண்ணாடி இழைக் கேபிள்கள் போன்ற கட்டமைப்புகள் வங்கியைப் பொறுத்தவரை செயல்படாத சொத்தாக *(Non Performing Asset)* மாறி வருகின்றன. தொலைதொடர்பு ஒழுங்கமைப்பு நிறுவனம் *(TRAI)* தலையிட்டு நெருக்கடிக்குத் தீர்வு கொடுக்குமா என்று இந்தத் துறை முதலாளிகள் ஏங்க ஆரம்பித்துவிட்டனர். 2009-ஆம் ஆண்டில் அமெரிக்காவில் வீட்டு அடமானக் கடன் நெருக்கடியில் வங்கிகள் திவாலானதைத் தொடர்ந்து, அமெரிக்க அரசு தலையிட்டு வங்கிகளை மீட்டதுபோல், இந்திய அரசு தலையிடுமா என்ற எதிர்பார்ப்பு தலைதூக்குகிறது. அலைக்கற்றை பயன்பாட்டுக்கான கொடுப்புகளை *(Spectrum Charges)* குறைக்கச் சொல்லியோ, அரசாங்கத்திற்கு வருடா வருடம் செலுத்த வேண்டிய லைசென்ஸ் தொகையைக் குறைக்கச் சொல்லியோ கோரிக்கை எழலாம். இவையெல்லாம் எதைக் காட்டுகிறது என்றால், மார்க்ஸ் ஒரு தீர்க்கதரிசி என்பதையே சுட்டுகின்றன. முதலாளித்துவ உற்பத்தி முறையில் சராசரி இலாபம் குறைந்து செல்லும் போக்குடையது என்றும், அதுவே தொழில்துறை நெருக்கடிக்கு இட்டுச் செல்லும் என்றும் மூலதன நூலில் தெள்ளத் தெளிவாகவே கூறியிருப்பது மார்க்ஸ் அன்றும், இன்றும், என்றும் தேவைப்படுகிறார் என்பதையே காட்டுகிறது. அவர் சுட்டிக் காட்டிய வெளிச்சத்தில்தான் நாம் மூலதனத்தின் ஒவ்வொரு அசைவியக்கத்தையும் புரிந்து கொள்ள முடியும்.

இதிலிருந்து நமக்குத் தெரிய வருவது என்னவென்றால், இந்தப் பொருளுற்பத்தி முறை, அறுதியானது அல்ல; ஒப்பளவிலானதே; வரலாற்று வழிப்பட்டதே; உற்பத்திக்கு வேண்டிய பொருளாயாத நிலைமைகளின் வளர்ச்சியில், அது வரம்பிற்குட்பட்ட குறிப்பிட்ட சகாப்தத்திற்கு மட்டுமே உரியது என்பதே.

முதலாளித்துவ உற்பத்தி முறையின் தலையாய மூன்று உண்மைகள்:

1. உற்பத்திச் சாதனங்கள் ஒரு சிலர் கையில் குவிக்கப்படுவது
2. உழைப்பு சமுதாய உழைப்பாக ஒழுங்கமைக்கப்படுவது.
3. உலகச் சந்தை உருவாவது.

பெருகிச் செல்லும் இந்த மூலதனம் எந்நிலைமைகளில் தன் மதிப்பை அதிகமாக்கிக் கொள்கிறதோ, அந்நிலைமைகளுடன் இவை முரண் படுகின்றன. எனவேதான் நெருக்கடிகள் வெடிக்கின்றன.

பகுதி-4

சரக்கு மூலதனமும் பண மூலதனமும் வர்த்தக மூலதனமாக (வணிக மூலதனமாகவும் தன-வணிக மூலதனமாகவும்) உருவாதல்

COMMERCIAL CAPITAL AND MONEY-DEALING CAPITAL (MERCHANT'S CAPITAL)

அத்தியாயம்-4

வணிக மூலதனம்

வர்த்தக மூலதனத்தை *(Merchant's Capital)* இரு உட்பிரிவுகளாக மார்க்ஸ் பிரித்துள்ளார். ஒன்று, வணிக மூலதனம் *(Commercial Capital)*. இன்னொன்று, தன-வணிக மூலதனம் *(Money-dealing Capital)*. வணிக மூலதனம் என்பது சரக்குகளை விற்பதன் பொருட்டு வாங்குவது. அதாவது நாம் ஏற்கெனவே பார்த்தபடி பணம் - சரக்கு – பணம் *(M - C – M)*. விற்பதற்காகச் சரக்குகளை வாங்கும்போது வணிக முதலாளி பணத்தை முன்னீடு செய்கிறார். விற்கும்போது வணிகர்தான் முன்னீடு செய்த மூலதனத்தை இலாபத்தோடு மீட்டுக் கொள்கிறார். தொழில்துறை முதலாளி வணிகரின் குறுக்கீடு இன்றி அவரே சுற்றோட்டத் துறையில் தனது நேரத்தைச் செலவழித்துச் சரக்குகளை விற்பதாக எடுத்துக் கொள்வோம். அப்போது அவருக்கு ஒருபுறம் நேரம் விரயமாகிறது. அத்தோடு சரக்கானது உற்பத்தியாகி சரக்கு மூலதனமாக மாறிச் சந்தைக்கு வந்துவிட்டாலும் அது நுகர்வோரைச் சென்றடைந்த பின்புதான் சரக்கு மூலதனம் மீண்டும் பண மூலதனமாக உருமாற்றம் பெற்று தொழில்துறை முதலாளியின் கைக்கு வருகிறது. அதன்பிறகுதான் முதலாளி அந்தப் பணத்தை வைத்து, உற்பத்தியின் அடிக்கூறாகிய கச்சாப்பொருளை வாங்குவதற்கும் உழைப்புச் சக்தியை வாங்குவதற்கும் முன்னீடு செய்கிறார். ஆனால் முந்தைய சரக்கு விற்றுப் பணம் கைக்கு கிடைக்கும் வரை அவர் தனது மறுவுற்பத்தியைத் தொடங்காமல் இருக்க முடியாது. உதாரணமாக, சரக்கின் உற்பத்திக்கு 3 வாரமும், சுற்றோட்டத்தில் அது விற்றுப் பணமாக மாறுவதற்கு 2 வாரமும் ஆகிறது என்று வைத்துக் கொள்வோம். ஆக, சரக்கு மறுவுற்பத்திக்கான மொத்த புரள்வுக் காலம் 5 வாரம் ஆகும். முதல் சரக்கு உற்பத்தி முடிந்த 3-வது வார முடிவில், முதலாளி கையில் பணம் இருக்க வாய்ப்பில்லை. அப்படியென்றால் அவர் தன்னுடைய் முதல் சரக்கு விற்பதற்கு முன் மறுவுற்பத்தியை 4-வது வாரத்தின் தொடக்கத்தில் இடையூறின்றி நடத்திச் செல்ல வேண்டுமென்றால் அவரிடம் கூடுதல் மூலதனம் கையில் இருக்க வேண்டும். இந்தக் கூடுதல் மூலதனத்தைத் தொழில்துறை முதலாளி

கையில் வைத்திருப்பதற்குப் பதில் வணிக முதலாளி அவரின் பிரதிநிதியாகச் செயல்பட்டு அத்தகைய கூடுதல் மூலதனத்தை சுற்றோட்டத் துறையில் வணிக மூலதனமாக முன்னீடு செய்கிறார். இதனால் தொழில்துறை முதலாளி கூடுதல் மூலதனத்தை முன்னீடு செய்வது தவிர்க்கப்பட்டு விடுவதுடன், சரக்கு உற்பத்தி செய்யப்பட்டவுடன் விற்கப்பட்டு அது வணிக முதலாளி கைக்குச் சென்றுவிடுகிறது. வணிகர் சரக்கை விற்பதன் பொருட்டு வாங்குகிறார். இவ்வாறு தொழில்துறை முதலாளிக்குப் பண மூலதனமாக மாறிய சரக்கு மூலதனம் இன்னும் வணிகர்கையில் சரக்கு மூலதனமாகவே தொடர்கிறது. அது இறுதியாக நுகர்வோரைச் சென்றடையும்போது அல்லது அந்தச் சரக்கே வேறொரு முதலாளிக்குக் கச்சாப்பொருளாகப் பயன்படும் பொருட்டு வாங்கி முடிக்கப்படும் போதுதான் அத்தகைய சரக்கு சுற்றோட்டத் துறையைவிட்டு வெளியேறி, மீண்டும் பண மூலதனமாக வணிகரின் இலாபத்தின் பங்கோடு அவருக்குத் திரும்புகிறது.

சில நேரங்களில் வணிகர் தொழில்துறை முதலாளியிடம் தனது வணிக மூலதனத்தைப் பணமாகக் கொடுத்துச் சரக்கை வாங்குவது உண்டு. ஆனால், பெரும்பாலும் இப்படி நடைபெறுவதில்லை. வணிக முதலாளி தொழில்துறை முதலாளியிடம் சரக்கை வாங்கும்போது மாற்று உண்டியல்கள் *(Bills of Exchange)* பயன்படுத்தி இருந்தால், குறிப்பிட்ட காலவரைக்குப் பின்பு பணம் கொடுக்க வேண்டியதாயிருக்கும். அது 2 மாதமோ அல்லது 3 மாதமாகவோ இருக்கலாம். தொழில்துறை முதலாளி இந்த மாற்று உண்டியலை வங்கியில் கொடுத்துக் கழிவு *(Discount)* போகத் தனது சரக்கின் உற்பத்தி விலையைப் பெற்றுக் கொள்கிறார். இந்தக் காலவரை முடிவதற்குள் வணிக முதலாளி அவர் சரக்கை விற்றுப் பணமாக்கியிருக்க வேண்டும். இல்லையென்றால் அந்தக் காலவரை முடியும்போது அவர் தனது சொந்த மூலதனத்தைக் கொண்டு வங்கிக்குச் சரக்குக்கான பணத்தைச் செலுத்த வேண்டும். அல்லது அந்தக் காலவரைக்குள் சரக்கை விற்றுத் தீர்க்க வேண்டும் என்ற நிர்ப்பந்தம் காரணமாகச் சரக்கை அதன் மதிப்பைவிடக் குறைந்த விலைக்கு விற்க வேண்டியிருக்கும். எப்படி இருந்த போதும் தம் சொந்த மூலதனத்திலிருந்து பற்றாக்குறையைச் சரிக்கட்ட வேண்டிய நிர்ப்பந்தத்திற்கு வணிக முதலாளி ஆளாகிறார். ஆகவே, எந்த வழியிலும் முதலாளித்துவ உற்பத்தி முறையில் சரக்குற்பத்தி தடங்கலின்றி நடைபெறுவதற்கு இத்தகைய கூடுதல் மூலதனம் வர்த்தக மூலதன வடிவில் சுற்றோட்டத்தில் சுற்றியோடுவது தவிர்க்க முடியாததாக இருக்கிறது.

சரக்கு உற்பத்தித் துறையிலிருந்து வெளிவந்தவுடன் வணிக முதலாளிகளின் கைகளில் ஒரு சுயேச்சையான வடிவை எடுக்கிறது. சுற்றோட்டத்தில்தான் அதாவது வணிகரின் கையில்தான் சரக்கு அதன் மதிப்பை (உபரி-மதிப்பையும் சேர்த்து) ஈடேற்றம் செய்து கொள்வதால் வணிகரின் கையில் ஒரு பிரத்தியேகமான ஒரு சுயேச்சை வடிவை எடுக்கிறது. வணிகரின் கையில் உள்ள பண மூலதனம்தான் சரக்கு மூலதனத்தின் உருமாற்றத்திற்கு, அதாவது, பணமாக மாற்றப்படுவதற்குப் பிரத்தியேக ஊடகமாகப் பயன்படுவதன் மூலமாகவே மூலதனமாய் ஈடேற்றம் பெறுகிறது. எனவே வணிகர் இந்த நடவடிக்கை மூலம் தனது பணத்தைப் பண மூலதனமாக மாற்றுகிறார். தனது பணத்தைக் கூடுதல் பணமாக *(M – C – M')* வார்த்தெடுக்கிறார். இதே நிகழ்முறை மூலம் சரக்கு-மூலதனத்தை மீண்டும் வணிக மூலதனமாக மாற்றுகிறார்.

வணிக முதலாளி ஒரு குறிப்பிட்ட சரக்கை வாங்கி அது விற்கும் வரை காத்திருக்காமல், பல்வேறு பொருட்களை வாங்கி விற்பதன் மூலம் ஒவ்வொரு சரக்கு விற்பனையையும் ஒரு தொடர்காலவட்டத்தில் நிறைவேற்றுவதால், வணிகரின் பண மூலதனம் தடங்கலின்றி அதன் பணியை நிறைவேற்றுகிறது. இவ்வாறு சரக்குகளின் சுற்றோட்டம் மூலதனங்களிடையே உழைப்புப் பிரிவினையை ஏற்படுத்துகிறது. உபரி-மதிப்பானது சுற்றோட்டத்துறையில்தான் ஈடேற்றம் பெற்றாலும் இது உபரி-மதிப்பைப் படைப்பதில்லை. ஆனால், சுற்றோட்டக் காலத்தை குறுக்க உதவுவதால், தொழில்துறை முதலாளி உற்பத்தி செய்யும் உபரி-மதிப்பைக் கூடுதலாக்க வணிக மூலதனம் சுற்றடியாய் உதவலாம். அவ்வளவே. மூலதனங்களின் உருமாற்றத்திற்குச் சுற்றோட்டக் காலம், அதாவது எதையுமே உற்பத்தி செய்யாத காலம் தேவைப்படுவதால், இது மதிப்புகளின் படைப்பைக் கட்டுப்படுத்துகிறது. எனவே, வணிக மூலதனம் சுற்றடியாகச் சரக்குகளின் ஒட்டுமொத்தச் சுற்றோட்டக் காலத்தைச் சுருக்குவதன் மூலம் இலாப வீதத்தை உயரச் செய்கிறது. மூலதனத் திரட்டலுக்குப் பணிபுரிகிறது.

உபரி-மதிப்பு சுற்றோட்டத் துறையில் படைக்கப்படவில்லை என்றால் வணிக மூலதனம் இலாபம் படைப்பது எவ்வாறு? பொதுவான கண்ணோட்டம் என்னவென்றால், வணிக இலாபமானது சரக்குகளின் மதிப்புக்கு மேல் கூடுதலாக விற்கப்படும் விலைதான் என்பதாகும். ஆனால் இது உண்மையல்ல. அப்படித் தோன்றுவது ஒரு மாயைதான். வணிக இலாபம் என்பது உற்பத்தியிலிருந்து பெறப்படும் உபரி-

மதிப்பின் ஒரு பகுதி என்பதுதான் உண்மை. உற்பத்தியில் ஈடுபடுத்தப்படும் சமுதாயம் முழுமையான மூலதனம் பொது இலாப வீதத்தை உருவாக்குவதையும், அந்த இலாப வீதம் குறைந்து செல்லும் போக்குடையது என்றும் ஆய்வு செய்தபோது, நாம் வணிக மூலதனத்தை கணக்கில் எடுத்துக் கொள்ளவில்லை. உற்பத்தித்துறை முதலாளிகளால் சரக்கு நேரடியாக சந்தையில் விற்கப்படுவதாக அனுமானித்துத்தான் பொது இலாப வீதத்தைப் பரிசீலித்தோம். அத்தோடு தொழில்துறை முதலாளி சரக்கு விற்பனைக்குக் கூடுதலாக எந்தச் செலவும் செய்யவில்லை என்றும் அனுமானித்தோம். ஆனால் உண்மையில் அப்படி நிகழ்வது இல்லை. தொழில்துறை முதலாளியே சரக்குகளை நேரடியாகச் சுற்றோட்டத் துறையில் விற்றாலும் சரி, அல்லது தனது பிரதிநிதியாகிய வணிக முதலாளி மூலம் விற்றாலும் சரி, சரக்குகளை சந்தையில் விற்கும்போது சில தவிர்க்க முடியாத சுற்றோட்டச் செலவுகள் ஏற்படத்தான் செய்யும்.

உற்பத்தியாகிய சரக்கைச் சிறிது காலமாவது கிடங்கில் சேமித்து வைக்க வேண்டியுள்ளது. அதற்காகச் சேமிப்புக் கூடங்கள் தேவைப்படுகின்றன. சரக்குகளைவகைப்படுத்துவது, சிப்பங்கட்டுவது, பேக்கிங் செய்வது போன்ற செலவுகளைச் செய்துதான் சரக்குகள் விற்கப்பட முடியும். இந்தச் செலவினங்கள் வகையில், திறனுடை மூலதனம் போலவே இங்கும் மாறா-மூலதனமும், உழைப்பாளர்களை ஈடுபடுத்துவதன் மூலம் மாறும்-மூலதனமும் தேவைப்படலாம். எனவே இதற்காக ஆகும் செலவினங்கள், வணிக முதலாளி சரக்குகளை வாங்குவதற்காக முன்னீடு செய்யும் மூலதனத்தோடு சேர்கின்றன. அத்துடன் இந்தச் செலவினங்கள் பொதுவான இலாப வீதத்தை இன்னும் குறையச் செய்கின்றன. எனவே, முன்னீடாகும் மூலதனத்தின் பருமனுக்குத் தக்க விகிதத்தில் இந்த இலாப வீதம் தொழில்துறை முதலாளிக்கும் வணிக முதலாளிக்கும் கிடைக்கிறது.

உதாரணத்திற்கு, ஓராண்டு காலத்தில் முன்னீடு செய்யப்படும் சமுதாயத் தொழில்துறை மூலதனம் *720C + 180v = 900* (ரூபாய் கோடியில்) என்று கொள்வோம். உபரி-மதிப்பு வீதம் *100%* என்றால், சரக்கு மூலதன *(C')* உற்பத்தி மதிப்பு *720C + 180v + 180s = 1080C'* ஆகும். இதுதான் சரக்கின் உற்பத்தி விலை. இலாப வீதம் *20%*. நமது முந்தைய பகுப்பாய்வின்படி இதுதான் சமுதாய மொத்த மூலதனத்தின் சராசரி இலாப வீதம் ஆகும். இப்போது வணிக மூலதனம் பொருள்களை வாங்கி விற்பதற்காகவும், மேற்கூறிய செலவினங்களுக்காகவும் ரூ. *100* கோடி முன்னீடு செய்வதாகக் கொள்வோம். இப்போது சமுதாய

மொத்த மூலதனமானமானது ஒரு ஆண்டிற்கு ரூ.பாய் 900 கோடியிலிருந்து 1000 கோடியாக உயர்ந்து விடுகிறது. ஆக, மொத்த உபரி-மதிப்பின் 10-ல் ஒரு பங்கு அதாவது 18 கோடி ரூ.பாய் வணிக இலாபமாகப் பிரிந்து செல்கிறது. எனவே, இது உபரி-மதிப்பிலிருந்துதான் பிரிக்கப்படுகிறது. இப்போது சமுதாயத்தின் சராசரி இலாப வீதம் 180/1000 = 18% ஆகக் குறைந்துவிடுகிறது. ஆகவே 900 கோடி ரூபாய் முதலீடான தொழில்துறை மூலதனத்துக்கும் அதே 18% தான் சராசரி இலாப வீதமாகக் கிடைக்கிறது. 100 கோடி வணிக மூலதனத்திற்கும் அதே 18% தான் சராசரி இலாப வீதமாகக் கிடைக்கிறது.

சுற்றோட்டத் துறையில், வணிகர் சரக்குகளை வாங்குவதற்காக முன்னீடு செய்யும் மூலதனத்தோடு செலவினத்தையும் ஏற்றுக் கொள்கிறார் என்று சற்றுமுன் பார்த்தோம். இத்தகைய செலவினக் கணக்கில் கட்டடங்கள், வாகனங்கள் நிலை-மூலதனமாக முன்னீடு ஆகியிருக்கலாம். இந்த நிலை-மூலதனத்தின் வருடாந்திரத் தேய்மானம் மாறா-மூலதனமாக வணிக முதலாளியின் மூலதனத்தில் சேருகிறது. இத்தகைய மாறா-மூலதனத்தோடு, தொழிலாளர்களையும் இந்தச் சரக்கு விற்பனையில் ஈடுபடுத்தினாலும், உபரி-மதிப்பு இந்தத் தொழிலாளர்களால் படைக்கப்படுவதில்லை. செலவினங்களுக்கு ஏற்றபடி இலாபத்தில் (உற்பத்தித் துறைத் தொழிலாளர்களின் உபரி-மதிப்பு) பங்குதான் இவர்களுக்குக் கூலியாகக் கிடைக்கிறது. இங்கும் அவசிய உழைப்பும் உபரி-உழைப்பும் அடங்கியிருந்தாலும், உபரி-உழைப்பினால் ஏற்படும் செலவுச் சிக்கனம் வணிக முதலாளி கைக்குச் சென்றுவிடுகிறது. ஊதியமில்லா உழைப்பின் ஒருபகுதி கூடுதல் இலாபமாக வணிக முதலாளிக்குக் கிடைக்கிறது. எனவே, சுற்றோட்டத் துறையில் வணிக முதலாளி செய்யும் செலவில் சிக்கனம் அவரின் கூடுதல் இலாபமாக உருவெடுக்கிறது. எனவே இந்தச் சுற்றோட்டச் செலவுகள் தொழில்துறை மூலதனத்துக்குத் திறனிலாச் செலவுகளே. ஆனால் வணிக மூலதனத்தைப் பொறுத்தவரை இந்த முதலீடு திறனுடைச் செலவீடே ஆகும். எனவேதான் அது விலைக்கு வாங்குகிற வணிக உழைப்பும்கூட வர்த்தக மூலதனத்தைப் பொறுத்த வகையில் நேரடியாகத் திறனுடை உழைப்பே ஆகும்.

இப்போது வணிக இலாபம் எப்படி ஈட்டப்படுகிறது என்று பார்ப்போம். தொழில்துறை முதலாளி தனது உற்பத்திச் சரக்கை சரக்கின் உற்பத்தி விலைக்கு (சரக்கின் அடக்கவிலை + சராசரி இலாபம்) வணிகருக்கு விற்கிறார். அதாவது 900 + 162 = 1062 கோடி ரூபாய்க்கு விற்கிறார். வணிகரின் கைக்கு வரும் சரக்கு அவரின் கொள்முதல்

விலையாகிறது. இதில் ரூ. 100 கோடி வணிக மூலதனம் சேர்ந்து அவரைப் பொறுத்தவரை சரக்கின் அடக்கவிலை ரூ. 1162 கோடியாகிறது. சந்தையில் அந்தச் சரக்கை விற்கும்போது அவர் சரக்கை அதன் மதிப்புக்கே விற்கிறார் (720C தொழில்துறை மாறா-மூலதனம் + 100 வர்த்தக மூலதனம் + 180v தொழில்துறை மாறும்-மூலதனம் + 180s தொழில்துறை உபரி-மதிப்பு = 1180 கோடி). இவ்வாறு, உபரி-மதிப்பை ஈடேற்றம் செய்கிறார். அவரின் இலாபத்தின் பங்கான ரூ. 18 கோடியைப் பெற்றுக் கொள்கிறார்.

வணிக மூலதனம் மீது புரள்வுக் காலம் ஏற்படுத்தும் விளைவு

ரூ. 100 கோடி வணிக மூலதனம் வருடத்திற்கு 6 முறை சரக்குகளை அதன் மதிப்புக்கு வாங்கி விற்றுவிடுகிறது என்று கொள்வோம். அந்த மூலதனம் 6 முறையும் ஒரே சரக்கை வாங்குகிறதா, அல்லது ஒவ்வொரு முறையும் வெவ்வேறு சரக்குகளை வாங்கி விற்று இலாபம் சம்பாதிக்கிறதா என்பது முக்கியமல்ல. எப்படியாயினும் வணிக மூலதனம் ரூ. 100 கோடியை வருடத்திற்கு 6 முறை புரளச் செய்கிறது. அதாவது ரூ. 100 கோடி மூலதனம் ஒரே உற்பத்திக் கிளையின் சரக்குகள் அல்லது வெவ்வேறு உற்பத்திக் கிளையில் உற்பத்தியாகிய சரக்குகளை 6 முறை வாங்கி விற்பதன் மூலம் ரூ. 600 கோடி சரக்கின் மதிப்பை ஈடேற்றம் செய்கிறது. இப்படிப் புரள்வை நிகழ்த்துகையில் உற்பத்தி விலையானது உயர்ந்த அளவிலோ, தாழ்ந்த அளவிலோ இருப்பதற்கும், இலாப விகிதத்திற்கும் எந்தவித சம்பந்தமும் இல்லை. ஏனென்றால் -

வணிக மூலதனத்தின் புரள்வு எவ்வளவுக்கு எவ்வளவு விரைவாக இருக்கிறதோ, அவ்வளவுக்கு அவ்வளவு விலைகள் குறைவாக இருக்கும். இதன் அர்த்தம் என்னவென்றால், புரள்வு வேகம் அதிகரிக்கும்போது, வணிக மூலதனம் சுற்றோடத் துறைக்குள் செலுத்த வேண்டிய பணத்தின் அளவு குறைகிறது என்று அர்த்தம். சரக்கை ரூ. 100 -க்கு வாங்கி வருட முடிவில் ரூ. 118 -க்கு விற்றால் வணிகருக்குப் பொது இலாப வீதம் ரூ. 18 கிடைக்கிறது. வணிக முதலாளி சரக்கை ஆண்டுக்கு ஒருமுறை புரளச் செய்கிறார். அதே வணிக மூலதனம் ரூ. 100 ஆண்டுக்கு 6 முறை புரளுமானால், இதே வணிக முதலாளி ரூ. 100 -க்கு வாங்கிய சரக்கை ரூ. 103 -க்கு விற்பதன் மூலம் 6 முறை இதுபோல் வாங்கி விற்கிறார். ஆனாலும் சரக்குகள் அதன் மதிப்புக்கே விற்பதில் எந்த மாற்றமுமில்லை. ஆனால் சரக்குகளின் விலை வருடாந்திரப் புரள்வுகளின் எண்ணிக்கைக்கு எதிர்விகிதத்தில் மாறுகிறது. புரள்வுகளின் எண்ணிக்கை அதிகமாகும்போது விலை குறைகிறது.

ஆனால், புரள்வுகளின் எண்ணிக்கை குறையும்போது விலை உயர்கிறது. ஆனாலும் வருடத்திற்கான பொது இலாப வீதம் மாற்றமின்றித் தொடர்கிறது. ஆனால், வணிக முதலாளி சரக்குகளை விரைவில் விற்றுவிடுவதால் அவருடைய இலாபம் மிகக் குறுகிய காலத்திலேயே பகுதி பகுதியாக அவருக்கு ஈடேற்றம் ஆகி, அவர் வருட முடிவில் அதிகமான சரக்குகளை வாங்கி விற்பதால், பொதுவான இலாப வீதம் மாறாமல் இருந்தாலும் அவரின் இலாபத் திரள் உயர்கிறது. எனவே வருடாந்திரப் பொதுவான இலாப வீதத்திற்கும் சரக்குகளின் விலைக்கும் எந்தச் சம்பந்தமும் இல்லை. நமது ஆய்வின் மையப் பகுதி வருடாந்திரப் பொதுவான இலாப வீதம்தான்.

ஆனால் சில நேரங்களில் ஒரு குறிப்பிட்ட அளவு சரக்குகளுடன் வணிகர் இணைத்துள்ள கூடுதல் விலைகள் சரக்கின் இறுதி விலையில் ஒரு தீர்மானகரமான பங்கை ஆற்றவே செய்யும். உதாரணம்: இங்கிலாந்தின் கிழக்கிந்தியக் கம்பெனி இந்தியாவில் அவ்வாறுதான் கூடுதல் விலைக்கு விற்றுப் பெருத்த இலாபம் ஈட்டியது. ஆனால் உலகச் சந்தை விரிவாகும்போது, ஒரு குறிப்பிட்ட கட்டத்தில் சரக்குகள் அதன் மதிப்புக்கே விற்கப்படுவது நிபந்தனையாகிவிடுகிறது. ஆகவே, சரக்கின் விலை மீதும், பொது இலாப வீதம் மீதும் தனி வணிகருக்கு எந்தக் கட்டுப்பாடும் இருப்பதில்லை. இதுதான் பொதுவான முதலாளித்துவப் பொருளுற்பத்தியின் விதி.

வணிக மூலதனம் ஏற்படுத்தும் புரள்வுக்கு, தன-வணிக மூலதனம் அல்லது வங்கி மூலதனம் பெருமளவு உதவி செய்கிறது. கடன் செலாவணி முறை வந்த பிறகு வணிக மூலதனத்தின் புரள்வு மிகவும் எளிதாக நடைபெறலாயிற்று. இங்கு நாம் கவனிக்க வேண்டிய இன்னொரு விசயம் என்னவென்றால், வணிக மூலதனம் சுயேச்சையான பாத்திரத்தை வகித்தாலும், அதன் சுழலியக்கம் எப்போதுமே சுற்றோட்டத் துறைக்குள் தொழில்துறை மூலதனம் நிகழ்த்தும் சுழலியக்கமேதான். சரக்கின் மறுவுற்பத்தி நிகழ்முறையின் எல்லைகளைப் பொருட்படுத்தாமல் சுயேச்சையாக இயங்குகிறது. ஆனால், சுற்றோட்டத் துறையில் சரக்கின் மறுவுற்பத்தியின் எல்லைக்கு அப்பாலும் கொண்டு செல்கிறது. ஆனாலும் உற்பத்தியைச் சார்ந்துதான் இயங்குகிறது. எனவே, உள்ளுக்குள் சார்ந்திருப்பதும், வெளியே சுயேச்சையாய் இருப்பதும் வணிக மூலதனத்தை அதன் ஓட்டத்தில் இழுத்துச் செல்கிறது. ஆனால், இப்படி இழுத்துச் செல்லப்படும்போது சரக்குகளுக்குப் பெயரளவிலான வேண்டல் தோற்றுவிக்கப்படுகிறது. ஆனால் உண்மை நிலையைச் சந்திக்கும்போது (வேண்டல்

இல்லாதபோது) அது நெருக்கடியில் சிக்குகிறது. வணிக மூலதனமானது திறனுடை மூலதனத்திற்கான *C – M* கட்டத்தைக் குறுகச் செய்கிறது. இரண்டாவதாக, நவீனக் கடன் செலாவணி அமைப்பில் அது சமுதாயத்தின் மொத்தப் பண மூலதனத்தில் ஒரு பகுதியைப் பயன்படுத்திக் கொள்கிறது. இப்படி பயன்படுத்தும்போது ஏற்கெனவே கொள்முதல் செய்ததை, விற்பதற்கு முன்பே, திரும்பத் திரும்ப கொள்முதல் செய்வது சாத்தியமாகிறது. கொடுப்புகள் அடிப்படையில் *(Bills of exchange or Credit money)* அல்லது கடன் செலாவணி முறையில் சரக்குகளை வாங்கியபின், குறிப்பிட்ட காலக் கெடுவுக்குள் கொடுப்புகளை நிறைவேற்றும் பொருட்டு விற்பனை செய்ய வேண்டியுள்ளது. விலை வீழ்கிறது. மாயத் தோற்றமான செல்வச் செழிப்பு முடிவுக்கு வருகிறது. இதனால்தான் நெருக்கடிகள் முதலில் மேற்பரப்பில் வெளிப்பட்டு வெடித்தெழுவது நேரடி நுகர்வுக்கு வகைசெய்யும் சில்லறை வர்த்தகத்தில் அல்லாமல், மொத்த வர்த்தகத்திலும் வங்கித் துறையிலும் நடைபெறுகிறது. வங்கித்துறைதான் சமுதாய மூலதனத்தின் பண மூலதனத்தை மொத்த வர்த்தகத்தின் கைக்கு வருமாறு செய்வது.

அத்தியாயம்-5

வர்த்தக மூலதனம் (Merchant's Capital) பற்றிய வரலாற்று உண்மைகள்

வர்த்தக மூலதனம் சரக்குச் சுற்றோட்டத்துக்கு மட்டுமே தேவை என்பதாலும், அதனுடைய பிரதான பணி சரக்குப் பரிவர்த்தனையைத் தூண்டி நிகழச் செய்வது மட்டுமே என்பதாலும், அதற்குத் தேவைப்படுவதெல்லாம், பண்டமாற்று முறையிலிருந்து எழுந்த வளர்ச்சியடையாத வடிவங்கள் தவிர்த்த, சாமானிய சரக்குறப்பத்தியும் பணமும் தவிர வேறு எந்த நிபந்தனையும் அல்ல. சரக்குகளாய்ச் சுற்றோட்டத்தில் விடப்படும் உற்பத்திப் பொருள்கள் என்ன அடிப்படையில் உற்பத்தி செய்யப்பட்டாலும் – புராதானப் பொதுவுடைமைச் சமுதாயத்தின் அடிப்படையிலானாலும், அடிமைமுறை உற்பத்தியின் அடிப்படையிலானாலும், சிறுவிவசாயி, குட்டி முதலாளி என்ற அடிப்படையிலானாலும், அல்லது தற்போதைய முதலாளித்துவ அடிப்படையிலானாலும் உற்பத்திப் பொருட்கள் சரக்குகளாய் இருக்கும் தன்மையில் மாற்றமில்லை. உற்பத்தியாவது முழுமையும் சரக்காகவே உற்பத்தி செய்யப்பட்டாலும், அல்லது சுயேச்சையான உற்பத்தியாளர்கள் தனது தேவைக்கு மேலான பகுதியைச்சந்தையில் விட்டாலும் சரி, வணிக மூலதனமே சுற்றோட்டத் துறையில் அதனை விற்று நுகர்வை நிறைவு செய்வதற்கான பணியைச் செய்கிறது. உற்பத்திப் பொருளை நேரடி வாழ்வுச் சாதனமாக அல்லாமல், முழுக்க முழுக்கச் சரக்காகவே உற்பத்தி செய்யும் முதலாளித்துவப் பொருளுற்பத்தியின் இறுதி வளர்ச்சியில் பொருளுற்பத்தி அதிகபட்ச அளவுக்கு நடைபெறுகிறது. இவ்விதம் பொருளுற்பத்தியை மேன்மேலும் பரிவர்த்தனை-மதிப்பை நோக்கிச் செல்லும் தன்மையதாக்குகிறது. மூலதனத்திற்கே உரிய அசைவியக்கமான *M – C – M'* -ஐ *C –M – C* -யிலிருந்து, அதாவது பயன்-மதிப்புகளின் பரிவர்த்தனையை இறுதி நோக்கமாகக் கொண்டு நேரடியாக உற்பத்தியாளர்களிடையே நடைபெறும் சரக்கு வர்த்தகத்திலிருந்து வேறுபடுத்திக் காட்டுகிறது.

இதுவரை நாம் வணிக மூலதனத்தை முதலாளித்துவப் பொருளுற்பத்தி முறையின் நோக்கு நிலையிலிருந்தும், அதன் வரம்புகளுக்குட்பட்டு மட்டுமே பரிசீலித்தோம். ஆனால் வணிக மூலதனமும், அதனோடு கூடவே தன-வணிக மூலதனமும் முதலாளித்துவப் பொருளுற்பத்தியைக் காட்டிலும் பழமையானது. உண்மையில் ஆதியில் கோலோச்சிய கட்டுத்தளையில்லா மூலதனத்தின்

மிகப் பழைய நிலவல் வடிவமாகும். வணிக மூலதனம் முதலாளித்துவப் பொருளுற்பத்தி முறைக்கு முந்தைய வரலாற்றில் பொருளுற்பத்தியில் தனது ஆதிக்கத்தைச் செலுத்திக் கோலோச்சி வந்தது நமக்கு எளிதாகவே புரிகிறது. அதுதான் மூலதனத்தில் வரலாற்று வடிவமும்கூட. இதைத்தான் மூலதனம் முதல் பகுதியில் ஆதித் திரட்டலில் நாம் பார்த்தோம். வணிக மூலதனம் வளர்ச்சியடையாத சமூகங்களிடையே உற்பத்திப் பொருள்களின் பரிவர்த்தனையைத் தூண்டி நிகழச் செய்வதாய் இருந்துவரும் வரை, வணிக இலாபம் என்பது பேரம் பேசிச் வெல்வதாகவும், ஏமாற்றுவதாகவும் தோற்றமளித்ததோடு பெரும்பாலும் அவற்றிலிருந்தே பிறக்கிறது. இப்படி நடைபெறுவதால் வணிக மூலதனம் உபரி-மதிப்பில் பெரும்பகுதியைத் தனதாக்கிக் கொள்கிறது. இப்படி முந்தைய சமுதாய உற்பத்தியில் கோலோச்சிய வணிக மூலதனம் சுயேச்சையாக நிலவி வந்த நிலைமை மாறி, முதலாளித்துவ உற்பத்தியில் மூலதன முதலீட்டில் ஒரு தனிக் கட்டம் ஆகிறது. 16-ம் நூற்றாண்டிலும், 17-ம் நூற்றாண்டிலும்கூட வர்த்தகத்தின் திடீர் விரிவாக்கமும், புதிய உலகச் சந்தையின் தோற்றமும் பழைய பொருளுற்பத்தி முறையின் மறைவுக்கும் புதிய பொருளுற்பத்தி முறையின் உதயத்துக்கும் பெரிதும் பங்காற்றினாலும்கூட, ஏற்கெனவே வளர்ச்சியை நோக்கி நடைபோட்டு வந்த முதலாளித்துவப் பொருளுற்பத்தி முறையின் அடிப்படையில்தான் சாதிக்கப் பெற்றது. உலகச் சந்தை முதலாளித்துவப் பொருளுற்பத்தியின் தவிர்க்க முடியாத விளைவாகும். வர்த்தகம் தொழில்துறையைப் புரட்சிகரமாக மாற்றியமைப்பதற்குப் பதில் தொழில்துறைதான் வர்த்தகத்தைப் புரட்சிகரமாய் மாற்றியமைக்கிறது. இறுதி விளைவு என்னவென்றால், வணிக மூலதனம் சுயேச்சையாக இயங்கி வந்தாலும், தொழில்துறை மூலதனத்துக்குக் கீழ்ப்படிந்தே இயங்குகிறது.

பகுதி-5

இலாபமானது வட்டியாகவும், தொழில் முனைவோர் இலாபமாகவும் பிரிதல்

அத்தியாயம்-6

வட்டி மூலதனம் (Interest bearing Capital)

பண மூலதனம்தான் சரக்கு மூலதனமாகவும், திறனுடை மூலதனமாகவும், வணிக மூலதனமாகவும் மாறி மாறித் தன்னுடைய வடிவத்தை மாற்றிக் கொள்கிறது என்று பார்த்தோம். ஆகவே, சரக்கு உற்பத்திக்கு பணம் முன்தேவையாய் இருப்பது சொல்லாமலே விளங்குகிறது. இவ்வாறு பணமானது குறிப்பிட்ட மதிப்பென்னும் நிலையிலிருந்து தற்பெருக்கம் அடைகிற அல்லது அதிகரித்துச் செல்கிற மதிப்பாக மாற்றப்படலாகிறது. அது இலாபத்தை அபகரித்துச் செல்கிறது. உழைப்பாளர்களின் உற்பத்தியின் பயனான உபரி-மதிப்பை அபகரித்துச் செல்கிறது. முதலாளி இத்தகைய பண மூலதனத்தின் ஆளுருவாகச் செயல்படுகிறார். எனவே, பண மூலதனமானது தனித்த சுதந்திரமான ஒன்றாக இருக்கிறது *(Independent and autonomous).* இலாபத்தை உற்பத்தி செய்யும் சாதனம் என்ற முறையில் அது ஒரு சரக்காகிறது. ஆனால் தனிவகைச் சரக்காகிறது. அதாவது மூலதனம் என்ற முறையில் சரக்காகிறது. மூலதனம் என்ற வகையில் தொழில்துறை முதலாளிக்கு இலாபத்தை உற்பத்தி செய்யும் சக்தியைக் கொடுக்கிறது. தொழில்துறை முதலாளி தன்னுடைய சரக்கு உற்பத்தியில் தனது சொந்தப் பணத்தை கையில் வைத்துத்தான் ஈடுபட வேண்டும் என்பதில்லை. இதனைக் கடனாக வேறொருவர் கொடுக்கலாம். தொழில்துறை முதலாளி அதனைப் பயன்படுத்துகிறார். அவருக்கு வேறு எந்தச் செலவும் இல்லை. ஆண்டின் முடிவில் 20% இலாபம் கிடைக்கிறது என்றால், பணத்தின் பயன்பாட்டுக்காகப் பணத்தைக் கடனாகக் கொடுத்த முதலாளிக்குத் தனது இலாபத்தில் ஒரு பங்கை, உதாரணத்திற்கு 5% -ஐ அந்தப் பணப் பயன்பாட்டிற்கு விலையாகக் கொடுக்கிறார். இவ்வாறு இலாபத்திலிருந்து கொடுக்கப்படும் பங்கே வட்டியாக அவதாரம் எடுக்கிறது. எனவே, பண மூலதனத்துக்கு ஒரு விலை உள்ளது. அத்துடன் அது உபரி-மதிப்பைப் படைக்கும் ஒரு பயன்-மதிப்பாகச் செயல்படுகிறது. ஆனாலும் அது உபரி-மதிப்புக்குக்

கீழானது. உபரி-மதிப்புத்தான் அதற்குப் படியளக்கிறது. எனவே, பண மூலதனம் தொழில்துறை மூலதனத்துக்குக் கீழ்ப்படிந்த ஒரு வடிவமே ஒழிய வேறல்ல. உற்பத்தியில் பயன்படுத்தப்படும்போதுதான் உபரி-மதிப்பு படைக்கப்படுகிறது.

சரக்குப் பரிவர்த்தனை போல் இதுவும் ஒரு பண மூலதனப் பரிவர்த்தனை. கடன் கொடுப்பவர், வாங்குவோருக்கு இடையிலான ஒரு சட்டமுறை ஒப்பந்தம். மூலதனமாய் இருக்கும் பணத்திற்குரிய இந்தப் பயன்-மதிப்பையே, அதாவது சராசரி இலாபத்தை உற்பத்தி செய்யும் இந்த ஆற்றலையே, பண முதலாளி தொழில்துறை முதலாளியிடம் ஒப்படைக்கிறார். இவ்விதம் கடன் தரப்படும் பணத்துக்கும், தொழில்துறை முதலாளியிடம் உறவு கொண்டிருக்கும் உழைப்புச் சக்திக்கும் இந்த அம்சத்தில் ஒரு விதமான ஒற்றுமை உள்ளது. தொழில்துறை முதலாளி உழைப்புச் சக்தியின் மதிப்புக்கு விலை கொடுக்கிறார். ஆனால், கடன் மூலதனத்தின் மதிப்பைத் திரும்பச் செலுத்துகிறார் என்பதுதான் வேறுபாடு. தொழில்துறை முதலாளிக்கு உழைப்புச் சக்தியின் மதிப்பு என்பது, உழைப்புச் சக்தி தான் பெற்றிருப்பதைக் காட்டிலும், தனக்குச் செலவாவதைக் காட்டிலும், தான் நுகரப்படுகையில் அதிக மதிப்பை (இலாபத்தை) படைப்பதே ஆகும். இந்தக் கூடுதல் மதிப்பு தொழில்துறை முதலாளிக்கு பயன்-மதிப்பு ஆகும். இதேபோல் கடன் மூலதனத்தின் பயன்-மதிப்பானது, மதிப்பைப் பெற்றெடுக்கவும், கூடுதலாக்கவும் அதற்குள்ள ஆற்றலாகக் காணப்படுகிறது.

வட்டி மூலதனத்தின் அசைவியக்கம் ஒட்டுமொத்த மூலதனத்தின் அசைவியக்கத்திலிருந்து ஒரு சிறிது வேறுபட்டுள்ளது. வட்டி மூலதனத்தின் அசைவியக்கம் என்பது -

$$M - M - C - M' - M'$$

இங்குப் பணம் முதலில் கைமாறுகிறது. அதன்பிறகுதான் திறனுடை மூலதனமாகச் செயல்படுகிறது. அதேபோல் இறுதியில் சரக்குச் சுற்றோட்டத்தில் ஈடேற்றம் பெற்ற பணமாக வந்து, மீண்டும் பண முதலாளி கைக்குப் பணமாக, கூடுதல் பணமாக வட்டியுடன் திரும்புகிறது.

பண மூலதனத்தின் அதிகாரம் (Power of Money Capital)

1. உற்பத்தி மூலதனத்தின் மீது தாக்கத்தை ஏற்படுத்துகிறது. திறனுடை மூலதனமாக மாறி உபரி-மதிப்பைக் கறப்பதில் பங்கு பெற்று தனது அதிகாரத்தை, ஆற்றலை வெளிப்படுத்துகிறது.

2. தனது தற்பெருக்கத்தின் மூலம் மூலதனமாகத் தன்னை காண்பித்துக் கொள்கிறது. ஒரு கற்பனையான *(Fictious)* நிலைப்பாட்டை எடுக்கிறது. உண்மையில், பணம் தானாகவே கூடுதல் பணமாக மாறிவிடுவதில்லை. சமுதாயத்தில் எந்த உற்பத்தி நடவடிக்கையுமின்றி வட்டிக்கு விடுவதன் மூலம் எந்த மதிப்பும், உபரி-மதிப்பும் படைக்கப்படுவதில்லை. இது நாம் ஏற்கெனவே பார்த்த ஒன்றுதான். அது நேரடியாகவோ அல்லது சுற்றடியாகவோ உற்பத்தியில் முதலீடாகிற போதுதான் கூடுதல் பணம் கிடைக்கிறது.

வட்டியானது இலாபத்தில் ஒரு குறிப்பிட்ட பங்காகவே பண மூலதன முதலாளிக்குச் சென்றாலும், அது இலாப வீதத்தின் ஏற்ற இறக்கங்களைச் சாராமலே குறைந்து செல்வதும் உண்டு, சில நேரங்களில் அதிகரித்துச் செல்வதும் உண்டு. ஆனால் பொது இலாப வீதத்தைப் போலல்லாமல், ஓயாமல் அலைவுறும் சந்தை வட்டி வீதங்களிலிருந்து வேறான சராசரி வட்டி அல்லது சராசரி வட்டி வீதத்தின் வரம்புகளை நிர்ணயிப்பதற்கு பொது விதி ஏதும் இல்லை. ஆனாலும் ஓயாது ஒழியாது அலைவுற்றுக் கொண்டிருக்கும் சந்தை வட்டி வீதத்தைப் பொறுத்தவரை, சரக்குகளின் சந்தை விலையைப் போலவே இதுவும் எந்த ஒரு தருணத்திலும் நிலையான ஒரு வீதத்தில் இருந்து வருகிறது. அதாவது, ஒருபுறம் கடன் மூலதனத்தின் வழங்கலுக்கும், மறுபுறம் அதற்கான வேண்டலுக்கும் இடையிலான உறவு குறிப்பிட்ட எந்தவொரு நேரத்திலும் சந்தை வட்டி வீதத்தைத் தீர்மானிக்கிறது. எனவே, வட்டி வீதம் இவ்வாறு தினந்தோறும் நிர்ணயமாகிப் பொதுவான அளவில், எப்படியும் வட்டார அளவிலாவது நிலவுகிறது. வானிலை அறிக்கைகள், பாரமானியும் வெப்பமானியும் காட்டும் அளவீட்டுக்குத் தக்கபடி வெளியிடப்படுவதுபோல், பங்குச் சந்தை அறிக்கைகள், பணச் சந்தையிலுள்ள மூலதனத்துக்கு, அதாவது பொதுவாகக் கடன் மூலதனத்துக்கு உரிய வட்டி வீதத்தைச் சரி நுட்பமாகத் தெரிவிக்கின்றன.

அத்தியாயம்-7

வட்டியும், தொழில் முனைவின் இலாபமும்

நாம் இதுவரை ஆய்வுக்குட்படுத்திய சமுதாயத்தின் சராசரி இலாபமானது இப்போது எப்படி வட்டியாகவும், தொழில் முனைவின் இலாபமாகவும் பிரிகிறது என்பதைப் பார்ப்போம். தொழில்துறை முதலாளியிடம் பணம் சொந்தமாக இருக்கும்போது இவ்வாறு பிரிய வேண்டிய அவசியமில்லை. ஆனால், பணத்தை மட்டுமே வைத்திருக்கும் பண முதலாளி அவரின் பண மூலதனத்தை தொழில்துறை முதலாளிக்குக் கடனாக வழங்கும்போது அவர் வெறும் பண முதலாளியாக மட்டுமே இருக்கிறார். தொழில்துறை முதலாளி பணத்தைச் சொந்தமாக வைத்திருக்க வேண்டிய அவசியமில்லாமல் வெறுமனே கடன் வாங்கிய பண மூலதனத்தை உற்பத்தித் துறையில் பயன்படுத்தி வெறும் நிர்வாகியாக மட்டுமே செயல்படுகிறார். எனவே உற்பத்தி நிகழ்முறையில் பெறப்பட்டும் இலாபமானது இப்படி இருவேறு பிரிவினருக்கும் பிரிவது நடைபெறுகிறது. ஆனாலும் பண மூலதனம் மீண்டும் வட்டியோடு பண முதலாளிக்குத் திரும்பி வந்தாலும், அவர் அந்த அசல் தொகையை மீண்டும் மீண்டும் தொழில்துறை முதலாளிக்குக் கடனாகக் கொடுப்பதன் மூலம், அவருக்கு இலாபத்தில் ஒரு பங்கு வருவாயாகத் தொடர்கிறது. எனவேதான் பண மூலதனத்தைச் சர்வசதா காலத்துக்கும் தொடர்ந்து வட்டிக்கு விடுவது சாத்தியமாகிறது. எனவே, தொழில்துறை இலாபமானது இப்படி வட்டியாகவும், வட்டி போக நிகர இலாபமாகவும், பண முதலாளிக்கும் தொழில்துறை முதலாளிக்கும் ஒரு குறிப்பிட்ட அளவின் அடிப்படையில் பிரிகிறது. ஆனால் இந்த அளவு வழிப்பட்ட பிரிவினை என்பது இப்படி இருவேறு பிரிவினர் இருப்பதால் மட்டுமே. ஆனால் பண முதலாளியே தொழில்துறை முதலாளியாக ஒருசேர இருக்கும்போது, இவ்வாறு இலாபமானது அளவு வழியில் பிரிக்கப்படவேண்டிய நிலையே எழவில்லை. மொத்த இலாபமும் தொழில்துறை முதலாளிக்கே சென்றுவிடுகிறது. அவர் வட்டிக்கு என்று தனியாக ஒதுக்குவதில்லை. ஆனால், மார்க்ஸ் இவ்விரு பிரிவினர் இருப்பதாகக் கருதித்தான் தன்னுடைய ஆய்வைத் தொடர்கிறார். இங்கே தொழில்துறை முதலாளி பண மூலதனத்தைப் பயன்படுத்தி உற்பத்தியில் ஈடுபடுத்துவதற்கு முன்பே வட்டி வீதம் நிர்ணயிக்கப்பட்டுவிடுகிறது. எனவே, உற்பத்தியில் கிடைக்கும் உபரி-மதிப்பில் ஏற்கெனவே நிர்ணயிக்கப்பட்ட வட்டித்தொகை கழித்த

பிறகு மீதிதான் தொழில்துறை முதலாளிக்கு இலாபமாகக் கிடைக்கிறது. வட்டியானது தொழிலுற்பத்தி முறைக்குத் தொடர்பின்றி மூலதனத்திலிருந்தே, அதன் உடைமையிலிருந்தே விளையும் கனியாய் இருப்பதும், தொழில் முனைவு இலாபமானது செயல்படும் மூலதனத்திலிருந்து, அதாவது பொருளுற்பத்தி நிகழ்முறையில் பணிபுரியும் மூலதனத்திலிருந்து, தொழில்துறை முதலாளி வகிக்கும் முனைப்பான பங்கிலிருந்து விளையும் கனியாக இருப்பதுமான பண்புவழி வேறுபாடானது, ஒரு அகவயக் கருத்தாக மட்டுமே உதிக்கிறது. ஆனாலும் புறவய உண்மையை அடிப்படையாகக் கொண்டது. அதாவது ஒரே மூலதனத்தின் மீதும், எனவே அதனால் உற்பத்தி செய்யப்படும் இலாபத்தின் மீதும் இருவேறு ஆட்கள் சட்ட உரிமை கொண்டாடுகிறார்கள். இப்படித்தான் இந்த அளவுவழிப் பிரிவினை சட்ட ரீதியான பண்புவழிப் பிரிவினையாக மாறுகிறது.

ஆனால் மார்க்ஸுக்கு முந்தைய அரசியல் பொருளாதாரவாதியான ராம்சே பார்வையில் முனைவு இலாபமானது, தொழில்துறை முதலாளிக்குத் தான் உற்பத்தியை நெறிப்படுத்தும் உழைப்பில் ஈடுபடுவதன் காரணமாய் விளைவதாக – அதாவது சுருங்கச் சொன்னால், உழைப்பாளி என்ற முறையில் தான் செய்யும் பணியின் விளைவாகவே தெரிகிறது. இதன் அடிப்படையில் முனைவு இலாபமானது வட்டியிலிருந்து வேறானாதாக, மூலதன உடைமையைச் சார்ந்திராமல் சுயேச்சையானதாக அவருக்குத் தெரிகிறது. இந்தக் கருத்தின்படி, தொழில்துறை முதலாளியின் முனைவு இலாபம் கூலி உழைப்புக்கு எதிராய் நிறுத்தப்படுவதில்லை. பிறரது ஊதியமில்லா உழைப்பாகவும் இருப்பதில்லை. மாறாக, அதுவே ஒரு வகைக் கூலியாக, அதாவது உழைப்பைக் கண்காணிப்பதற்கான கூலியாக இருக்கிறது. இந்தக் கூலி சாதாரண உழைப்பைவிடச் சிக்கல் நிறைந்ததாகவும், எனவே தனக்குத்தானே கூலியை அளித்துக் கொள்வதாகவும் தோன்றுகிறது. எனவே இது உயர்ந்த கூலியாக இருக்கிறது. இலாபமானது, அதாவது உபரி-மதிப்பு பிரிக்கப்பட்டு வரும் இரு பகுதிகளின் எதிர்நிலை வடிவம் காரணமாய், இந்த முதலாளிக்கு இரண்டுமே உபரி-மதிப்பின் பகுதிகளே என்பது மறந்துபோகிறது. உபரி-மதிப்பின் தன்மையிலும் தோற்றுவாயிலும் எந்த மாற்றமும் இல்லை என்பதும் மறந்துபோய் விடுகிறது.

ஆனால் உண்மை என்னவென்றால், தொழில்துறை முதலாளி நேரடியாகத் தொழிலாளர்களைச் சுரண்டுகிறார். அவரைப் பிரதிநிதியாகக் கொண்டு பண மூலதன முதலாளி மறைமுகமாகச்

சுரண்டலில் ஈடுபடுகிறார். அவ்வளவுதான் வித்தியாசம். வட்டி என்பது உழைப்புச் சாதனங்கள் மூலதனமாக சமூகவழியில் நிலவுவதைத்தான் தெரிவிக்கிறது. அவை சமூக வழியில் உழைப்புக்கு எதிர்நிலையாக நிலவுவதையும், உழைப்புக்கும் உழைப்பின் மீதும் ஆள்வழி அதிகாரமாக மாற்றப்பட்டு நிலவுவதையும்தான் தெரிவிக்கிறது. அது மூலதன உடைமையைப் பிறர் உழைப்பின் உற்பத்திப் பொருட்களைத் தனதாக்கிக் கொள்வதற்கான சாதனமாகக் காட்டுகிறது. ஆனால் இந்தச் சிறப்பியல்பைப் பொருளுற்பத்தி நிகழ்முறைக்கு வெளியே அதற்குச் சொந்தமாய் இருக்கிற ஒன்றாகக் காட்டுகிறதே தவிர, இந்தப் பொருளுற்பத்தி நிகழ்முறையின் முதலாளித்துவச் சிறப்பியல்பின் விளைவாய் இருக்கிற ஒன்றாய் காட்டுவதில்லை. ஆக, வட்டியின் மூலம் பண மூலதனத்தின் எதிர்நிலைத் தன்மை சுயேச்சையான வடிவம் பூணுகிறது. இந்த வடிவத்தில் எதிர்நிலை அறவே மறைந்து சூக்குமப்பட்டு விடுகிறது. இந்த அடிப்படையில் வட்டி என்பது முதலாளிக்கும் முதலாளிக்கும் இடையிலான உறவுமுறையாகத் தோன்றுகிறது. மறுபுறம் வட்டியின் இந்த வடிவமானது இலாபத்தின் மறு பகுதியை முனைவு-இலாபமாகவும், மேலும் கண்காணிப்புக் கூலியாகவும் வடிவம் பூணச் செய்கிறது. இப்படிப்பட்ட வடிவத்தில், உபரி-மதிப்பின் பகுதியான இந்தப் பகுதி உபரி-மதிப்பாக இல்லாமல், அதற்கு எதிர்க்கூறாக, மேற்பார்வையில் முதலாளி ஆற்றி முடித்த உழைப்புக்கான சமதையாக மாறிப் போகிறது. இந்த வகையில் சுரண்டல் உழைப்பு, சுரண்டப்படும் உழைப்பு இரண்டுமே உழைப்பென்ற முறையில் ஒன்றாகத் தெரிகின்றன. மூலதனத்தின் சமூக வடிவம் வட்டிக்குப் போய்விடுகிறது. நடுநிலையான சார்பற்ற நிலையில், வட்டியானது பகுத்தறிவுக்கு உகந்ததாகவும் மாயையாகவும் தோற்றமளிக்கிறது. வட்டியானது மூலதனம் மட்டுமே வழங்கக்கூடிய உபரி-மதிப்பாகவும் உற்பத்தியில் ஈடுபடாத போதும் கிடைக்கக்கூடிய ஒன்றாகவும் முதலாளிக்குத் தோன்றுகிறது. தொழில் முனைவோர் என்ற வகையில் தனக்குக் கிடைக்கும் இலாபம் அவரின் மேற்பார்வைக்குக் கிடைக்கும் கூலியாகக் கண்ணுக்குத் தெரிகிறது.

முதலாளித்துவமானது, வளர்ச்சியடைந்த நிலையில் தொழிலாளர்கள் கூட்டுறவுத் தொழிற்சாலைகளாகவும் (இது இன்னும் ஒரு சமூக இயக்கமாக மாறவில்லை), கூட்டுப் பங்கு நிறுவனங்களாகவும் *(Joint stock companies)* மாறிவரும் சுழலில், மேலாண்மைக் கூலியானது முனைவு-இலாபத்திலிருந்து அறவே தனிமைப்படுத்தப்படுகிறது. பங்கு மூலதனங்கள் இந்த மேலாண்மைப் பணியை மூலதன உடைமையிலிருந்து – சொந்த மூலதனமாக இருந்தாலும் சரி, கடன்

வாங்கியதாய் இருந்தாலும் சரி - தனியே பிரிக்கும் போக்குடையதாக மாறுகிறது. இப்போது தொழில்துறை, வர்த்தகத்துறை மேலாளர்கள் வர்க்கம் குறிப்பிடத்தக்க அளவுக்கு வளர்ந்துவிட்ட நிலையில், வேறெந்தக் கூலியைப் போலவே கண்காணிப்புக் கூலியும் *(Salarary for professional managers)* குறிப்பிட்ட மட்டத்தையும் குறிப்பிட்ட சந்தை விலையையும் வந்தடைகிறது. அரசியல் பொருளாதாரவாதி ஜான் ஸ்டூவர்ட் மில்லும் இந்த முடிவுக்குத்தான் வந்திருந்தார். இந்நிலையில் முனைவு இலாபத்தையும் மேலாண்மைக் கூலியையும் ஒன்றாகப் போட்டு குழப்பிக் கொள்வதற்கான கடைசிச் சமாதானமும் முடிவுக்கு வந்தது. இலாபம் என்பது ஊதியமில்லா உழைப்பிலிருந்து பெறப்பட்ட உபரி-மதிப்புத்தான் என்பது உபரி-மதிப்புத் தத்துவத்தில் மறுக்கவொண்ணாது வெளிப்பட்டது போலவே, நடைமுறையிலும் வெளிப்பட்டது. செயல்படும் முதலாளி மெய்யாகவே உழைப்பைச் சுரண்டுவதும், கடன் வாங்கிய மூலதனத்தை வைத்து வேலை செய்யும்போது அவரது சுரண்டலின் பலன் வட்டியாகவும், முனைவு இலாபமாகவும் பிரிக்கப்படுவது தெளிவாகத் தெரியலாயிற்று.

அத்தியாயம்-8

கடன் செலாவணி (Credit System)

பணவியல் முறையும் *(Monetary Policy)*, கடன் செலாவாணியும் முதலாளித்துவப் பொருளுற்பத்தி முறை வளர்ந்து செல்கையில், ஒவ்வொரு நாட்டின் முதன்மைப் பணியாக வளர்ந்திடுகிறது. நாட்டின் பணவீக்கத்தைக் கட்டுக்குள் வைப்பது, சர்வேதச் சந்தையில் நாட்டின் பணமதிப்புக் குறையாமல் பாதுகாப்பது, மைய வங்கியின் வட்டி வீதக் கொள்கை அறிவிப்பு *(Repo Rate, Reverse Repo Rate)* போன்ற நடவடிக்கை ஆகியவை நாட்டின் பிரதானப் பணவியல் கொள்கையாக செயலாற்றுகிறது. பணவியல் முறை கத்தோலிக்க மதத்தைப் போன்றது. கடன் செலாவணி புரொட்டஸ்டண்ட் மதம் போன்றது. பணவியல் முறையில் இருக்கும் தடைகளைக் கடன் செலாவணி உடைத்தெறிகிறது. மூலதனத் திரட்டல் தடையின்றி நடைபெற உறுதுணை புரிகிறது. அதேநேரம் சமூகமயமாக்கப்பட்ட உற்பத்திச் சாதனங்களை ஏகபோக உடைமையாக்குவதை முன்னனுமானிக்கிறது. ஒருபுறம் முதலாளித்துவ உற்பத்தி முறையின் உள்ளார்ந்த வடிவமாகிறது, அதன் வளர்ச்சிக்கும் துணை செய்கிறது. அதேநேரம் நெருக்கடிக்கும், அப்பட்டமான சுரண்டலுக்குமான உறுதியான சாதனமாகிறது. பணத்தின் சுற்றோட்டச் செலவுகளை வெகுவாகக் குறைக்கிறது. காகிதப் பணத்தை அச்சடிக்க வேண்டிய வகையிலும், அச்சடிக்கப்பட்ட காகிதப் பணத்தை பல்வேறு வங்கிகளுக்கும் கொண்டு செல்வதற்கான போக்குவரத்துச் செலவு, பணத்தைப் பாதுகாப்பதற்கான லாக்கர் வசதி, பாதுகாப்பு ஊழியர் செலவு வகைகளிலும் செலவு அதிகரிப்பதைக் கடன் செலாவாணி வெகுவாகக் குறைக்கிறது. இலாப விகிதத்தைச் சமப்படுத்துவதற்கு ஒரு ஊடகத்தை உருவாக்குவதற்குக் கடன் செலாவணி அவசியமாகிறது. பணம் சிக்கனப்படுத்தப்படுகிறது (தங்கத்திற்குப் பதில் காகிதப் பணம், கொடுப்புச் சாதனம்). சுற்றோட்டத்தில் பல்வேறு கட்டங்களைச் சுருக்குகிறது.

அத்தியாயம்-9

கூட்டுப் பங்கு நிறுவனம் உருவாதல்

முதலாளித்துவ உற்பத்தியின் ஆகப் பெரிய முழுமையான வளர்ச்சியின் விளைவான இந்த நிகழ்வு திரும்பவும் மூலதனத்தை உற்பத்தியாளர்களின் உடைமையாக மாற்றுவதற்கான இன்றியமையாத படிக்கல்லாகும். ஆனால் இந்த மாற்றம் மூலதனத்தைத் தனிப்பட்ட உற்பத்தியாளர்களின் தனி உடைமையாக மாற்றுவதல்ல. மாறாகச் சமூக உடைமையாக மாற்றுவது ஆகும். அதுமட்டுமல்ல, இதுவே மூலதனத்தின் தனியுடைமையுடன் இதுவரை பிணைக்கப்பட்டிருந்த அனைத்துப் பணிகளையும் சமுதாயப் பணிகளாக மாற்றுவதற்கான ஒரு படிக்கல்லாகவும் ஆகிறது.

இதுதான் முதலாளித்துவப் பொருளுற்பத்தி முறைக்குள்ளேயே முதலாளித்துவப் பொருளுற்பத்தி முறையை ஒழித்துக்கட்டுவதாகும். எனவே தன்னைத்தானே அழித்துக் கொள்ளும் முரண்பாடாகும். முதல் பார்வைக்கு இது ஒரு புதிய உற்பத்தி வடிவத்துக்கு மாறிச் செல்வதில் ஒரு கட்டத்தை மட்டும் குறிப்பதாகும். இதன் விளைவு சில துறைகளில் ஏகபோகம் நிலவ வைத்து, அரசுத் தலையீட்டை அவசியமாக்குகிறது. புதிய நிதிப்பிரபுக் குலத்தை, ஊக்குநர்கள், ஊக-வணிகர்கள், இயக்குநர்கள் எனப் புதியவகை ஒட்டுண்ணிகளை உண்டுபண்ணிவிடுகிறது. பங்கு வெளியீடு, பங்கு ஊக வணிகம் என்ற வழிகளில் மோசடி செய்து ஏமாற்றும் முழு அமைப்பையே வளர்த்திடுகிறது. இந்தியாவில் பங்கு ஊக வணிக மோசடிப் பேர்வழி ஹர்சத் மேத்தா போன்றவர்கள் வளர்ந்தது இந்த அடிப்படையில்தான். கடன் செலாவணியானது இந்த ஊக வணிகக்காரரான சிலரை வெறும் சாகசக்காரர்களாகவே மேன்மேலும் மாறிச் செல்ல அனுமதிக்கிறது.

சொத்துடைமை இங்கே மூலதனப் பங்கின் வடிவில் நிலவுவதால், அதன் அசைவியக்கமும் கைமாற்றமும் பங்குச் சந்தையிலான சூதாட்டத்தின் விளைவுதான் என்றாகிறது. அந்தச் சந்தையில் மீன்களைப் பெரிய சுறா மீன்களும், ஆட்டுக் குட்டிகளைப் பங்குச் சந்தை ஓநாய்களும் விழுங்குகின்றன. ஆகவே சமுதாயச் செல்வம் என்ற தன்மைக்கும், தனியார் செல்வம் என்ற தன்மைக்கும் இடையிலான எதிர்நிலையை முறியடிப்பதற்குப் பதில் பங்கு நிறுவனங்கள் அவ்வெதிர்நிலையை ஒரு புதிய வடிவில் வளர்த்திடுவதோடு சரி.

அத்தியாயம்-10

வங்கி மூலதனமும் பெயரளவு மூலதனமும்

வங்கி மூலதனமானது கடன் செலாவணி மூலமாகத் தொழில்துறையில் பண மூலதனமாகப் பயன்படுகிறது என்பதைப் பார்த்தோம். ஆனால் வெறும் பணமே மூலதனமாக இருப்பதில்லை என்பது அறிவுபூர்வமான ஒன்றாகத் தெரிந்தாலும், பணமே தலைசிறந்த மூலதனம் என்று வங்கிகளின் பொருளாதார இயல் அறிதியிட்டுக் கூறுவது இந்தத் துறையில் மூலதனம் வகிக்கும் விஷேசப் பாத்திரமே ஆகும். வங்கியாளர்களின் மூலதனத்தில் ஒருபகுதி, தொழில்துறை நிறுவனங்களுக்குக் கடன் மூலதனமாகக் கொடுக்கப்பட்டாலும், பெரும்பகுதி முழுக்க முழுக்கப் பெயரளவு மூலதனமே *(Fictious Capital)* ஆகும். இது உரிமைத் தகுதிகளாகவும், அதாவது மாற்று உண்டியல்கள் *(Bills of Exchange)*, அரசுக் கடன் பத்திரங்களாகவும் *(Government Bonds)*, மூலதனப் பங்குகளாகவும் ஆனது. உள்ளபடியே இந்தக் கடன் பத்திரங்கள் எல்லாம் வருங்கால உற்பத்திக்கான உரிமைத் தகுதிகள் அல்லது சட்ட உரிமைகளின் திரட்சிக்கு மேல் வேறெதையும் குறிப்பதில்லை. இந்தத் தகுதிகளின் மூலதன மதிப்பு என்பது கிஞ்சித்தும் மூலதனத்தைக் குறிப்பதில்லை. இந்தக் கடன் பத்திரங்கள் பொதுமக்களால் வாங்கப்பட்டு பொதுமக்கள் நிதியாக *(Public Fund)* அரசிடம் குவிவதும் உண்டு. *A* என்பவர் அரசாங்கக் கடன் பத்திரத்தில் ரூ. *100* முதலீடு செய்கிறார் என்று வைத்துக் கொள்வோம். இதற்கான ஆண்டு வட்டி *5%* என்றால், ரூ. *5* என்பது ஒரு வருடத்திற்கான வருமான உத்திரவாதமாகிறது. ஆனால் ஆண்டு முடிவில் இந்த மூலதனம் அவர் கைக்குத் திரும்பி வருவதில்லை. இந்த மூலதனமானது அரசால் செலவிடப்பட்டுவிடுகிறது. நாட்டில் உற்பத்தியாகும் பொருட்களின் மீதான வரியின் மூலமாகக் கிடைக்கும் வருமானத்திலிருந்து கடன் பத்திரங்களை வாங்கிய பொதுமக்களுக்கு வருட வட்டி கொடுக்கப்படுகிறது. *A* என்பவர் தனது மூலதனத்தைத் திரும்பப் பெற வேண்டுமென்றால் தனது உரிமையை *B* -க்கு மாற்றிக் கொடுக்கலாம். இப்போது அது *B* -க்கு வருவாய் தரும் கடன் பத்திரமாக மாறி விடுகிறது.

இதுபோலத்தான் மூலதனப் பங்குகளும் உரிமைத் தகுதியோடு கூடவே உண்மை மூலதனமாய் அமைந்திடுவதாகத் தெரியும் பொய்த்தோற்றத்திற்கு வலுவூட்டுகிறது. ஏனென்றால் இவை சரக்குகளாகின்றன. அவற்றின் சந்தை மதிப்பானது அவற்றின்

பெயரளவு மதிப்பைப் போலல்லாமல் *(Nominal value)* வேறு விதமாய் நிர்ணயிக்கப்படுகிறது. ஒரு பங்கின் ஆரம்ப முகமதிப்பு *(Face Value)* ரூ. *100* ஆக இருக்க, தொழில் முனைவு இலாபம் *5%* -லிருந்து *10%* கிடைக்குமானால், வட்டி வீதமானது *5%* ஆக மாறாமல் இருந்துவரும் வரை, ரூ. *100* முகமதிப்புடையை பங்கின் சந்தை மதிப்பு ரூ. *200* ஆக உயர்ந்து விடுகிறது. ஆக, யார் இதை ரூ. *200* விலைகொடுத்து வாங்கினாலும் அவருக்கு இந்த மூலதன முதலீட்டில் வட்டி வருவாய்போல் *5%* கிடைப்பது உறுதியாகிறது. இதுபோலத்தான் பல்வேறு காரணிகளால் பங்கு மதிப்பு ஏற்ற இறக்கத்துக்கு உள்ளாகிறது. இது முழுக்க முழுக்க ஊக வழிப்பட்டது. இப்படித்தான் பெயரளவு மூலதன *(Fictious Capital)* உருவாக்கம், மூலதனமாக்கம் *(Capitalisation)* என்று அழைக்கப்படுகிறது. காலவட்ட முறையிலான ஒவ்வொரு வருமானமும் சராசரி வட்டி வீதத்தின் அடிப்படையில் – இந்த வட்டி வீதத்தில் கடனாய்த் தரப்படும் மூலதனம் பெற்றுத் தரக்கூடிய வருமானமாகக் கணக்கிடப்படுவதன் வாயிலாக மூலதனமாக்கப்படுகிறது. உள்ளபடியே மூலதனம் பெருக்கமடைகிற நிகழ்முறையோடு இருக்கக்கூடிய தொடர்பெல்லாம் அடியோடு காணாமாற் போய்விடுகிறது. மூலதனம் எவர் உதவியுமின்றி தானே தற்பெருக்கமடையும் குணங்களைப் பெற்ற ஒன்றாகக்கருதப்படக்கூடிய கண்ணோட்டம் வலுவடைகிறது.

எனவே இத்தகைய முதலீடுகளாக வங்கியாளர்களின் சேமப் பெட்டிகளில் இருந்துவரும் இப்பத்திரங்களால் குறிக்கப்பெறும் மூலதனத்தின் பண மதிப்பே கற்பனைதான் என்பதை மறக்கலாகாது. எனவே இந்தப் பெயரளவு மூலதனம் ஓயாமல் மாற்றத்துக்குள்ளாகிறது. எனவே வட்டி மூலதனமும் கடன் செலாவணி அமைப்பும் வளர்ச்சியடைவதை ஒட்டி, மூலதனமனைத்தும் இரண்டு மடங்காகவும், சிலநேரம் மூன்று மடங்காகவும் தோன்றுகிறது.

10.1 பண மூலதனமும் உண்மை மூலதனமும்

பங்குச் சந்தை, கடன் பத்திரங்கள் மூலம் மேலே விவரித்த பெயரளவு மூலதனத் திரட்டலில் ஈடுபடும் ஒருசில குறிப்பிட்ட வர்க்கத்தினரின் செல்வத் திரட்டல் என்பது உள்ளபடியான திரட்டலிலிருந்து அறவே மாறுபட்ட வழியில் நடைபெறுகிறது என்பதைப் பார்த்தோம். எப்படி இருந்தபோதிலும் இவர்கள் உண்மைத் திரட்டலின் கணிசப் பங்கை இவ்வாறு தனக்குரியதாக்கிக் கொள்கிறார்கள் என்பதுதான் உண்மை. பண மூலதனத்தைப் பற்றி ஆய்வு செய்யும் மார்க்ஸ், வர்த்தகக் கடன் செலாவணியை முதலில்

எடுத்துக் கொள்கிறார். பொருளுற்பத்தியில் ஈடுபடும் முதலாளிகளும் வர்த்தக முதலாளிகளும் சரக்கின் சுற்றோட்டம் நிகழ்வதற்குள் தங்களுக்குள் ஒருவருக்கொருவர் மாற்று உண்டியல் *(Bills of Exchange)* மூலம் சரக்குகளைப் பரிவர்த்தனை செய்து கொள்கின்றனர். அதாவது ரொக்கமாகப் பணம் கொடுப்பதை ஒரு குறுகிய காலத்திற்கோ அல்லது நீண்ட காலத்திற்கோ தள்ளிப் போடுகிறார்கள். பணத்திற்குப் பதிலாக இந்த மாற்று உண்டியல்களே வணிகர்களிடையே கொடுப்புச் சாதனமாக சுற்றியோடுகின்றன. ஆனாலும் இந்தப் பரஸ்பர உரிமைத் தகுதிகளின் தீர்வு, மூலதனத்தின் மீள்வைப் பொறுத்தது. இந்த மாற்று உண்டியல்கள் உற்பத்தியாளர்களின் சரக்கு விற்றிருக்கும்போது பண மீள்வை ஏற்படுத்தலாம். ஆனாலும் இந்தக் கடன் செலாவணி ஏதாவது ஒரு இடத்தில் ரொக்கம் கொடுப்பதை ஒழித்துவிடுவதில்லை. உதாரணத்திற்கு, *A* முதலாளி தனது சரக்கை *B* என்கிற வணிக முதலாளியிடம் விற்று மாற்று உண்டியலை ஏற்றுக் கொள்கிறார். *A* முதலாளி தனது மறுவுற்பத்தியைத் தொடர வேண்டுமென்றால் அவருக்குப் பண மூலதனம் கையில் இருந்தாக வேண்டும். ஆனால் மாற்று உண்டியல்தான் இருக்கிறது. எனவே இந்த இடைக்காலத்தில் *A* முதலாளி கச்சாப்பொருட்களை *C* முதலாளியிடம் வாங்குகிறார். *C* முதலாளிக்கு மாற்று உண்டியலைக் கொடுக்கிறார். கெடு முடிவதற்குள் *B* முதலாளியிடமிருந்து *A* முதலாளிக்குப் பணம் வரவில்லையென்றால், *C* முதலாளிக்குக் கெடு முடியும் தறுவாயில் பணம் கொடுக்க வேண்டிய சூழ்நிலை ஏற்படலாம். இதற்காக *A* முதலாளியிடம் ரொக்கமாகப் பணம் இருந்தாக வேண்டிய சூழ்நிலை ஏற்படுகிறது.

எனவே முதலாளிகளிடம் ஒரு குறிப்பிட்ட பகுதி பணம் சேம இருப்பாக இருக்க வேண்டியது அவசியமாகிறது. இதைத்தான் நாம் மூலதனம் இரண்டாம் பகுதியில் சாமானிய மறுவுற்பத்தியில் முதலாளிகளின் நுகர்வு நிதியமாகப் பார்த்தோம். சந்தையில் விலைகள் குறையும்போதும், சரக்குகள் குறைந்த விலைக்கு விற்கப்படும்போதும் இந்த நுகர்வு நிதியம், மறுவுற்பத்தி தடங்கலின்றி நடைபெற உதவிடுகிறது. அல்லது சரக்குகள் விற்க முடியாமல் போகும்போதும் மூலதன மீள்வுகள் தாமதமாகி விடுகின்றன. அப்போதும் இந்த நுகர்வு நிதியம் பயன்படுகிறது. ஆனாலும் முதலாளித்துவ மறுவுற்பத்தி தடங்கலின்றி நடைபெற வேண்டுமென்றால் இத்தகைய கடன் செலாவணியின் கொடுக்கல் வாங்கல் தேவை ஒரு நிபந்தனையாகிவிடுகிறது. சந்தைகள் விரிவடைவதைப் பொறுத்தும் சந்தைகளின் தூரம் அதிகமாவதைப் பொறுத்தும் கடன் செலாவணியின் தேவை அதிகரிக்கிறது. பொருளுற்பத்தி நிகழ்முறையின் வளர்ச்சி கடன்

செலாவணியை விரிவடையச் செய்கிறது. மாற்று உண்டியல்களை கையில் வைத்திருக்கும் முதலாளிகள் பண மூலதனம் தேவைப்படும்போது அதை வங்கியில் வைத்துக் கழிவு போக ரொக்கப் பணத்தைப் பெற்றுக் கொள்கின்றனர். இப்படித்தான் வங்கி, கடன் மூலதனம் மூலமாகப் பொருளுற்பத்தி முறையில் பங்காற்றுகிறது.

கடன் மூலதனம் இவ்வாறு ஓயாமல் அதிகரிக்கும் போக்கு வங்கிகள் மூலம் உருவாக்கப்படுகிறது. ஆனாலும் இவ்வாறு அதிகரிக்கும் போக்கு உண்மையான மூலதனத் திரட்டலையும் மறுவுற்பத்தி முறையையும் சுட்டிக் காட்டுவதில்லை. தொழில்துறை நெருக்கடியைத் தொடர்ந்து, கடன் மூலதனம் பெருகிச் செயலற்றுக் கிடக்கிறது. சரக்குகளின் விலை குறைந்து தொழில் முனைப்பார்வம் முடங்கிப் போகிறது. வட்டி வீதம் குறைவாகிவிடுகிறது. வட்டி வீதம் குறைந்த அளவில் இருப்பது கடன் மூலதனம் அதிகரித்துள்ளது என்பதையே காட்டுகிறது. ஆனால் மறுதலையாக, உற்பத்தித் துறை செழுமைக் கட்டத்தில் இருக்கும்போது, வர்த்தகக் கடன் செலாவணி மிகுந்த எண்ணிக்கையில் உயர்கிறது. உற்பத்தி விரிவாக்கத்திற்கு ஆரோக்கிய அடிப்படையாகிறது. இந்த நிலையில் வட்டி வீதமானது குறைந்தபட்ச அளவு வீதத்தைவிட உயர்ந்தாலும்கூட குறைவாயிருப்பதும், எனவே கடனுக்குரிய மூலதனம் ஒப்பளவில் மிகையாய் இருப்பதும் உண்மையான தொழில்துறைப் பெருக்கத்தோடு ஒழுங்கமைகிறது. இந்தக் கட்டத்தில்தான் மோசடிப் பேர்வழிகள் குறிப்பிட்ட அளவில் தலையெடுத்து, மூலதனச் சேமிப்பு வைப்பே இல்லாமல், முழுக்க முழுக்க கடன் செலாவணியை ஆதாரமாகக் கொண்டு இயங்க ஆரம்பிக்கின்றனர். இப்போது வட்டி சராசரி நிலைக்கு உயர்கிறது. புதிய நெருக்கடி உண்டாகிறது. கடன் செலாவணி திடீரென வறண்டு போகிறது. மறுவுற்பத்தி முறை முடங்குகிறது. கொடுப்புகள் நிறுத்தி வைக்கப்படுகின்றன. ஒரு கட்டத்தில் கடன் செலாவணி நின்றுபோய் ரொக்கக் கொடுப்புகள் மட்டுமே செல்லத் தக்கவை ஆகும்போது நெருக்கடி வந்தே தீரும். இத்தகைய நெருக்கடி காலங்களின்போதும், பொதுவாகத் தொழில் மந்தமாக இருக்கும்போதும், சரக்கு மூலதனமானது உள்ளுறைப் பண மூலதனமாக இருக்கும் திறனை இழந்து விடுகிறது. பெயரளவு மூலதனமான கடன் பத்திரங்களும் தனது மதிப்பை இழந்துவிடுகின்றன. பெரும்பகுதிக் கடன் பத்திர உடைமையாளர்கள், பணம் பெறுவதற்காக வேண்டி, அதைச் சந்தையில் கொண்டுபோய் கொட்டிக் குவிக்க வேண்டிய கட்டாயம் ஏற்படுகிறது. பங்குச் சந்தைகளிலும் இதே நிலை ஏற்படுகிறது. கடன் மூலதனம் ஏற்ற இறக்கங்களுக்கு உள்ளானாலும்

உண்மை மூலதனம் என்பது சமுதாயத்தில் ஒரு குறிப்பிட்ட காலத்தில் சரக்கு மூலதனமாகவும், திறனுடை மூலதனமாகவும் திரட்டப்பட்டிருக்கும் அளவைத்தான் குறிக்கிறது.

இறுதியாக, கடன் செலாவணியின் ஒரு பணக் கூறு, அதாவது உதாரணத்திற்கு ரூ. *100* கோடியானது எத்தனை முறை கடன் மூலதனமாகப் பயன்பட முடியும் என்பது கீழ்க்கண்ட காரணிகளைப் பொறுத்தது:

1) எத்தனை முறை அது விற்பனையில் அல்லது கொடுப்பின் சரக்கு மதிப்புகளை ஈடேற்றம் செய்கிறது, மேலும் மூலதனத்தைக் கைமாறச் செய்கிறது என்பதையும், மேலும் எத்தனை முறை அது வருவாயை ஈடேற்றம் செய்கிறது என்பதையும் பொறுத்தது. ஆக, உண்மைக் கொடுக்கல் வாங்கல்களின் அளவு வீதத்தையும் பரிமாணத்தையும் பொறுத்தது.

2) கொடுப்புகளின் சிக்கனத்தையும், கடன் செலாவணி முறையில் வளர்ச்சியையும் அதன் ஒழுங்கமைப்பையும் பொறுத்தது.

3) முடிவில், கடன் செலாவணிகளின் சேர்ப்பையும் செயல் வேகத்தையும் பொறுத்தது. அதாவது, ஒரு முனையில் வைப்பாகிற பணம் வேறொரு முனையில் கடனாகப் புறப்பட்டுச் செல்வதைப் பொறுத்தது.

10.2 தங்கச் சேம இருப்பின் அசைவியக்கமும் மாற்று வீதமும் *(Currency Exchange Rate)*

ஆதிகாலச் சமுதாயங்களில் உயர்நிலை உலோகம் பதுக்கி வைக்கப்பட்டது. இப்போது நோட்டுகள் பதுக்கி வைக்கப்படுகின்றன. இதன்மூலம் ஒரு கறுப்புச் சந்தையே ஒரு நாட்டின் நிதி ஆதாரத்திற்கு இணையாக நாட்டில் உலாவுகிறது. இந்த நிலைமைகள் முதலாளித்துவப் பொருளுற்பத்தியின் அவதாரங்களே. ஆரம்பத்தில் தங்கச் சுரங்கங்கள் பெரும்பான்மையாகக் கண்டுபிடிக்கப்படாதபோது, தங்கமானது தேய்ந்துபோன காசுகளின் மாற்றீட்டுக்கும், சொகுசுப் பண்டங்களின் பயன்பாட்டுக்கும் போதுமானதாக இருந்தது. ஆனால், பல நாடுகளில் தங்கச் சுரங்கங்கள் கண்டுபிடிக்கப்பட்டதைத் தொடர்ந்து சொகுசுப் பண்டங்களுக்கான உயர்நிலை உலோக நுகர்வு அதிகரித்தது. இதனால் தங்கமானது நாடுகளுக்கு இடையில் ஓயாமல் போவதும் வருவதுமாய் தொடர்ந்து நடைபெறுகிறது. இந்தியாவில் பெரும்பாலும் சொகுசு நகைகளின் நுகர்வுக்காகப் பயன்படுகிறது. ஒரு நாட்டின் ஏற்றுமதி அதிகரித்து இறக்குமதி குறையும்போது மைய வங்கியில் தங்கத்தின் சேமிப்பு அதிகரிக்கிறது. இதுவே ஏற்றுமதி குறைந்து இறக்குமதி

அதிகரிக்கும்போது தங்கத்தின் இருப்பு மைய வங்கியில் வெகுவாகக் குறைந்துவிடுகிறது. கூடுதலாய் இறக்குமதியாகும் உலோகம் அந்த நாட்டின் சுற்றோட்டத்திலும் சொகுசுப் பண்ட உற்பத்தியில் செலவாகி விடுகிறதுபோதும் தங்கத்தின் இருப்பு வெகுவாகக் குறைந்துவிடுவதுண்டு. இவ்வாறு தங்கச் சேமிப்பு குறைந்து செல்லும் அசைவியக்கம் நீண்ட காலத்துக்கு தொடரும்போது, அது நாடுகளுக்கிடையில் நாணய மாற்று வீதத்தை *(Currency Exchange Ratio)* வெகுவாகப் பாதிக்கிறது. மாற்று வீதம்தான் சர்வதேச அசைவியக்கத்துக்கான பாரமானி ஆகும். ஏற்றுமதி இறக்குமதி கணக்கில் சமன் செய்யும்போது, அமெரிக்கா இந்தியாவுக்கு செலுத்த வேண்டியதைவிட, இந்தியா அமெரிக்காவுக்குச் செலுத்த வேண்டியது அதிகமாக இருந்தால், ரூபாய்க் கணக்கில் வெளியிடப்படும் டாலர் விலை இந்தியாவில் உயர்கிறது. டாலர் கணக்கில் செலுத்தப்படும் ரூபாய் விலை நியூயார்க்கிலும் வாஷிங்டனிலும் குறைகிறது. இப்படித்தான் இந்திய ரூபாயின் மதிப்பு தொடர்ந்து குறைந்த வண்ணம் உள்ளது. இதனைத்தொடர்ந்து அமெரிக்க டாலருக்கான வேண்டுதல் அதிகரித்துக் கொண்டே இருக்கும். இந்த நிலை மாற வேண்டுமென்றால், அமெரிக்காவில் இந்தியப் பொருட்களுக்கான வேண்டல் அதிகரிக்க வேண்டும். இதன் மூலம் இந்தியாவின் கொடுப்புக் கடன்பாட்டின் உபரி சரிசெய்யப் படலாம். ஆனால் இது சாத்தியப் படாத போது இந்தியாவின் உபரி தங்க இருப்பால் (பொற்காசு அல்லது பொற்பாளம்) இந்த நிலை நேர் செய்யப் படலாம். இதற்கு ஏனைய நாடுகளோடு இந்தியாவிற்குச் சாதகமான வர்த்தகச் சூழல் நிலவ வேண்டும். அதன் விளைவாக ஏனைய நாடுகளுடனான நடப்புக் கணக்கு தங்கப் பாளத்தால் மற்ற நாடுகளால் சரி செய்யப் பட்டிருக்க வேண்டும்.

இயல்பான போக்கில் இப்படித்தான் காரியங்கள் நடைபெறுகின்றன. இதற்குத் தங்க இருப்பு மைய வங்கியில் இருந்துவர வேண்டும். இப்போது தங்க இருப்புக்கு நிகராக அமெரிக்க டாலர் பல நாடுகளில் இருப்பாக வைக்கப்படுகிறது. ஏனென்றால் தங்கத்திற்கு ஈடாக டாலர் உலகச் சந்தையில் வாங்கப்படுகிறது, உலகப் பணமாக ஏற்றுக்கொள்ளப்படுகிறது. இவ்வாறு தங்கமோ அல்லது டாலரோ நாட்டைவிட்டு வெளியேறும்போது, இந்தியாவின் வங்கிச் சேம இருப்புகள் பாதிப்புக்குள்ளாகின்றன. தங்க வெளியோட்டம் அல்லது டாலர் வெளியோட்டம் கணிசமாய் நடைபெறும்போது பணச் சந்தை இருக்கமாகிறது. ஒரு நாட்டின் ஏற்றுமதியைவிட இறக்குமதி அதிகமாக இருப்பது இத்தகைய நிலையைத்துல்லியமாகக் காட்டுகிறது. இந்தியாவில் இத்தகைய நிலை தொடர்ந்து நடைபெறுவதாலேயே

நடப்புக் கணக்குப் பற்றாக்குறையும் ஓயாமல் அதிகரித்துச் செல்கிறது. இந்தியாவில் சரக்குகள் வர்த்தகத்தைப் பொறுத்தவரை பற்றாக்குறை நிலவுகிறது. நடப்புக் கணக்குப் பற்றாக்குறை என்பது மொத்த அந்நியச் செலாவணிச் செலவிற்கும் வருவாய்க்கும் இடையிலான வித்தியாசம் ஆகும். தங்கம் மற்றும் டாலரின் வேண்டலைத் தொடர்ந்து கச்சா எண்ணெய் இறக்குமதியும் இந்தியப் பொருளாதாரத்தில் நடப்புக் கணக்குப் பற்றாக்குறையை ஏற்படுத்துகிறது. கச்சா எண்ணெய் விலை உயர்ந்து தங்க இறக்குமதியும் அதிகரித்தால் நடப்புக் கணக்குப் பற்றாக்குறை மேலும் கடுமையாகிவிடுகிறது. இதனால் ரூபாயின் மதிப்பு தொடர்ந்து குறைந்து செல்லும் போக்குடையதாகிறது. இதனால் பண வடிவிலமைந்த (டாலருக்கான) கடன் மூலதனத்துக்கான வேண்டல் குறிப்பிடத் தக்க அளவில் வழங்கலை விஞ்சுகிறது. இயல்பாகவே டாலரின் வட்டி வீதம் உயர்ந்துவிடுகிறது. இப்படித்தான் பண மூலதனத்தின் அசைவியக்கத்தைப் புரிந்து கொள்ள வேண்டும்.

அத்தியாயம்-11

வட்டி மூலதனமும் முதலாளித்துவத்துக்கு முந்தைய உறவும்:

முதலாளித்துவத்துக்கு முந்தைய சமுதாயங்களில் வட்டி மூலதனமானது கடுவட்டி மூலதனமாகத்தான் செயலாற்றியது. வணிக மூலதனமும் அதனுடன் சேர்ந்து இரட்டைப் பணியை ஆற்றின. கடுவட்டி மூலதனத்தின் வளர்ச்சி வணிக மூலதனத்தின் வளர்ச்சியோடு பின்னிப் பிணைந்ததாகும். முதலாளித்துவப் பொருளுற்பத்திக்கு முந்தைய காலகட்டங்களில் கடுவட்டி மூலதனம் தனிச்சிறப்பான இரு வடிவங்களை மேற்கொண்டது. முதலாவதாக, முந்தைய சமுதாயத்தின் மேல்தட்டு வர்க்கமான நிலப்புரவுத்துவ ஊதாரிகளுக்குப் பணம் கொடுக்கும் கடுவட்டிக் கடன். இரண்டாவது, தமது உழைப்புக்கு வேண்டியவற்றை தானே வைத்துள்ள சிறு உற்பத்தியாளர்களுக்குப் பணம் கொடுக்கும் கடுவட்டிக் கடன். இவ்வகையில் கைவினைஞர்களும் அடங்கியிருந்தாலும், விவசாயிகள்தான் முக்கிய இடம் பெற்றனர். இதன்மூலம் பணக்கார நிலவுடைமையாளர்கள் நாசமடைவதும், சிறு உற்பத்தியாளர்கள் வறுமைப்படுவதும் ஒருசேர நடந்தது. இப்படித்தான் சிறு உற்பத்தியாளரை ஒட்ட உறிஞ்சிய ரோமானிய உயர் வர்க்கத்தின் கடுவட்டிக் கடன், சிறு விவசாயிகளான ரோமானியக் கீழ்க்குடியினரை அடியோடு நாசப்படுத்தியதுடன், இச்சுரண்டல் வடிவம் முற்றுப் பெற்று முழுமையான அடிமைப் பொருளாதார அமைப்பு உருவாகியது.

கடுவட்டிக்காரர், சிறு விவசாயிகளின் உபரி-உழைப்பைக் கறப்பதோடு நில்லாமல், கடனை அடைக்க முடியாதபோது, அவர்களின் உழைப்புச் சாதனமான நிலம், வீடு, ஆடு, மாடு போன்றவற்றையும் கைப்பற்றிக் கொள்கின்றனர். இப்படியாக அவர்கள் உடைமைப் பறிப்புக்கு ஆளாக்கப்பட்டனர். எனவே, இந்த உடைமைப் பறிப்பு முதலாளித்துவ உற்பத்தி முறை சாதிக்கிற உடைமைப் பறிப்பு அல்ல. மாறாக இந்த உடைமைப் பறிப்பு இதற்கு முந்தைய சமுதாயத்தில் கடுவட்டி மூலதனத்தால் செய்யப்பட்டதால், அதற்கு உறுதுணையாக அமைந்து விடுகிறது. இந்த வகையில் முதலாளித்துவ உற்பத்தி முறைக்கான முன்தேவை ஏற்கெனவே நிறைவேற்றப்பட்டுவிடுகிறது. இப்படி உடைமைப் பறிப்புக்கு ஆளாகி முதலாளித்துவ உற்பத்தி முறையில் கூலித் தொழிலாளர்களாக மாற்றப்பட்டவர்கள் இப்போதும் கடுவட்டிக்கு ஆளாகின்றனர். ஆனால் இப்போது நிலைமையில் சிறிது மாற்றம். உற்பத்தியாளர் என்ற

பொறுப்பில் கடன் அடிமையாகிவிடுவதில்லை. மாறாக, நுகர்வாளர் என்ற பொறுப்பில்தான் கடுவட்டி மூலதனத்துக்கு இரையாகிறார். இது முதலாளித்துவ உற்பத்தி நிகழ்முறையின் உழைப்புச் சுரண்டலின் விளைவு. ஆனால் வித்தியாசம் என்னவென்றால், முந்தைய சமுதாயத்தில் கடுவட்டி மூலதனம் உற்பத்தியாளர்களின் உடைமையைப் பறித்து அவர்களின் உழைப்புச் சக்தியையும் முடக்கிப் போட்டது. ஆனால், முதலாளித்துவ உற்பத்தி முறையோ தொழிலாளியை அப்பட்டமான உழைப்புச் சுரண்டலுக்கு உள்ளாக்கிய போதும், தொழிலாளியைப் பலியிட்டேனும் உழைப்பின் உற்பத்தித் திறனை வளர்த்திடுகிறது. பிரபுக்குல கோமான்கள் கடுவட்டிக்கு ஆளாகும்போது அவர்கள் இந்தச் சுமையை பண்ணையடிமைகள் மீது சுமத்திவிடுகின்றனர். இவ்வாறு கடன்பட்ட அடிமையுடைமையாளர் அல்லது பிரபுத்துவக் கோமானிடமிருந்து கடுவட்டிக்காரர் கறப்பது அதிகரிக்க அதிகரிக்க உழைப்பாளர்களிடமிருந்து நிலவுடைமையாளர் கறப்பது அதிகரித்துச் செல்கிறது. முடிவில் கடுவட்டிக்காரரே பிரபுத்துவக் கோமானை ஒதுக்கிவிட்டு அவரே அடிமையுடைமையாளர் அல்லது நிலவுடைமையாளர் ஆகிவிடுகிறார். இந்தப் பழைய சுரண்டல் பெரிதும் அரசியல் அதிகாரத்திற்கான கருவியாகவே அமைந்தது. அரசியல் வாழ்க்கையின் கட்டுமானத்திற்கு உறுதியான அடித்தளமாய் அமையும் சொத்துடைமை வடிவங்களை இவ்வடிவங்கள் அழிப்பதாயும் சிதைப்பதாயும் உள்ளவரைதான், கடுவட்டியானது முதலாளித்துவத்துக்கு முற்பட்ட எல்லாப் பொருளுற்பத்தி முறைகள் மீதும் புரட்சிகர விளைவை ஏற்படுத்தியது. ஆனால் ஆசிய வழிப்பட்ட சொத்துடைமை வடிவங்களில் கடுவட்டியானது பொருளாதாரச் சீர்கேட்டிற்கும் அரசியல் ஊழலுக்கும் மேல் வேறொன்றுக்கும் வழி செய்திடாமலே நெடுங்காலம் நீடித்திருந்தது.

கடல் வணிகமும் அதன் அடிப்படையிலான மொத்த வர்த்தகமும் பழைய முறையிலான கடுவட்டியின் ஆதிக்கத்திலிருந்தும், தன-வணிக ஏகபோகத்திலிருந்தும் விடுபட வேண்டிய தேவையிலிருந்து எழுந்தவையே வெனிசிலும், ஜெனோவாவிலும் 12-ம் நூற்றாண்டிலும், 14-ம் நூற்றாண்டிலும் நிறுவப்பட்ட கடன் செலாவணிச் சங்கங்கள். இவையே அரசியலதிகாரத்தைக் கைப்பற்றவும் பயன்பட்டது. கடன் செலாவணி அமைப்பைத் தொடர்ந்து இங்கிலாந்தில் வங்கிகள் நிறுவப்பட்ட போது பொற்கொல்லர்கள், அடகுக் கடைக்காரர்கள் அதனை எதிர்த்துக் கூக்குரல் எழுப்பினர். ஆனாலும் வரலாற்றுப் போக்கில் கடன் செலாவணி அமைப்பு முதலாளித்துவ உற்பத்தி முறையில் தனது நிலையைத் தக்கவைத்துக் கொண்டது, ஆனாலும்

தொழில்துறை மூலதனத்துக்குக் கீழ்ப்படிந்துதான். கடுவட்டியின் வடிவம் அறவே ஒழிந்துவிடவில்லை என்றாலும், அது கடன் செலாவணி அமைப்பால் பின்னுக்குத் தள்ளப்பட்டுவிட்டது. முதலாளித்துவப் பொருளுற்பத்தி முறை வளர வளர, கடன் செலாவணி அமைப்பு கடுவட்டிக்கு எதிர்வினையாக வளர்கிறது. இதன் பொருள் என்னவென்றால், வட்டி மூலதனமானது முதலாளித்துவப் பொருளுற்பத்தி முறையின்நிலைமைகளுக்கும், தேவைப்பாடுகளுக்கும் கீழ்ப்படுத்தப்படுகிறது என்பது மட்டும்தான். இதற்கு மேலாகவோ கீழாகவோ எதுவுமில்லை. வட்டி மூலதனத்தின் வளர்ச்சி முதலாளித்துவப் பொருளுற்பத்தியில் எப்படி மாறிவிடுகிறது என்றால் – சொத்து சுகம் இல்லாத ஒருவர் தொழிலதிபர் அல்லது வணிகர் கடன் பெற்று முதலாளியாகச் செயல்பட்டு ஊதியமில்லா உழைப்பைத் தனதாக்குவார் என்ற நம்பிக்கையில்தான் கடன் கொடுக்கும் செயல் நடைபெறுகிறது.

பகுதி-6

உபரி இலாபம் நில-வாடகையாக மாற்றமடைதல்

விவசாய உற்பத்தி முதலாளித்துவப் பொருளுற்பத்தி முறைக்குள் வந்துவிட்டதை அனுமானித்துத்தான் நில-வாடகையை மார்க்ஸ் இங்கு பரிசீலிக்கிறார். எனவே முதலாளித்துவ உற்பத்தி முறைக்கு முந்தைய நில-வாடகை வடிவங்களைப் பரிசிலிப்பது மார்க்ஸின் ஆய்வில் இங்கு இடம்பெறவில்லை என்பதை வாசகர்கள் புரிந்து கொள்ள வேண்டும். சிறு விவசாயிகள் நிலப்பறிப்புக்கு உள்ளாக்கப்பட்டு வெளியேற்றப்பட்ட நீண்ட வரலாற்றுப் பின்னணியில்தான் இந்த நிலைமை உருவாகியிருக்கிறது என்பதையும் நாம் மறந்துவிடக் கூடாது. இங்கு நாம் பரிசீலிக்கப் போகும் இத்தகைய நிலச் சொத்து வடிவம் பிரத்தியேகமான வடிவமாகும். இந்த வடிவத்தில் கிராமப்புறத் தொழிலாளர்கள் பெறுவீத அடிப்படையில் பயிர்த்தொழில் செய்யும் முதலாளிக்குக் கீழ்ப்படுத்தப்படுகிறார்கள். நிலம் முற்றிலும் இயற்கையாய் என்றைக்கும் இருந்து வருவது ஆகும். இது எப்படித் தனிமனிதர்களின் உடைமையாக மாறியது என்பது விசித்திரமே! அடுத்தவர் உழைப்பைப் பறித்து அதன் பயனாய் விளைந்த சொத்து, தனியுடைமை ஆக்கப்பட்ட காலம் முதல் இயற்கை நிலங்களை மனிதன் சொந்தம் கொண்டாடுவதும் துவங்கிவிட்டது. எனவேதான் நிலச் சொத்து வடிவம் முதலாளித்துவப் பொருளுற்பத்தி முறைக்குப் பொருத்தமாய் இருக்கவில்லை. பயிர்த்தொழிலை மூலதனத்துக்குக் கீழ்ப்படுத்துவதன் மூலம் அது தனக்கேற்ற வடிவத்தைத் தானே தோற்றுவித்துக் கொள்கிறது. நிலவுடைமைக்கும் நிலத்துக்குமான தொடர்பையும் அறவே துண்டித்துவிடுகிறது. இதற்கு முந்தைய நிலப்புரத்துவ சமுதாயத்தில் நிலப்பிரபு நிலத்தோடு ஒரு நெருங்கிய தொடர்பை வைத்திருந்தார். தனது உழைப்பை மேற்பார்வை என்கிற போர்வையில் சிறிதாவது செலுத்தியும் வந்தார். அதேபோது பண்ணையடிமைகளைத் தனது நிலத்தில் வேலை செய்ய வைத்து அவர்களின் உபரி-உழைப்பைத் தனதாக்கிக் கொண்டார். ஆனால் முதலாளித்துவ உற்பத்தி முறையில் வெறும் நிலவுரிமையை மட்டுமே நிலவுடைமையாளர் பெற்றுள்ளார். உலகத்தின் எங்கோ ஒரு மூலையில் இருந்து கொண்டு நில-வாடகை மட்டும் பெறக்கூடிய சூழ்நிலை உருவாகியுள்ளது. முதலாளித்துவச் சாகுபடியாளர் நிலத்தில் தனது மூலதனத்தை முதலீடு செய்யும் உரிமைக்காக நில-வாடகையின் பெயரில் நில உடைமையாளருக்குப் பணத்தைச் செலுத்துகிறார். இது

முழுக்க முழுக்க முதலாளித்துவ உற்பத்திக்காக முன்னீடு செய்யப்படும் பண மூலதனத்துக்கான வட்டியாகத் தோற்றமளிக்கிறது. அதாவது நில-வாடகையானது வட்டி மூலதனமாகவே காட்சியளிக்கிறது.

நவீன காலச் சமுதாயத்தின் கட்டமைப்பை உருவாக்கும் மூன்று வர்க்கங்களான, அதேநேரம் ஒன்றையொன்று எதிர்த்து நிற்கும் வர்க்கங்களான கூலித் தொழிலாளர்கள், தொழில்துறை முதலாளிகள், நிலவுடைமையாளர்கள் இங்கு இடம்பெறக் காணலாம். தொழில்துறை முதலாளிகள் சாகுபடியாளர் என்ற முறையில் நில மேம்பாட்டுக்குச் செலவளிக்கும் மூலதனமானது நல்ல விளைச்சலைப் பெற்றுத் தருகிறது. இந்தப் பலனை சாகுபாடியாளர் நிலத்தைக் குத்தகைக்கு வைத்திருக்கும் காலம் வரை அனுபவிக்க முடிகிறது. குத்தகை முடிந்தபின் இத்தகைய மேம்பட்ட நிலத்தை நிலவுடைமையாளரிடம் ஒப்படைக்கும்போது நிலவுடைமையாளருக்கு இந்த நிலத்திலான மேம்பாடு செலவின்றிக் கிடைக்கிறது. மீண்டும் வேறொரு குத்தகைதாரருக்கு நிலத்தை விடும்போது கூடுதல் நில-வாடகையை கறக்க முடிகிறது. இப்படி நிலவாடகையை வசூலிக்கும் போக்கே நிலவுடைமையாளருக்கும் குத்தகைச் சாகுபடி முதலாளிக்கும் இடையே ஒரு பகை வடிவை எடுக்கிறது. அரசியல் அதிகாரத்திற்கான போட்டியிலும் இது வெளிப்படுகிறது.

நில-வாடகையானது, நிலவுடைமையாளர்களுக்கு இந்தப் புவிக்கோளில் ஒருதுண்டு நிலத்தை வாடகைக்கு விட்டு ஆண்டுதோறும் சம்பாதிக்கிற பணத்தொகையாக உருவெடுப்பது எப்படி? எந்தவொரு பணத்தொகையையும் மூலதனமாக்கலாம். அதாவது ஒரு கற்பனையான மூலதனத்துக்கே வட்டி கிடைப்பதாய்க் கருதி வருவாய்க் கணக்கில் சேர்ப்பதை சென்ற பகுதியில் பார்த்தோம். அதுபோலவே சமுதாயத்தில் நிலவும் வட்டி வீதமே இங்கும் நிலத்தின் விலையை நிர்ணயிக்கிறது. எடுத்துக்காட்டாக, சராசரி வட்டி வீதம் 5% என்றால், ஒரு நிலத்திலிருந்து வருடத்திற்குக் கிடைக்கும் வாடகையான ரூபாய் 2 இலட்சம் என்பது 40 இலட்சம் பண மூலதனத்துக்கான வட்டியாகக் கருத இடமிருப்பதால், இதுவே நிலத்தின் விலையாக மாறிவிடுகிறது. வட்டி வீதம் குறைந்தால் நில விலை அதிகரிக்கிறது (நில-வாடகை ரூ. 2 இலட்சம் முன்போலவே குறையாமல் கிடைக்க வேண்டுமென்றால்). எனவே நிலத்தின் விலை என்பது மூலதனமாக்கப்பட்ட நில-வாடகையேயன்றி *(Capitalised Rent)* வேறல்ல. இது நடப்பு வட்டி வீதத்தின்படி கணக்கிடப்படும் வாங்கும் விலையாகும். நிலம் பெற்றுத் தரும் நில-வாடகையின் வாங்கும் விலையே தவிர நிலத்தின் வாங்கும் விலையல்ல என்பதே உண்மை.

சாகுபடி முதலாளி நிலவுடைமையாளருக்குக் கொடுக்கும் நில-வாடகையான கப்பத்தின் அடக்கக் கூறுகள் எவையாயினும் சரி, இதன் மூலாதாரங்கள் எவையாயினும் சரி, இதற்கும் முறையான நில-வாடகைக்கும் பொதுத் தன்மையாய் இருப்பது புவிக்கோளின் ஒரு பகுதிக்கு அவர் நிலவுடைமையாளர் என்கிற ஏகபோக உரிமைதான். இந்த உரிமைதான் அந்நிலத்துக்கு விலை வைப்பதை சாத்தியமாக்குகிறது. நில-வாடகை அனைத்துமே உபரி-மதிப்பின் ஒரு பகுதிதான். மண் வளத்தைப் பொறுத்து இந்த உபரி-மதிப்பு மாறுபடுகிறது. விவசாய விளைபொருட்களும் ஏனைய சரக்குகள் போலவே மதிப்புகளாக வளர்கின்றன, மற்றும் சந்தையில் மற்ற சரக்குகளையும் சரக்காகவே சந்தித்துப் பரிவர்த்தனை-மதிப்பைப் பெறுகின்றன என்பதாலுமே நில-வாடகையைச் செலுத்தும் தனிச்சிறப்பைப் பெற்றுவிடுவதில்லை. மாறாக மதிப்புகள் ஈடேற்றம் பெறும் நிலைமைகளோடும் சேர்ந்தாற்போல், நிலச் சொத்துடைமை அதிகாரமானது தன் துணையின்றி (நிலத்தில் நிலவுடைமையாளரின் பங்கு ஏதுமின்றி, வெறும் நில உரிமை அதிகாரத்தின் மூலமே) படைக்கப்பட்ட இம்மதிப்புகளில் மேன்மேலும் கூடுதலாகிற ஒரு பகுதியை தனதாக்கிக் கொள்ளும் திறனையும் வளர்த்துக் கொள்கிறது. இந்த அடிப்படையில்தான் உபரி-மதிப்பில் ஒரு பகுதி, அதாவது மண்வள மேம்பாட்டால் உபரி-மதிப்பில் மேன்மேலும் கூடுதலாகிற ஒரு பகுதி நில-வாடகையாக மாற்றப்படுகிறது. இதுதான் நில-வாடகையின் தனிச்சிறப்பு.

அத்தியாயம்-12

வேறுபாட்டு வாடகை (Differential Rent)

ஏனைய சரக்குற்பத்தியில் பொது இலாப வீதம் எப்படி நிர்ணயிக்கப்படுகிறதோ, அதுபோலவே விவசாய உற்பத்தியிலும் முதலீடாகிற மொத்த மூலதனத்தின் அடிப்படையில் பொது இலாப வீதமே மார்க்ஸால் கணக்கிலெடுக்கப்படுகிறது. ஆகவே விவசாய உற்பத்திப் பொருளின் சமுதாய சராசரி விற்பனை விலை அதன் உற்பத்தி விலையாகக் கணக்கிலெடுத்துக் கொள்ளப்படுகிறது. இப்போது நிலத்துக்கான வேறுபாட்டு வாடகை எப்படி உதிக்கிறது என்பதைப் பார்ப்போம். வேறுபாட்டு வாடகையை விளக்குவதற்கு மார்க்ஸ் இயற்கையாய் நிலப்பரப்பில் அமைந்த நீர்வீழ்ச்சியை உதாரணத்திற்கு எடுத்துக் கொள்கிறார். அனைத்து விதமான சரக்குகளின் உற்பத்தியில் நிலமானது இயற்கையாகவே உற்பத்தியில் ஒரு பங்கைச் செலுத்துகிறது. தொழில் நிறுவனங்களில் இயந்திரங்களை இயக்குவதற்கு விசையூட்டும் இயங்கமைப்பு *(Motor mechanism)* பயன்படுவது அனைவரும் அறிந்ததே. இந்த விசைச்சக்தியானது பொதுவாக உற்பத்தியில் நிலக்கரியைப் பயன்படுத்தி அதன்மூலம் கிடைக்கும் நீராவியை வைத்துக் கிடைப்பதாக வைத்துக் கொள்வோம். இந்த விசையுற்பத்தியில் நிலக்கரி பயன்படுத்தப்படுவதால் அது சரக்குற்பத்தியில் ஒரு அடிக்கூறாகிறது. அதாவது நிலக்கரியின் விலை சரக்குற்பத்தியின் அடக்க விலையில் சேருகிறது. ஆனால் இன்னொரு முதலாளிக்கு இந்த விசைச்சக்தியானது நிலத்தில் இயற்கையாய் அமைந்த அருவியிலிருந்து கிடைப்பதாகக் கொள்வோம். இத்தகைய நீர்விசை உற்பத்தி இந்த முதலாளிக்கு இயற்கையாகவே கிடைக்கிறது. அதுவே இயந்திரங்களை இயக்குவதற்கான விசைச்சக்தியாகிறது. இப்போது இந்த உற்பத்தித் துறையில் நிலக்கரியைக் கொண்டு விசைச்சக்தி பெற்று உற்பத்தி செய்யப்படும் சரக்கானது சமுதாய சராசரி நிலைமைகளில் உற்பத்தி செய்வதாகக் கொண்டால், இப்படி உற்பத்தி செய்யப்படும் சரக்குகளின் விலை சமுதாய சராசரி விலையாகிறது. அத்தகைய சரக்கின் அடக்கவிலை ரூ. 100 என்றும், சரக்கின் உற்பத்தி விலை ரூ. 115 -ம் என்றால், சராசரி பொது இலாபம் ரூ. 15 ஆகிறது. ஆனால் அருவியைப் பயன்படுத்திக் கிடைத்த விசைச்சக்தியால் இயந்திரங்களை இயக்கி உற்பத்தியில் ஈடுபட்ட ஆலை முதலாளிக்கு அடக்கவிலை ரூ. 90 -தான் ஆகிறது என்றால், அவரைப் பொறுத்தவரை இலாபம் ரூ. 25 ஆகிறது. எனவே இந்தத் தனிப்பட்ட முதலாளி கூடுதல்

உபரி இலாபம் அடைகிறார். இந்த முதலாளியே அருவி அமைந்த நிலத்துக்கு உரிமையாளராக இருக்கும்போது இந்த உபரி இலாபத்தை அவரே தனது பையில் போட்டுக்கொள்கிறார். ஆனால் இந்த நிலமானது வேறொருவருக்குச் சொந்தமாக இருக்கும்போது, இந்த நிலத்தைக் குத்தகைக்குப் பயன்படுத்தும் முதலாளி நிலவுடைமையாளருக்கு நில-வாடகை கொடுக்கிறார். எனவே இந்த வகையில் இந்த தனிப்பட்ட முதலாளியின் ரூ. 10 ஆகிய உபரி இலாபம்தான் நில-வாடகையாக மாற்றமடைகிறது. இந்த இயற்கைச் சக்தியின் உடைமை அதன் உடைமையாளரின் கையில் ஏகபோகம் ஆகிறது.

இந்த உபரி இலாபம் குறிப்பிட்ட மூலதனத்திற்குரிய தனிப்பட்ட உற்பத்தி விலைக்கும், அந்த உற்பத்திக் கிளையில் முதலீடான மொத்த மூலதனத்திற்குரிய பொது உற்பத்தி விலைக்கும் இடையிலான வேறுபாட்டிலிருந்து எழுவதாகும். இந்த உபரி இலாபம் கிடைப்பதற்கு இயற்கையாகக் கிடைக்கும் அருவியின் இயக்குவிசைதான் காரணம். ஆனால் இந்த இயக்குவிசை உழைப்பின் படைப்பினால் வந்ததல்ல. இதேபோல் நிலக்கரியை எரிப்பதிலிருந்து கிடைக்கும் வெப்பமானது நீரை நீராவியாக மாற்றுவதும் இயற்கைச் சக்தியின் விளைவே. இதிலும் எந்த உழைப்பும் இல்லை. ஆனால் நிலக்கரியை உபயோகிப்பதால், அந்த நிலக்கரி உற்பத்திக்கு உழைப்பு செலுத்தப்பட்டிருக்கிறது, அதற்குச் சமதையாக விலை கொடுத்தாக வேண்டும். நீராவி இயந்திரத்தில் கிடைத்த இயற்கைச்சக்தி உழைப்பின் உற்பத்தித் திறனை உயர்த்துகிறது என்பதில் எந்த ஐயமும் இல்லை. இந்த வகையில் கிடைக்கும் உழைப்புத் திறனில் வரும் உயர்வை சமுதாய மூலதனம் பயன்படுத்திக் கொள்கிறது. அதுதான் சரக்கில் அடங்கியிருக்கும் சராசரி அவசிய உழைப்பும் ஆகி சரக்கின் உற்பத்தி விலையில் பங்காற்றுகிறது.

ஆனால் நீர்விசையைப் பயன்படுத்துவதால் கிடைக்கும் நில-வாடகையானது ஈடுபடுத்தப்படும் மூலதனத்தின் உற்பத்தித் திறனிலோ அது தனதாக்கிக் கொள்ளும் உழைப்பின் உற்பத்தித் திறனிலோ வருவதல்ல. அதேபோல் மூலதனத்தில் சேர்ந்துள்ள இயற்கைச் சக்தியின் பிரயோகத்திலிருந்தே வருவதும் அல்ல. அது ஒரு இயற்கைச் சக்தியின் பிரயோகத்தோடு இணைக்கப்படும் உழைப்பின் கூடுதலான இயற்கை உற்பத்தித் திறனிலிருந்து வருவதாகும். இயற்கைச்சக்தி உபரி-இலாபத்திற்கு இயற்கை அடிப்படை ஆகுமே தவிர ஊற்றுக்கண் ஆகாது. அதேபோல் அருவியிலான தனியுடைமைக்கும் அருவியின் துணை கொண்டு உற்பத்தி செய்யப்படும் உபரி-மதிப்புப் பகுதியின்

படைப்புக்கும் எவ்விதத் தொடர்புமில்லை. நிலச் சொத்து என்ற ஒன்று இல்லையென்றாலும் இந்த உபரி-இலாபம் இருக்கும். மேலும் அருவியோடு கூடிய நிலத்தை உடைமையாளர் முதலாளிக்கு விற்றாலும், அந்த விலை சரக்கின் மதிப்பில் சேருவதில்லை. ஆனாலும் தனி முதலாளியின் அடக்க விலையில் சேரவே செய்கிறது. நிலத்தோடு சேர்ந்த இந்த அருவியின் விலை நாம் ஏற்கெனவே விவாதித்தது போல, மூலதனமாக்கப்பட்ட வாடகையே தவிர வேறல்ல. அருவியைப் பயன்படுத்தும் ஆலையதிபருக்கு கிடைக்கும் உபரி-இலாபம் ஆண்டுக்கு ரூ. *10* லட்சம் என்றும் சராசரி வட்டி *5%* என்றும் வைத்துக் கொண்டால், இந்த ரூ. *10* இலட்சமானது ரூ. *2* கோடிப் பண மூலதனத்துக்கான வருட வட்டியைக் குறிக்கிறது. இந்த ரூ. *2* கோடி விலையானது ரூ. *10* இலட்சம் உபரி இலாபம் *20* வருடங்களில் கிடைக்கும் பெருக்கல் பலனே ஆகும். எனவே தற்போது இந்த அருவியைக் கொண்டு அதன் உடைமையாளர் ஆண்டுக்கு *10* இலட்சம் வீதம் *20* வருடங்களையும் தாண்டி *100* ஆண்டுகளுக்கும், ஏன் அதனையும் தாண்டியும் பயன்படுத்திக் கொள்ள முடிகிறது. ஆனால் இப்போது நீராவி இயந்திரத்தின் உதவியால் உற்பத்தி செய்யப்படும் சரக்குகளின் உற்பத்திவிலை ரூ. *90* ஆகிவிடுகிறது என்றும், இத்தகைய குறைந்த செலவு உற்பத்திமுறை நீர்விசையைக் கொண்டு செய்ய முடியாத நிலை ஆகிவிடும்போது, உபரி இலாபம் மறைந்துபோகிறது. கூடவே வாடகையும் அருவியின் விலையும் மறைந்து போகும். இதுதான் வேறுபாட்டு வாடகையின் கருத்துருவாக்கம். பின்வரும் பகுதியில் வேளாண்மையில் இந்த வாடகையைப் பரிசீலிப்போம்.

12.1 முதல்வகை வேறுபாட்டு வாடகை

உபரி இலாபம் என்பதுதான் வேறுபாட்டு வாடகை என்பதைப் பார்த்தோம். உபரி இலாபம் என்பது சுற்றோட்ட நிகழ்முறையிலான தற்செயல் நிகழ்வுகளின் விளைவாக அல்லாமல், இயல்பான நிலைமைகளில் இரு சம அளவிலான மூலதனம் மற்றும் உழைப்பு படைக்கும் உற்பத்திப் பொருட்களின் வேறுபாடாகவே பெறப்படுகிறது. இதைத்தான் ரிக்கார்டோ வேறுபாட்டு வாடகை என்கிறார். ஆனால் மார்க்ஸைப் பொறுத்தவரை இதற்கும் மேலாக, இந்தச் சம அளவிலான மூலதனம் உழைப்பு ஆகியவை சம நிலப்பரப்புகளில் ஈடுபடுத்தப்பட்டு முற்றிலும் சமமல்லாத விளைவுகள் ஏற்படும்போதுதான் இந்த உபரி இலாபம் நில-வாடகையாக மாற்றப்படுகிறது என்பதாகத் தெரிகிறது. இப்படித்தான் ரிக்கார்டோவுக்கு மாறாக நில-வாடகையை மார்க்ஸ்

ஆய்வுக்குட்படுத்துகிறார். இந்த ஏற்றத்தாழ்வுக்கு முதன்மையான காரணம் மண்வள வேறுபாடுதான். ஆனாலும் இட வாகும் குறிப்பிட்ட பங்கைச் செலுத்தினாலும் மார்க்ஸ் நில-வாடகையின் தூய வடிவத்தை வெளிக்கொணரும் பொருட்டு இதைக் கவனியாது ஒதுக்கிவிடுகிறார்.

மண்வளம் இயற்கையாகவே பூகோள அடிப்படையில் அமைந்து நல்ல விளைச்சலைக் கொடுப்பதுண்டு. இது இயற்கையின் கொடை. ஆனால் அதே நேரத்தில் மண்வளம் குறைந்த நிலமும் சாகுபடிக்கு உட்படுத்தப்படும்போது, இரசாயன உரங்கள், பயிர்ச்சுழற்சி மற்றும் மண்ணின் இயைபில் செயற்கையாக உண்டுபண்ணப்படும் மேம்பாடுகளைக் கொண்டு மண்வளம் அதிகமாக்கப்படுகிறது. எப்படியாயினும் இயற்கையாகவோ செயற்கையாகவோ ஏற்படும் மண்ணின் வளத்தைப் பொறுத்து வேறுபாட்டு வாடகை தோன்றுவது சாத்தியப்படுகிறது. இப்போது *A, B. C, D* ஆகிய நான்கு வகை மண்வள நிலம் இருப்பதாகக் கொள்வோம். இவ்வகை நிலங்களில் அரிசி விளைவதாகக் கொள்வோம். நான்கு வகை நிலம் ஒவ்வொன்றுக்கும் அடக்க விலை ரூ. 2500 ஆகிறது. ஒரு மூட்டை அரிசியின் விலை ரூ. 300. படுமோசமான மண்வகை நிலம் *A* என்று கொள்வோம். இந்தவகை நிலத்தில் உற்பத்தியாகும் 10 மூட்டை நெல்லுக்கான விலை உற்பத்தி விலைக்குச் சமம். அதாவது மூலதனம் + சராசரி இலாபத்திற்குச் சமம்.

மண் வகை	விளைபொருள்		மூல தனம் ரூ.	இலாபம்		வாடகை	
	மூட்டை	ரூ		மூட்டை	ரூ	மூட்டை	ரூ
A	10	3000	2500	$1^{3}/_{5}$	500	-	-
B	20	6000	2500	$11^{3}/_{5}$	3500	10	3000
C	30	9000	2500	$21^{3}/_{5}$	6500	20	6000
D	40	12000	2500	$31^{3}/_{5}$	9500	30	9000

இந்த வகையில் *A* வகை நிலத்துக்கு அடக்கவிலை அதாவது மூலதன முன்னீடு ரூ. 2500. அந்த நிலத்தில் விளைந்த நெல்லுக்கு விலையாக முட்டை ஒன்றுக்கு ரூ. 300 என்கிற வகையில் 10 மூடை நெல்லுக்கு ரூ. 3000 கிடைக்கிறது. இலாபம் ரூ. 500. அதாவது 20%. உபரி இலாபம் ஏதும் இல்லை. ஆகவே வாடகையும் இல்லை. இந்த இலாபம் 20%-ஐ ஒரே அளவு மூலதனமான அனைத்துவகை நிலத்துக்குமான சராசரி இலாப வீதமாக எடுத்துக் கொள்கிறோம். அதே முதலீட்டுச் செலவுக்கு *B* வகை நிலத்தில் 20 மூட்டை நெல் விளைகிறது. இலாபம் ரூ. 3500. உபரி இலாபம் ரூ. 3000 (*D*-க்கும் *A*-க்கும் இடையிலான இலாப வேறுபாடு). *C* வகை நிலத்தில் விளையும் 30 மூட்டை நெல்லுக்கு ரூ.

6500 இலாபம் கிடைக்கிறது. இந்த வகையில் உபரி இலாபம் ரூ. 6000 (C-க்கும் A-க்கும் இடையிலான இலாப வேறுபாடு). D வகை நிலத்தில் 40 மூட்டை நெல் விளைகிறது. இலாபம் ரூ. 9500. உபரி இலாபம் ரூ. 9000 (D-க்கும் A-க்கும் இடையிலான இலாப வேறுபாடு). இந்த உபரி இலாபம்தான் நில-வாடகையாக B, C, D ஆகிய நிலவுடைமையாளருக்கு முறையே ரூ. 3000, 6000, 9000 ஆகக் கிடைக்கிறது. இந்த அடிப்படையில்தான் வேறுபாட்டு வாடகை உதயமாகிறது.

குறிப்பிட்ட நிலைமையில் குறிப்பிட்ட விளைபொருட்களைக் குறிப்பதான இந்த வரிசைத் தொடர் சூக்குமமாய்க் கருதப்படுகையில், வளமான நிலத்திலிருந்து மேன்மேலும் வளம் குன்றிய நிலத்திற்கு இறங்கிச் செல்வதாகவோ, அல்லது வளம் குன்றிய நிலத்திலிருந்து மேன்மேலும் வளம் நிறைந்த நிலத்திற்கு ஏறிச் செல்வதாகவோ இருக்கலாம். இறங்கு வரிசையில் உற்பத்தி நிகழும்போது, அதாவது D நிலத்தில் விளையும் நெல்லைச் சமுதாயம் முழுமைக்கும் தேவையான 40 கோடி மூட்டை நெல் உற்பத்தி என்று கொள்வோம். A, B, C மண் வகை நிலங்கள் உற்பத்தியில் பங்கு பெறவில்லை. இப்போது 40 கோடி மூட்டை நெல் உற்பத்தி பற்றாக்குறையாகி விடும்போது கட்டாயமாக அடுத்த இறங்கு கட்டத்தில் உள்ள C வகை நிலத்தைச் சாகுபடிக்கு ஈடுபடுத்த வேண்டிய கட்டாய சூழ்நிலை உருவாகிறது. இதன் விளைவாக சமுதாயத்தில் நெல்லுக்கான தேவை அதிகமாவதைத் தொடர்ந்து D உற்பத்தி செய்த நெல்லின் உற்பத்தி விலை மூட்டை ரூ. 75 -ல் இருந்து ரூ. 100 -ஆக உயர வாய்ப்பிருக்கிறது. இப்பொது C சாகுபடிக்கு கொண்டு வரப்படுகிறது. அதன்பிறகும் நெல்லுக்குத் தேவை அதிகரிக்கும்போது மூட்டை நெல்லின் விலை ரூ. 150 ஆக உயர்ந்து செல்கிறது. பற்றாக்குறையைப் போக்க B -ஐ சாகுபடிக்குக் கொண்டுவர வேண்டியுள்ளது. இன்னும் தேவை உயர்ந்து A -ஐயும் சாகுபடிக்குக் கொண்டு வரும்போது நெல்லின் உற்பத்தி விலை மூட்டைக்கு ரூ. 200 ஆக மாறிவிடுவதுண்டு. நிலம் D -க்கு மூட்டை விலை ரூ. 100 ஆக இருந்தபோது இலாபம் ரூ. 1500. உபரி இலாபம் ரூ. 1000. C சாகுபடியில் பங்கு பெறும்போது, மூட்டை விலை ரூ. 150 ஆக உயரும்போது அதே 20% இலாப வீதத்தில் மொத்த இலாபம் ரூ. 3500. உபரி இலாபம் ரூ. 3000. இப்படியாக ஒரு குறிப்பிட்ட விகிதத்தில் வாடகை உயர்ந்து செல்கிறது. சாதாரண சூழ்நிலையில் இப்படித்தான் துவங்குவது உண்டு. முதலில் வளம் அதிக நிலத்திலிருந்து சாகுபாடியாளர் உற்பத்தியைத் தொடங்குவார். ஏனென்றால் இதில்தான் உற்பத்தி விலை குறைவாக இருக்கிறது. விவசாயத் தொழிலாளர்களின் உற்பத்தித் திறன் உயர்வாக இருக்கிறது.

வரிசைத் தொடர் எதிர்மாறாய் இருக்கும்போது, *A* -யிலிருந்து உற்பத்தி தொடங்கினால், அரிசியின் விலை மூட்டைக்கு ரூ. *300* -க்கு மேல் ரூ. *325* -ஆக உயரலாம். அப்போதுதான் நில-வாடகை கிடைக்கும். ஆனால் *B* வகை நிலம் உற்பத்தியில் ஈடுபடுத்தப்படும்போது அதனுடைய *20* மூட்டை நெல் உற்பத்திக்கு ஏற்ப ஒப்பீட்டளவில் செலவினம் குறைந்து இருப்பதால் மூட்டை நெல்லின் விலை மீண்டும் ரூ. *300*-ல் நிலைத்து நிற்கலாம். ஆனால் வேறுபாட்டு வாடகை குறிப்பிட்ட விகிதத்தில் உயர்ந்து செல்கிறது. எனவே விலைகள் நிலைத்திருந்தாலும் சரி, உயர்ந்து சென்றாலும் சரி, மோசமான மண் வகையிலிருந்து உயர்ந்த மண் வகைக்குச் சாகுபடி படிப்படியாக முன்னேறிச்சென்றாலும் சரி, அல்லது உயர்ந்த மண் வகை நிலத்திலிருந்து மோசமான மண் வகை நிலத்துக்குச் சாகுபடி வந்தடைந்தாலும் சரி, வேறுபாட்டு வாடகையின் வளர்ச்சியிலும் உயர்விலும் மாற்றம் இருக்காது. ஆனால், இயல்பாகவே குறைந்த மண்வள நிலத்திலிருந்து உயர்ந்த மண்வள நிலம் சாகுபடியில் ஈடுபடுத்தப்படும் நிலை வரும்போது அதற்கு முன்பாக உற்பத்தி விலை உயர்ந்து இருக்க வேண்டும் என்ற கட்டாயம் இல்லை. அதாவது நில-வாடகை இல்லாமல்கூட உற்பத்தி தொடங்கப்பட்டிருக்கலாம் என்பதே நிலை. ஆனால் இத்தகைய நிலை இயற்கையாகவே மண்வளம் குறைந்துள்ள நாட்டில்தான் ஏற்பட வாய்ப்புள்ளது. உற்பத்திப் பெருக்கத்திற்காக செயற்கையாக மண்வளம் மேம்படுத்தப்படுகிறது. அதன் அடிப்படையில் மண்வளம் மேம்படுத்தப்படாத நிலத்திலிருந்து ஏறு வரிசையில் செயற்கையாக மேம்படுத்தப்பட்ட நிலத்தை நோக்கி சாகுபடி விரிந்து செல்கிறது. வாடகையே பெற்றுத் தராத படுமோசமான மண்வகைக்கான உற்பத்தி விலைதான் எப்போதுமே சந்தை விலையை ஆளுகிறது. ஆனால் மேன்மேலும் சிறந்த மண்வகை ஓயாமல் சாகுபடிக்கு கொண்டுவரப்பட்டால் மட்டுமே உற்பத்தி விலை மாறாமல் இருக்கும். ஆனால் *B, C, D* மண் வகைகள் வேண்டலைக் காட்டிலும் கூடுதலாய் உற்பத்தி செய்யுமானால், *A* மண் விலையை நிர்ணயிப்பதாய் இல்லாமல் போய்விடும்.

12.2 இரண்டாம் வகை வேறுபாட்டு வாடகை

"முதல் வகை வேறுபாட்டு வாடகையில் ஒரே அளவு நிலப்பரப்பில் வெவ்வேறு வகையான மண் வகை நிலங்கள் சாகுபடிக்கு ஈடுபடுத்தப்படும்போது மண்ணின் வளத்துக்கு ஏற்ப வேறுபாட்டு வாடகை அதிகரிக்கிறது என்று பார்த்தோம். இப்போது கூடுதல் மூலதனம் அதே வகை நிலப்பரப்பில் அடுத்தடுத்து முன்னீடு

செய்யப்படுவதால் ஏற்படும் விளைவையே இரண்டாம் வகை வேறுபாட்டு வாடகை என்று மார்க்ஸ் எடுத்துக் கொள்கிறார். ஒரு குறிப்பிட்ட நிலத்தில் முன்பைவிட மேம்பட்ட விவசாயக்கருவிகளைப் பயன்படுத்துவதாலும், இராசயன உரங்களைப் பயன்படுத்துவதாலும், கூடுதல் மூலதனம் செலவாகிறது. இதன் விளைவாகக் கூடுதல் விளைச்சல் கிடைக்கிறது. கூடுதல் மூலதனம் சமச்சீரற்ற விளைச்சலைத் தரலாம். இதனால் வேறுபாட்டு வாடகையின் வீதம் குறைவதோ, அதிகரிப்பதோ நடக்கிறது. ஆனாலும் அறுதியாக வேறுபாட்டு வாடகையின் திரள் அதிகரிக்கிறது. இப்போது அதை சற்று விரிவாகப் பார்ப்போம்.

முதல் நேர்வு: மாறா உற்பத்தி விலை:

சந்தை விலையானது முன்போலவே படுமோசமான A வகை நிலத்தில் முதலீடாகும் மூலதனத்தால் நிர்ணயிக்கப்படுகிறது என்றே அனுமானித்துக் கொள்கிறோம். இப்போது மூலதனம் 2 மடங்காக மாறுகிறது. ஆனால் சாகுபடி செய்யும் பரப்பளவில் மாற்றமில்லை. அது முன்போலவே 1 ஏக்கராகவே தொடர்கிறது. நிலம் A -ன் உற்பத்தி விலையே அதாவது மூட்டைக்கு ரூ. 300 சந்தை விலையாகிறது என்று கொள்வோம். ஆரம்ப மூலதனம் ரூ. 2500 ஆகவும், கூடுதல் மூலதனம் ரூ. 2500 ஆகவும் மாறுவதாகக் கொள்வோம். மூலதன அதிகரிப்புக்குத் தக்கபடி ஒவ்வொரு வகை நிலத்திலும் அரிசி உற்பத்தி முறையே 20, 60, 80, 100 மூட்டையாக அதிகரிக்கிறது என்றும் கொள்வோம். இலாபத்தில் மாற்றமில்லை. அதாவது இலாப வீதம் அனைத்துவகை நிலத்திலும் 20% ஆக இருக்கிறது. ஆனால், மூலதனம் 2 மடங்காகியதால் விளைச்சலும் இரண்டு மடங்காகி, அதன் அடிப்படையில் உபரி இலாபம் அதே வீதத்தில் அதிகரிக்கிறது. (அட்டவணை 1)

இப்போது அதிக மூலதன முன்னீட்டுக்கு ஏற்றபடி அதே விகிதத்தில் நெல்லின் உற்பத்தி உயரவில்லை என்று வைத்துக் கொள்வோம். அதாவது உற்பத்தித் திறன் குறைகிறது என்று வைத்துக் கொள்வோம். பெரும்பாலான நேரத்தில் இப்படித்தான் நடைபெறுகிறது. எனவே தற்போது நிலவகை A -ல் மூலதனம் இரட்டிப்பாகாமல் ரூ. 2500 ஆகவே தொடர்கிறது. உபரி இலாபம் உற்பத்தி செய்யாதபோது இதனால் எந்த மாற்றமும் விளைவதில்லை. நெல் உற்பத்தி B, C. D வகை நிலங்களில் முறையே 35, 50, 75 மூட்டை விளைவதாகக் கொள்வோம். உற்பத்தி விலையில் மாற்றமில்லை. சாகுபடியாளரின் பொது இலாபத்திலும் மாற்றமில்லை. இப்பொது உபரி இலாபத்தில் (வாடகையில்) எப்படி மாற்றம் நிகழ்கிறது என்று பார்ப்போம். (அட்டவணை 2)

அட்டவணை 1

மண்வளம்	ஏக்கர்	மூலதனம் ரூ.	இலாபம் ரூ.	உற்பத்தி விலை ரூ	விளை பொருள் நெல் மூட்டையில்	மூட்டை விற்பனை விலை ரூ	விற்று முதல் ரூ.	வாடகை மூட்டையில்	வாடகை ரூ.	உபரி இலாப வீதம்
A	1	2500+ 2500 =5000	1000	6000	20	300	6000	0	0	0
B	1	2500+ 2500 =5000	1000	6000	40	300	12000	20	6000	120%
C	1	2500+ 2500 =5000	1000	6000	60	300	18000	40	12000	240%
D	1	2500+ 2500 =5000	1000	6000	80	300	24000	60	18000	360%
மொத்தம்		20,000	4000	24000	200	-	60000	120	36000	-

அட்டவணை 2

மண்வளம்	ஏக்கர்	மூலதனம் ரூ.	இலாபம் ரூ.	உற்பத்தி விலை ரூ	விளை பொருள் நெல் மூட்டையில்	மூட்டை விற்பனை விலை ரூ	விற்று முதல் ரூ.	வாடகை மூட்டையில்	வாடகை ரூ.	உபரி இலாப வீதம்
A	1	2500	500	3000	10	300	3000	0	0	0
B	1	2500+ 2500 =5000	1000	6000	20+15=35	300	10500	15	4500	90%
C	1	2500+ 2500 =5000	1000	6000	30+20=50	300	15000	30	9000	180%
D	1	2500+ 2500 =5000	1000	6000	40+35=75	300	22500	55	16500	330%
மொத்தம்		17,500	3500	21000	170	-	51000	100	30000	-

உபரி இலாபம் B, C, D நிலங்களுக்கு முறையே 90%, 180%, 330% ஆகக் குறைந்துவிடுகிறது. இப்போது உற்பத்தித் திறன் வேறுவிதமாகக் குறைவதாகக் கொள்வோம். இப்போதும் A வகை நிலத்தில் இரண்டாவது முதலீடு ஏதும் செய்யப்படவில்லை. இப்போது உபரி இலாப விகிதம் முன்போலவே அதிகரித்த போதும் ஒப்பளவில் குறைந்து செல்கிறது. ஆனாலும் விதி இதுதான். இந்த மண் வகைகள் அனைத்திலும் வாடகையானது கூடுதல் மூலதன முதலீட்டுக்கு ஏற்ற விகிதத்தில் அதிகரிக்காவிட்டாலும் அறுதியாக அதிகரிக்கிறது. உற்பத்தித் திறன் B வகை நிலத்தில் 12 + 8 = 20 மூட்டை நெல்லாக மாறும்போது சராசரி இலாபம் மட்டுமே கிடைக்கிறது. (20 x 300 = 6000 – 5000 = 1000) உபரி இலாபம் ஈட்டாமல் போகலாம். இப்போது A வகை நிலம் உற்பத்தியிலிருந்து விலக்கப்படுகிறது. இந்த வகையில் C, D நிலங்களில் முறையே 25+15=40, 30+25=55 என்று ஆகும்போது C, D நிலங்கள் மட்டுமே வேறுபாட்டு வாடகையைக் கொடுக்கின்றன. ஆனால் குறைந்த வீதத்திலேயே கொடுக்கின்றன.

மூன்றாவதாக உற்பத்தித் திறன் உயர்வதாகக் கொள்வோம். A வகை நிலத்தில் இரண்டாவது முதலீட்டை விலக்கி விடுகிறோம். B வகை நிலம் 18 + 22 = 40 மூட்டை விளைச்சல் கொடுப்பதாகக் கொள்வோம். இப்போது B வகை நிலம் உபரி இலாப வீதத்தை முன்னிலும் அதிகமாகக் கொடுக்கிறது. அதாவது 120%. இதுபோலவே C, D வகை நிலத்திலும் முன்னிலும் அதிக உபரி இலாப வீதம் கிடைக்க வாய்ப்பிருக்கிறது.

இரண்டாம் நேர்வு – குறையும் உற்பத்தி விலை:

இரண்டாம் வகை வேறுபாட்டு வாடகையை உற்பத்தி விலையில் மாற்றம் இன்றி மேலே பார்த்தோம். இப்போது மாறுபட்ட சூழலில் உற்பத்தி விலை குறைவதாகக் கொள்வோம். இத்தகைய சூழலிலும் மூன்று விதமான நிலை ஏற்பட வாய்ப்புள்ளது:

1. கூடுதல் மூலதன முதலீட்டின் உற்பத்தித் திறன் மாறாதிருக்கலாம். ஆனால் உற்பத்தி விலை குறைவதால் இப்போது A வகை நிலத்தில் உற்பத்தி செய்வதில் இலாபம் சராசரியைவிடக் குறைந்துவிடுகிறது. இதனால் அது உற்பத்தியிலிருந்து விலக்கப்படுகிறது. உற்பத்தி விலை மூட்டை ஒன்றுக்கு ரூ. 172 ஆகக் குறைவதாகக் கொள்வோம். இப்போது நிலம் B -கூட உபரி இலாபம் கொடுப்பதில்லை. ஆகவே வாடகை ஏதும் இல்லை. அதேபோல் C, D-யிலும் குறைந்த உற்பத்தி விலையின் காரணமாய் உபரி இலாபம் முறையே 52%, 138%, ஆகக் குறைய வாய்ப்புள்ளது.

2. இப்போது உற்பத்தித் திறன் குறைவதாகக் கொள்வோம். *B, C, D* முறையே *30, 45, 60* மூட்டை நெல் உற்பத்தி செய்வதாகக் கொள்வோம். விற்பனை விலை ரூ. *300* -லிருந்து ரூ. *200* -ஆகக் குறைவதாகக் கொள்வோம். இப்போதும் நிலம் *B* உபரி இலாபம் கொடுப்பதில்லை. ஆகவே வாடகை இல்லை. *3, 4* ஆம் வகை நிலங்களில் வாடகை வீதம் முறையே *60%, 120%* ஆகச் சரிவடைகிறது.

3. இப்போது உற்பத்தித் திறன் உயர்வதாகக் கொள்வோம். கூடுதல் மூலதனமானது உயர்ந்த விளைச்சலைக் கொண்டு வருகிறது. *A, B, C, D* முறையே *22, 44, 65, 88* மூட்டை நெல்லை உற்பத்தி செய்வதாகக் கொள்வோம். இப்போது மூட்டை விலை ரூ. *300* -லிருந்து ரூ. *273* -ஆகக் குறைகிறது என்று கொள்வோம். இப்போது நிலவகை *A* உபரி இலாபம் ஏதும் கொடுப்பதில்லை. ஆனால் நிலவகை *B, C, D* முறையே *120%, 234%, 360%* உபரி இலாபத்தைக் கொடுக்கிறது. இப்போது உயர்வகை நிலங்களில் வாடகை அதிகரிக்கிறது. ஆனால் புதிய சாகுபடி முறை போதுமான அளவில் பரவி இயல்பானதாய் மாறியவுடன் உற்பத்தி விலை குறைகிறது. உயர்தர மண்வகையைச் சேர்ந்த நிலத்துக்கான வாடகை மீண்டும் குறைகிறது.

மூன்றாம் நேர்வு - உயரும் உற்பத்தி விலை:

இப்போது வாடகை தராத *A* வகை நிலத்தில் உற்பத்தித் திறன் முன்பைவிடக் குறைந்துவிடுகிறது. இப்போது நிலைமையைச் சரிக்கட்ட *A* வகை நிலத்தைவிட மோசமான நிலத்தைக்கூட உற்பத்தியில் ஈடுபடுத்த வேண்டிய நிலை ஏற்படலாம். எனவே நெல்லின் விலை இப்போது உயர்கிறது. இப்போது விளைபொருள் கூடுதல் மூலதன முன்னீட்டுக்கு உகந்தபடி உற்பத்தி அதிகரிக்கவில்லை என்றாலும்கூடக் கூடுதல் உற்பத்தி விலையால் வாடகை வீதம் உயர்ந்த நிலையில் அதிகரிக்கிறது.

இந்த உயரும் உற்பத்தி விலை இரு வழிகளில் சாத்தியமாகலாம்:

1) *A* வகை நிலம் வாடகை தராததாகவே இருந்து, அதுவே தொடர்ந்து விலையை ஆளலாம். அல்லது *A*-யைக் காட்டிலும் கீழ்த்தரமான நிலம் போட்டியில் நுழைந்து விலையை ஆளலாம். இப்படி நிகழுமானால் *A* நிலம் வாடகை தரும். முதல் வழியில் *A* வகை நிலமே தொடர்ந்து விலையை ஆளுவதாக வைத்துக் கொள்வோம். இதிலும் மூன்று விதமான நிலை உருவாகலாம். முதலில், இரண்டாவது முதலீட்டில் உற்பத்தித் திறன் மாறாதுள்ளது என்று கொள்வோம். இதற்கு முதலாவது முதலீட்டின் உற்பத்தித் திறன் குறைந்தால்தான் நாம்

அனுமானம் செய்துள்ள நிலைமையில் இதற்கு இடமுண்டு. இந்த அடிப்படையில் உபரி இலாப வீதம் முறையே *1* மடங்கு, *2* மடங்கு, *3* மடங்காக அதிகரிக்க வாய்ப்புண்டு. இரண்டாவது நிலைப்பாட்டில், இரண்டாவது மூலதனத்தின் உற்பத்தித் திறன் குறைகிறது என்று கொள்வோம். முதலாவது முதலீட்டின் உற்பத்தித் திறன் மாறாமல் இருக்கும் சாத்தியப்பாட்டை இது விலக்கிவிடுவதில்லை. இப்போதும் உபரி இலாப வீதம் அதே விகிதத்தில் அதிகரிக்கிறது. மூன்றாவது நிலைப்பாட்டில் இரண்டாவது மூலதனத்தின் உற்பத்தித் திறன் அதிகரிக்கிறது என்று கொள்வோம். இங்கும் முதலாம் முதலீட்டின் உற்பத்தித் திறன் குறைந்தாக வேண்டும். இப்போதும் உபரி இலாப வீதம் மேற்சொன்ன அடிப்படையிலேயே அதிகரிக்கிறது. ஆனாலும் *B, C, D* நிலத்தின் மொத்த உபரி இலாபம் மூன்று நேர்வுகளிலுமே மாறாமல் இருக்கிறது.

2) இரண்டாவது வழியாக கீழ்த்தரமான மண்வகை *(a)* போட்டியில் நுழைகிறது; *A* வகை நிலம் வாடகை தருகிறது. இதிலும் மூன்று வகை நிலை பேதம் ஏற்படுகிறது. உற்பத்தித் திறன் மாறாதிருப்பது, குறைவது அல்லது அதிகரிப்பது. இப்போது உபரி இலாபம் முதலில் உயர்ந்து, பின் குறைந்து, மூன்றாவது நேர்வில் மீண்டும் அதிகரிக்கிறது.

அத்தியாயம்-13

அறுதி நில-வாடகை (Absolute Rent)

வேறுபாட்டு வாடகையை மார்க்ஸ் பகுத்தாராய்ந்தபோது, படுமோசமான மண்வகை நில-வாடகை ஏதும் தருவதில்லை என்ற அனுமானத்தில்தான் தொடங்கினார். அதாவது, ஒரு நிலம் வாடகை தர வேண்டுமென்றால், அதன் விளைச்சலின் தனிப்பட்ட உற்பத்தி விலை சந்தையை ஆளும் உற்பத்தி விலையைவிடக் குறைவாக இருக்க வேண்டும். இதனால்தான் உபரி இலாபம் பிறக்கிறது. இந்த உபரி இலாபமே வாடகையாக மாற்றப்படுகிறது என்பதைத் தெளிவாகப் பார்த்தோம். இப்போது அறுதி நில-வாடகையை ஆய்வுக்கு உட்படுத்தும் பொருட்டு, சந்தையை ஆளும் உற்பத்தி விலையை P என்போம். இந்த விலையானது படுமோசமான நிலத்தின் மகசூலின் உற்பத்தி விலையுடன் ஒத்திருப்பதாகக் கொள்வோம். அதாவது இந்த விலையானது விவசாயப் பொருளின் உற்பத்திக்காகச் செலவிடப்பட்ட மூலதனமாகிய மாறா-மூலதனம் + மாறும்-மூலதனம் ஆகியவற்றோடு சராசரி இலாபத்தையும் குறிப்பதாகிறது.

இந்த நிலம் வாடகை ஏதும் தரவில்லை. இந்த நிலத்திற்கு அடுத்த நிலையில் மண் வளத்தில் சிறப்பாக உள்ள B நிலத்தின் தனிப்பட்ட விவசாயப் பொருள்களின் உற்பத்தி விலை = P' என்போம்.

எனவே, $P' > P$;

$P' - P = d$ என்று வைத்துக் கொள்வோம்.

இந்த d ஆனது B வகை நிலத்தின் உபரி இலாபம் ஆகும். இது நிலவுடைமையாளருக்குச் செலுத்தப்படும் வாடகையாகிறது. இதேபோல் இன்னும் உயர்வகை மண்வள நிலங்கள் C, D பயன்படுத்தப்படும்போது முறையே $2d$, $3d$ வாடகையாகக் கிடைக்கிறது. ஆனால் நாம் நினைப்பதுபோல் வாடகை ஏதும் தராத முதல்வகை நிலத்தின் உற்பத்தி விலை P -ஆக இருக்க வாய்ப்பில்லை என்று கொள்வோம். அப்படியென்றால் முதல்வகை நிலமும் கொஞ்சமாவது வாடகை கொடுப்பதாக இருக்க வேண்டும். எனவே, அதன் உற்பத்தி விலை P -ஐவிடக் கூடுதலாக, $P + r$ என்று இருக்க வேண்டும் (r என்பது வாடகை). இந்த r என்னும் வாடகையானது மூலதனத்தின் சராசரி இலாபத்திலிருந்தோ, கூலியிலிருந்தோ பிடிக்கப்படுவதைக் குறிக்காது. ஆனாலும் இப்போது விவசாய விளைபொருட்களின் பொதுவிலை

இப்படி மாறினாலும், வேறுபாட்டு வாடகை விதி எந்த அடிப்படையிலும் மாறிவிடுவதில்லை. முதல் வகை நிலத்திற்கும் இரண்டாம் வகை நிலத்திற்குமான உற்பத்தி விலை வேறுபாடு $(P' - r) - (P - r) = d$; இதுதான் இரண்டாம் வகை நிலத்திற்கான வேறுபாட்டு வாடகை. இதேபோல் *C, D* நிலத்திற்கான உபரி இலாபமனது *2d, 3d* என்ற அளவில் மாற்றமின்றித் தொடர்கிறது. இப்போது தானியங்களுக்கான வேண்டல் அதிகரிக்கும்போது *A* வகை நிலத்தைவிட மோசமான மண்வளமுள்ள நிலத்தையும் சாகுபாடியாளர் சாகுபடிக்கு உட்படுத்தலாம். தானியத்துக்கான வேண்டல் அதிகரித்ததைத் தொடர்ந்து விலையில் மாற்றமின்றி, $P + r$ ஆகவே முன்போல் தொடரலாம். அல்லது வழங்கல் வேண்டலைவிட அதிகரித்தவுடன் விலையானது மீண்டும் *P* -க்குத் திரும்பலாம். எப்படியாயினும், *A* சாகுபடியாளருக்குச் சராசரி இலாபம் கிடைத்துவிடுகிறது. வாடகை ஏதுமின்றி உற்பத்தி தொடர வேண்டியிருக்கும். ஆனால் இது சாத்தியமா? நிலவுடைமை ஒழிக்கப்பட்டால்தான் இது சாத்தியம். நிலவுடைமை வர்க்கம் இருந்துவரும்வரை இது சாத்தியப்படாது. எனவே இந்த நிலையில் முதலாளித்துவ உற்பத்திமுறை விவசாயத்திலும் தொடரும்போது நிலவுடைமை என்பதே மூலதனம் முன்னீடு செய்வதற்கும், அது தடையின்றிப் பெருகுவதற்கும் தடைமதில் ஆகிறது. ஆக, விவசாய உற்பத்தி தடையின்றி நடைபெற வேண்டுமென்றால், நிலவுடைமையாளரே நேரடியாகச் சாகுபடியாளராகவும் ஆக வேண்டும். ஆனால் மூலதனம் எப்படி நிலச்சொத்திலிருந்து பிரிந்திருப்பது முன்தேவையாய் இருக்கிறதோ, அதேபோல நிலவுடைமையாளரே நிலத்தைச் சாகுபடி செய்வது ஒரு தற்செயல் நிகழ்வாகத்தான் இருக்க முடியும். மேலும் விவசாய உற்பத்தி, பெருவீத அடிப்படையில் நிலத்தில் மேற்கொள்ள வேண்டிய நிலை எழும்போது இது முற்றிலும் சாத்தியமற்றதாகிவிடுகிறது.

எனவே மோசமான நிலையிலுள்ள நிலம் வாடகை தருவதில்லை என்று அனுமானித்துக் கொண்டு முன்னேறுகையில் சில விளக்கங்கள் தேவைப்படலாம். அதாவது சாகுபடியாளர் சாகுபடிக்குப் பயன்படுத்துவதற்காகப் பெற்ற ஒட்டுமொத்த நிலத்தில் சிலபகுதி வளம் நிறைந்த நிலையில் இருக்கலாம். ஆக, வளமில்லாத நிலத்தோடு ஒட்டுமொத்தப் பயன்பாட்டில் ஓரளவு வேறுபாட்டு வாடகை உருவாவது சாத்தியப்படலாம். அல்லது பழைய நிலத்தோடு சேர்த்துப் புதிய நிலங்களைச் சாகுபடியாளர் உற்பத்தியில் ஈடுபடுத்தும்போது அதில் நில மேம்பாட்டுக்கான கூடுதல் மூலதனத்தை ஈடுபடுத்திக்

கூடுதல் சாகுபடிக்கு வழிசெய்யலாம். இதன் மூலமும் ஓரளவு வேறுபாட்டு வாடகை கிடைக்கலாம். ஆனாலும்கூட மோசமான நிலமும் சாகுபடிக்கு உள்ளாக்கப்படுவதால், அத்தகைய நிலம் எவ்வகையிலும் வேறுபாட்டு வாடகை தருவதில்லை என்பதில் எந்தச் சந்தேகமும் இல்லை. ஆனால் அப்படி வாடகை கிடைக்க வேண்டுமென்றால், சந்தை விலை உற்பத்தி விலையைவிட உயர்வதுதான் ஒரே நிபந்தனையாகும். அதேபோல், கூலியைக் குறைவாகக் கொடுத்து அதன்மூலம் பெறப்படும் மிச்சமே குத்தகைப் பணமாக செலுத்தப்பட்டாலும் அதுவும் வாடகையாக அமைவதில்லை. முதலாளித்துவப் பொருளுற்பத்தி முறைக்கு உரித்தான நிலைமை நிலவுமிடத்தில், வாடகையும் குத்தகைப் பணமும் ஒருங்கமைந்தாக வேண்டும். இந்த இயல்பான நிலைமையைத்தான் விவசாயத் துறையிலும் மார்க்ஸ் வெளிக்கொணர முயல்கிறார்.

நிலத்துக்குச்சட்டபூர்வ உடைமையாளராக இருப்பது மட்டுமே நிலவுடைமையாளருக்கு நில-வாடகையை பெற்றுத் தருவதில்லை. அந்த நிலம் விவசாயத்துக்கோ, கட்டடம் கட்டுவதற்கோ அல்லது வேறு ஏதாவது உற்பத்தி நோக்கத்துக்காகப் பயன்படுத்தப்பட்டாலும், தனக்கு ஒரு உபரி கிடைக்கும் விதத்தில் அதனைப் பயன்பாட்டுக்கு விடுவதுதான் நிலவுடைமையாளரின் நோக்கமாக இருக்கிறது. எனவே, பயன்பாட்டில் விடுவதற்கும் அல்லது விலக்கிக் கொள்வதற்கும் அவருக்குச் சட்டப்பூர்வ உரிமையை இந்த முதலாளித்துவ உற்பத்தி முறை நிலவும் சமுதாயமே வழங்கியுள்ளது.

எனவே, நிலமானது எப்படியும் வாடகை தர வேண்டும் என்கிற நிலவுடைமையாளரின் விருப்பமானது விவசாயப் பொருட்கள் உற்பத்தி விலையைவிடக் கூடுதல் விலைக்கு விற்கப்பட வேண்டும் என்றாகிறது. ஆனால் விவசாய விளைபொருட்கள் அவற்றின் உற்பத்தி விலைக்கு மேல் விற்கப்படுகின்றன என்ற உண்மை, அவை அவற்றின் மதிப்புக்குமேல் விற்கப்படுகின்றன என்பதற்கு எவ்வகையிலும் நிரூ. பணம் ஆகிவிடாது. தொழில்துறை போலவே ஒவ்வொரு தனிப்பட்ட முதலாளிகளின் உற்பத்திப் பொருள்களும் அவற்றின் அங்கக இணைப்பாக்கத்துக்கும் உகந்தபடி எப்படி தனித்தனியான மதிப்பைக் கொண்டிருக்கிறதோ, அதுபோலவே விவசாய உற்பத்தியிலும் நிலவுகிறது. தனிப்பட்ட மூலதனத்தின் உற்பத்திப் பொருள்களின் மதிப்பு, சமூக சராசரி உற்பத்தி விலைக்கு மேலாகவோ கீழாகவோ இருக்கலாம். எனவே விவசாயப் பொருட்களின் விலைகள் அவற்றின் உற்பத்தி விலைக்கு மேலாகவும், அவற்றின் மதிப்புக்கு கீழாகவும்

விற்கப்படுவது சாத்தியமே. சமூக சராசரி உற்பத்தி விலை என்பது மூலதன மாற்றீடு, சராசரி இலாபம் இவற்றின் கூட்டுத்தொகைக்குச் சமம். ஆனால் மாறும்-மூலதனத்தை அதாவது கூடுதல் தொழிலாளர்களைப் பயன்படுத்தி உற்பத்தியில் ஈடுபடும் தனிப்பட்ட மூலதனம் இயல்பாகவே அதிகமான உபரி-மதிப்பைப் படைப்பதால், கூடுதல் உபரி-மதிப்பையும், ஆகவே கூடுதல் இலாபத்தையும் உள்ளடக்கியிருக்கிறது. எனவே, சராசரி சமூக மூலதனத்தால் உற்பத்தி செய்யப்படும் உபரி-மதிப்பு, கூடுதல் தொழிலாளர்களைப் பயன்படுத்தி தாழ்ந்த அங்கக இயைபில் (அதாவது மாறும்-மூலதனத்தோடு ஒப்பிடுகையில் மாறா-மூலதனம் குறைந்திருப்பது) உற்பத்தி செய்யப்படும் உபரி-மதிப்பைவிடக் குறைவானதாகும். இதன் அடிப்படையில்தான் விவசாயப் பொருட்களின் மதிப்பு அவற்றின் உற்பத்தி விலைக்கு மேல் இருக்க முடியும் என்று தத்துவ நோக்கில் நிரூபிக்கப்படுகிறது. ஆக, பொருள்கள் அவற்றின் மதிப்புக்கே விற்கப்படுகின்றன என்றும் அதுதான் உபரி-மதிப்பைப் படைக்கிறது என்கிற ஆய்வின் முடிவுக்கு உகந்தபடி, பொருட்களின் உற்பத்தி விலைக்கும் (அடக்கவிலை + சராசரி இலாபம்) பொருட்களின் உண்மையான மதிப்புக்கும் இடையிலான வேறுபாடே அறுதி நில-வாடகையாகும். இந்த வாடகை, சுருங்கச் சொல்லின், வேறுபாட்டு வாடகையிலிருந்து கருத்தளவில், தெளிவாக வேற்படுத்திப் பார்க்க வேண்டியதாகும்.

ஆக, அறுதி வாடகையின் சாரம் இதுதான்: உபரி-மதிப்பு வீதம் அல்லது உழைப்புச் சுரண்டல் கடுமை குறிப்பிட்டதாய் இருக்க, பல்வேறு உற்பத்தித் துறைகளிலும் சம அளவிலான மூலதனங்கள் அவற்றின் சராசரி அங்கக இணைப்பாக்கத்தின் வேறுபாட்டுக்கேற்ப வெவ்வேறு உபரி-மதிப்புகளை உற்பத்தி செய்கின்றன. தொழில்துறையில் இந்த வெவ்வேறு உபரி-மதிப்புகள் சமனமாகி சராசரி இலாபமாக மாறி, சமுதாய மூலதனத்தின் ஈவுப் பகுதியாய் இருக்கும் தனிப்பட்ட மூலதனங்களிடையே ஒரே சீராகப் பிரிகின்றன. இதை நாம் ஏற்கெனவே இந்தப் பாகத்தில் ஆரம்பித்திலேயே பார்த்தோம். வேளாண்மைக்காகவோ, கச்சாப்பொருட்கள் எடுப்பதற்காகவோ நிலம் தேவைப்படும் போதெல்லாம் நிலச்சொத்தானது நிலத்தில் முதலீடாகிற மூலதனங்களிடையே இந்தச் சமனமாதல் நிகழ்வதற்குத் தடை மதிலாகிறது. சமனமாதலில் சேர்ந்து பொது இலாபத்துக்கு வழிசெய்ய வேண்டிய உபரி-மதிப்பில் ஒரு பகுதியை அது கைப்பற்றிக் கொள்கிறது. அப்போது வாடகையானது சரக்குகளின் மதிப்பின், குறிப்பாகச் சொன்னால் உபரி-மதிப்பின் ஒரு

பகுதியாகிறது. அது தொழிலாளர்களிடமிருந்து அதனைக் கறந்த முதலாளி வர்க்கத்தின் மடியில் விழுவதற்குப் பதில், முதலாளிகளிடமிருந்து அதனைக் கறக்கும் நிலவுடைமையாளர்களுக்குப் போய்ச் சேருகிறது. இது தொடர்பாக, விவசாய மூலதனம் அதற்குச் சமமான அளவுள்ள விவசாயமல்லாத மூலதனத்தைக் காட்டிலும் அதிக உழைப்பை இயங்கச் செய்கிறது என்று அனுமானம் செய்து கொள்கிறோம்.

சுருக்கமாகச் சொன்னால், அறுதி வாடகையென்பது அனைத்துச் சமுதாய (தொழில்துறை + விவசாயம்) உற்பத்திப் பொருட்களின் சந்தையை ஆளும் உற்பத்தி விலைக்கும், விவசாய உற்பத்திப் பொருட்களின் மதிப்புக்கும் இடையிலான கூடுதல் தொகையே ஆகும். இதன் அர்த்தம் என்னவென்றால், சமமான மூலதன முன்னீட்டில் கூடுதல் உபரி-மதிப்பு தொழில்துறையைவிட விவசாயத்துறையில் படைக்கப்படுகிறது என்பதே ஆகும். இதன் விளைவாகச் சமுதாய மூலதனம் விவசாயத் துறையை நோக்கிப் படையெடுக்க வாய்ப்பிருக்கிறது. ஆனால், நிலத்தில் தனியுடைமை இல்லையென்றால், இந்தச் சமுதாய உற்பத்தி விலைக்கும் கூடுதலான உபரி-மதிப்பு அனைத்துவகை முதலாளிகளுக்குமிடையில் பிரிக்கப்பட்டிருக்கும். இதன் விளைவாகச் சராசரி இலாபம் அதிகரிக்க வாய்ப்பிருந்திருக்கும். ஆனால் நிலவுடைமை இதற்குத் தடைமதிலாகிறது. மேலும் நிலப்பரப்புக்கு இயற்கையாகவே வரம்பிருக்கிறது.

கட்டட மனை வாடகை, நிலத்தின் விலை:

உபரி இலாபம் முதலாளிகளுக்கு இயற்கைச் சக்தியை ஏகபோகமாக்கிக் கொள்வதால் கிடைப்பது போலவே, இட வாகு உடைய கட்டடங்களுக்கும் இது பொருந்தும். சென்னையின் மையப் பகுதியில் உள்ள கட்டடங்களுக்கு வாடகை அதிகமாகக் கிடைப்பது இந்த அடிப்படையில்தான். போக்குவரத்து வசதி, சந்தை அருகில் இருப்பது, கல்வி நிலையங்கள், அலுவலகங்கள் அருகில் இருப்பது போன்றவை இதற்குத் துணை புரிகின்றன. பூமியில் வாழும் உரிமைக்காகவே சமுதாயத்தில் ஒரு பிரிவு இன்னொரு பிரிவிடமிருந்து கப்பம் வசூலிக்கிறது. நிலச்சொத்து என்பது புவிக்கோளையும், பூமியின் மேற்பரப்பையும், காற்றையும், உயிர்வாழ்வையும், உயிர் வளர்ச்சியையும் பயன்படுத்திக் கொள்ள நில உடைமையாளருக்குச் சிறப்புரிமை வழங்குவதாகும். இதேபோல் கட்டடம் கட்டுபவர் கட்டடம் கட்டுவதால் அதிக இலாபம் பெறுவதில்லை. நில-வாடகை உயர்வுதான் அவர் இலாபத்தின் பெரும்பகுதி. இதன்

அடிப்படையில்தான் ரியல் எஸ்டேட் தொழில் கட்டுமானத் தொழிலில் கொடிகட்டிப் பறக்கிறது. ரியல் எஸ்டேட் பண முதலைகள் கொழுத்த இலாபம் சம்பாதிக்கின்றனர்.

வாடகையால் ஏகபோக விலையா, அல்லது ஏகபோக விலையால் வாடகையா? — இரண்டுமே தாக்கம் செலுத்துகின்றன. நெல் உற்பத்தி முதல் வகை. விவசாயச்சாகுபடியில் நெல் விலை அதன் உற்பத்தி விலைக்கு மேல் விற்கப்படுவதோடு, தரிசு நிலத்தில் வாடகை செலுத்தாமல் மூலதன முன்னீடு செய்வதற்கு நிலச் சொத்து எழுப்பும் தடைமதில் காரணமாய், வாடகை ஏகபோக விலையை உண்டாக்கும். இரண்டாவது வகை உதாரணத்திற்கு, திராட்சைச் சாகுபடியை எடுத்துக் கொள்ளலாம். சில குறிப்பிட்ட வகைத் திராட்சைப்பழம் மதுத் தயாரிப்பில் அதிகப் போதையைக் கொடுத்து மதுப்பிரியர்களை மகிழ்விப்பதால், அந்த வகை மது பானங்களுக்குக் கிராக்கி ஏற்பட்டு, மதுப்பிரியர்கள் என்ன விலை கொடுத்தும் வாங்கத் தயாராக இருப்பார்கள். ஆனால் அத்தகைய திராட்சையை ஒப்பளவில் மிகக் குறைவாகவே உற்பத்தி செய்ய முடியும் என்கிறபோது அந்தக் குறிப்பிட்ட மதுவிற்கான ஏகபோக விலை திராட்சைத் தோட்டத்தின் வாடகையை வெகுவாக உயரச் செய்கிறது.

வாடகை உயராமலே நிலத்தின் விலை உயரலாம். வட்டி வீதம் குறைவதால் இத்தகைய நிலை எழ வாய்ப்பிருக்கிறது. நாம் ஏற்கெனவே நிலத்தின் விலை என்பதே மூலதனமாக்கப்பட்ட வாடகைதான் என்பதை முந்தைய பகுதியில் பார்த்தோம். அந்த அடிப்படையில் வட்டி வீதம் 10% ஆக இருந்துவரும்போது ஒரு ஏக்கர் நிலத்துக்கான ஒரு வருட வாடகை ரூ. 10000 என்று வைத்துக் கொள்வோம். அதாவது இந்த ரூ. 10,000 என்பது மேற்கூரிய வட்டி வீதத்தில் ரூ. 1,00,000 பண மூலதனத்தின் வட்டியாகக் காட்சி அளிக்கிறது. இப்போது வட்டி வீதம் 10% ஆக இருப்பது 5% ஆகக் குறைகிறது என்று வைத்துக் கொள்வோம். இந்தக் குறிப்பிட்ட வாடகை தற்போது ரூபாய் 2,00,000 மூலதனத்துக்கான வட்டியாக மாறிவிடுகிறது. எனவே நிலத்தின் விலை இருமடங்கு உயர்கிறது. அதேபோல நிலத்தில் இடப்பட்ட மூலதனத்தின் மீதான வட்டி உயர்வதாலும் நிலத்தின் விலை உயரலாம். வாடகை அதிகரிப்பதாலும் நிலத்தின் விலை உயரலாம். விளைபொருளின் விலை உயரும். போதெல்லாம், வேறுபாட்டு வாடகை உயர்கிறது. அதுவே நிலத்தின் விலை உயர்வுக்குக் காரணமாகிறது. இதுபோன்ற காரணங்களால் நிலத்தின் விலையும், கட்டடங்களின் விலையும் உயர்ந்து செல்கின்றன.

அத்தியாயம்-14

முதலாளித்துவ நில-வாடகை பிறந்த கதை

நாம் மேலே ஆய்வுக்கு உட்படுத்திய முதலாளித்துவ நில-வாடகை உதிப்பதற்கு முன்பு வாடகையானது வரலாற்றில் பல்வேறு கட்டங்களைக் கடந்து வந்துள்ளது என்பதையும் நாம் புரிந்து கொள்ள வேண்டும். உழைப்பு வாடகைதான் ஆரம்ப வடிவமாக இருந்தது.

14.1 உழைப்பு வாடகை

நில-வாடகையின் மிகச் சாமானிய வடிவம் உழைப்பு வாடகையாகும். இது நிலப்பிரபுத்துவ சமுதாயத்தில் எழுந்த முதல் வகையாகும். விவசாய உற்பத்தியில் நேரடி உற்பத்தியாளரான பண்ணையடிமை தமக்குச் சொந்தமான உழைப்புக் கருவிகளை (ஏர், கலப்பை, கால்நடைகள்) பயன்படுத்தி, உள்ளபடியே தன்னுடைய பராமரிப்பில் விடப்பட்ட நிலத்தைச்சாகுபடி செய்வதற்கு, தன்னுடைய உழைப்பில் வாரத்தில் ஒருபகுதியைச் செலவிடுகிறார். மீதி நாட்களில், நிலப்பிரபுக்காக அவரது பண்ணையில், கைமாறு ஏதுமின்றிப் பாடுபடுகிறார். இத்தகைய உழைப்பு முழுவதும் பண்ணையடிமையின் உபரி-உழைப்பாக நிலப்பிரபுவுக்குக் கிடைத்துவிடுகிறது. உழைப்பு வடிவத்தில் வாடகை நிலப்பிரபுவுக்குக் கிடைத்துவிடுகிறது. அதாவது இங்கே வாடகை தரும் தன்மை என்பதில் நிலத்தோடு கட்டுண்ட மனித உழைப்புச் சக்தியும் அடங்கும். அத்தோடு உழைப்புச் சக்தியின் உடைமையாளரைத் தம் சொந்த இன்றியமையாத் தேவைகளை நிறைவு செய்து கொள்வதற்குத் தேவைப்படும் அளவுக்கும் மேல் உழைப்புச் சக்தியை இணங்க வைத்துச் செயல்படுத்துமாறு நிர்ப்பந்திக்கிற உற்பத்தி உறவும் அடங்கும். இங்குப் பண்ணையடிமை நேரடி உற்பத்தியாளர் என்ற முறையில் நிலத்தை வைத்திருப்பவரே தவிர அந்நிலத்தின் உடைமையாளர் அல்லர் என்பதை நாம் நினைவில் வைத்துக் கொள்ள வேண்டும். ஆக, இந்த நிலத்தைப் பயன்படுத்தி தனது வாழ்வாதாரத்தை நிறைவு செய்து கொள்வதற்காகத்தான் இந்தப் பண்ணையடிமை நிலப்பிரபுவின் நிலத்தில் ஊதியமின்றி உழைத்துத் தமது உபரி-உழைப்பு முழுவதையும் உழைப்பு வடிவில் அளித்து வாடகையாகக் கொடுக்கிறார், இந்த வடிவம்தான் சில காலத்துக்கு நீடித்த பின் நிலப்பிரபுத்துவ சமுதாயத்தில் வழக்காறு என்றும், பாரம்பரியம் என்றும் வேரூன்றி முடிவில் வெளிப்படையான சட்டமாக அங்கீகரிக்கப்பட்டது.

14.2 பண்ட வாடகை

உழைப்பு வாடகையின் அடுத்த வளர்ந்த கட்டம் பண்ட வாடகை. இங்கே பண்ணையடிமை நிலப்பிரபுக்குச் சொந்தமான ஒரு பகுதி நிலத்தில் வாரம் முழுவதுமே உழைக்கிறார். தனக்குச் சொந்தமான உழைப்புக் கருவிகளைப் பயன்படுத்தியே உழைக்கிறார். உழைப்பின் பலனாகக் கிடைக்கும் விளைபொருளில் ஒருபகுதியை அவர் நிலப்பிரபுவுக்கு வாடகையாகக் கப்பம் கட்டுகிறார். இது முந்தைய பண்ணையடிமை முறையிலிருந்து ஓரளவு முன்னேறிய வடிவமாகும். இங்கு உழைப்பின் உபரி, பண்ட வடிவில் செல்கிறது. இங்கே நிலவுடைமையாளர் தனியாரா, அரசா என்பது முக்கியமல்ல. பண்ட வாடகை என்பது நேரடி உற்பத்தியாளர் நாகரீக வளர்ச்சியின் ஓர் உயர்ந்த கட்டத்தில், அதாவது அவரின் உழைப்பின் வளர்ச்சியிலும் பொதுவாகச் சமுதாயத்தின் வளர்ச்சியிலும் ஓர் உயர்ந்த படித்தரத்தில் இருப்பதைக் குறிப்பதாகும். உபரி-உழைப்பு முன்போல் நிலப்பிரபுவின் நேரடி மேற்பார்வையில் கட்டாயமாய் இல்லாமல், சூழ்நிலைமைகளின் சக்தியால் செலுத்தப்படுகிறது. சவுக்கடியால் இயக்கப்படுவதற்குப் பதில் சட்டநெறியால் இயக்கப்படுகிறார் என்பது மட்டுமே இங்கு வித்தியாசம். இத்தகைய வாடகை வடிவம் காலனி நாடுகளில் நிலவியபோது அதைத் தம் சுரண்டலுக்குச் சாதகமாக மேலாதிக்க நாடுகள் பயன்படுத்தி வந்தன. இதற்கு நேரடி உதாரணம், இந்தியாவை ஆங்கிலேயர் அடிமைப்படுத்தியபோது இருந்த நிலைமை.

14.3 பண வாடகை

நேரடி உற்பத்தியாளார் நிலவுடைமையாளரிடம் விளைபொருளைக் கொடுப்பதற்குப் பதில் அதன் விலையைப் பணமாகக் கொடுப்பதுதான் பண வாடகையாகும். முன்பு உற்பத்தியாளர் விளைச்சலில் ஒரு பகுதியைத் தானியமாகக் கொடுத்துவிடுவதுபோல் இது அவ்வளவு எளிதல்ல. பண்டங்களின் மிகையளவு தற்போது விற்கப்பட வேண்டும். அதாவது சரக்குகளாக மாற்றப்பட வேண்டும். சரக்குகளாக உற்பத்தி செய்யப்பட்டு சந்தைக்கு வர வேண்டும். இப்போது உற்பத்தியாளரின் உபரி-உழைப்பு பண்டமாக விற்கப்பட்டு கிடைக்கும் பணம் நிலப்பிரபுக்குப் பணமாகப் போய்ச் சேருகிறது. இத்தகைய பண வாடகை ஊதியமில்லாத உபரி-உழைப்பின் இயல்பான வடிவம் என்ற முறையிலான – நில-வாடகையின் இறுதி வடிவமுமாகும். அதேபோல் அதன் குலைவின் வடிவமும் ஆகும். உழைப்பு வாடகையும், பண்ட வாடகையும்

போலவே பண வாடகையும் அதன் தூய வடிவில் இலாபத்திற்கு மேலான உபரி எதையும் குறிப்பதில்லை. கருத்துருவில் அது இலாபத்தை உள்ளடக்கியதாகும். வாடகை பண-வாடகையாக வடிவெடுத்தவுடனேயே விவசாயிக்கும் நிலப்பிரபுவுக்கும் இடையிலான உறவுமுறை ஒப்பந்தத்தால் நிர்ணயிக்கப்படும் உறவுமுறையாக மாறிவிடுகிறது. பண்ணையடிமை நிலப்பிரபுத்துவ நுகத்தடியிலிருந்து ஓரளவுக்கு விடுபட்டவர் ஆகிவிடுகிறார். இந்த வடிவமே மெல்ல மெல்ல வளர்ந்து நிலப்பிரபு வெறும் நிலவுடைமையாளராக மாற்றப்பட்டு முடிவில் நிலத்தை முதலாளிகளிடம் குத்தகைக்கு விடும் நிலைக்கு ஆளாகிறார். இப்படியாக முதலாளித்துவ உற்பத்திமுறை கிராமப் புறங்களுக்கும் விரிவடைகிறது.

அத்தியாயம்-15

பங்கு வாரமும் விவசாயியின் சிறுவீத நிலவுடைமையும்

மேற்கூறிய ஆரம்ப வடிவ வாடகை வடிவிலிருந்து முதலாளித்துவ முறைக்கு மாறிச் செல்லும் இடைக்கட்டமாகத்தான் பங்கு வார அமைப்பு தலையெடுக்கிறது. இந்த வடிவத்தில் குத்தகைதாரர் நிலத்தைப் பயன்படுத்துவதில் தேவைப்படும் மூலதனத்தில் ஒரு பகுதியை முன்னீடு செய்கிறார். நிலவுடைமையாளர் நிலத்தை வழங்குவதோடு தேவைப்படும் மூலதனத்தின் மற்றொரு பகுதியைக் குத்தகைதாரருக்கு வழங்குகிறார். இதில் கால்நடைகள், கலப்பை போன்றவை அடங்கலாம். இறுதியில் விளைபொருளானது குத்தகைதாரருக்கும், நிலவுடைமையாளருக்கும் இடையில் ஒரு குறிப்பிட்ட விகிதாச்சாரத்தில் பகிர்ந்து கொள்ளப்படுகிறது. உதாரணம் 60 : 40. இந்த விகிதம் நாட்டுக்கு நாடும், ஒரே நாட்டிலும்கூட பிரதேசத்திற்குப் பிரதேசம் மாறுபடக் கூடியது. இங்கு பங்கு வார அடிப்படையில் நிலவுடைமையாளருக்குப் போய்ச்சேரும் பங்கு அதன் தூய வடிவில் வாடகை வடிவமாவதில்லை. அவர் செலுத்தும் மூலதனத்துக்கு வட்டியும் மிகையளவு வாடகையும் அடங்கியதாகும்.

இந்தப் பங்கு வார வடிவான விவசாய உற்பத்தியோடு கூடவே சிறு விவசாயிகளின் தொகையும் அதிகரித்துச் செல்கிறது. ஆனால் இந்தச் சிறுவீத விவசாயிகள் சிறு அளவிலான நிலத்தைச் சொந்தமாக வைத்துள்ளனர். சுதந்திர உடைமையாளராக இருக்கின்றனர். முன்போல் வாடகை ஏதும் விட்டுத்தர வேண்டியதில்லை. மற்ற உற்பத்திக் கிளையில் போலவே விவசாயத் துறையில் சிறுவீத விவசாயிகளுக்கும் தங்களது உழைப்புக்கு மேல் சராசரி இலாபமும் அதற்கு மேல் உபரி இலாபமும் கிடைக்க வாய்ப்பிருக்கலாம். அவரது உழைப்பின் பலன்கள் அனைத்தையும் போலவே இந்த உபரி இலாபமும் சிறுவீத விவசாயிக்குப் போய்ச்சேருகிறது. ஆனால் சிறுவீத விவசாய உற்பத்தியில் மண்வள வேறுபாட்டால் வேறுபாட்டு வாடகை என்பது அரிதாகி விடுகிறது. இங்கே பெரும்பாலும் நேரடி வாழ்வுச் சாதனங்களுக்கான சாகுபடியாகவே வேளாண்மை நடைபெறுவதால், நிலமானது பெரும்பான்மை மக்களின் உழைப்பையும் மூலதனத்தையும் ஈடுபடுத்துவதற்கான இன்றியமையாக் களமாக இருந்து வருவதாலும், உற்பத்திப் பொருளின் ஆளும் சந்தை விலையானது அசாதாரண நிலைமைகளில் மட்டுமே அதன் மதிப்பை வந்தடையும் என்றாலும், இந்த மதிப்பு உற்பத்தி-விலையைக் காட்டிலும் கூடுதலாய் இருக்கும்.

விவசாயி சிறு முதலாளி என்கிற அடிப்படையில் உற்பத்திச் செலவோடு தனது கூலியையும் அதில் சேர்த்துக் கணக்கிட்டு வரும் விலை கிடைத்தால் போதும் என்று எண்ணுகிறார். விளைபொருளின் இந்த விலை தனது கூலியைச் சரிக்கட்டும் வரை உழுது பயிரிட்டு வருவார். இந்த நிலைமைதான் இந்தியச் சிறு விவசாயிகள் பெரும்பாலானோரின் நிலைமையாக இன்றுவரை தொடர்கிறது. எனவேதான் விவசாய உற்பத்தியில் விவசாயிக்கு உரிய விலை கிடைக்காமல் போகிறது. ஆனாலும் விவசாய உற்பத்தி தடைப்படாமல் நடைபெறுவதற்காக முதலாளித்துவ அரசானது சிறு விவசாயிகளுக்கு மின்சாரப் பயன்பாட்டில் மானியம், உர மானியம், பயிர்க்கடன் மானியம் என்று தொடர்ந்து வழங்கி வருகிறது.

ஆனாலும் அரசின் இந்தச் சலுகையையும் மீறி, சிறு விவசாயிகள் வாங்கும் கடுவட்டியும், பயிர்க் கடனும் பருவ மழை பொய்த்துப் போகும்போதும், இயற்கைப் பேரிடரின் போதும் அவர்களை வறுமையின் பிடியில் வாடச் செய்து கடன்தொகையை உரிய காலத்தில் செலுத்த முடியாத நிலைக்குத் தள்ளிவிடுகிறது. வளர்ச்சி அடையாத அல்லது தொழில்வளம் குன்றிய நாடுகளில் நிலைமை இதுவே. இந்திய விவசாயிகள் பெருமளவில் தற்கொலை செய்து மடிவது வருடா வருடம் தொடர்வது அவர்களது உற்பத்திப் பொருளுக்கு போதிய விலை கிடைக்காமலிருப்பதே ஆகும். அதாவது சந்தை விலை அவர்கள் உற்பத்தி செய்த விளைபொருட்களின் உண்மை மதிப்பைவிட மிகக் குறைவாக இருப்பதே காரணமாகும். ஆனால் மறுபுறம் வேளாண்மையில் முதலாளித்துவ உற்பத்தி முறை பெருமளவில் செயலாற்றுவதற்கு இத்தகைய சிறுவீத விவசாய உற்பத்தி பெரும் தடையாகிவிடுகிறது. எனவே முதலாளித்துவம் இவர்களைஅழிப்பதில் அரசு உதவியுடன் சில நேரங்களில் நேரடியாகவும், சில நேரங்களில் மறைமுகமாகவும் பங்காற்றுகிறது.

இந்திய அரசாங்கத்தின் ரூ. *500*, ரூ. *1000* நோட்டுகளின் பண மதிப்பிழப்பு நடவடிக்கையும் இந்த வகையில் ஒன்றே. கொஞ்ச நஞ்சம் கைவசம் இருந்த மதிப்பிழந்த நோட்டுகளை வங்கிகளுக்கு வரவழைத்ததோடு அவர்கள் விவசாயம் செய்வதற்குத் தேவையான பணத்தை எடுப்பதற்கும் கட்டுப்பாடு விதிக்கப்பட்டது. கூட்டுறவு சங்கங்கள் மூலம் கடன் வழங்குவது குறிப்பிட்ட காலத்துக்கு தடுக்கப்பட்டது. அத்துடன் அரசின் கட்டுப்பாட்டில் இருக்கும் பொதுத்துறை வங்கிகள் லட்சம் கோடிக்கும் அதிகமான கடன்களை இந்தியப் பெருமுதலாளிகளிடமிருந்து வசூலிக்கத் தவறியது

மட்டுமின்றி வாராக் கடனாகத் தள்ளுபடி செய்யும் அதே நேரத்தில் சிறு விவசாயிகள் வாங்கிய பயிர்க் கடனை மோசமான விளைச்சல் காலத்திலும்கூட தள்ளுபடி செய்ய மறுத்து, நிலங்களைச் சப்தி செய்யும் நடவடிக்கையில் இறங்குகின்றன. இவையே இந்திய விவசாயிகளைத் தற்கொலைக்குத் தள்ளிவிடுகின்றன. ஆக, எப்படியாவது சிறுவீத நிலங்களைச் சிறு விவசாயிகளிடமிருந்து பறித்து, அவர்களை நிலத்தைவிட்டு வெளியேற்றுவதுதான் பெருமுதலாளி வர்க்கத்தின் கடமையாக இருக்கிறது. இதற்கு இந்திய அரசும் துணை போகிறது. இந்தியப் பொருளாதார நிலைமைகளை மார்க்ஸின் ஆய்வு முடிவின் அடிப்படையில் உள்ளபடியே பார்க்க வைக்கிறது. நிலைமையும் அதுவாகவே இருக்கிறது.

கடு வட்டியும், வரி விதிப்பும் எப்போதுமே சிறுவீத நிலவுடைமையை வளங்குன்றி வாட்டமுறச் செய்தே தீரும். நிலத்துக்கு விலையாகச் செலவிடப்படும் மூலதனம் சாகுபடியிலிருந்து விலக்கி எடுக்கப்படுகிறது. உற்பத்திச் சாதனங்கள் உள்ளபடியான தேவையைவிட வரம்பின்றிக் கூடுகின்றன. மனித ஆற்றல் பெருமளவில் வீணாகிறது. உற்பத்திச் சாதனங்கள் விலை அதிகரிக்கிறது. இதெல்லாம் சிறுவீத விவசாய உற்பத்தியின் தவிர்க்க முடியாத விதியாகும். தங்கள் பங்குக்கு தொழில்துறையும் வணிகமும் நிலத்தைச் சக்தியிழக்கச் செய்வதற்கான சாதனங்களை வழங்குகின்றன. இன்னொரு புறம் தொழில்சாலைக் கழிவுகள் மண்வளத்தை மலடாக்குகின்றன. இதற்கு நேரடி உதாரணம் திருப்பூர் சாயத் தொழில்சாலை. ஆக, எந்தப் பிரச்சனையைத் தொட்டாலும் அதற்கான விடையும் விளக்கமும் மார்க்ஸின் மூதலன நூலுக்குள்ளே இருப்பதை வாசகர்கள் புரிந்து கொள்ளலாம்.

பகுதி-7

வருவாய்களும் அவற்றின் ஆதாரங்களும்

அத்தியாயம்-16

மும்மைச் சூத்திரம்

அரசியல் பொருளாதாரத்தின் மும்மைச் சூத்திரமான மூலதனம், நிலம், உழைப்பு இந்த மூன்றும் முறையே இலாபம் (முனைவு இலாபம் + வட்டி), நில-வாடகை, கூலி இவற்றின் வருவாய் ஆதாரமாகக் காட்சியளிக்கிறது. ஆனால் மூலதனம், நிலம், உழைப்பு என்பது பொருளோ, பண்டமோ அல்ல. அது வரலாற்று வழிப்பட்ட ஒரு சமூக அமைப்புக்குரிய குறிப்பிட்ட ஒரு சமூக உற்பத்தி உறவே ஆகும். இந்த உற்பத்தி உறவுதான் பண்டமாக வடிவம் பூண்டு அதற்கொரு பிரத்தியேக சமூகத் தன்மையை வழங்குகிறது. இந்த வகையில் மூலதனமென்பது மூலதனமாக மாற்றப்பட்ட உற்பத்திச் சாதனங்களே ஆகும். தங்கமோ, வெள்ளியோ அதனளவில் பணம் ஆகாது என்பது போலவே, இந்த உற்பத்திச் சாதனங்களும் அதனளவில் மூலதனம் ஆகாது. ஒரு குறிப்பிட்ட சமுதாயப் பிரிவின் ஏகபோகமாயிருக்கும் இந்த உற்பத்திச் சாதனங்கள் உயிருள்ள உழைப்பை உற்பத்தி நிகழ்முறையில் எதிர் நோக்கும்போதுதான் அது மூலதனமாகிறது.

அடுத்த வருவாய் ஆதாரமான நிலம் என்பது ஒரு இயற்கை வடிவமாகும். என்றும் நிலைத்திருப்பதும் ஆகும். உழைப்பின் படைப்பாய் நிலம் இல்லை என்பதால் அதனளவில் அதற்கு எந்த மதிப்பும் இல்லை. ஆனால் இந்த இயற்கைச் செல்வமான நிலம் மனித உழைப்பானது அதன் மீது செயலாற்றும்போது மதிப்புருவாக்கத்தில் பங்காற்றுகிறது. ஒரே அளவு உழைப்பும் மூலதனமும் வெவ்வேறு வளமுடைய நிலத்தில் செலுத்தப்படும்போது நிலத்தின் வளத்துக்கு ஏற்ப விவசாய விளைபொருட்களின் பருமன் மாறுகிறது. இந்த வேறுபாடுகளின் காரணமாக அத்தகைய விளைபொருட்களின் தனிப்பட்ட மதிப்புகள் மாறுகின்றன. இந்தத் தனிப்பட்ட மதிப்புகள் சமனப்பட்டு சந்தை-மதிப்புகள் ஆவதால்தான், வளமான நிலத்தின் விவசாயப் பொருட்களின் உபரி, நிலவுடைமையாளருக்கு வருவாயாகப் போகிறது. இதுதான் ரிக்கார்டோவின் கருத்தும்கூட.

இம்முக்கூட்டில் மூன்றாவது வருவாய் ஆதாரமான உழைப்பு என்பது வெறும் ஆவிதான். இது ஒரு சூக்குமம் என்று சொல்வதற்கு மேல் ஒன்றுமில்லை. இது இயற்கையாகவே மனிதனுக்குள்ள பொதுவான பண்பாகும். இது எந்தச் சமுதாயத்தையும் சேராமல் தனித்திருப்பது. பொதுவாக மனிதப் பிறவிகளின் உற்பத்திச் செயல்பாடாகும்.

மூலதனத்தைப் போலக் கூலியுழைப்பும், நிலச் சொத்தும்கூட வரலாற்று வழியில் நிர்ணயிக்கப்பட்ட சமூக வடிவங்களாகும். மூலதனத்தின் மூலமான வருவாய் கொச்சைப் பொருளாதாரவாதிகளின் பார்வையில் வெறும் வட்டியாகவே காட்சியளிக்கிறது. ஏனென்றால் அவர்களைப் பொறுத்தவரையில் மூலதனம் என்பது திறனுடை மூலதனத்துக்கு மாறாகப் பண மூலதனமாகவே காட்சியளிக்கிறது. ஆக, இந்த வகையில் வருவாயாகத் தோற்றமளிக்கும் வட்டி. வாடகை, கூலி ஆகியவை பொருளின் மதிப்பின் உள்ளடக்கக் கூறுகளாகும். அல்லது பணமாகச் சொன்னால், பணத்தின் அல்லது விலையின் உள்ளடக்கக் கூறுகளாகும். இந்த மதிப்புருவாக்கத்தில் இறுதியாக உபரி-மதிப்பு படைக்கப்படுகிறது. முதலாளித்துவ சமுதாயத்தில் இந்த உபரி-மதிப்பு அல்லது உபரி-உற்பத்தி, சமுதாய மூலதனத்தில் ஒவ்வொரு முதலாளிக்கும் சொந்தமான பங்களவுக்கு ஏற்ற விகிதத்தில், முதலாளிகளிடையே ஆதாயப் பங்கீடாகப் பிரிக்கப்படுகிறது. இதில் மூலதனத்தின் பங்குக்குச் சராசரி இலாபமாகப் போகிறது. இந்தச் சராசரி இலாபம் முனைவு இலாபம் மற்றும் வட்டியாக பிரிக்கப்படுகிறது. சராசரி இலாபம் இரு இனங்களிலும் உள்ள வெவ்வேறு முதலாளிகளுக்குப் போய்ச் சேரக்கூடும். நாம் இங்கே இலாபத்தை மூலதனத்தின் பங்குக்குப் போய்ச்சேரும் உபரி-மதிப்புப் பகுதி என்று குறிப்பிடும்போது, சராசரி இலாபத்தைத்தான் நாம் கருத்தில் கொள்கிறோம். சராசரி இலாபம் = முனைவு இலாபம் + வட்டி. வாடகை கழிக்கப்பட்டுவிடுவதாக முன்கூட்டியே அனுமானம் செய்து கொள்கிறோம். இந்த அடிப்படையில் மூலதன இலாபமும் (முனைவு இலாபம் + வட்டி) நில-வாடகையும் உபரி-மதிப்பின் அடக்கக் கூறுகளே தவிர வேறல்ல.

மூலதனம், உபரி-மதிப்பாலும், உபரி-உற்பத்தியாலும் குறிக்கப்படுகிற உபரி-உழைப்பை நேரடியாகத் தொழிலாளர்களிடமிருந்து கறக்கிறது. இந்த அர்த்தத்தில் வேண்டுமானால், மூலதனத்தை உபரி-மதிப்பின் உற்பத்தியாளராகக் கருதலாம். உள்ளபடியே நிலச் சொத்துக்கும், பொருளுற்பத்தி

நிகழ்முறைக்கும் தொடர்பேதும் இல்லை (நிலம் இயற்கைச் செல்வம் என்ற அடிப்படையிலும், உற்பத்தி செய்யப்படாத உழைப்புச் சாதனம் என்ற அடிப்படையிலும்). மூலதனம் தனதாக்கிக் கொள்ளும் உபரி-மதிப்புக்கு நிலச் சொத்து தடைமதிலாக அமைகிறது. ஆனால் நிலவுடைமையாளர் இன்றியமையாத உற்பத்திச் சாதனங்கள் ஒன்றின் ஆளுருவமாகக் காட்சியளிக்கிறார். இதுதான் அவர் வாடகை என்கிற அர்த்தத்தில் உபரி-மதிப்பிலிருந்து கப்பம் வசூலிப்பது ஆகும். உண்மையில் முதலாளிகள் என்போரும் மூலதனத்தின் ஆளுருவே தவிர வேறல்லர். சுயேச்சையான சக்தியாக உற்பத்தியாளரை எதிர்நோக்குவது போலவே, நிலமும் நிலவுடைமையாளராக ஆளுருவம் பெற்று, சுயேச்சையான சக்தி என்ற முறையில் தன் உதவி கொண்டு படைக்கப்பட்ட விளைபொருளில் தன் பங்கைக் கேட்பதற்காக பின்னங்கால்களை தரையிலூன்றி எழுந்து நிற்கிறது. தொழிலாளியைப் பொறுத்தவரை தம்முடைய தனிப்பட்ட உழைப்புச் சக்தியின் உடைமையாளர் என்ற முறையிலும், அதனை முதலாளிக்குச் சரக்காக விற்கிறவர் என்கிற முறையிலும் உற்பத்திப் பொருளில் அடங்கியுள்ள மதிப்பின் ஒரு பகுதியைக் கூலி என்ற பெயரில் பெறுகிறார். இந்த உழைப்புப் பகுதியைத்தான் அவசிய உழைப்பு என்கிறோம். இதுதான் மதிப்புருவாக்கத்தின் ஆதாரம் ஆகும். இந்தச் சாரம், அதாவது பொருள் வடிமாக்கப்பட்ட சமுதாய உழைப்பேயாகிய வருடாந்திர உற்பத்திப் பண்டத்தின் மொத்த மதிப்பு ஒன்று இருப்பதாக வைத்துக் கொண்டுதான் இந்தப் பங்கீடு நடக்கிறது.

அத்தியாயம்-17

மூலதனம் - ஒரு மர்மப் பிறவி

உழைப்பின் சமுதாய உற்பத்தித் திறன்கள் அனைத்துக்கும் உழைப்பே காரணம் என்பதற்குப் பதில் மூலதனமே காரணம் என்பதாகத் தோன்றுகிறது. இந்த உற்பத்தித் திறன்கள் எல்லாம் மூலதனத்தின் கருப்பையிலிருந்தே பிறந்து வருவதாகத் தோன்றுகிறது. இத்தகைய சாரத்திலும் வடிவத்திலுமான மாற்றங்களோடு சுற்றோட்ட நிகழ்முறை குறுக்கிடுகிறது. தொடக்கத்தில் மதிப்பு உருவாக்கத்தில் நிலவிய உறவுகள், சுற்றோட்டத் துறையில் அடியோடு பின்னுக்குத் தள்ளப்படுகின்றன. உபரி-மதிப்பு, சுற்றோட்டத்தில் எழுவதாகவே தோன்றுகிறது. காரணம் –

1. சரக்கை விற்பதில் பெறப்படும் இலாபம் மோசடியையும், ஏமாற்றத்தையும், வியாபார சாமர்த்தியத்தையும், திறமையையும், சாதகமான ஓராயிரம் சந்தை வாய்ப்புகளையும் பொறுத்ததாகும் என்பதால்.

2. விலை நிர்ணயிக்கும் கூறுகள் என்ற வகையில் உழைப்பு நேரத்தோடு இங்கே சுற்றோட்ட நேரமும் சேர்ந்து கொள்கிறது. ஆனால் மெய்யாகவே மதிப்பு, உபரி-மதிப்பின் உருவாக்கத்துக்குச் சுற்றோட்டம் எதிர்வகைத் தடைமதிலாகத்தான் செயல்படுகிறது. சுற்றோட்டத் துறை உண்மையிலேயே போட்டாப் போட்டி நிலவும் துறையாகும்.

3. உற்பத்தி உறவுகள் ஒன்றையொன்று சார்ந்திராத சுயேச்சை உறவுகளாகின்றன. மதிப்பின் அடக்கக் கூறுகள் ஒன்றையொன்று சார்ந்திராத சுயேச்சை வடிவங்களாக இறுகிப் போகின்றன (மாறா-மூலதனம், மாறும்-மூலதனம்). இலாபமாக உருமாறிவிட்ட உபரி-மதிப்பு மொத்த மூலதனத்தோடு உறவுபடுத்தப்படுகிறதே ஒழிய, உழைப்புக்காக முதலீடு செய்யப்பட்ட மூலதனப் பகுதியோடு அதாவது எதிலிருந்து பெறப்படுகிறதோ அதோடு உறவுபடுத்தப்படுவதில்லை.

முடிவில், உபரி-மதிப்பின் சுயேச்சையானதோர் ஆதாரமாகக் காட்டப்படும் மூலதனத்துடன் நிலச் சொத்தும் சேர்ந்து கொள்கிறது. உபரி-மதிப்பின் பல்வேறு பகுதிகளும் தமக்குள் ஒன்றுக்கொன்று அந்நியமாகி இறுகி கெட்டிப்படும் வடிவம் முழுமையடைகிறது. உள்தொடர்பு அறவே குலைவுறுகிறது. உபரி-மதிப்புக்கான ஆதாரம் ஆழக் குழிதோண்டிப் புதைக்கப்படுகிறது.

அத்தியாயம்-18

பொருளுற்பத்தி நிகழ்முறையின் பகுப்பாய்வு

தொல்சீர் பொருளாதாரவாதிகளான ஆதாம் ஸ்மித், ரிக்கார்டோ இவர்களின் கூற்றுப்படி நாமும் வருவாய் (கூலி + இலாபம் + வாடகை) முழுவதும் சொந்த நுகர்வுக்கே போகிறது என்று அனுமானம் செய்வதாக வைத்துக் கொள்வோம். ஆனால் இது ஒரு தவறான கண்ணோட்டத்துக்கு இழுத்துச் சென்றுவிடுகிறது. எப்படியென்றால், ஆண்டுதோறும் உற்பத்தியாகும் உற்பத்திப் பண்டத்தில் மாறா-மூலதனப் பகுதியும் அடங்கியுள்ளது. அப்படியென்றால் கூலி + இலாபம் + வாடகை என்பது, கூலி + இலாபம் + வாடகை + *C* (மாறா-மூலதனம்) என்பதற்குச் சமமான உற்பத்திப் பண்டத்தை எப்படி வாங்க முடியும்? எனவே நாம் சிக்கலில் மாட்டிக் கொள்கிறோம். இந்தச் சிக்கலுக்குத் தீர்வுதான் என்ன? மாறா-மூலதனத்தின் பகுதி மாற்றீடு செய்யப்பட்டு மீண்டும் மறு உற்பத்திக்கு மூலதனமாக வந்து நிற்க வேண்டும். இந்தச் சிக்கல் மூலதனம் இரண்டாம் பாகத்திலேயே தீர்க்கப்பட்டுவிட்டது. வாசகர்களுக்கு நினைவூட்டும் பொருட்டுச் சுருக்கமாகக் கிழே கொடுக்கப்பட்டுள்ளது:

18.1 சாமானிய மறு உற்பத்தி

I. $4000C + 1000v + 1000s = 6000$

(*Means of Production* உற்பத்திச் சாதனங்கள் உற்பத்தித் துறை)

II. $2000C + 500v + 500s = 3000$

(*Means of subsistence* நுகர்வுப் பண்டங்கள் உற்பத்தித் துறை)

மொத்த வருடாந்திர உற்பத்தி $= 9000$

- துறை-*I* -ஐச் சேர்ந்த உற்பத்திப் பண்டத்தின் $1000v + 1000s$ மதிப்புக்கூறு அதாவது கூலி + இலாபம், துறை-*II* -ஐச் சேர்ந்த $2000C$ ஆகிய மாறா-மூலதனக் கூறான நுகர்வுப் பண்டத்திற்கு மாற்றீடு செய்யப்படுகிறது. அதாவது பண்ட வடிவில் மாற்றீடு செய்யப்படுகிறது.
- துறை–*II* -ன் வருவாயான $500v + 500s$ அதே துறையைச் சேர்ந்த நுகர்வுப்பண்ட நுகர்வில் செலவிடப்படுகிறது.
- இறுதியாக, துறை-*I* -ன் மாறாப் பகுதியாகிய உற்பத்திப் பண்டம், துறை-*I* -ஐச் சேர்ந்த முதலாளிகள் தங்களுக்குள் பரிவர்த்தனை செய்வதன் மூலம் ஓரளவுக்கும், தங்கள்

உற்பத்திப் பண்டங்களையே மறுபடியும் உற்பத்திச் சாதனங்களாகப் பயன்படுத்திக் கொள்வதிலும் மாற்றீடு நடைபெறுகிறது.

எனவே மூலதனம் இரண்டாம் பகுதியில் முழுமையாகத் தீர்க்கப்பட்ட விசயத்துக்குள் மார்க்ஸ் போவதன் அவசியம் என்ன? அங்கே உபரி-மதிப்பு அதன் வருவாய் வடிவங்களில் இலாபமாகவும் (முனைவு இலாபம் + வட்டி), வாடகையாகவும் வளர்க்கப்படாமல் இருந்தது. இரண்டாவதாக, கூலி, இலாபம், வாடகை என்ற வடிவம் தொடர்பாக ஆதாம் ஸ்மித் தொடங்கி, அரசியல் பொருளாதாரம் அனைத்தின் பகுப்பாய்விலும் நம்ப முடியாத ஒரு பெருந்தவறு இழைந்தோடி இருக்கிறது. இந்தத் தவறுகளைக் களையும் பொருட்டு நாம் வருடாந்திரச் சரக்கின் மதிப்பை ஆய்வுக்கு உட்படுத்த வேண்டியுள்ளது. வருடாந்திரச் சரக்கின் மதிப்பில் இரு கூறுகள் அடங்கியுள்ளன. அதை *A* என்றும் *B* என்றும் கொள்வோம்:

- *A* என்பது மாறா-மூலதனத்தை மாற்றீடு செய்வதாகும். *B* என்பது வருவாயாகக் கூலி + இலாபம் + வாடகையாக குறிக்கப் பெறுவதாகும்.

- இதில் *A* என்பது முழுவதும் மாறா-மூலதனமாக மறு உற்பத்தி மூலதனமாகத் திரும்பி வருகிறது. இது ஒரு போதும் வருவாயாக இருப்பதில்லை.

- அதே போல் *B* –ல் ஒரு பகுதி மாறும்-மூலதனமாகக் கூலியின் வடிவில் திரும்பி வருகிறது. *B* தன்னுள் ஒரு எதிர்நிலையைத் தாங்கி உள்ளது. இது ஒரு இரட்டை நிகழ்முறை ஆகும். அது முதலில் மூலதன வடிவில் நிலவி, அந்த வகையில் உழைப்புச் சக்திக்காக பரிவர்த்தனை செய்யப்படுகிறது. பின்பு தொழிலாளியின் கையில் அது வருவாயாக மாற்றப்படுகிறது.

18.2 மொத்த உற்பத்தி *Vs* மொத்த வருவாய்

முதலாளித்துவக் கண்ணோட்டத்தில், மொத்த உற்பத்தி என்பது ஒரு ஆண்டில் மறு உற்பத்தி செய்யப்படும் மொத்த உற்பத்திப் பொருளாகும்.

அதாவது, $C + v + s = C'$

மொத்த ஆண்டு வருமானம் என்பது $C' - c$ (மொத்த உற்பத்திப் பொருளின் மதிப்பிலிருந்து மாறா-மூலதனத்தைக் கழித்து வருவதற்குச் சமமாகும்).

அதாவது, $v + s$ (கூலி + இலாபம் + வாடகையின் கூட்டுத்தொகை) = ஆண்டு வருமானம்.

ஆண்டின் மொத்த வருமானத்தில் கூலியும் அடங்கியுள்ளது. ஆனால் தனிப்பட்ட முதலாளியைப் பொறுத்தவரை நிகர வருமானம் மொத்த வருமானத்திலிருந்து வேறுபடுகிறது. அதாவது நிகர வருமானத்தில் கூலி சேருவதில்லை. சமுதாயம் முழுவதுக்குமான வருமானத்தை நோக்குங்கால், நாட்டு வருமானம் என்பது கூலி + இலாபம் + வாடகை என்பதாக, அதாவது மொத்த வருமானமாக அமைகிறது. ஆனால் இதுவுங்கூட சூக்குமப்படுத்தலே ஆகும். ஏனென்றால் முதலாளித்துவப் பொருளுற்பத்தியை அடிப்படையாகக் கொண்ட சமுதாயம் முழுவதும் முதலாளித்துவக் கண்ணோட்டத்தில் நோக்கப்படுகிறது. எனவே, இலாபமாகவும் வாடகையாகவும் பகுபட்ட வருமானத்தை மட்டுமே நிகர வருமானமாகக் கருதுகிறது. இந்தக் கருத்துத்தான் அவர்களின் தவறான முடிவுக்கும் இட்டுச் செல்கிறது. ஸே போன்றவர்கள் மொத்த உற்பத்திப் பண்டம் என்பதுதான் நிகர உற்பத்தியாக உருவெடுக்கிறது என்கிற முடிவுக்கு வருகிறார்கள். முடிவாகப் பார்க்குமிடத்து, சரக்குகளின் மதிப்பு முழுவதும் வருமானமாக, அதாவது கூலியாகவும், இலாபமாகவும், வாடகையாகவும் உருவெடுக்கிறது என்பதாக ஆதாம் ஸ்மித்தின் காலத்திலிருந்து அரசியல் பொருளாதாரத்தில் வியாபித்துள்ள அபத்தச் சூத்திரத்தின் தவிர்க்க முடியாத இறுதி வெளிப்பாடுதான் இந்தக் கற்பனை. ஆனால் இவர்களின் கருத்துப்படி மொத்த வருமானமும் சொந்த நுகர்வுக்குச் சென்றுவிட்டால், மறுவுற்பத்தி நிகழ்வது எப்படி? மறுவுற்பத்தியும் மூலதன விரிவாக்கமும்தானே முதலாளித்துவ உற்பத்தி முறையின் இறுதி நோக்கமாகும்? அவர்கள் நோக்கில், $C + v + s$ எவ்வாறு $v + s$ -க்குச் சமமாக முடியும்? நாட்டின் மொத்த உற்பத்திப் பண்டத்தில் அடங்கியுள்ள C ஆகிய மாறா-மூலதனக் கூறு மாற்றீடு செய்யப்பட்டு மீண்டும் மறுவுற்பத்தியில் திறனுடை மூலத்தின் அடிக்கூறாக மாறியே தீர வேண்டும். அத்துடன் கூலிக்காகவும் மீண்டும் முன்னீடு செய்யப்பட வேண்டும். எனவே மறுவுற்பத்தியில் தொழிலாளியின் திறனுடை நுகர்வாக மாற வேண்டும். ஆகவே மாறும்-மூலதனம் மற்றும் மாறா-மூலதனக் கூறாகவும் மாற்றீடு செய்ய வேண்டிய மூலதனப் பகுதியும், முதலாளி, நிலவுடைமையாளர், தொழிலாளி ஆகியோருடைய சொந்த நுகர்வும் சேர்ந்ததுதான் நாட்டின் மொத்த பொருளுற்பத்தியின் மதிப்புக்குச் சமமானது ஆகும்.

இறுதியாக நாட்டின் வருவாயாக அமைந்திடும் விற்பனைப் பண்டங்களை அரசியல் பொருளாதாரம் இருவேறு வழிகளில்

பரிசீலித்தாக வேண்டும். மதிப்புகள் என்ற அடிப்படையில் தனியாட்களுடன் உறவுபடுத்தியும், பண்டங்கள் என்ற முறையில் நாட்டுடன் உறவுபடுத்தியும் பரிசீலிக்க வேண்டும். ஒருபக்கம் ஒரு நாட்டின் பொருளுற்பத்தி முறை என்பது மதிப்பை அடிப்படையாகக் கொண்டதாகவும், அந்த முறையில் ஒழுங்கமைக்கப்பட்டதாகவும் இருந்துவந்து, அது தனது சுய தேவையை நிறைவு செய்வதற்கு மட்டுமே ஆன ஒரு ஒட்டுமொத்த நிறுவனம் என்று கருதுவதானது முற்றிலும் தவறான கருத்தே ஆகும். இறுதியில் முதலாளித்துவ உற்பத்திமுறை ஒழிக்கப்பட்டு, சோசலிச உற்பத்தி முறை பரிணமிக்கும்போது, பொன்னான உழைப்பு நேரத்தை ஒழுங்கு செய்வதும், சமுதாய உழைப்பைப் பல்வேறு உற்பத்திக் குழுக்களுக்கிடையே பகிர்ந்தளிப்பதும், முடிவில் இதையெல்லாம் தழுவி நிற்கிற கணக்கீடுகளும், முன்னெப்போதும் இல்லாத அளவுக்கு இன்றியமையாதவை ஆகின்றன என்கிற அர்த்தத்தில் மதிப்பு நிர்ணயம் தொடர்ந்து நிலவி வருகிறது.

மார்க்ஸ் இன்றும் தேவைப்படுகிறார்

மூலதன நூலின் முதல் பாகம் வெளிவந்து 150 வருடங்கள் ஆகிவிட்டன. 1867-ல் இந்த நூல் வெளிவந்தபோது எங்கல்ஸ் இந்தப் புத்தகத்தை மதிப்பீடு செய்து கூறிய, “முதலாளிகளும் தொழிலாளர்களும் நீடித்திருக்கும் இந்த முதலாளித்துவ சமுதாயத்தில் தொழிலாளர்களுக்கு இந்த அளவு முக்கியத்துவம் வாய்ந்த புத்தகம் ஒன்று இதுவரை வெளியானதில்லை” என்கிற வாசகம் இன்னும் பொருத்தமுடையதே. இந்தப் புத்தகம் 19-ம் நூற்றாண்டில் நிலவிய முதலாளித்துவ உற்பத்தி முறையை மனதில் வைத்து எழுதப்பட்டது என்றும், இன்று நிலைமை மாறிவிட்டது என்றும், எனவே நமது காலத்திற்குப் பொருந்தாது என்றும் முதலாளித்துவ வாதிகளும் போலி மார்க்சியவாதிகளும் திரும்பத் திரும்பக் கூறி வந்தாலும், மூலதன நூல் இன்றளவும் அரசியல் பொருளாதாரத்தில் மிகுந்த தாக்கம் செலுத்தும் நூலாகவே அறியப்பட்டுள்ளது. 2008-ல் ஏற்பட்ட உலகளாவிய பொருளாதார நெருக்கடியைத் தொடர்ந்து மூலதன நூல் விற்பனையில் சாதனையைப் படைத்ததை நாம் அறிவோம். ஆக, உலக அளவில் இன்னும் இந்த நூலை வாசிப்பதற்குப் பலரும் ஆர்வம் காட்டுவது ஏன்? ஏனென்றால் இன்றளவும் முதலாளித்துவம் உலக அரங்கில் தனது கோர முகத்தைப் பல்வேறு வடிவங்களில் காண்பித்தாலும், அடிப்படையில் முதலாளித்துவப் பொருளுற்பத்தி முறையில் தோன்றும் நெருக்கடிகளையும், வர்க்க முரண்பாடுகளையும் மூலதன நூல் இயக்கவியல் துணைகொண்டு விளக்குகிறது என்பதே உண்மை.

மூலதன நூலின் வெளிச்சத்தில், மோடி அரசின் ரூ. 500 மற்றும் ரூ. 1000 நோட்டுகளின் மதிப்பிழக்க நடவடிக்கை (நவம்பர் 2016) மற்றும் GST வரிக்கொள்கைக்குப் பின்னால் இருக்கும் இந்திய முதலாளித்துவத்தின் நெருக்கடியையும், அத்தகைய நெருக்கடியிலிருந்து மீள்வதற்கு மேற்கூறிய நடவடிக்கைகள் மூலம் இந்திய முதலாளித்துவம் சிறு, குறு விவசாயிகளையும், வியாபாரிகளையும் அழிக்க நினைப்பதையும் நம்மால் புரிந்து கொள்ள முடிகிறது. அப்படியே 2016 முதல் உலகளாவிய ரீதியில் தகவல் தொழில்துறையில் (IT and IT enabled services) ஏற்பட்டுவரும் நெருக்கடியையும், அதனைத் தொடர்ந்து பெருமளவு அத்துறை சார்ந்த ஊழியர்கள் வேலை இழப்பிற்கு ஆளாவதையும், பொறியியல் பட்டதாரிகள் தொழில்துறைச் சேமப் பட்டாளமாக ஆக்கப்படுவதையும் நம்மால் மூலதன நூலில் மார்க்சின் ஆய்வோடு பொருத்திப் பார்க்க முடிகிறது. "நவீன தொழில்துறை, ஒரே விதமாக, ஒரே இயக்கத்தைத் திரும்பத் திரும்ப வாழ்நாள் முழுவதும் செய்வதால், முடமாக்கப்பட்டு வெறும் பிண்டமாக மாற்றப்பட்டுத் தாழ்ந்து போயிருக்கும் தொழிலாளிக்குப் பதிலாய் முழு வளர்ச்சிபெற்ற தனிமனிதனைத் தோற்றுவிக்குமாறும், இல்லையேல் மடிய நேரிடும் என்றும் அச்சுறுத்தி, சமுதாயத்தை மெய்யாகவே கட்டாயப்படுத்துகிறது. முழு வளர்ச்சிபெற்ற தனிமனிதனை விதவிதமான வேலைகளைச் செய்யும் தகுதி பெற்றவனாகவும், உற்பத்தியில் ஏற்படும் எந்த மாற்றத்தையும் சமாளிக்க வல்லவனாகவும், தான் கற்றுக்கொண்ட திறன்களுக்குத் தடையற்ற இயங்கிடத்தை அளிக்கின்ற பல வழிகளைக் கொண்டு வல்லவனாக மாறும்படி மரண பயம் கட்டாயப்படுத்துகிறது" என்கிற மார்க்சின் நுண்ணறிவு இன்றைய ஐடி ஊழியர்களின் நிலைமையைப் பட்டவர்த்தனமாக எடுத்துரைக்கிறது.

"இதுவரை பார்த்திருப்பதிலிருந்து, முதலாளித்துவப் பொருளுற்பத்தி முறைக்கு மிகவும் இசைவான கூலி வடிவம் பலன்வீதக் கூலி (Piece Wages) என்பது தெளிவாகிறது" என்கிற மார்க்ஸின் ஆய்வு இன்றளவும் உலகளாவிய வகையில் முதலாளித்துவத்தின் இலாப வெறியை தோலுரித்துக் காட்டுகிறது. தொழில்துறையில் மட்டுமே நிலவிய பலன்வீதக் கூலி முறை இன்று அரசாங்கத்துறை உட்பட அனைத்து துறைகளிலும் நிலவுகிறது. ஒப்பந்தக் கூலி (Contract Labour) முறைதான் இன்று இந்திய பெரு முதலாளிகளின் இலாப வேட்டைக்குத் தீனியாக அமைந்து வருகிறது. அப்பட்டமான உழைப்புச் சுரண்டல் அரங்கேறி வருகிறது. எனவே முதலாளித்துவ பொருளுற்பத்தி முறை இருக்கும்வரை மூலதன நூலின் அவசியமும் இருந்து கொண்டே இருக்கும். முதலாளித்துவம் முற்றாக

உலக அரங்கிலிருந்து வெளியேற்றப்படும்வரை அது அரசியல் பொருளாதார அரங்கில் சுடரொளி பாச்சிக் கொண்டே இருக்கும். தொழிலாளி வர்க்கத்தைத் தத்துவ ரீதியில் ஆயுதபாணியாக்கிக் கொண்டே இருக்கும். முதலாளித்துவப் பொருளுற்பத்தி முறையில் ஏற்படும் நெருக்கடிகளுக்குத் தீர்வை முதலாளித்துவ உற்பத்தி முறைக்குள்ளேயே தேடுவது அபத்தமானது. நெருக்கடிக்குத் தீர்வு சோசலிச உற்பத்தி முறையே. இதைத்தான் மார்க்ஸ் மூலதன நூலில் தீர்வாக முன்வைக்கிறார்.

(முற்றும்)

“ஒரு சமுதாயம் தனது இயக்கத்தின் இயற்கையான விதிகளைக் கண்டுபிடிப்பதற்கான சரியான சுவட்டில் அடி வைத்துவிட்ட போதுங்கூட – தற்காலச் சமுதாயத்தின் பொருளாதார இயக்க விதியைப் பட்டவர்த்தனமாக்கிக் காட்டுவது இந்த நூலின் முடிவான நோக்கமாகும். தனது சீரான வளர்ச்சியின் அடுத்தடுத்த கட்டங்களைத் துணிச்சல் மிக்க பாய்ச்சல்களின் மூலம் கடந்து விடவோ, சட்ட முறைகள் மூலம் அகற்றிவிடவோ முடியாது. ஆனால் அது பிரசவ வேதனைகளைக் குறுக்கிக் கொள்ளவும் குறைத்துக் கொள்ளவும் முடியும்.” (காரல் மார்க்ஸ் மூலதனம் – முதல் பாகம் – முதல் ஜெர்மன் பதிப்புக்கான முன்னுரை .. லண்டன், 1867 ஜூலை 25)

“உண்மையைக் காணத் துடிக்கிற வாசகர்களை முன்கூட்டியே எச்சரித்து, முன்கூட்டியே ஆய்த்தப்படுத்துவன் மூலம் அல்லாமல் சங்கடத்தை சமாளிக்கச் சக்தியற்றவனாய் இருக்கிறேன். விஞ்ஞானத்துக்கு ராஜபாட்டை ஏதுமில்லை; அதன் களைப்பூட்டும் செங்குத்துப் பாறைகளில் ஏறத் துணிந்தவர்களுக்கே அதன் ஒளிரும் உச்சிகளை எய்துகிற வாய்ப்புண்டு” ***(காரல் மார்ஸ் – மூலதனம் முதல் பாகம் – பிரெஞ்சுப் பதிப்புக்கு முன்னுரை – பிரஜை மோரிஸ் லஷாத்துக்கு எழுதிய கடிதத்திலிருந்து.. லண்டன் 1872 மார்ச் 18)***

“எனது இயக்கவியல் வழிமுறை ஹெகலிய வழிமுறையிலிருந்து வேறுபட்டது மட்டுமன்று, அதற்கு நேர் எதிரானதுமாகும். ஹெகலுக்கு, மனித மூளையின் உயிர் நிகழ்முறையானது, அதாவது சிந்தனை நிகழ்முறையானது (இதனை அவர் ‘கருத்து’ என்ற பெயரில் சுயேச்சையான கர்த்தாவாகவே மாற்றி விடுகிறார்) எதார்த்த உலகின் படைப்பாளி ஆகும்; எதார்த்த உலகம் ‘கருத்தின்’ புற வடிவமே, புலப்பாட்டு வடிவமே அன்றி வேறில்லை. மாறாக எனக்கு, கருத்துலகம் என்பது மனித உள்ளத்தால் பிரதிபலிக்கப்பட்டு, சிந்தனை வடிவங்களாக மாற்றப்படுகிற பொருளுலகமே அன்றி வேறில்லை.

ஹெகலிய இயக்கவியலின் மாயாவாத அம்சத்தை, சுமார் முப்பது ஆண்டுகள் முன்னரே, அது மோகத்துக்குரிய மோஸ்தராக இருந்து வந்த காலத்திலேயே, நான் கண்டன விமர்சனத்துக்குள்ளாக்கினேன். ஆனால் ‘தாஸ் கேபிட்டலின்’ முதல் பாகத்துக்கான வேலையில் நான் ஈடுபட்டிருக்கையிலேயே, இன்று பண்பட்ட ஜெர்மனியில் வாய் கிழியப் பேசுகிற சிடுசிடுப்பான, மண்டைக்கனம் ஏறிய, மட்டரகமான சந்ததியர் ஹெகலை ‘செத்த நாயாக’ – லெஸ்ஸெங்கின் காலத்தில் தீரர் மோசஸ் மெண்டல் சோன் எப்படி ஸ்பினோசாவை பாவித்தாரோ, அப்படியே- பாவித்து அகமகிழ்வெய்தினார். எனவே, அந்த மாபெரும் சிந்தனையாளரின் மாணவன் நான் என்று பகிரங்கமாய் பறைசாற்றினேன்.; ஏன், மதிப்பின் தத்துவம் பற்றிய அத்தியாயத்தில் பல இடங்களில் பிரத்தியேகமாய் ஹெகலுக்குரிய தெரிவிப்பு முறைகளைக் கையாண்டு பார்த்தேன். ஹெகலின் கையில் இயக்கவியல் மாயாவாதத் தன்மைக்கு உள்ளாகிறதென்றாலும், அதன் பொதுவான செயற்பாட்டு வடிவத்தை·விரிவாகவும் உணர்வுபூர்வமாகவும் முதன் முதலாக முன்வைத்தவர் அவரே. அவரிடம் இயக்கவியல் தலை கீழாக நின்று கொண்டிருக்கிறது. மாயாவாதச் சிற்பிக்குள் மறைந்துள்ள அறிவார்ந்த முத்தைக் காண வேண்டுமானால், அதனை நேராகத் திருப்பி நிறுத்த வேண்டும்” ***(கார்ல் மார்க்ஸ்- மூலதனம் முதல் பாகம் – இரண்டாம் ஜெர்மன் பதிப்புக்குப் பின்னுரை – லண்டன், 1873 ஜனவரி 24)***

"முதலாளிகளும் தொழிலாளிகளும் நிலவி வரும் இவ்வுலகில், இது காலம் வரை தோன்றியுள்ள நூல்களில், நம்முன் உள்ள இந்த நூல் போன்று தொழிலாளர்களுக்கு இவ்வளவு முக்கியத்துவம் வாய்ந்த நூல் எதுவும் தோன்றியதில்லை. நமது இன்றைய சமூக அமைப்பு முழுவதும் எதை அடிப்படையாகக் கொண்டு இயங்கி வருகிறதோ, மூலதனத்திற்கும் உழைப்புக்கும் இடையே உள்ள அந்த உறவைப் பற்றி, முதன் முதலில் விஞ்ஞான பூர்வமாகவும், ஒரு ஜெர்மனியனுக்கு மட்டுமே சாத்தியமான வகையில் முழுமையாகவும், கூர்மையாகவும் இங்கு இது விளக்கப்படுகிறது. ஓவன், சான் – சைமோன். ஃபூரியே ஆகியோரின் படைப்புகள் என்றென்றும் பெரு மதிப்பு வாய்ந்தவை என்பதில் சந்தேகமில்லை. எனினும் மிக உயர்ந்த சிகரத்தின் மீதிருந்து பார்க்கும் ஒருவருக்கு கீழேயிருக்கிற மலைக்காட்சிகள் எவ்வளவு தெளிவாகவும் பூர்ணமாகவும் தெரியுமோ, அதே போல நவீன கால சமூக உறவுகள் சம்பந்தப்பட்ட முழுக் களத்தினையும் தெளிவாகவும், முழுமையாகவும் பார்க்கக்கூடிய ஒரு சிகரத்தினை நோக்கி முதலில் ஏறும் பேறு ஒரு ஜெர்மானியனுக்கு மட்டுமே அமைந்திருந்தது". ***(பிரடெரிக் ஏங்கல்ஸ் – காரல் மார்க்சின் மூலதனம் முதல் பாகம் பற்றிய மதிப்புரை, 1868, மார்ச் 2-13)***

“உற்பத்திப் பொருட்களின் மதிப்பில், நாம் இப்போது உபரி-மதிப்பு என்றழைக்கிற பகுதி **இருக்கிறது** என்பது மார்க்சுக்கு நெடுங்காலம் முன்னரே ஆய்ந்தறியப்பட்டிருந்தது. அது எதனாலது என்பதும் – அதாவது உழைப்பின் உற்பத்திப் பொருளைத் தனதாக்கிக் கொள்பவர் சமதையேனும் தராமல் எதை எடுத்துக் கொள்கிறாரோ அந்த உழைப்பின் பலனால் ஆனது என்பதும் – ஓரளவு தெளிவாகவே கூறப்பட்டிருந்தது. ஆனால் இதற்கு மேல் ஒன்றும் இல்லை. சிலர் – தொல்சீர் முதலாளித்துவப் பொருளாதார அறிஞர்கள் – பிரதானமாய் ஆராய்ந்ததெல்லாம், உழைப்பின் உற்பத்திப் பொருள் தொழிலாளிக்கும் உற்பத்திச் சாதனங்களின் உடைமையாளருக்கும் இடையே எவ்விகத்தில் பிரித்துக் கொள்ளப்படுகிறது என்பதே. மற்றவர்கள் – சோஷலிஸ்டுக்கள் – இந்தப் பாகப் பிரிவினை அநியாயமென்று அந்த அநீதியை ஒழிப்பதற்குக் கற்பனையான வழிகளைத் தேடினார்கள். அவர்கள் எல்லோருமே தமக்கு வந்து சேர்ந்த பொருளாதாரக் கருத்தினங்களின் கைதிகளாகவே இருந்து வந்தார்கள். அரங்கிலே இப்போது மார்க்ஸ் தோன்றுகிறார். தமக்கு முற்பட்டவர்கள் எல்லாரது கருத்துக்கும் நேர்மாறான கருத்தை முன்வைத்தார். அவர்கள் எதைத் **தீர்வு** என்று கருதினார்களோ அது **பிரச்சினையே** ஆகும் என்றார் மார்க்ஸ்”

(பிரடெரிக் எங்கல்ஸ் – மூலதனம் இரண்டாம் பாகத்திற்கான முன்னுரை – லண்டன், 1885 மே 5)

www.ingramcontent.com/pod-product-compliance
Lightning Source LLC
LaVergne TN
LVHW101355051026
849519LV00005BC/1529
9789388126502